வெற்றிக்கு சில புத்தகங்கள்

பாகம் 4

வெற்றிக்கு சில புத்தகங்கள்

பாகம் 4

என்.சொக்கன்

கிழக்கு

வெற்றிக்கு சில புத்தகங்கள்: பாகம் 4
Vetrikku Sila Puthagangal: Part 4

First Edition: December 2019
312 Pages

ISBN: 978-93-86737-81-6
Kizhakku 1170

Kizhakku Pathippagam
177/103, First Floor, Ambal's Building, Lloyds Road,
Royapettah, Chennai - 600 014. Ph: +91-44-4200-9603
Email : support@nhm.in | Website : www.nhm.in

kizhakkupathippagam | kizhakku_nhm

Author's Email: nchokkan@gmail.com

Kizhakku Pathippagam is an imprint of New Horizon Media Private Limited

நண்பர் ரஞ்சன் அவர்களுக்கு...

பொருளடக்கம்

1

வெறுப்பாளர்களே, வாருங்கள்!

ஒரு வேலையைக் கஷ்டப்பட்டுச் செய்திருக்கிறீர்கள். அதை நான்கு பேரிடம் காட்டி சந்தோஷப்படுகிறீர்கள், அப்போது அவர்கள் என்ன சொல்லவேண்டும் என்று எதிர்பார்ப்பீர்கள்?

'ஆஹா, பிரமாதம்!' என்றால் மகிழ்ச்சி. 'உங்களைப்போல யார் உண்டு?' என்றால் இன்னும் மகிழ்ச்சி. நாலுபேரைக் கூப்பிட்டு, 'இவரைப் பாருங்க சார், ரொம்ப பெரியாள்!' என்று பாராட்டினால் அதைவிட மகிழ்ச்சி. இப்படி எதிர்பார்ப்பதுதான் மனிதஇயல்பு.

சுவரில் கிறுக்கும் குழந்தையில் ஆரம்பித்து, தத்துவார்த்தமான நாவல் எழுதிய பெருமேதைவரை எல்லாரும் இதைத்தான் எதிர்பார்க்கிறார்கள். தங்களுடைய படைப்பு பாராட்டப்பட விரும்புகிறார்கள். அப்படிப் பாராட்டுகிறவர்களைத்தான் அவர்களுக்குப்பிடிக்கிறது.

ஒருவேளை, யாராவது ஒரு குறை சொல்லிவிட்டால்?

சிறிய குறை என்றால் பரவாயில்லை, மற்ற பல பாராட்டுகளுக்கு நடுவே அது தென்படாது.

ஒருவேளை அவர் பெரிய குறையாகச் சொல்லிவிட்டால் போச்சு. நமக்கும் அவருக்கும் விரோதமே உண்டாகிவிடும். 'அந்தாளுக்கு இதைப்பத்தி என்ன தெரியும்?' என்போம். 'என்னைப்பார்த்து அவருக்குப் பொறாமை' என்போம். 'இதேவேலையைப் போனமாசம் அவர் செஞ்சபோது எப்படிச் சொதப்பினார் தெரியுமா?' என்று அக்கம்பக்கத்தில் புரளிபேசுவோம்.

அதைவிடமோசம், சிலர் குறைசொல்பவரிடம் பேசுவதையே நிறுத்தி விடுவார்கள். அடுத்தமுறை இன்னொருவேலையைச் செய்யும்போது, அதைக் கவனமாக மற்றவர்களிடம்மட்டுமே காண்பிப்பார்கள். அவர்களுடைய பாராட்டுகளில் நனைவார்கள்.

பாராட்டுகிறவரை விரும்புவது, விமர்சிப்பவர்மேல் கோபப்படுவது மனித இயல்பாக இருப்பினும், வெற்றிபெற நினைக்கிறவர்கள் அந்தப் பழக்கத்தை மாற்றிக்கொள்ளவேண்டும் என்கிறார் ஜெய் பேர். இவரது 'Hug Your Haters' என்ற புத்தகம் இதனை விரிவாகப்பேசுகிறது.

தலைப்பைக் கவனியுங்கள், நம்மை வெறுக்கிறவர்களைக்கண்டு ஒதுங்கிப்போகாமல், அவர்களுக்குக் 'கட்டிப்புடி வைத்தியம்' செய்யச் சொல்கிறார்.

'துஷ்டனைக்கண்டால் தூரவிலகு' என்று பழமொழி உண்டே, நம்மை வெறுப்பவர்களை நாம் ஏன் 'கட்டிப்புடி'க்கவேண்டும்?

காரணமில்லாமல் வெறுக்கிறவர்கள் என்றால் பரவாயில்லை, காரணத்தோடு வெறுக்கிறவர்களை நாமும் வெறுத்தால், அது நமக்கு இழப்புதான் என்கிறது இந்தப்புத்தகம்.

அதென்ன காரணத்தோடு வெறுத்தல்?

'ஒருவரைப்பார்த்தாலே எனக்குப் பிடிக்கலை' என்கிறோம், அதற்குக் காரணம் நமக்கே தெரியவில்லை என்று பொருள்.

இன்னொருவரைப்பார்த்து, 'நீங்க இப்படி நடந்துக்கறது எனக்குப் பிடிக்கலை' என்கிறோம், அதற்குக் காரணம் நமக்குத் தெரிந்திருக்கிறது. அதைச் சிலநேரம் வெளிப்படையாகச்சொல்கிறோம், சிலநேரம் சொல்வதில்லை.

இங்கே நாம் வெறுப்பது அவரையல்ல, அவரது ஒரு குறிப்பிட்ட செயலை. அந்த வெறுப்பின் காரணம் அவருக்குத் தெரிந்தால், அதில் பிழையிருந்தால், அதைத் திருத்திக்கொள்ள அவருக்கு ஒரு வாய்ப்பு.

அப்படியில்லாமல், அவர் தன்னைச்சுற்றி 'ஆமாம் சாமி'களை மட்டுமே வைத்திருந்தால், தன்னுடைய நடவடிக்கைகளில் இருக்கும் பிழை அவருக்குத் தெரியப்போவதில்லை. அதை அவர் திருத்திக் கொள்ளப்போவதுமில்லை.

இந்தக் கண்ணோட்டத்தில்தான், 'வெறுப்போரைக்கண்டால் விரும்பி நெருங்கு' என்கிறார் ஜெய் பேர். அதாவது, 'ஐயா, உங்களுக்கு ஏன் என்னோட சமையல் (அல்லது கதை, அல்லது ஓவியம், அல்லது

ஏதாவது ஒன்று) பிடிக்கலை? கொஞ்சம் விளக்கமாகச்சொல்லுங்கள்' என்று விசாரிக்கவேண்டும்.

அப்போது, வெறுப்பவர்களும் மகிழ்ச்சியடைவார்கள். காரணம், அவர்கள் உங்களை வெறுக்கவில்லை, உங்களுடைய படைப்பு இன்னும் மேம்படவேண்டும் என்று விரும்புகிறார்கள். அந்த நல்லெண்ணத்தை நீங்களும் மதிக்கிறீர்கள் என்று தெரிந்ததும், அவர்களுடைய அக்கறை அதிகரிக்கிறது. சட்டென்று இறங்கிவந்து, 'உங்க வேலை ரொம்ப நல்லாயிருக்கு, ஆனா அந்த ஒரு விஷயத்தை மட்டும் மாத்திட்டீங்கன்னா இன்னும் நல்லாயிருக்கும்' என்பதுபோல் தங்களுடைய மனக்கருத்தை விளக்கமாகச் சொல்வார்கள்.

இந்தக் 'கருத்து', அதாவது, ஒருவருடைய படைப்பைப்பற்றிய நிஜமான விமர்சனம், அக்கறையான திருத்தம் சுலபத்தில் கிடைத்து விடாது. எல்லாரும் பாராட்டிக்கொண்டே இருந்தால், அந்தப் படைப்பு ஒருபோதும் மேம்படாது. அதனால்தான், வெறுப்பவர்களை நேசிக்கவேண்டும், அவர்களிடம் பேசவேண்டும்.

அதற்காக, அவர்கள் சொல்வதையெல்லாம் செய்யவேண்டும் என்று அவசியமில்லை. கேட்டுக்கொள்ளவேண்டும். அதன்பிறகு, அதில் நமக்குச் சரியாகத் தோன்றுகிறவற்றைமட்டும் செய்தால்போதும்.

இப்படி வெறுக்கிறவர்களைக்கண்டு ஒதுங்காமல், அவர்கள் பேச்சைக் கேட்கப் பழகியபிறகு, அடுத்தவேலை: வெறுக்கிறவர்களை நாமே தேடிச்செல்லுதல்.

அதாவது, ஒரு வேலையை எல்லாரும் பாராட்டினால், 'ஆஹா, நாம கலக்கிட்டோம் போலிருக்கே' என்கிற மிதப்பு வருவது இயல்பு. அதைக் கொஞ்சம் அனுபவித்துவிட்டு, சட்டென்று வெளியே வர வேண்டும். 'இதுல ஒரு சின்னப் பிரச்னைகூடவா இல்லை?' என்று யோசிக்கவேண்டும்.

ஆங்கிலத்தில் இதனை 'Room For Improvement' என்பார்கள். அதாவது, எதிலும் ஒரு சின்ன மேம்பாட்டைச் செய்ய வழி இருக்கும், முற்றிலும் சிறப்பான, கச்சிதமான, மேம்படுத்தவே இயலாத படைப்பு என ஒன்றை மனிதர்களால் உருவாக்க இயலாது.

ஆகவே, பெரிய மேதைகள்கூட, தங்களுடைய படைப்பில் இருக்கும் குறைகளைத்தான் முதலில் காண்பார்கள். மற்றவர்கள் என்னதான் பாராட்டினாலும், 'இதை இன்னும் நல்லாச் செஞ்சிருக்கலாம்' என்று நினைப்பார்கள். அது தன்னடக்கம் அல்ல, அதுதான் உண்மை. அதுதான் அவர்களை வளரச்செய்கிறது.

அந்தநிலைக்கு நாம் வரவேண்டுமென்றால், நம் படைப்பை வெறுப்பவர்களைத் தேடவேண்டும். ஒரு வேலையை எட்டுப் பேர் பாராட்டுகிறார்கள் என்றால், மகிழ்ச்சியடைந்து நின்றுவிடக்கூடாது. அந்த எட்டுப் பேரிடமும் 'இதுல ஏதாவது குறை இருக்குமே, அதைச் சொல்லுங்க' என்று தோண்டவேண்டும். அவர்களை வெறுப்பாளர்களாக மாற்றவேண்டும்.

இல்லாவிட்டால், அந்த வேலையை எண்பது பேரிடம் காட்ட வேண்டும். வெறுப்பாளர்கள் தென்படும்வரை விடக்கூடாது!

ஒருவழியாக வெறுப்பாளர்கள் தென்பட்டதும், அவர்களிடம் பாடம் கேட்கவேண்டும். அதைக்கொண்டு நம்மை மேம்படுத்திக்கொள்ள வேண்டும். அடுத்த வேலையை இன்னும் சிறப்பாகச் செய்து, மறுபடி வெறுப்பாளர்களைத் தேடவேண்டும்.

இன்னொருவிஷயம், நம்மைப் பாராட்டுகிறவர்கள் அந்தக் கணத்தோடு நம்மை மறந்துவிடுவார்கள். அடுத்து நாம் என்ன செய்கிறோம் என்பதைக் கவனிக்கக்கூடமாட்டார்கள். அவர்களுக்குச் சோப்புப்போட்டு எந்தப் பலனும் இல்லை.

அதற்குப்பதிலாக, நம்மை வெறுக்கிறவர்களிடம் நேரம் செலவிடலாம். அவர்களிடம் பேசி, என்ன பிரச்னை என்று தெரிந்துகொண்டு, அதைச் சரிசெய்தால், அவர்கள் அசந்துபோய்விடுவார்கள். காரணம், நம்மை வெறுப்பவர்களை நாம் ஒதுக்குவதுதான் உலகநடைமுறை. அப்படி ஒதுக்காமல் ஒருவர் அவர்களிடம் அக்கறையாகப் பேசுகிறார், பிரச்னைகளைச் சரிசெய்கிறார் என்றால், அவர்கள் அவரைப் பின்பற்றத் தொடங்குவார்கள். அவரைப்பற்றி நாலுபேரிடம் பெருமையாகச் சொல்வார்கள்.

அதாவது, ஒரு வெறுப்பாளரை ரசிகராக மாற்றுவது எளிது. அதற்காகவும், நாம் வெறுப்பாளர்களைத் தேடிச்செல்லவேண்டும். அவர்களுடன் பேசவேண்டும். அதுவே நமக்குப் பலவிதங்களில் நல்லது!

2

ஏமாறாதே!

'பாதுகாப்பு' என்ற சொல்லுக்கு நாம் புரிந்துவைத்திருக்கும் அர்த்தம் என்ன?

வீட்டுக்கதவைத் தாழ்ப்பாள் போட்டுக்கொண்டால் பாதுகாப்பு. ஜன்னல்களில் வலுவான இரும்புக்கம்பிகள் இருந்தால் பாதுகாப்பு. பஸ்ஸில் பர்ஸ்மேல் கைவைத்துக்கொண்டால் பாதுகாப்பு. பணத்தை அரசாங்க வங்கியில் முதலீடுசெய்தால் பாதுகாப்பு!

இப்படி ஒருவர் ரொம்பப் பாதுகாப்பாக இருக்கும்போதே, இன்னொரு பக்கம் அவருடைய பாதுகாப்பு பறிபோய்க் கொண்டிருக்கலாம். நிஜவுலகில் அல்ல, டிஜிட்டலில்!

'அடப்போங்க பாஸ், நான் ரொம்ப ஸ்மார்ட். என்னோட முக்கியமான பாஸ்வேர்டையெல்லாம் யாருக்கும் சொல்லமாட்டேன்' என்கிறீர்களா? அவசரப்படவேண்டாம், உங்கள் பாஸ்வேர்ட் இல்லாமலே உங்களைச் சுரண்டுவதற்கு டிஜிட்டல் திருடர்களால் இயலும்.

உதாரணமாக, சமீபத்தில் பெங்களூரு காவல்துறை 'சிம் (ஏ)மாற்று' என்று ஓர் அறிவிப்பை வெளியிட்டது. இதைப் படித்த பலர், 'இவ்ளோ சுலபமா நம்மை ஏமாத்தமுடியுமா!' என்று அசந்துபோனார்கள்.

இந்த சிம் (ஏ)மாற்றாளர்கள் செய்வது இதுதான்: ஓர் அப்பாவி இணையத்தில் அவ்வப்போது பதிவுசெய்கிற விஷயங்களைக் கொண்டு, அவருடைய பெயர், வயது, முகவரி, மொபைல் எண் போன்ற தனிப்பட்ட விவரங்களைக் கொஞ்சம்கொஞ்சமாகத் தெரிந்து கொள்கிறார்கள். இதுதான் இவர்களுடைய முதலீடு!

அதன்பிறகு, அவர்கள் அந்த மொபைல்சேவையை வழங்கும் நிறுவனத்தைத் தொடர்புகொள்கிறார்கள், ‘சார், என்னோட ஃபோன் தொலைஞ்சுபோச்சு. அதனால இந்த சிம்மை ப்ளாக் பண்ணிடுங்க’ என்று கேட்கிறார்கள்.

உடனே, அந்த சிம்கார்ட் தடுத்து நிறுத்தப்படும். என்ன நடக்கிறது, தன்னுடைய ஃபோன் ஏன் வேலை செய்யவில்லை என்று புரியாமல் அந்த அப்பாவி குழம்பிக்கொண்டிருக்கையில், திருட்டுப்பயல்கள் அந்த மொபைல்சேவை நிறுவனத்தின் அலுவலகத்துக்குச் செல்கிறார்கள், ஏற்கெனவே தங்களிடம் உள்ள விவரங்களை வைத்துப் போலி ஆவணங்களைச் சமர்ப்பித்து, புதிய சிம்கார்ட் பெறுகிறார்கள்.

அந்த சிம்கார்டை அவர்கள் தங்களுடைய ஃபோனில் போட்டுக் கொள்கிறார்கள். அந்த அப்பாவியின் இணையவங்கிக்குள் நுழைகிறார்கள்.

அதெப்படி சாத்தியம்? அவர்களுக்கு இணையவங்கியின் பாஸ்வேர்ட் தெரியாதே!

அதனால் என்ன? OTP எனப்படும் OneTimePassword சௌகரியம் இருக்கிறதே. அதைப்பயன்படுத்தி, அந்த அப்பாவியின் ஃபோன் நம்பருக்கு, அதாவது, புதிய சிம்கார்ட் பொருத்தப்பட்ட தங்களுடைய ஃபோனுக்குப் பாஸ்வேர்டை வரச்செய்கிறார்கள். அதை வைத்து அவருடைய பணத்தைத் திருடிவிடுகிறார்கள்.

ஆக, அவர் தன்னுடைய பாஸ்வேர்டை வெளியே சொல்லவேண்டிய அவசியமே இல்லை. இணையத்தில் அவர் எதார்த்தமாகத் தெரிவிக்கும் ‘சாதாரண’ விவரங்களே போதும். திருடர்கள் எப்படியும் வேலையைக் காட்டிவிடுவார்கள்!

இப்படி ஒவ்வொருநாளும் ஃபேஸ்புக்கில், ட்விட்டரில், வாட்ஸாப்பில் நாம் பேசிக்கொண்டிருக்கும் விஷயங்களையெல்லாம் திருடர்கள் எடுத்துவைத்துக்கொண்டே இருக்கிறார்கள். அவற்றைப் பயன்படுத்துவதற்குச் சரியான சந்தர்ப்பம் வரும்வரை காத்திருக் கிறார்கள். ஆகவே, நாம் முன்பு எப்போதையும்விட அதிக ஜாக்கிரதை யோடு இருக்கவேண்டும் என்கிறது ‘ஸ்வைப்ட்’ என்ற சமீபத்திய புத்தகம், இதை எழுதியவர் ஆடம் லெவின்.

அதாவது, ஒருவர் தன்னுடைய பிறந்தநாளை ஃபேஸ்புக்கில் அறிவிக்கிறார். ‘எங்கள் வீட்டருகே ஒரு புதிய பானிபூரிக்கடை வந்திருக்கிறது’ என்று புகைப்படத்தோடு பதிவுசெய்கிறார். ‘என்னுடைய பழைய செல்ஃபோனை விற்பதாக இருக்கிறேன். ஆர்வமுள்ளவர்கள்

இந்த எண்ணில் அழைக்கலாம்' என்று தன்னுடைய தொலைபேசி எண்ணை அறிவிக்கிறார்... இப்படி அவர் பெரிதாகச் சிந்திக்காமல் செய்கிற 'ஜாலி'யான விஷயங்களெல்லாம், அவருக்கே எதிராகப் பயன்படுத்தப்படலாம். இப்போது இல்லை, பின்பு எப்போதாவது!

திருடர்கள் பயன்படுத்த ஏற்ற விவரங்கள் இணையத்தில் கொட்டிக் கொண்டே இருக்கின்றன என்கிறார் ஆடம். ஆனால், அவர்களால் எல்லாரிடமும் உடனே திருடமுடியாது. சிலரிடம் திருடுவார்கள், மற்றவர்களை 'அப்புறம் பார்த்துக்கொள்ளலாம்' என்று வைத்திருப்பார்கள், மறக்கமாட்டார்கள்.

ஆகவே, 'நமக்கு இதுவரை எதுவும் நடக்கவில்லை' என்று ஒருவர் நிம்மதியடைந்தால், அது தாற்காலிக மகிழ்ச்சிதான். நாளை எதுவும் நடக்காமலிருக்கும் என்பதற்கு உத்தரவாதம் கிடையாது. டிஜிட்டல் திருடர்கள் எந்நேரமும் நம்மைக் கண்காணித்துக்கொண்டே இருக்கிறார்கள்.

இதிலிருந்து நம்மைப் பாதுகாத்துக்கொள்வது எப்படி?

அதற்கு மூன்றுவழிகளைச் சொல்கிறார் ஆடம், அவற்றை மூன்று'எம்'கள் என்று அழைக்கிறார்: Minimize, Monitor, Manage.

முதலில், Minimize. அதாவது, ஆபத்தைக் குறைக்கவேண்டும். அதற்கு, கண்ட இணையத்தளங்களிலும் நம்முடைய விவரங்களைக் கொட்டிக்கொண்டிருக்கக்கூடாது. 'நமது நண்பர்களுக்குத்தானே சொல்கிறோம்' என்று தனிப்பட்ட விவரங்களைப் பொதுவில் எழுதக்கூடாது.

குறிப்பாக, ஆவணங்களைப் பகிர்ந்துகொள்வதில் கூடுதல் கவனத்துடன் இருக்கவேண்டும். உதாரணமாக, கல்லூரிப்பட்டம் பெற்ற ஒருவர் அதைப் புகைப்படம் எடுத்து இணையத்தில் பகிர்கிறார். நூறு பேர் லைக் போடுகிறார்கள். அவர் மகிழ்கிறார். ஆனால், அந்த நூறு பேரில் ஒருவர், அந்தப் பட்டத்தை டவுன்லோட் செய்து, பின்னர் இன்னொரு சந்தர்ப்பத்தில் அதையே பயன்படுத்தி அவருடைய அடையாளத்தைத் திருடக்கூடும்.

அடையாளத்தைத் திருடுவது என்றால், நீங்கள்தான் நான் என்பது போல் நடிப்பது. அதன்மூலம் மோசடி செய்வது. அதன்பிறகு, மோசடிப்பேர்வழி ஓடிவிடுவார். அவரிடம் அடையாளத்தைப் பறி கொடுத்தவர் மாட்டிக்கொள்வார். டிஜிட்டல் உலகில் இது சர்வ சாதாரணமாக நடக்கிறது. அந்த ஆபத்தைக் குறைக்கவேண்டும்.

அடுத்து, Monitor, அதாவது, கண்காணிக்கவேண்டும். நம்முடைய பணமும் முதலீடுகளும் எங்கே உள்ளனவோ அங்கே நமது கண்களும் இருக்கவேண்டும். கிட்டத்தட்ட தினமும் அவற்றைக் கவனித்தபடி இருக்கவேண்டும், நமக்குத் தெரியாத வேலை ஏதாவது அங்கே நடக்கிறதா என்று பார்க்கவேண்டும். ஐம்பது ரூபாய் திருட்டைக் கவனிக்காவிட்டால், நாளைக்கு ஐந்து லட்சரூபாய் திருடுவார்கள்!

இதையெல்லாம் தினமும் கவனிக்க இயலுமா என்று யோசிக்க வேண்டாம், பிரச்னைக்கு வழிவகுக்கிற அதே டிஜிட்டல் தொழில் நுட்பம் இந்தக் கண்காணிப்புக்கும் உதவுகிறது. உதாரணமாக, ஒரு வங்கிக்கணக்கிலிருந்து பணம் எடுத்தால் உடனே மின்னஞ்சல் வருவதுபோன்ற தொழில்நுட்பங்கள் இருக்கின்றன, இவற்றைப் பயன்படுத்தி முக்கியமான கணக்குகளைத் தொடர்ந்து கவனித்து வரலாம். கிட்டத்தட்ட நம் வீட்டைத் தினமும் தாழ்ப்பாள் போட்டுப் பாதுகாப்பதுபோல்தான்!

அடுத்து, Manage, அதாவது, கையாளவேண்டும். இத்தனை பாதுகாப்புக்குப்பிறகும், யாராவது உள்ளே புகுந்து வேலையைக் காட்டிவிட்டார்கள் என்றால், சோர்ந்து உட்கார்ந்துவிடக்கூடாது. உடனே அதைச் சரிசெய்யவேண்டும். இதற்கென்று பல நிபுணர்கள் இருக்கிறார்கள். அவர்களுடன் சேர்ந்து பணியாற்றி உங்கள்மீது தவறில்லை என்பதை நிரூபிக்கவேண்டும். யார் தவறு செய்தார்கள், பணம் எங்கே சென்றிருக்கிறது என்று கண்டறிந்து நமது அடையாளத்தைக் காப்பாற்றிக்கொள்ளவேண்டும்!

இணையத்தில் ஏராளமான வசதிகள் இருக்கின்றன. அதேசமயம், அங்கே எந்தெந்த விவரங்களைத் தருகிறோம் என்கிற கட்டுப்பாடு நம்மிடம்தான் உள்ளது. அதைக் கவனித்துச்செய்தால், இதுபோன்ற ஏமாற்றுகளிலிருந்து தப்பிவிடலாம்!

3

10% தொழில்முனைவோர்!

நீங்கள் தொழிலாளியா, அல்லது, முதலாளியா?

அநேகமாக உலகமக்கள் எல்லாரையும் இந்த இரு சொற்களில் ஏதேனும் ஒன்றில் வகைப்படுத்திவிடலாம். சிலர் எப்போதும் வேலையைச்செய்துவிட்டுப் பிறரிடம் சம்பளத்தை எதிர்பார்க்கும் தொழிலாளிகள். சிலர் பிறரை வேலைவாங்குகிற முதலாளிகள். இவர்களில் யார் உசத்தி என்ற குழப்பமே வேண்டியதில்லை. இருவருக்கும் வெவ்வேறு பலங்கள் உண்டு, இருவரும் இருந்தால் தான் சமூகம் சரியாக இயங்கும்.

தனிப்பட்டமுறையில், நம்மில் சிலர் வாழ்நாள்முழுக்கத் தொழிலாளி களாகவே இருந்துவிடுகிறோம். சிலர் ஒருகட்டத்தில் மனத்தை மாற்றிக் கொண்டு முதலாளியாகிறோம். சம்பளவேலையில் இருந்தவர் வெளியே வந்து சொந்தத்தொழில் தொடங்குவதுபோல!

நெடுநாள் தொழிலாளியாக இருந்த ஒருவருக்கு, இந்த 'முதலாளி' முயற்சி பயன்தரலாம், அல்லது, தோற்றுவிடலாம். அவர்கள் மீண்டும் மனத்தைத் தேற்றிக்கொண்டு தொழிலாளிவாழ்க்கைக்குத் திரும்ப வேண்டியிருக்கிறது.

பல தொழிலாளிகள் இந்தப் பயத்தாலேயே தங்களுடைய முதலாளிக் கனவை ஒத்திவைக்கிறார்கள். 'இன்னும் ஹோம்லோன் இருக்கே', 'பையன் காலேஜ் முடிச்சுடட்டுமே', 'கொஞ்சம் பேங்க் பேலன்ஸ் சேர்ந்தப்புறம் இதைப்பத்தி யோசிக்கலாமே' என்றெல்லாம் காரணங்களைக் கற்பித்துக்கொள்கிறார்கள்.

ஒரே சோகம், இப்படித் 'தள்ளிவைக்கிற' பலர் என்றைக்கும் முதலாளி களாக ஆவதில்லை, ஒருகாரணம் முடிந்தால் இன்னொருகாரணம் என்றேதான் அவர்களுடைய வாழ்க்கை ஓடிக்கொண்டிருக்கும்.

முதலாளி என்பது வெறும் பதவி அல்ல, அதுவொரு மனோநிலை. அதற்கு ஒருவர் தயாராகாவிட்டால், என்னதான் முயற்சிசெய்தாலும், கையில் எவ்வளவுதான் பணம் இருந்தாலும் அவரால் முதலாளியாக ஜெயிக்க இயலாது.

அதேசமயம், அந்த மனோநிலையைப் பழகிக்கொள்வது சிரமமில்லை. நீச்சல்போல் இதனைக் கற்றுக்கொண்டு தண்ணீரில் குதிக்கலாம். அதற்குத் தைரியம் வேண்டும்.

குரங்கு ஒரு கிளையிலிருந்து இன்னொரு கிளைக்குத் தாவுவதுபோல, தொழிலாளிக் கிளையிலிருந்து முதலாளிக் கிளைக்குத் தாவ அசாத்திய துணிச்சல் தேவைப்படுகிறது. அது இல்லாதவர்கள் இந்தக் கிளையில் இருந்தபடி ஏங்கிக்கொண்டிருக்கிறார்கள்.

'முதலாளி, தொழிலாளி என்ற இரண்டில் ஒன்றைத்தான் நீங்கள் தேர்வுசெய்யவேண்டும் என்று எந்தக் கட்டாயமும் இல்லை' என்கிறது ஒரு சமீபத்திய புத்தகம். 'The 10% Entrepreneur' என்கிற அந்தப் புத்தகத்தை எழுதியவர் பேட்ரிக் ஜே மெக்கினிஸ்.

அதென்ன 10% Entrepreneur.

தமிழில் 'தொழில்முனைவோர்' என்று சொல்லப்படும் இந்தப்பதம், முதலாளியைத்தான் குறிக்கிறது. அதேசமயம், அந்தச் சொல்லைச் சிலருக்குமட்டும் உரியதாக ஆக்காமல், அதன்மீதுள்ள பயத்தைக் குறைத்து, யார்வேண்டுமானாலும் தொழில்செய்ய முனையலாம் என்று ஊக்கப்படுத்துகிறது.

பேட்ரிக் மெக்கினிஸ் இந்தச் சொல்லை நமக்கு மேலும் நட்பாக்கு கிறார். 'திடீர்னு தொழில் ஆரம்பிக்கறது கஷ்டம்தான், புரியுது. சும்மா *10%* தொழில்முனைவோரா இருந்துபாருங்களேன்' என்கிறார்.

அதாவது, ஒருவர் தன்னுடைய வழக்கமான வேலையைக் கவனித்த படி, *10%* நேரம்மட்டும் தொழில்முனைவோராக இருப்பது. தனது கனவை முயன்றுபார்ப்பது.

இதன் அர்த்தம், ஆபீஸ்நேரத்தில் சொந்தவேலையைக் கவனிப்பது அல்ல. வேலையைவிட்டுவிட்டுத் தொழில் ஆரம்பிப்பதற்குப் பதிலாக, வேலையில் இருக்கும்போதே தனக்குக்கிடைக்கும் ஓய்வு நேரத்தில் தொழில் முயற்சிகளைத் தொடங்குவது. அதிலுள்ள நெளிவு

சுளிவுகளைக் கற்றுக்கொள்வது. அதன்பிறகு படிப்படியாக அந்த 10% நேரத்தை அதிகப்படுத்தி, முழுநேரத் தொழில்முனைவோர் ஆவது. தமிழில் 'ஆழம்பார்த்துக் காலைவிடுவது' என்று சொல்லலாம்.

இங்கே 10% என்பது வெறும் நேரம்மட்டுமல்ல. உழைப்பு, பண முதலீடு என்று எல்லாமே 10%மட்டும்தான். இது எல்லாருக்கும் சாத்தியமாகக்கூடிய ஒன்று.

இப்படிக் கொஞ்சம்கொஞ்சமாகத் தொழில்முனைவோராவதில் பல நன்மைகள் உள்ளன. முதலாவதாக, தொழில்முனைவோருக்குரிய அந்த மனோநிலை நமக்கு வருகிறதா என்று நேரடியாகத் தெரிந்து கொள்ளலாம். நாலுபேருடன் பழகலாம். பிஸினஸ் பிடிக்கலாம். ஐந்தாறுபேரை வேலைவாங்கலாம். சொன்ன வேலையை நேரத்துக்குச் செய்துகொடுக்கவருகிறதா என்று பார்க்கலாம். இன்வாய்ஸ், பர்ச்சேஸ் ஆர்டர், காசுவாங்குவது போன்ற விவகாரங்களைக் கற்றுக் கொள்ளலாம். வங்கிகளுடன் பேசிப் பார்க்கலாம். கடன், முதலீடு போன்ற விஷயங்களைத் தெரிந்துகொள்ளலாம். இத்தனையும், வழக்கமான வேலையில் இருந்தபடி ஓய்வுநேரத்தில் செய்யலாம். ஒருவேளை இதெல்லாம் நமக்குச் சரிப்படவில்லை என்று தோன்றினால், சட்டென்று விலகிவந்துவிடலாம், பெரிய ஆபத்து இல்லை.

மாறாக, இவை நமக்குப் பிடித்திருக்கிறது என்றால், அடுத்த கட்டத்துக்கு நகரலாம். தொழிலை முன்னேற்றலாம், தேவைப் பட்டால், அதில் முழுநேரமாக இறங்கலாம்.

இது தனிமனிதருக்கும் நல்லது, சமூகத்துக்கும் நல்லது. ஒவ்வொரு தொழிலாளியும் தொழில்முனைவோராக மாறும்போது, அவர் புதிய வாய்ப்புகளை உருவாக்குகிறார். நேரடியாகவும் மறைமுகமாகவும் பலர் அதனால் பலன்பெறுகிறார்கள்.

ஆகவே, இந்த 10% தொழில்முனைவோர்பற்றி எல்லாருக்கும் சொல்லித்தரவேண்டும் என்கிறது இந்தப்புத்தகம். தயங்கி நிற்கிற பலருக்கு இது தைரியம் தரும். 'அட, வேலையை விடணும்ன்னு அவசியம் இல்லைய்யா. ஒருபக்கம் வேலையைப் பாருங்க, மாசாமாசம் சம்பளம் வரும். இன்னொருபக்கம், வாங்க, பழகுவோம், தினமும் கொஞ்சநேரம் சொந்தத்தொழிலுக்குச் செலவிடுவோம். சரிப்பட்டுவந்தா அப்படியே பிஸினஸ்மேன் ஆகிடலாம், இல்லாட்டி இப்படியே தொடரலாம்!'

அதேபோல், மாணவர்களுக்கும் இந்தச் சிந்தனை வரவேண்டும், படிப்பை முடித்துவிட்டு ஒரு பெரிய நிறுவனத்தில் வேலைக்குச்

செல்லவேண்டும். அல்லது, சொந்தமாகத் தொழில் தொடங்க வேண்டும் என்கிற இரு சிந்தனைகள்தான் அவர்களை இயக்குகின்றன. இந்த இரண்டுக்கும் நடுவே இப்படி ஒரு சாத்தியமும் இருக்கிறது என்று அவர்களுக்குத் தெரியவேண்டும்.

இதுபோன்ற 10% வேலைகளை 'Side Projects' என்று அழைக்கிறது இந்தப் புத்தகம். அதாவது, வழக்கமான வேலைகளைச் செய்தபடி இதையும் செய்ய இயலவேண்டும். அப்போதுதான் அது வெற்றியடையும்.

யாருக்கு எந்த Side Project ஒத்துவரும் என்பதே பெரிய புதிர். அதனை அவர்கள்தான் கண்டறியவேண்டும். அதற்குத் தினமும் எவ்வளவு நேரம் செலவழிக்கவேண்டும், அந்த நேரத்தைத் தன்னால் தர இயலுமா என்றெல்லாம் முன்கூட்டியே யோசித்துக்கொண்டுதான் அதில் இறங்கவேண்டும். அதன்பிறகு, அதற்கு உரிய கவனத்தைத் தந்து முன்னெடுத்துச்செல்லவேண்டும்.

உலகெங்கும் இப்படி Side Project ஆகத் தொடங்கிய பல விஷயங்கள், சம்பந்தப்பட்டவர்களுடைய முழுநேரத்தொழிலாக மாறியிருக்கின்றன. இதற்கான உதாரணங்களை நாம் பார்த்துக்கொண்டே இருக்கிறோம். நம்மாலும் அது இயலும் என்கிற நம்பிக்கை வந்துவிட்டால்போதும், சரியான Side Project ஐக் கண்டறிந்து, களத்தில் இறங்கலாம்.

4

ஒழுங்குக் கலை

வீட்டை ஒழுங்குபடுத்துவது ஒரு கலை.

இந்த விஷயத்தில் பெரிய நிபுணர்கள் இருக்கிறார்கள். அவர்களிடம் எப்பேர்ப்பட்ட குப்பையான வீட்டைக்கொடுத்தாலும் சரி, பரபரவென்று தேவையற்றவற்றை வெளியேற்றி மீதமிருப்பவற்றை ஒழுங்குபடுத்தி வைத்துவிடுவார்கள். 'இந்த வீட்டில் இவ்வளவு இடம் இதற்கு முன்னால் இருந்ததா!' என்கிற ஆச்சர்யமே ஏற்படும்.

இதற்கு நேரெதிராக, 'எனக்குக் கலைக்கத்தான் தெரியும்' என்கிறவர்களும் உண்டு. இவர்களிடம் எத்துணை ஒழுங்கான வீட்டைக் கொடுத்தாலும் சரி, அரைமணிநேரத்தில் அதை மகாமோசமாக மாற்றி விடுவார்கள். இவர்கள் என்னதான் பெரிய வீட்டில் வசித்தாலும், 'இடமே போதலை' என்பார்கள்.

நம் உலகில் முதல்வகை நிபுணர்கள் குறைவு, இரண்டாம்வகை நிபுணர்கள்(!)தான் அதிகம். ஆகவே, வீடுகள், அலுவலகங்கள், பயணப்பெட்டிகள், மேசைகள், நூலகங்கள்... எங்கேபார்த்தாலும் ஒழுங்கற்றதன்மை.

எதையும் ஒழுங்காகவைத்துக்கொள்வது முக்கியம் என்பது தெரிந்தாலும், பலரால் அதனைப் பின்பற்ற இயலுவதில்லை. வீட்டை ஒழுங்கு படுத்தலாம் என்று உட்கார்ந்தால் வேறெதிலாவது கவனம் சென்று விடுகிறது. கடைசியில் வீடு பழையபடி குப்பையாகவே கிடக்கிறது. நேரம் வீணானதுதான் மிச்சம்.

இதுமாதிரி ஆள்களுக்கென்றே விசேஷ வகுப்புகளை நடத்துகிறார் மேரி கொண்டோ என்ற ஜப்பானிய நிபுணர். 'Decluttering Expert' என்று அழைக்கப்படும் இவரிடம் உலகெங்கிலுமிருந்து ஆயிரக்கணக்கானோர் வந்து பயிற்சிபெறுகிறார்கள். எதையும் கச்சிதமாக வைத்திருப்பது, அந்த ஒழுங்கைப் பாதுகாப்பது, அதன்மூலம் தங்களுடைய ஆளுமையை மேம்படுத்திக்கொள்வது போன்றவற்றைத் தெரிந்து கொள்கிறார்கள்.

இப்போதெல்லாம் வீடுகளின் அளவு குறைந்துகொண்டே செல்கிறது, நாம் பயன்படுத்தும் பொருள்கள் அதிகரித்துக்கொண்டே செல்கின்றன. இந்தச் சூழ்நிலையில் இருக்கிறவற்றைச் சரியாக ஒழுங்குபடுத்திப் பயன்படுத்துவதன் முக்கியத்துவம் அதிகரிக்கிறது. இதைத்தான் மேரி கொண்டோ சொல்லித்தருகிறார். இவருடைய ஒழுங்கமைப்புமுறை 'KonMari Method' எனப்படுகிறது.

தன்னுடைய தனித்துவமான ஒழுங்கமைப்பு நுட்பங்களை மேரி கொண்டோ பல புத்தகங்களாக எழுதியிருக்கிறார். இப்போது அவை ஆங்கிலத்திலும் வெளியாகத்தொடங்கியிருக்கின்றன. அந்தவகையில் அவரது அட்டகாசமான லேட்டஸ்ட் வெளியீடு, Spark Joy.

இந்தப்புத்தகத்தைப் பார்த்தாலே பேரழகாக இருக்கிறது. பக்கங்கள் அங்குமிங்கும் ஓடாதபடி ஓர் எலாஸ்டிக் பட்டையைப்பொருத்தி அழகாகக் கட்டிநிறுத்தியிருக்கும் வடிவமைப்பு அசத்துகிறது. கலைப் பொருள்போன்ற தோற்றம். பக்கங்கள் ஒவ்வொன்றும் பால்வெள்ளை நிறத்தில், கண்ணை உறுத்தாத அச்சு... சுருக்கமாகச் சொன்னால் புத்தகத்தைத் திறந்தவுடன், ஒழுங்கமைப்பில் இருக்கும் அழகு நமக்குப் புரிந்துவிடும். இந்தப் புத்தகத்தைமட்டுமல்ல, நாம் சம்பந்தப் பட்ட ஒவ்வொன்றையும் ஒழுங்காக வைத்துக்கொள்ள வேண்டுமென எண்ணத்தொடங்கிவிடுவோம்.

இந்தப்புத்தகத்தில் பலநூறு ஒழுங்கமைப்பு உத்திகள் விளக்கப் படங்களுடன் அழகாகத் தரப்பட்டிருக்கின்றன. முக்கியமாக, வீட்டை ஒழுங்குபடுத்துவதற்காக மேரி கொண்டோ விவரித்திருக்கும் ஆறு கட்டளைகளை ஆண்கள், பெண்கள் எல்லாரும் பின்பற்றலாம். பிறர் மத்தியில் மரியாதையைப் பெருக்கிக்கொள்ளலாம். அவை:

1.ஒழுங்குபடுத்துதல் என்பது தனியே நேரமொதுக்கிச் செய்ய வேண்டிய வேலை அல்ல. அதற்கு உங்கள் மனம் உடன்பட வேண்டும். அதன்பிறகு, தினசரி நீங்கள்செய்கிற வேலைகளிலேயே அது கலந்துவிடும்.

அதாவது, பொருள்களைக் கண்டபடி போடுதல், அதன்பிறகு ஒழுங்கு படுத்துதல் என்பது நேரத்தைத்தின்னும் வேலை.

ஆரம்பத்தில்மட்டும் இப்படி ஒழுங்கற்று இருப்பதைச் சரியான முறையைப்பயன்படுத்தி ஒழுங்குபடுத்தலாம். அதன்பிறகு, வைக்கும்போதே ஒரு பொருளை ஒழுங்காக வைக்கவேண்டும். இதற்கு மனத்தைத் தயார்படுத்த வேண்டும். 'நான் எதையும் சரியான ஒழுங்கில்தான் வைப்பேன்' என்று உறுதியாகத் தீர்மானித்துக்கொள்ளவேண்டும்.

2.எல்லாவற்றையும் ஒழுங்காக அமைத்தபிறகு உங்கள் வீடு(அல்லது மேசை) எப்படி இருக்கும் என்று கற்பனைசெய்துபாருங்கள். அந்த அழகிய வீட்டைநோக்கித்தான் உங்களுடைய ஒவ்வொரு நடவடிக்கையும் இருக்கவேண்டும்.

வீட்டை ஒழுங்குபடுத்துவதற்குமட்டுமல்ல, எந்தவொரு வேலையையும் தொடங்குவதற்குமுன்னால், அதன் நிறைவு நிலை எப்படி இருக்கும் என்று கற்பனைசெய்வது ஓர் அருமையான உத்தி. அந்த லட்சியம் தெளிவாக இருக்கும்போது, அதைநோக்கி நாம் செல்வது எளிது.

3.தேவையில்லாதவற்றைத் தூக்கிஎறியுங்கள், அதைச் செய்யாதவரை உங்கள் வீடு ஒழுங்காகாது.

வீட்டை ஒழுங்காகவைத்துக்கொள்ள நினைக்கிறவரின் முதல் எதிரி, 'எப்போதாவது பயன்படும்' என்கிற நினைப்புதான். இதனால், காரணமே இல்லாமல் பல விஷயங்களைச் சேமித்து வைத்திருப்பார்கள். இவை வீட்டின் பெரும்பகுதியை ஆக்கிரமித்துக்கொண்டு விட்டால், மீதமிருக்கிற இடத்தில் பயனுள்ள பொருள்களை அடுக்கிவைப்பது மிகவும் சிரமம்.

அதற்காக எல்லாவற்றையும் தூக்கி எறியவேண்டியதில்லை. வீட்டை ஒழுங்குபடுத்தும்போது தேவையில்லை என்று தோன்றுகிறவற்றை அகற்றத் தயங்கக்கூடாது. அவற்றைப் பயனுள்ள பிறருக்குத் தரலாம், விற்றுவிடலாம். அதனால் காலியாகும் இடத்தில் பயனுள்ள பொருள்களை இன்னும் சிறப்பாக அடுக்கலாம்.

4.ஒவ்வோர் அறையாக ஒழுங்குபடுத்தவேண்டாம், ஒவ்வொருவகையாக ஒழுங்குபடுத்துங்கள்.

வீட்டை ஒழுங்குபடுத்துகிறேன் என்று வேலையைத் தொடங்குகிற பலர், முதலில் ஓர் அறையில் ஆரம்பிப்பார்கள். அதை ஒழுங்குபடுத்திவிட்டு, அடுத்த அறைக்குச் செல்வார்கள். அங்கிருந்து இன்னோர் அறை... இப்படி வேலையை முடித்துவிட்டுப் பார்த்தால், வீடு ஒழுங்காக இருக்கிறது என்கிற எண்ணமே

ஏற்படாது. காரணம், அவர்கள் ஓர் அறையில் இருக்கிற குப்பையை இன்னோர் அறைக்குத்தான் கொண்டு சென்றிருப்பார்கள். வீணான எதையும் கண்டறிந்து அகற்றி யிருக்கமாட்டார்கள்.

அதற்குப்பதிலாக, ஆடைகள் என்று எடுத்துக்கொண்டால், எல்லா அறைகளிலும் இருக்கிற ஆடைகளையெல்லாம் ஒரே இடத்துக்குக் கொண்டுவரவேண்டும். அவற்றை வகைப்படுத்தி சரியான இடங்களில் அடுக்கவேண்டும், ஒழுங்குபடுத்தவேண்டும்.

இப்படிச் செய்வதன்மூலம், நம்மிடம் எவ்வளவு ஆடைகள் இருக்கின்றன, எது தேவை, எது தேவையில்லை என்பதெல்லாம் புரியும். அவற்றை ஒழுங்குபடுத்திவிட்டு அடுத்தவகைக்குச் செல்லலாம்.

5.பொருள்களை ஒழுங்குபடுத்தும்போது, இந்த வரிசையைப் பின்பற்றலாம்: ஆடைகள், புத்தகங்கள், ஆவணங்கள், மற்றவை, சென்டிமென்டல் பொருள்கள்.

பல நேரங்களில், வீட்டைச் சுத்தப்படுத்த ஆரம்பிக்கிறவர்கள் எங்கோ பெட்டியில் கிடைத்த ஒரு புகைப்பட ஆல்பத்தைப் பார்த்துக்கொண்டு உட்கார்ந்துவிடுவார்கள், 'இதைப்பார்த்து எவ்ளோ நாளாச்சு!' என்று வியப்போடு மகிழ்வார்கள்.

அந்த மகிழ்ச்சி முக்கியம்தான். ஆனால், இப்போதைய வேலையை அது கெடுத்துவிடுகிறதே!

ஆகவே, வீட்டைச் சுத்தப்படுத்தத் தொடங்குகிறவர்கள் முதலில் ஆடைகளைத்தான் ஒழுங்குபடுத்தவேண்டும். அதில் ஏதாவது சென்டிமென்டல் பொருள்கள் தென்பட்டால், ஓரமாக வைத்துவிடவேண்டும்!

அடுத்து, புத்தகங்கள், ஆவணங்கள் போன்றவற்றை ஒழுங்குபடுத்த வேண்டும், அதன்பிறகு, மீதமுள்ள எல்லாப்பொருள்களையும் முறைப்படி எடுத்துவைக்கவேண்டும். நிறைவாக, சென்டிமென்டல் பொருள்களைக் கவனிக்கலாம்.

6.ஒவ்வொருபொருளும், 'மகிழ்ச்சியைத்தருகிறதா' என்று யோசிக்க வேண்டும்.

KonMari முறையின் முக்கியமான அடிப்படை, 'எந்தப்பொருளை அகற்றுவது' என்பதல்ல, 'எந்தப்பொருளை வைத்துக்கொள்வது' என்பதுதான்.

ஒருவரை வேலைக்குச் சேர்ப்பதற்குமுன்னால் எவ்வளவு யோசிக்கிறோம். அதுபோல, ஒவ்வொருபொருளையும் வீட்டில் வைத்துக்கொள்வதற்குமுன்னால் பலவிதமாக யோசிக்க வேண்டும். முக்கியமாக, அது நமக்கு மகிழ்ச்சியைத்தருகிறதா என்று சிந்திக்கவேண்டும். அப்படி நாம் விரும்புகிற, நமக்கு மகிழ்ச்சியைத் தருகிற பொருள்களைமட்டுமே நம்மைச்சுற்றி வைத்துக்கொண்டால், வீடும் ஒழுங்காக இருக்கும், வாழ்க்கையும் மகிழ்ச்சியாக இருக்கும்.

5

ஆற்றல் தரும் பழக்கங்கள்

காப்பியடிப்பது நல்லது, ஒரேயொரு விஷயத்தில்மட்டும்!

வாழ்க்கையில் வெற்றியடைய விரும்புகிறவர்கள், ஏற்கெனவே சாதித்தவர்களைப்பார்த்துக் காப்பியடிக்கலாம். அவர்களிடம் இருக்கும் நல்ல விஷயங்களைக் கற்றுக்கொள்ளலாம். அதில் தங்களுக்குச் சரிப்படுகிறவற்றைப் பின்பற்றி முன்னேறலாம்.

இதற்குத் தாங்கள் இயங்கும் அதே துறையைச்சேர்ந்த சாதனையாளர்களைத்தான் காப்பியடிக்கவேண்டும் என்று அவசியமில்லை. சாதித்தவர்கள் எந்தத்துறையிலும் இருக்கலாம், அவர்களுடைய துறையில் அவர்களுக்குப் பயன்பட்ட பழக்கங்களைத் தங்களுக்கேற்ப மாற்றிக் கொண்டுவிட்டால் போதும்.

இதனால்தான், வெற்றியாளர்களுடைய வாழ்க்கைவரலாறுகள் பிரமாதமாக விற்கின்றன. அவர்களுடைய கதையைமட்டுமல்ல, அவர்கள் வாழ்க்கையில் பின்பற்றிய சின்னச்சின்ன நுட்பங்களைக்கூட மக்கள் ஆர்வத்துடன் படிக்கிறார்கள், பகிர்ந்துகொள்கிறார்கள்.

இப்படி 101 வெற்றியாளர்களுடைய வாழ்க்கையை ஆராய்ந்து, அவர்கள் ஒவ்வொருவருடைய வெற்றிக்கும் உதவிய சுவாரஸ்யமான, நல்ல பலன் தரக்கூடிய பழக்கங்களைக் கண்டறிந்து தொகுத்திருக்கிறார் க்ரிஸ் லூக். 'Power Habits' என்ற இந்தப் புத்தகத்தின் சின்னச்சின்னக் கட்டுரைகள் பல வெற்றியாளர்களின் பழக்கங்களையும், அவை பிறருக்கு எப்படிப் பயன்படும் என்பதையும் விவரிக்கின்றன.

இந்நூலிலிருந்து சில அருமையான பழக்கங்கள், இங்கே சுருக்கமாக:

1. மார்க் ஜுக்கர்பெர்க்: உங்களுக்கு நீங்களே புதிய சவால்களைத் தந்துகொள்ளுங்கள்!

ஃபேஸ்புக் நிறுவனர் மார்க் ஜுக்கர்பெர்க் ஒவ்வொரு வருடமும் ஒரு புதிய சவாலைத் தானே விரும்பி ஏற்றுக்கொள்கிறார், இந்தச் சவாலுக்கும் அவருடைய வேலைக்கும் எந்தச் சம்பந்தமும் இருப்ப தில்லை. உதாரணமாக, சீனமொழியைக் கற்றுக்கொள்வது. தினமும் (அலுவலகரீதியில் அல்லாமல்) ஒரு புதிய நபரைச் சந்திப்பது... இப்படி ஏதாவது ஒரு சவாலைப் பின்பற்றுவதன்மூலம் எந்நேரமும் வேலையில் மூழ்கிக்கிடக்காமல் மனத்துக்கு ஒரு மாற்றம் வரும். அதன்பிறகு வேலைக்குத் திரும்பும்போது, அதில் கவனம் கூடும்.

2. தாமஸ் ஆல்வா எடிசன்: தேவைகளைப் பூர்த்திசெய்யுங்கள்!

சரித்திரத்தில் எடிசன்போல் பல கண்டுபிடிப்பாளர்கள் இருக்கிறார்கள். ஆனால், அவருடைய பெயர்மட்டும் தனித்துத் தெரியக் காரணம், அவர் சும்மா பொழுதுபோகாமல் எதையும் கண்டுபிடிக்கவில்லை. ஓர் உண்மையான தேவையை எடுத்துக்கொண்டு, அதைப் பூர்த்தி செய்வதற்கான வழிகளைத் தேடினார். மின்சார விளக்கு, திரைப்பட கேமரா என்று அவர் கண்டுபிடித்த ஒவ்வொன்றும், ஒரு தேவையைப் பூர்த்தி செய்தது. அதனைப் பெரிய அளவில் உற்பத்தி செய்து அவரால் பணமும் புகழும் சம்பாதிக்க இயன்றது. இன்றைக்கும் அவரது பெயர் நிலைத்திருக்கிறது. அதுபோல, எதையும் சும்மா கடமைக்குச் செய்யாமல், சில தேவைகளை நோக்கி நமது வேலைகளை அமைத்துக்கொண்டால் பெரிய அளவில் வெற்றி வரும்.

3. ஜான் ராக்ஃபெல்லர்: வெற்றிகளைக் கொண்டாடுங்கள்!

ஒவ்வொரு வருடமும் செப்டம்பர் 26ம்தேதியை 'நான் முதன்முதலாக வேலைக்குச் சென்ற நாள்' என்று கொண்டாடுவாராம் ராக்ஃபெல்லர். அதன்பிறகு அவர் பல வேலைகளுக்குச் சென்று பல மில்லியன் சம்பாதித்துப் பெரியாளாகியிருந்தாலும், அந்த முதல் வேலைதானே அனைத்துக்கும் ஆரம்பம்? அதை அவர் ஒருபோதும் மறக்கவில்லை. சின்னச்சின்ன வெற்றிகளை மறக்காமல் கொண்டாடவேண்டும். கிடைக்காதவற்றை எண்ணி வருந்திக்கொண்டிருக்கக்கூடாது. அப்போது தான் உங்களால் தொடர்ந்து ஊக்கத்துடன் முன்னேற இயலும்.

4. அர்னால்ட் ஸ்க்வார்ஜெனெக்கர்: மற்றவர்கள் களைத்துப்போய் நின்றுவிடும்போது, நீங்கள் நிற்காதீர்கள், கொஞ்சம் 'கூடுதலாக' உழையுங்கள்!

ஜிம்மில் எல்லாரும் உடற்பயிற்சி செய்துகொண்டிருப்பார்கள், அவர்களெல்லாம் ஒருகட்டத்தில் திருப்தியடைந்து வெளியேறி விடுவார்கள், ஆனால், அர்னால்ட்மட்டும் பயிற்சியைத் தொடர்வார். 'அந்தக் கடைசிப் பத்து நிமிடப் பயிற்சிதான் சாம்பியனையும் பிறரையும் வித்தியாசப்படுத்துகிறது' என்பார் அவர். பாடிபில்டிங், நடிப்பு, அரசியல் என எல்லாத்துறைகளிலும் அவருக்கு உதவிய உத்தி இது, 'மற்றவர்கள் வலியை உணரும்போது நின்றுவிடுவார்கள். வெற்றியாளர்கள் அதைக் கடந்து செல்வார்கள். அந்தக் கூடுதல் உழைப்புதான் அவர்களை வெற்றியடையச்செய்யும்!'

5. மைக்கேல் ஜோர்டான்: தோல்வியை எண்ணிப் பயப்படவேண்டாம்!

கூடைப்பந்தாட்டத்தின் மிகச்சிறந்த வீரர் என்று மைக்கேல் ஜோர்டனைச் சொல்வார்கள். ஆனால் அவரோ, 'நான் பலமுறை தோற்றுள்ளேன்' என்கிறார். 'சுமார் 300 ஆட்டங்களில் நான் தோல்வியடைந்திருக்கிறேன், அது சகஜம்தான். அந்தத் தோல்விகள்தான் என்னை வெற்றிபெறச்செய்தன. எல்லாருடைய வாழ்க்கையிலும் தோல்விகள் வரும். அதை ஏற்றுக்கொள்ளவேண்டும். அதற்காக முயற்சிசெய்யாமலேயே இருந்துவிட்டால், அதுதான் உண்மையான தோல்வி.'

6. ரொனால்டின்ஹோ: கற்பனை செய்யுங்கள்!

பிரபல கால்பந்துவீரரான ரொனால்டின்ஹோ, ஒவ்வோர் ஆட்டத்துக்கு முன்பும் கற்பனையில் மூழ்கிவிடுவார். தன்னுடைய குழுவின் வீரர்கள் ஒவ்வொருவரையும் மனக்கண்ணில் கொண்டு வருவார். அவர்களுடைய பலங்கள், பலவீனங்கள், அவர்களுக்குத் தான் பந்தை எப்படி அனுப்பினால் அவர்களால் எளிதில் கோல் அடிக்க இயலும் என்றெல்லாம் விதவிதமாகச் சிந்தித்துத் தன்னுடைய வியூகங்களை அமைத்துக்கொள்வார். அதாவது, தானே எல்லா கோல்களையும் அடிக்கவேண்டும் என்று அவர் கற்பனை செய்யவில்லை. தான் மட்டும் விளையாடி வெற்றிபெறவேண்டும் என்று எண்ணாமல், தன்னுடைய குழுவையே தன்னுடன் அழைத்துச் செல்லும் மனோநிலையும், பல்வேறு சாத்தியங்களை முன்கூட்டியே சிந்தித்துத் தயாராக இருப்பதும்தான் ரொனால்டின்ஹோவின் வெற்றிக்கு முக்கியக் காரணங்கள்.

7. வின்ஸ்டன் சர்ச்சில்: வாழ்வில் ஒழுங்கு இருக்கட்டும்!

பள்ளி மாணவர்கள் தினமும் எந்த நேரத்தில் எதைப் படிக்கவேண்டும் என்று டைம்டேபிள் போட்டுக்கொள்வதைப்போல, காலை எழுவது, குளிப்பது, உடுத்துவது, செய்தித்தாள் படிப்பது, கடிதங்களுக்குப் பதிலளிப்பது, உண்ணுவது, உடற்பயிற்சி, நண்பர்களைச் சந்திப்பது, தூங்குவது என்று சகலத்துக்கும் கச்சிதமாக அட்டவணை வைத்திருந்தார் சர்ச்சில். அவற்றை நிமிட சுத்தமாகப் பின்பற்றினார். இந்த ஒழுங்கு தான் அவரைப் பல விஷயங்களைச் சிறப்பாகவும் நேர்த்தியாகவும் செய்யவைத்தது!

8. ஜிக் ஜிக்லர்: தொலைக்காட்சியை அணைத்துவிடுங்கள்!

எழுத்தாளராகவும் பேச்சாளராகவும் உலகப்புகழ்பெற்ற ஜிக் ஜிக்லர், 'வெற்றியாளர்கள் வீட்டில் சின்ன தொலைக்காட்சியும் பெரிய நூலகமும் இருக்கும். மற்றவர்கள் வீட்டில் பெரிய தொலைக்காட்சியும் சின்ன நூலகமும் இருக்கும்' என்று சொன்னவர். தொலைக்காட்சி பார்ப்பதில் தவறில்லை, ஆனால், அது நம் நேரத்தைத் தின்றுவிடுமளவு அதிலேயே மூழ்கியிருந்தால், உருப்படியாக எதையும் செய்ய நேரமிருக்காது!

9. பாப்லோ பிக்காசோ: ஒரு விஷயத்தைச் செய்வதற்கு ஏற்ற மனநிலை வேண்டும் என்று காத்திருக்காதீர்கள்!

நல்ல கலைஞன் என்பவன் எந்தச்சூழலிலும் தன் கலையை வெளிப் படுத்தவேண்டும். 'மூட் சரியில்லை' என்றோ, 'ஆடம்பர ஹோட்டல்ல ரூம் போட்டாத்தான் எனக்குக் கற்பனை ஓடும்' என்றோ சாக்குப் போக்குச் சொல்வது பிக்காசோவுக்குப் பிடிக்காது. எதற்காகவும் காத்திருக்காமல் வரைய ஆரம்பித்துவிடுவார். அதன்பிறகு, சிறந்த படைப்பை உருவாக்குவதற்கான மனோநிலை தானாக வரும்.

10. சார்லஸ் டிக்கன்ஸ்: தினமும் சிறிதுதூரம் காலாற நடந்து திரும்புங்கள்!

உடற்பயிற்சி என்பது உடலுக்குமட்டுமல்ல, மனத்துக்கும் முக்கியம். சார்லஸ் டிக்கன்ஸ் தினமும் மதிய நேரத்தில் மூன்றுமணிநேரம் நடப்பாராம். சும்மா ஜாலியான நடை. அதேநேரம் அப்பொழுது அவர் பார்க்கிற விஷயங்களும் சிந்தனைகளும் அவருடைய எழுத்தில் வெளிப்படும். இதன்மூலம் உடலும் சுறுசுறுப்பாகும். படைப்புகளும் மேம்படும். ஒரே இடத்தில் அமர்ந்திருப்பதால் சலிப்பே மிஞ்சும். கொஞ்சம் நடக்கப் பழகுங்கள்!

6

தன்னை விற்றல்!

உங்களுக்கு விற்கத் தெரியுமா?

'நான் வியாபாரியில்லையே' என்று சொல்லாதீர்கள், நாம் எல்லாருமே வியாபாரிகள்தான்!

'என்னிடம் கடை இல்லையே' என்று சொல்லாதீர்கள். இதற்காக நீங்கள் தனியே ஒரு கடையைத் திறந்து போர்டு வைத்துப் பொருள்களை அடுக்கிவைத்து விற்கவேண்டியதில்லை. ஆனால் வியாபாரம்மட்டும் நடந்துவிடும்!

நாம் ஒவ்வொருவரும் ஒவ்வொருநாளும், சரியாகச்சொல்வதென்றால் ஒவ்வொருவிநாடியும் இந்த வியாபாரத்தைச் செய்துகொண்டிருக் கிறோம். ஒரு பொருளை விற்றுக்கொண்டிருக்கிறோம்.

அந்தப் பொருள்: **நான்.**

தந்தூரி ஹோட்டலில் கிடைக்கிற பட்டர்நான் அல்ல, 'நான்' என்கிற பிராண்ட். அதாவது, உங்களை நீங்களே விற்றுக்கொண்டிருக்கிறீர்கள். அந்த வியாபாரம் எந்த அளவுக்கு நன்றாகநடக்கிறது என்பதைப் பொறுத்துத்தான் உங்களுடைய வெற்றியும் தோல்வியும் தீர்மானமாகிறது.

வகுப்பில் ஒரு மாணவன் ஆசிரியரிடம் நல்லபெயர் எடுத்திருக்கிறான், அதனால் அவர் அவனுக்குக் கூடுதல் அக்கறையுடன் சொல்லித் தருகிறார். இதன் அர்த்தம், தன்னுடைய புன்னகையால், படிப்புத் திறமையால், பழகும்விதத்தால், ஏதோ ஒன்றால், அந்த மாணவன்

தனது தனிப்பட்ட 'பிராண்டை' அவரிடம் விற்றிருக்கிறான். அதாவது, அவர் மனத்தில் இடம்பிடித்திருக்கிறான்!

வீடு, கல்லூரி, அலுவலகம், அரசியல்கட்சி, சமூகஅமைப்பு என எங்கேபார்த்தாலும், இந்த 'விற்பனை' நடந்துகொண்டே இருக்கிறது. ஆசிரியர்கள், மேலாளர்கள், நடிகர்கள், தலைவர்கள் என ஒவ்வொருவரும் பிறரிடம் தன்னை விற்றுக்கொண்டிருக்கிறார்கள். அதன்மூலம் ஜெயித்துக்கொண்டிருக்கிறார்கள்!

பொதுவாக, ஒருவர் 'தன்னை விற்கிறார்' என்றதும் நமக்கு ஓர் எதிர் மறையான பிம்பம்தான் தோன்றும். அவர் எதற்கோ விலைபோய் விட்டார் என்று தவறாக எண்ணுவோம்.

ஆனால், இந்த 'விற்பனை' தவறானதல்ல, தரக்குறைவானதல்ல. பிறர் மத்தியில் தன்னை முன்னிறுத்துவது. 'என்னால் எதுவும் முடியும்' என்று அவர்கள் மனத்தில் தன்னைப்பற்றிய ஒரு பிம்பத்தை உருவாக்குவது. அதன்மூலம் பிறரைக்காட்டிலும் முன்னேறிச் செல்கிற தன்மையைத்தான் 'தன்னை விற்பது' என்று குறிப்பிடுகிறது ஒரு சமீபத்திய புத்தகம். 'Buy Me!' என்ற அந்தப் புத்தகத்தை எழுதியவர்கள், ஆடம் ரிக்கோபனி, டேனியல் கல்லகன்.

இன்றைய சூழ்நிலையில் ஒருவர் எந்தத்துறையிலும் வெல்லுவதற்கு இந்தத் 'தன்னை முன்னிறுத்தும்' குணம் முக்கியம். அந்த வியாபாரத்தைச் சரியாகச்செய்தால், பதவியும் புகழும் பணமும் தேடி வரும். சரியாகச்செய்யாவிட்டால், எத்துணைத் திறமையிருந்தாலும் ஒருகட்டத்துக்குமேல் முன்னேற இயலாது என்று விவரிக்கும் இந்தப் புத்தகம் அதற்கான பல நுட்பங்கள், உத்திகளை விவரிக்கிறது.

உதாரணமாக, ஒருவர் தன்னிடமிருக்கும் தனித்துவமான திறமை களைத் தெரிந்துகொள்ளவேண்டுமென்றால், அதற்கு என்ன வழி?

- ஒரு நோட்டுப்புத்தகத்தை எடுத்துக்கொள்ளுங்கள், ஏதாவது ஒரு பக்கத்தைத் திறந்து, அதன் உச்சியில் 16 என்று எழுதுங்கள்.

- உங்களுக்குப் பதினாறு வயதாகியிருந்தபோது, நீங்கள் முக்கியமாகச் செய்த விஷயங்கள், அப்போது உங்களிடம் இருந்த திறமைகள் என்னென்ன என்று பட்டியலிடுங்கள்.

- அந்த ஆண்டில் நீங்கள் சாதித்த விஷயங்களைத் தனியே பட்டியலிடுங்கள்.

- அடுத்த பக்கத்தைத் திருப்பி, அதன் உச்சியில் 17 என்று எழுதுங்கள்.

- முன்புபோலவே, பதினேழுவயதில் உங்களுடைய திறமைகள், சாதனைகளைப் பட்டியலிடுங்கள்.

- இப்படியே 18, 19 என்று தொடர்ந்து உங்களுடைய இப்போதைய வயதுவரை எழுதுங்கள்.

- எழுதிய அத்தனைச் சாதனைகளையும் வாசியுங்கள். அதில் எந்த வயதில் நீங்கள் மிகச்சிறந்த சாதனைகளைச் செய்ததாக நினைக்கிறீர் கள் என்று சிந்தியுங்கள்

- அந்தச் சாதனைகள் எப்படி நிகழ்ந்தன? அந்தவயதில் உங்களிடம் என்னென்ன திறமைகள் இருந்தன என்று கவனியுங்கள். அவைதான் உங்களை மிகச்சிறப்பாகச் செயல்படவைத்திருக்கின்றன. அந்தத் திறமைகள் இப்போது உங்களிடம் உள்ளனவா என்று யோசியுங் கள். இல்லையென்றால் அந்தத் திறமைகள் எங்கே போயின? அவற்றை எப்படி மீண்டும் பெறுவது என்று சிந்தியுங்கள்

இப்படித் தன்னைப்பற்றியே பலவிதமாகச் சிந்திப்பதுதான் வெற்றிகர மான 'சுயவிற்பனை'யின் முதல் படி. இதன்மூலம் தன்னம்பிக்கை பெருகும், நம்மால் இன்னும் பெரிய அளவில் முன்னேற இயலும் என்று தைரியமாக உழைக்கத் தொடங்குவோம்.

இரண்டாவது படி, சுயவிற்பனைக்குத் தயாராதல். அதாவது, உங்களை ஏன் மற்றவர்கள் மதிக்கவேண்டும்? எதனால் நீங்கள் அந்தத் தகுதியைப் பெறுகிறீர்கள்? நீங்கள் நல்லவர், வல்லவர் என்று மற்றவர்கள் உணரும்படிச் சொல்வது எப்படி? இதையெல்லாம் நன்கு யோசித்துத் திட்டமிடவேண்டும்.

அடுத்து, மூன்றாவது படி, தயார்செய்த விஷயங்களைச் சரியாகப் பிறர்முன்னே வெளிப்படுத்துதல். அப்படிச் செய்யும்போது, அதில் உங்களுடைய தன்னம்பிக்கை தெரியவேண்டும். அப்போதுதான் மற்றவர்கள் உங்களை 'வாங்க'த் தயாராவார்கள்.

நான்காவது படி, தகவல்தொடர்பு. பேச்சு, எழுத்து, நடை, உடை, முகக்குறிப்புகள், உடல்மொழி எனச் சகலத்திலும் 'Buy Me' என்கிற செய்தியை முன்வைக்கப் பழகவேண்டும். 'நான் திறமையானவன், அதை நீங்கள் ஏற்றுக்கொள்வது அவசியம்' என்று அவர்கள் நம்பும்படி, உறுத்தாமல் திரும்பத் திரும்பச் சொல்லவேண்டும்.

ஐந்தாவதாக, பிறரைப் புரிந்துகொள்ளவேண்டும். வாங்குபவரின் மனம் அறிந்தவரால்தான் அதிகம் விற்கமுடியும். ஆகவே, நீங்கள் யாரிடம் நல்லபெயர் வாங்க எண்ணுகிறீர்களோ அவர்கள் எல்லாரையும் நன்கு புரிந்துகொண்டு, அதற்கிணங்கப் பழகவேண்டும்.

ஆறாவது, ஆங்கிலத்தில் 'Under-promise, Over-deliver' என்பார்கள், அதாவது, குறைவாகப் பேசுவது, அதிகமாகச் செய்வது. ஒரு வேலையை உங்களால் அரைமணிநேரத்தில் செய்யமுடியும் என்றால் ஆரம்பத்திலேயே அதைச் சொல்லவேண்டாம். 'ஒருமணிநேரத்துல முடிச்சுடுவேன்' என்று வாக்குக்கொடுக்கவேண்டும். பிறகு அதை நீங்கள் முக்கால்மணிநேரத்தில் முடித்தாலும் நல்லபெயர்தான். அரைமணிநேரத்தில் முடித்தால் இன்னும் நல்லபெயர். இப்படித் தொடர்ந்து செய்யச்செய்ய உங்கள் இமேஜ் உயரும்.

ஏழாவது, ஏற்றுக்கொண்ட வேலையைவிடக் கொஞ்சம் கூடுதலாகச் செய்வது. ஹோம்வொர்க் சமர்ப்பிக்கும் பையன்கள் அதை அழகாக அலங்கரித்துத் தந்து நல்லபெயர் வாங்குவதுபோல, கொடுக்கப்பட்ட வேலையைமட்டும் செய்துவிட்டு ஓரமாக நிற்காமல், ஏதாவது ஒரு சின்ன விஷயத்தைக் கூடுதலாகச் செய்வது. அதைப் பிறர் கவனிக்கும்படி செய்வது!

எட்டாவது, தன்னம்பிக்கையோடு ஒரு வேலையில் ஈடுபடும்போது நடுவில் ஏதாவது தோல்வி வந்தால், தயங்கி நிற்கக்கூடாது. அடுத்த முயற்சியில் துணிந்து இறங்கவேண்டும்.

ஒன்பதாவது படி, ஊடகங்களைக் கையாளுவது. உங்களுடைய மின்னஞ்சலின்கீழே இருக்கிற 'இப்படிக்கு' வரியில் தொடங்கி, ஃபேஸ்புக் புகைப்படம், ட்விட்டர், லிங்க்ட்இன் பக்கங்கள்வரை எல்லாவற்றையும் மக்கள் கவனிக்கிறார்கள். அவை அனைத்தும் உங்களை நீங்களே முன்னிறுத்துவதற்கான வாய்ப்புகள்!

நிறைவாக, ஒருவர் தன்னைச் சிறந்த திறமையாளர் என்று நிரூபிப்பதுடன் நிறுத்திக்கொள்ளக்கூடாது. பிறரை வழிநடத்தக்கூடிய தலைவர் என்றும் நிரூபிக்கவேண்டும். அப்போதுதான் முன்பைவிட முக்கியமான பொறுப்புகள் அவர்களைத் தேடி வரும். வெல்வதற்கான வாய்ப்புகளும் அதிகரிக்கும்!

7

இன்பாக்ஸைக் கவனியுங்கள்!

டிஜிட்டல் காய்ச்சல் கேள்விப்பட்டிருக்கிறீர்களா?

உலகெங்கும் பல இளைஞர்களை, நடுத்தரவயதினரை வாட்டிக்கொண்டிருக்கிற புதிய வியாதி இது. இந்தப் பிரச்னையால் இவர்கள் எந்நேரமும் பதற்றத்துடன் காணப்படுகிறார்கள். எவ்வளவுதான் கஷ்டப்பட்டு வேலைசெய்தாலும் இவர்களுக்குத் திருப்தியே ஏற்படுவதில்லை. ஐந்து நிமிடம் நிம்மதியாக உட்காரக்கூட நேரமில்லாமல் பரபரப்பாக ஓடிக்கொண்டே இருக்கிறார்கள்.

இந்த டிஜிட்டல் காய்ச்சலுக்குக் காரணம், 'இன்பாக்ஸ்'.

முன்பெல்லாம் அலுவலகங்களில் ஒவ்வொரு மேஜையிலும் இரண்டு பெட்டிகள் இருக்கும். அவற்றுக்கு 'இன்பாக்ஸ்', 'அவுட்பாக்ஸ்' என்று பெயர்.

ஒவ்வொருநாளும், அந்த மேஜையில் அமர்ந்திருப்பவர் செய்ய வேண்டிய வேலைகளெல்லாம் அவருடைய இன்பாக்ஸுக்கு வரும். அவர் அவற்றைச் செய்துமுடித்து அவுட்பாக்ஸில் வைத்துவிட வேண்டும். மாலையானால் இன்பாக்ஸ் காலியாகிவிடும். அவரும் மகிழ்ச்சியாக வீட்டுக்குச் சென்றுவிடுவார்.

ஈமெயில் வந்ததும், அந்த இன்பாக்ஸ் டிஜிட்டல்வடிவில் மாறியது. அதாவது, ஒருவருக்கு வருகிற எல்லா மின்னஞ்சல்களும் அவருடைய இன்பாக்ஸில் உட்காரும். அவர் அவற்றைப் படித்துமுடித்துப் பதில் அனுப்பவேண்டும்.

ஆரம்பத்தில் இதுவொரு ஜாலியான விளையாட்டாகவே இருந்தது. இன்பாக்ஸில் தினமும் ஐந்தாறு மின்னஞ்சல்கள் வரும். அவற்றுக்குப் பதில் அனுப்பினால், இன்பாக்ஸ் காலியாகிவிடும்.

ஆனால், ஒருகட்டத்தில் எல்லாரும் மின்னஞ்சல்களைப் பயன்படுத்தத் தொடங்கியபோது, தனிப்பட்ட, அலுவலக இன்பாக்ஸ்கள் நிரம்பி வழியத்தொடங்கின. கரன்ட் பில் கட்டுவதில் தொடங்கி, கல்யாணத்துக்கு வரன்பார்ப்பதுவரை, அரட்டை ஃபார்வர்ட்கள் தொடங்கி அலுவலக அறிக்கைகள்வரை சகலமும் அங்கேதான் வந்து உட்கார்ந்தன.

ஒவ்வொரு மின்னஞ்சலும் ஒரு வேலைக்குச் சமம். அல்லது, பல வேலைகளுக்குச் சமம். அவற்றைச் செய்துமுடித்தால்தான் அந்த மின்னஞ்சலை அழிக்க இயலும்.

இதனால், ஒருவருடைய இன்பாக்ஸில் ஐம்பது மின்னஞ்சல்கள் இருக்கின்றன என்றால், அவர் இன்னும் ஐம்பது வேலைகளைச் செய்தாகவேண்டும் என்று பொருள், அவற்றைச் செய்து முடிப்பதற்குள் இன்னும் இருபது வேலைகள் வந்துவிடும். இது ஒரு முடிவில்லாத ஓட்டப்பந்தயம்போல. இன்பாக்ஸ் ஒருபோதும் காலியாகாது!

நிஜமான இன்பாக்ஸ், அலுவலகமேஜையில்மட்டும்தான் இருக்கும். வீட்டுக்குச்சென்றால் அதை மறந்துவிடலாம்.

ஆனால், டிஜிட்டல் இன்பாக்ஸ் அப்படியில்லை. கம்ப்யூட்டரில், ஃபோனில் என எங்குமிருக்கும். 'நீ இன்னும் செய்யவேண்டிய வேலைகள் நிறைய இருக்கு' என்று நினைவுபடுத்தியபடியிருக்கும். அதற்காகக் கவலைப்பட்டுக்கொண்டிருந்தால், இன்னும் நாலு மின்னஞ்சல்கள் இன்பாக்ஸில் வந்து உட்கார்ந்துவிடும்.

இதனால், மாணவர்கள் தொடங்கி எக்ஸிக்யூட்டிவ்கள்வரை பலரும் மின்னஞ்சல் என்றாலே அலறுகிறார்கள். 'தினமும் வேற எந்த வேலையையும் கவனிக்கமுடியலை. ஒரு மெயிலை முடிச்சுட்டு நிமிர்ந்தா இன்னும் நாலு மெயில்வருது. இதை நினைச்சாலே ஒரே பதற்றம், டென்ஷன்' என்கிறார்கள்.

இந்த டிஜிட்டல் காய்ச்சல் பேர்வழிகளைக் கண்டறிவது சுலபம். எங்கேசென்றாலும் தொலைபேசியில் இன்பாக்ஸை நோட்டமிட்ட படி இருப்பார்கள்: பஸ்ஸில் பயணம்செய்யும்போது, ரயிலுக்குக் காத்திருக்கும்போது, சினிமா பார்த்துக்கொண்டிருக்கும்போது, குடும்பத்துடன் சுற்றுலா வந்திருக்கும்போது... இவர்களுடைய இன்பாக்ஸ்தான் இவர்களை மேய்க்கிறது. அதை எண்ணித் தொடர்ச்சியான பதற்றத்தில் இவர்களது உடலும் மனமும் நொந்து போகின்றன.

என்ன செய்வது? மின்னஞ்சலே இல்லாமல் வாழ்ந்துவிடுவதும் சாத்தியமில்லையே!

'மின்னஞ்சலைத் தவிர்க்கவேண்டாம். ஆனால் உங்கள் இன்பாக்ஸைத் துடைத்துவைக்கக் கற்றுக்கொள்ளவேண்டும். அதன்பிறகு, அது உங்களை ஆட்சிசெய்யாது. நீங்கள் அதை ஆளலாம்' என்கிறார் கிரஹாம் அல்காட். இவரது சமீபத்திய புத்தகமான 'Get Your Inbox Down To Zero' இதற்கான பல பிரமாதமான உத்திகளைச் சொல்லித் தருகிறது.

தனிப்பட்ட மின்னஞ்சலாக இருந்தாலும் சரி, அலுவலக மின்னஞ் சலானாலும் சரி, இணையத்தில்தானே இருக்கிறது என்று எல்லா வற்றையும் அங்கேயே வைத்திருந்தால், டென்ஷன்தான் மிஞ்சும். இன்பாக்ஸ் காலியாக இருப்பதுதான் சந்தோஷம். அதற்குத் திட்டமிட்டு வேலைசெய்யவேண்டும்.

முதலில், இன்பாக்ஸுக்குப் பக்கத்தில் இரண்டு குட்டிப்பெட்டிகளை உருவாக்கிக்கொள்ளவேண்டும் என்று சொல்லித்தருகிறார் கிரஹாம். அவற்றுக்கு 'Processing', 'Reference' என்று பெயர்சூட்டச் சொல்கிறார்.

'Processing' என்றால், அந்தப் பெட்டியில் உள்ள மின்னஞ்சல்களை நீங்கள் படித்து ஏதோ செய்யப்போகிறீர்கள் என்று பொருள். ஆனால், அதை உடனே படிக்கவேண்டும் என்று அவசியமில்லை. ஒரு மணிநேரம் கழித்துப் படிக்கலாம், நாளைக்குக்கூடப் படிக்கலாம்.

இந்தப் பெட்டிக்குள், மூன்று சிறு பெட்டிகளை உருவாக்கிக் கொள்ளலாம். அவற்றுக்கு '@Action', '@Read', '@Waiting' என்று பெயரிடவேண்டும். '@Action' என்றால், அந்த மின்னஞ்சல்களில் நாம் செய்யவேண்டிய ஒரு வேலை இருக்கிறது என்று பொருள், '@Read' என்றால், படித்துத் தீர்மானிக்கவேண்டிய மின்னஞ்சல்கள், '@Waiting' என்றால், அந்த மின்னஞ்சல்களை நாம் எதுவும் செய்யவேண்டிய தில்லை. ஆனால், அவை நமக்கு முக்கியம். அவற்றை நாம் கவனிக்க விரும்புகிறோம். அதற்காக அங்கே பத்திரப்படுத்தியிருக்கிறோம்.

'Reference' என்ற இன்னொரு பெட்டியில் உள்ள மின்னஞ்சல் களெல்லாம் இப்போது நமக்கு முக்கியமில்லை. ஆனால், வருங்காலத்தில் எதற்காகவோ அது நமக்குத் தேவைப்படலாம் என்று சேமித்துவைத்திருக்கிறீர்கள், கிட்டத்தட்ட பரண்மாதிரி.

இந்தப் பெட்டிகளை உருவாக்கியபிறகு, உங்களுக்கு வருகிற ஒவ்வொரு மின்னஞ்சலையும் திறந்துபார்த்துச் சில கேள்விகளைக் கேட்கவேண்டும்:

1. இது முக்கியமா? (இல்லை எனில், அந்த மின்னஞ்சலை உடனே அழித்துவிடுங்கள். இன்பாக்ஸில் சும்மா போட்டு வைக்க வேண்டாம்!)

2. இதில் நான் செய்யவேண்டிய வேலை எதுவும் உண்டா? (இல்லை என்றால், அதை உடனே 'Reference' பெட்டிக்கு நகர்த்திவிடுங்கள்.)

3. இதை நான் உடனே செய்தாகவேண்டுமா? (இல்லை என்றால், ஐந்தாவது கேள்விக்குத் தாவுங்கள்!)

4. இதை நான் 2 நிமிடங்களுக்குள் செய்துவிட இயலுமா? (ஆம் எனில், தள்ளிப்போடாதீர்கள். அந்த வேலையை உடனே செய்துவிட்டு, அந்த மின்னஞ்சலை அழித்துவிடுங்கள். இல்லை எனில், அதை '@Action' என்ற பெட்டிக்கு நகர்த்துங்கள், பிறகு செய்துகொள்ளலாம்.)

5. இது எனக்கு முழுக்கப் புரிந்துவிட்டதா, இதை நான் இன்னும் நன்கு வாசித்துப் புரிந்துகொள்ளவேண்டுமா? (ஆம் என்றால், அதை '@Read' என்ற பெட்டிக்கு நகர்த்துங்கள், இல்லை எனில், அதை '@Action' என்ற பெட்டிக்கு நகர்த்துங்கள்.)

இதனைத் தொடர்ந்து செய்துவந்தால், உங்கள் இன்பாக்ஸ் காலியாகி விடும். அங்கிருந்த மின்னஞ்சல்களில் பல அழிக்கப்பட்டு விடும், சில '@Read' பெட்டியில் இருக்கும். அவற்றை நேரம் கிடைக்கும்போது படிக்கலாம், அழிக்கலாம், அல்லது, வேறு பெட்டிகளுக்கு நகர்த்தலாம்.

இன்னும் சில மின்னஞ்சல்கள் '@Wait' என்ற பெட்டியில் இருக்கும். அவற்றை அவ்வப்போது கவனித்தால் போதுமானது. நீங்கள் எதுவும் செய்யவேண்டியதில்லை.

நிறைவாக, மிகச்சில மின்னஞ்சல்கள்மட்டும் '@Action' என்ற பெட்டியில் இருக்கும். அவற்றைமட்டும் நீங்கள் கவனித்துச் செய்தால் போதுமானது.

இன்பாக்ஸைக் காலிசெய்வது ஒரு விளையாட்டுமாதிரிதான். அதேசமயம், இதனால் ஏகப்பட்ட மனச்சுமை குறைகிறது. வேலைகள் விரைவாக முடிகின்றன. பாராட்டு குவிகிறது. டென்ஷனில்லாமல் வேலைசெய்யவும் இயலுகிறது.

அதன்பிறகு, அடுத்தகட்டமாக, ஐந்து நிமிடத்துக்கு ஒருமுறை மின்னஞ்சல்களைப் பார்க்காமல், ஒரு நாளைக்கு இரண்டு அல்லது

மூன்றுமுறை என்று மாற்றிக்கொள்ளலாம். மிஞ்சுகிற நேரத்தில் கொஞ்சம் நிஜமான வேலை செய்து முன்னேறலாம்.

ஞாபகமிருக்கட்டும், நீங்கள் என்னதான் பிஸியான மனிதராக இருந்தாலும், இன்பாக்ஸ் நிரம்பி வழிந்தால், அது உங்களை விரட்ட ஆரம்பித்துவிடும். இன்பாக்ஸ் பூஜ்ஜியமானால்தான், உங்களுடைய எதிர்காலம் வளமாகிறது என்று அர்த்தம்.

உடனே உங்கள் இன்பாக்ஸைக் கவனியுங்கள்!

8

பெற்றோர் என்னும் நிலாக்கள்

'நிலா நிலா, ஓடிவா, நில்லாமல் ஓடிவா,
மலைமேலே ஏறிவா, மல்லிகைப்பூ கொண்டுவா.'

பல பெற்றோர் இந்தப் பாடலைப் பாடிக் காட்டித் தங்கள் குழந்தைகளுக்குச் சோறூட்டியிருப்பார்கள். ஆனால், அதே நிலாவில் பெற்றோருக்கும் ஒரு பாடம் உள்ளது, தெரியுமா?

நிலா எப்போதுமா பௌர்ணமியாக வருகிறது? பிறைநிலவு, கால்வட்டம், அரைவட்டம், முக்கால்வட்டம் என்று வளர்ந்து முழு நிலவாகிறது. பிறகு தேய்ந்து மறைந்துவிடுகிறது. பிறகு மறுபடியும் வளர்கிறது... ஒரு குழந்தையின் வாழ்க்கையில் பெற்றோரும் இப்படித்தான் நிலாவைப்போல் நடந்துகொள்ளவேண்டும் என்கிறது ஒரு சமீபத்திய புத்தகம்.

இந்தப் புத்தகத்தின் தலைப்பைக் கேட்டாலே அதன் உட்கருத்து புரிந்துவிடும்: 'Don't Raise Your Children, Raise Yourself', அதாவது, 'குழந்தைகளை வளர்க்காதீர்கள், நீங்கள் (பெற்றோர்) வளருங்கள்!'

இந்நூலை எழுதியிருப்பவர், டாக்டர் ஸ்வாதி லோதா. Moon Parenting என்ற தலைப்பில் இந்தப் புதிய குழந்தை வளர்ப்புமுறையை விளக்குகிறார் இவர்.

இங்கே 'புதிய' என்பது, ஒரு பேச்சுக்குத்தான். ஸ்வாதி முன்வைக்கும் குழந்தை வளர்ப்புமுறையைப்பற்றி விளக்கமாக வாசித்தால், அது பல இந்தியக் குடும்பங்களில் ஏற்கெனவே நடைமுறையில் இருக்கும் விஷயம்தான் என்று புரிகிறது. ஒருவேளை நவீன பெற்றோர் அதை

மறந்திருந்தால், இந்தப் புத்தகத்தைப் படித்து, தங்கள் பெற்றோரை நினைத்துக்கொள்வார்கள். அவர்களைப்போலவே தங்கள் குழந்தைகளை வளர்க்கத் தொடங்குவார்கள்.

பெற்றோருக்கும் நிலாவுக்கும் என்ன சம்பந்தம்?

நிறைய சம்பந்தம் இருக்கிறது என்கிறார் ஸ்வாதி. குழந்தையின் வளர்ச்சியை ஆறு நிலைகளாகப் பிரித்து அதனை விளக்குகிறார்.

1. **ஈயடிச்சான் காப்பி நிலை:** ஒரு குழந்தை பிறக்கும்போது, அடுத்த சில ஆண்டுகளுக்கு அது முழுக்கமுழுக்கத் தனது பெற்றோரை நம்பித்தான் இருக்கும். கொஞ்சம்கொஞ்சமாகப் பெற்றோர்தான் அதற்கு எல்லா விஷயங்களையும் சொல்லித்தர வேண்டும். அதுவும் ஆர்வத்துடன் கற்றுக்கொள்ளும். அவர்கள் சொல்வதை அப்படியே திரும்பச்செய்யும். அதற்கென்று தனி ஆளுமை இருக்காது. அதைப்பற்றி அது கவலையும் படாது.

2. **ப்ளாட்டிங் பேப்பர் நிலை:** குழந்தைக்கு 3 (அ) 4 வயதான பிறகு, அது பள்ளிக்குச் செல்லத் தொடங்கும். ஆசிரியர்கள், நண்பர்கள் எனத் தனக்கென்று மெல்ல ஓர் உலகை உருவாக்கிக்கொள்ள ஆரம்பிக்கும். இப்போதும் அது பிறரைக் காப்பிதான் அடிக்கும். ஆனால் ஈயடிச்சான் காப்பி இல்லை. ஒன்றைப்பார்த்து ப்ளாட்டிங் பேப்பரில் பிரதி எடுப்பதுமாதிரி, குழந்தைக்கென்று ஓர் ஆளுமை உருவாகத் தொடங்கும்.

3. **ஸீ-ஸா நிலை:** சுமார் 8 வயதுக்குப்பிறகு, குழந்தைகளுடைய மனத்தில் ஒரு ஸீ-ஸா பலகையைப்போல் உணர்ச்சி ஏற்ற இறக்கங்கள் காணப்படும். அதைக் கவனித்து, பெற்றோர் அதற்கான இடமளிக்கவேண்டும். அவர்கள் வளர்கிறார்கள் என்பதைப் புரிந்துகொள்ளவேண்டும். அதன்படி அவர்களை நடத்தவேண்டும்.

4. **கயிறிழுக்கும்போட்டி நிலை:** 12 வயதில், அதாவது டீனேஜின் தொடக்கத்தில் குழந்தைகளுக்குள்ளேயே பல போட்டிகள் தொடங்குகின்றன. புத்திக்கும் மனத்துக்கும் போட்டி, பெற்றோருடன் போட்டி, நண்பர்களுடன் போட்டி, இது சரியா, தவறா என்கிற கேள்விகள்... ஒரே இழுபறிதான். இங்கே அவர்களுக்குப் பெற்றோரின் ஆலோசனை தேவை. ஆனால் அதற்காக, நீ இப்படித்தான் நடந்துகொள்ளவேண்டும் என்று வற்புறுத்துவது ஆகாது. சொல்லவேண்டியவற்றைச் சொல்லி அவர்களைச் சிந்திக்கவிட்டால் போதும்.

5. **பாம்பும் ஏணியும் நிலை:** இப்போது, 'குழந்தை'க்குப் பதினாறு வயது கடந்துவிட்டது. இப்போது அவரைக் குழந்தை என்று அழைப்பதுகூடத் தவறு. அதேசமயம், வளர்ந்தவரைப் போலவும் அவரை நடத்த இயலாது. ஆகவே, 'இளைஞர்' என்று ஒரு பெயர்வைத்து அழைக்கிறோம். இந்த வயதில் உள்ளவர்கள் ஒன்று, பாம்பைத்தொட்டுச் சரிந்து விழலாம். அல்லது, ஏணியைத்தொட்டு மேலே போகலாம். ஒருவேளை அவர்கள் தவறான பாதையில் செல்கிறார் என்று தெரிந்தால் பெற்றோர் அவர்களைத் திசைமாற்றலாம். சரியான திசையில் சென்றால் கைதட்டலாம்.

6. **வளர்ந்த நிலை:** சுமார் இருபது வயதுவாக்கில், 'குழந்தை' அதிகாரப்பூர்வமாகப் 'பெரியவர்' ஆகிவிடுகிறார். இனி தனக்கான தீர்மானங்களை அவரே எடுத்துக்கொள்வார். பெற்றோர் அவ்வப்போது கொஞ்சம் வழிகாட்டினால் போதும். அதற்குமேல் அவர்களை வற்புறுத்த இயலாது, வற்புறுத்தக்கூடாது.

ஆனால், இதில் 'நிலா'வே வரவில்லையே!

இதுவரை நாம் பார்த்த குழந்தையின் வளர்ச்சிநிலைகளில், பெற்றோரின் பங்களிப்பு ஒரு தேய்பிறையைப்போல என்கிறார் ஸ்வாதி. அதாவது, குழந்தை பிறக்கும் நாள்தான் பௌர்ணமி. அப்போது அதன் வாழ்க்கையில் பெற்றோர் ஒரு முழுநிலவைப்போல் இருக்கிறார்கள். வெளிச்சம் தருகிறார்கள். அதன்பிறகு, அது வளர்ந்து ஒவ்வொரு நிலையாக முன்னேற முன்னேற, பெற்றோரின் 'தாக்கம்' கொஞ்சம்கொஞ்சமாகத் தேய்கிறது. அதாவது, குழந்தை மெல்ல அவர்களைச் சார்ந்திருப்பதிலிருந்து விலகுகிறது. நிறைவாக, அது சுதந்தரமாக வாழத் தொடங்கும்போது, அமாவாசை தினமாகி விடுகிறது. இனிமேல் அதற்குப் பெற்றோரின் வழிகாட்டுதல் தேவையில்லை.

கேட்பதற்குக் கொஞ்சம் கசப்பாக இருந்தாலும், இதுதானே எதார்த்தம்? தங்கள் பிள்ளை சொந்தக்காலில் நிற்கவேண்டும் என்றுதானே பெற்றோர் விரும்புகிறார்கள்.

அமாவாசை தினத்தன்று நிலா தெரிவதில்லை. ஆனால், அது அங்கேயேதான் இருக்கிறது, மறுநாள் தொடங்கி வளர்பிறை.

அதுபோல, சுதந்தரமாகிவிட்ட அந்தப் பிள்ளைகள் நல்ல வேலையில் இருக்கலாம், கைநிறையச் சம்பாதிக்கலாம், ஆனால், மனத்தளவில் அவர்கள் இன்னும் முதிர்ச்சிபெற்றிருக்கமாட்டார்கள். அதனை அவர்கள் உணரும்போது, பெற்றோருடன் இன்னும் நெருங்கத்

தொடங்குவார்கள். பல விஷயங்களைத் தாங்களே கற்றுக் கொள்வார்கள்.

அதன்பிறகு, அவர்களுக்கே குழந்தைகள் பிறக்கும். அவர்கள் அதை வளர்க்கத் திணறுவார்கள். அப்போது, அவர்களுடைய பெற்றோர் தாத்தா, பாட்டி என்கிற புதிய பொறுப்புடன் அவர்களுடைய வாழ்க்கையில் மீண்டும் நுழைவார்கள். பேரன், பேத்திகளை வளர்க்க ஒரு பாலமாக இருந்து உதவுவார்கள்.

நிறைவாக, அந்தப் பெற்றோரின் முதுமைக்காலத்தில், குழந்தைகள் அவர்களோடு மேலும் நெருங்குகிறார்கள். அவர்கள்மீது அன்பைப் பொழிந்து அவர்களைக் கவனமாகப் பார்த்துக்கொள்கிறார்கள்.

இவையெல்லாம் யாரோ எழுதிவைத்த சூத்திரங்கள் அல்ல. எதார்த்த மாகத் தினந்தோறும் ஒவ்வொருவர் வாழ்க்கையிலும் நடந்து கொண்டிருக்கிற விஷயங்கள். இதில் ஏதாவது ஒழுங்கு தப்பினால் தான் பிரச்னை தொடங்குகிறது.

உதாரணமாக, டீனேஜில் இருக்கும் ஒரு பையனைப் பெற்றோர் அளவுக்கதிகமாகக் கட்டுப்படுத்த முனைந்தால், அவனைக் குழந்தை போல் நடத்துகிறார்கள் என்று பொருள். அந்த வயதில் எந்தமாதிரி ஆலோசனை/உதவி அவனுக்குத் தேவை என்று பெற்றோர் உணர வேண்டும். வயதுக்கேற்ற முதிர்ச்சியுடன் அவர்களை நடத்த வேண்டும். தெரியாததைச் சொல்லித்தரலாம், ஆனால், இப்படித்தான் வாழவேண்டும் என்று வற்புறுத்துவது அநாவசிய உரசல்களைக் கொண்டுவரும்.

அதனால்தான், 'நிலாநிலா ஓடிவா' என்கிற பாடல் பெற்றோருக்கும் பொருந்துகிறது. எப்போது தாங்கள் முழுமையாக வரவேண்டும், எப்போது முக்கால்வாசி, அரைவாசி, கால்வாசியளவுமட்டும் வர வேண்டும், எப்போது பிறைநிலவாகத் தெரியவேண்டும், எப்போது தெரிந்தும் தெரியாமலும் பின்னணியில்மட்டும் ஆதரவாக நிற்க வேண்டும் என்பதையெல்லாம் பெற்றோர் புரிந்துகொள்ள வேண்டும். அதற்கேற்பத் தங்களுடைய குழந்தைகளுக்கு உதவவேண்டும்.

இதற்கு, தங்கள் குழந்தைகள் மனத்தளவில் முதிர்ச்சியடைந்து கொண்டிருக்கிறார்கள், கொஞ்சம் வழிகாட்டுதலுடன் அவர்களே சரியான தீர்மானங்களை எடுப்பார்கள் என்று பெற்றோர் நம்ப வேண்டும். அதன்பிறகு, அவர்களிடையே எந்தக் கருத்து வேறுபாடும் இருக்காது!

9

சூப்பர் 30

அந்தப் பையன் புத்திசாலியாகத் தெரிந்தான், 'ஐயா, எப்படியாவது என்னை உங்க வகுப்புல சேர்த்துக்கோங்க' என்றான். 'ஆனா, உங்களுக்கு ஃபீஸ் கொடுக்க என்கிட்டே பணம் இல்லை!'

ஆனந்த்குமார் சிரித்தார், 'தம்பி, நான் மத்த சில வாத்தியாருங்கமாதிரி பணம் பிடுங்கமாட்டேன். ஏழைப்பசங்களோட கஷ்டம் எனக்குத் தெரியும். என்னோட ஃபீஸ், வருஷத்துக்கு ஐநூறு ரூபாய்தான்!'

'தெரியும் சார், அந்த ஐநூறு ரூபாய்கூட என்கிட்ட இல்லை!' என்றான் அவன். 'அதுக்காக, நீங்க எனக்கு இலவசமா சொல்லித்தர வேண்டியதில்லை. ஊர்ல எங்க வயல்ல உருளைக்கிழங்கு போட்டிருக்கோம். அதை அறுவடை செஞ்சதும் உங்களுக்கு ஐநூறு ரூபாய் கொடுத்துடறேன்!'

'உருளைக்கிழங்கா?' திகைப்போடு கேட்டார் ஆனந்த்குமார். 'நீ எந்த ஊரு?'

அவன் ஒரு கிராமத்தின் பெயரைச் சொன்னான். 'அவ்ளோ தூரத்திலிருந்தா பாட்னாவுக்கு வந்து படிக்கறே?'

'ஆமா சார்!'

'எங்கே தங்கியிருக்கே? செலவுக்கு என்ன பண்றே?'

'அதெல்லாம் பிரச்னையில்லை சார். இங்கே ஒரு பெரிய பணக்காரர், ரொம்ப நல்ல மனசு, அவரோட வீட்ல படிக்கட்டுக்குக் கீழே எனக்கு இடம் தந்திருக்கார், அங்கே தங்கிப் படிச்சுக்கிட்டிருக்கேன்.'

ஆனந்த்குமார் அதிர்ந்துபோனார். இத்தனைச் சிரமங்களுக்கு நடுவிலும் படிக்கவேண்டும் என்ற முனைப்புடன் இருக்கும் அந்த இளைஞனை மகிழ்ச்சியுடன் பார்த்தார்.

இவனைப்போல் இன்னும் பல்லாயிரக்கணக்கான திறமைசாலிகள் இந்தியாமுழுவதும் இருக்கிறார்கள். அவர்களுக்கெல்லாம் சரியான வாய்ப்புகள் அமைந்தால், மிகப்பெரிய அளவில் வருவார்கள்.

ஆனால், துரதிருஷ்டவசமாக, அந்த வாய்ப்புகள் அவர்களுக்குக் கிடைப்பதே இல்லை. எல்லாரும் அவரவர் வேலையைப் பார்த்துக் கொண்டு சென்றுவிடுகிறார்கள். ஆகவே, இந்த இளைஞர்கள் தங்கள் கனவுகளை மென்று விழுங்கிவிட்டு, கிடைத்த வேலையைச் செய்து கொண்டு வாழ்க்கையை ஏதோ ஓட்டுகிறார்கள்!

ஒருவிதத்தில், ஆனந்த்குமாரும் அந்த இளைஞனைப்போல்தான். மிகப்பெரிய படிப்பாளி. நல்ல மதிப்பெண்களை வாங்கிப் பிரமாத மான கல்லூரியில் இடம்பிடித்தார். ஆனால், அதற்குச் செலவழிக்க இயலாதபடி அவருடைய குடும்பத்தில் வறுமை. அரியவாய்ப்பு கைநழுவிப்போனது.

அந்த நேரத்தில், அவருக்கு ஒரு நல்ல அரசாங்க வேலை கிடைத்தது. ஆனால், ஆனந்த்குமார் அந்த வேலையில் சேர விரும்பவில்லை. ஆர்வமுள்ள ஏழைப்பையன்களுக்குக் கணக்குப்பாடம் சொல்லித்தரு கிறேன் என்று சமூகசேவையில் இறங்கிவிட்டார்.

சேவை சரி, சாப்பாடு?

ஆனந்த்குமாரின் தாய் ஜெயந்திதேவி அப்பளங்கள் இட்டுத்தருவார். அவற்றைச் சைக்கிளில் வீடுவீடாகக் கொண்டுசென்று விற்பனை செய்வார் ஆனந்த்குமார். அதில் கிடைத்த பணத்தை வைத்துத்தான் குடும்பம் ஓடியது.

தன்னிடம் படிக்கிற பையன்களிடம் ஆனந்த்குமார் எதையும் எதிர் பார்க்கவில்லை. அவர்கள் திறமைசாலிகளாக, ஆர்வமுள்ளவர்களாக இருந்தால்போதும். வருடத்துக்கு ஒருமுறை ஏதேனும் ஒரு சிறிய கட்டணம் தரலாம், அதுவும் இயலாது என்றால், பரவாயில்லை!

பணமாக இல்லாவிட்டாலும், ஆனந்த்குமாரின் மாணவர்கள் அவருக்குப் பெருமையை அள்ளியள்ளித் தந்தார்கள். அவர்கள் நல்ல வாய்ப்புகளைப்பெற்று முன்னேறுவதைப் பெருமையுடன் பார்த்தார் அவர்.

அந்த நேரத்தில்தான், எங்கெங்கோ கிராமங்களிலிருந்து பாட்னாவுக்கு வந்து தங்கிப் படிக்கும் மாணவர்களைப்பற்றி ஆனந்த்குமார் தெரிந்து கொண்டார். அவர்களுக்குத் தங்குமிடம், சாப்பாடு, உடைகள் என எல்லாமே பெரிய பிரச்னையாக இருப்பதைக் கண்ணெதிரே பார்த்தார்.

இவ்வளவு சிரமப்பட்டு அவர்கள் ஏன் படிக்கவேண்டும்?

பீகார் மாநிலம் கல்விரீதியில் மிகவும் பின்தங்கியது. ஆனால், இந்த மாணவர்களுக்குப் படிக்கும் ஆர்வம் இருக்கிறது, அதுமட்டுமே தங்களை முன்னேற்றும் என்று நினைக்கிறார்கள், அந்த நிலையை எட்டுவதற்குள் அவர்கள் சந்திக்கப்போகும் சிரமங்கள் எத்தனையோ!

ஆனந்த்குமார் ஒரு தீர்மானத்துக்கு வந்தார், 'கிராமங்களைச் சேர்ந்த ஏழை மாணவர்களில் திறமைசாலிகளான சிலரைத் தேர்ந்தெடுத்து, அவர்களுக்கு நான் முழுமூச்சாகப் பாடம் சொல்லித்தரப்போகிறேன். இந்த நாட்டில், உலக அளவில் மிகச்சிறந்த கல்லூரிகளுக்கு அவர்களைக் கொண்டுசெல்லப்போகிறேன். அதுவரை அவர்களுடைய சாப்பாட்டுச்செலவு, தங்கும் செலவு என எல்லாமே என்னுடையது. அவர்கள் ஒரு பைசா செலவழிக்கவேண்டியதில்லை!'

இந்தத் தீர்மானத்தை எடுத்த ஆனந்த்குமார் பெரிய லட்சாதிபதி இல்லை. சாதாரண மிடில்க்ளாஸ்தான். அதனால் என்ன? அவரால் சில மாணவர்களுக்குச் சாப்பாடு போட்டுக் கவனித்துக்கொள்ள முடியாதா என்ன?

சில மாணவர்கள் என்றால், எத்தனை மாணவர்கள்?

முப்பது பேர் என்று தீர்மானித்துக்கொண்டார் ஆனந்த்குமார். ஆகவே, 'ராமானுஜம் கணிதப் பள்ளி' என்ற அவருடைய பயிற்சி நிறுவனத்துக்கு 'சூப்பர் 30' என்ற செல்லப்பெயர் அமைந்தது.

இலவசமாகச் சாப்பாடு, தங்குமிடத்துடன் தரமான கல்வி என்றால் மக்கள் விடுவார்களா? பலரும் அவருடைய வகுப்பில் சேர முன்வந்தார்கள். அவர்களில் தகுதியுள்ளவர்களைமட்டும் தேர்ந்தெடுத்துப் பாடம்நடத்தத்தொடங்கினார் ஆனந்த்குமார். அவர்களுடைய மற்ற வசதிகளையெல்லாம் அவருடைய குடும்பத்தினர் பார்த்துக்கொண்டார்கள்.

இதனால், 2002ம் ஆண்டு தொடங்கப்பட்ட 'சூப்பர்30'ல் முப்பது மாணவர்கள் வேறெந்தக் கவலையும் இல்லாமல் கல்வியில்மட்டும் முழுக் கவனம் செலுத்தினார்கள். IIT JEE தேர்வு எழுதினார்கள். அவர்களில் பதினெட்டுப் பேர் தேர்வானார்கள்.

முக்கியமான விஷயம், 'சூப்பர் 30'மட்டும் இல்லாவிட்டால் இந்த முப்பது மாணவர்களும் இந்தத் தேர்வை எழுதுவதற்கோ, அதில் இத்தனை மதிப்பெண்கள் வாங்கி நல்ல கல்லூரிகளுக்குச் செல்வதற்கோ துளியும் வாய்ப்பு இருந்திருக்காது. அந்த அளவுக்கு வாழ்வின் அடித்தட்டி லிருந்து வந்த மாணவர்களைமட்டுமே தேர்ந்தெடுத்து, அவர்களுடைய கவனத்தை ஒரு திசையில் குவிக்கவும் படிக்கவும் கற்றுத்தந்தார் ஆனந்த்குமார்.

அடுத்த ஆண்டு, இந்தத் தேர்வில் வென்றவர்களின் எண்ணிக்கை 22ஆக உயர்ந்தது, பின்னர் 26, 28 என்று படிப்படியாக வளர்ந்து, 2008ம் ஆண்டு அவரிடம் படித்த முப்பது பேரும் IITயில் இடம்பெற்றார்கள். அதன்பிறகு, இன்றுவரை 200க்கும் மேற்பட்ட ஏழை மாணவர்களை முன்னேற்றி உலகெங்கும் கம்பீரமாக வாழச்செய்திருக்கிறார் ஆனந்த்குமார்.

இதனால், ஆனந்த்குமார்மீது ஊடக வெளிச்சம் விழத் தொடங்கியது. சர்வதேச அளவில் பலரும் இந்தப் புதுமையான பயிற்சி நிறுவனத்தைக் கவனித்து அவரைப் பாராட்டினார்கள். பல பத்திரிகைகள் அவரது சாதனையைக் கொண்டாடின.

இன்னொருபக்கம், இதுபோன்ற தேர்வுகளுக்குப் பயிற்சிவகுப்பு களை நடத்திப் பணம் கொழிக்கிறவர்கள் ஆனந்த்குமாரைத் துரத்த ஆரம்பித்தார்கள். 'உன்னால் எங்களுடைய பிஸினஸ் கெட்டுப் போகிறது' என்று மிரட்டினார்கள். அவருடைய பயிற்சிநிறுவனத்தில் வேலைபார்த்த சிலர் கடுமையாகத் தாக்கப்பட்டார்கள்.

அப்போதும், ஆனந்த்குமார் சளைக்கவில்லை. தொடர்ந்து தன் பணியைச் செய்துகொண்டிருக்கிறார்!

இன்றைக்கு, ஆனந்த்குமாரின் பயிற்சிமுறையை டைம், நியூஸ்வீக், டிஸ்கவரிசானல் உள்ளிட்ட சர்வதேச ஊடகங்களெல்லாம் பாராட்டு கின்றன. அவரைப்பார்த்து ஆயிரக்கணக்கான இளைஞர்கள் கல்வியின்மீது நம்பிக்கைவைக்கத் தொடங்கியிருக்கிறார்கள். பல தனிநபர்களும் நிறுவனங்களும் அவர்களுக்கு உதவ முன்வருகின்றன.

யாரிடமும் ஒரு பைசா நன்கொடை வாங்காமல் 'சூப்பர் 30'யை நடத்திவருகிற ஆனந்த்குமாரின் வெற்றிக்கதையை 'Super30' என்ற பெயரிலேயே எழுதி வெளியிட்டுள்ளார் பிஜு மேத்யூ. இந்நூலின் ஒவ்வொரு பக்கத்திலும், வறுமையோடு வளமையும் பொங்குகிறது. எப்பேர்ப்பட்ட தாழ்வுநிலையிலிருந்தும் உயர்வதற்குக் கல்வி ஒன்றே வழி என்று அனுபவப்பூர்வமாக ஒவ்வோராண்டும் நிரூபித்துக் கொண்டிருக்கிறார் ஆனந்த்குமார்.

10

உள்ளூர் அற்புதங்கள்!

பசிக்கிறது, ஏதாவது நொறுக்குத்தீனி சாப்பிடலாமே.

சட்டென்று அலமாரியைத் திறக்கிறோம், ஒரு பிஸ்கட் பாக்கெட்டைப் பிரித்துச் சாப்பிடுகிறோம்.

அதுவும், ஏதோ ஒரு பிஸ்கட் அல்ல! இப்போதெல்லாம் மக்களுக்கு ஆரோக்கியத்தைப்பற்றிய அக்கறை அதிகமாகிவிட்டது, ஆகவே, 'ஹெல்த்தி' என்ற முத்திரையுடன் வருகிற 'நல்ல' பிஸ்கட்களுக்குத்தான் மவுசு.

தின்பண்டத்துக்கே இப்படி என்றால், சாப்பாட்டுக்கு இன்னும் அதிகக் கட்டுப்பாடுகள். அரிசி வேண்டாம், கோதுமை வேண்டாம், நெய் வேண்டாம், காபியில் சர்க்கரைக்குத் தடை...

இத்தனையும் எதற்கு என்றால், 'லோகால்' என்கிறார்கள். அதாவது, Low Calorie. குறைந்த கலோரிகளைக்கொண்ட உணவுகளை உண்டால் நாம் குண்டாகமாட்டோம், ஆரோக்கியமாக வாழ்வோம் என்கிற நம்பிக்கை.

உண்மையில் ஆரோக்கியமாக வாழவிரும்புகிறவர்கள் லோகால் (LowCal) என்று சொல்லவேண்டியதில்லை, லோக்கல்(Local) என்று சொன்னால் போதும் என்கிறார் ருஜுதா திவேகர். இந்தியாவின் முன்னணி ஊட்டச்சத்து நிபுணரான இவருடைய சமீபத்திய புத்தகம், 'Indian Superfoods.'

அதென்ன சூப்பர்ஃபுட்?

உலகம்முழுவதும் உடம்பைக் குறைக்கவேண்டும், நோய்கள் தீர வேண்டும், ஆரோக்கியமாக வாழவேண்டும் என்று விரும்புகிறவர்கள் தேடும் 'மந்திர' உணவுகளைத்தான் 'சூப்பர்ஃபுட்' என்கிறார்கள். அதாவது, இதைச் சாப்பிட்டால் ஸ்விட்ச் போட்டாற்போல் எல்லாப் பிரச்னைகளும் சரியாகிவிடும்.

உண்மையில் அப்படியொரு 'சூப்பர்' உணவுப்பொருள் இருக்கிறதா என்ன?

ஒன்று, இரண்டு அல்ல, ஏகப்பட்ட 'சூப்பர்ஃபுட்'கள் இருக்கின்றன என்கிறார்கள். அமெரிக்காவில் ஒரு பழம், ஐரோப்பாவில் ஒரு பருப்பு, ஆப்பிரிக்காவில் ஒரு கீரை என்று விதவிதமான பெயர்களில் இவை இணையத்தில் விற்பனையாகிக்கொண்டிருக்கின்றன. இவற்றைச் சாப்பிட்டால் தீராத பிரச்னைகளும் நொடியில் தீர்ந்துவிடும் என்கின்றன விளம்பரங்கள்.

ஆனால் உண்மையில், சூப்பர்ஃபுட் என்பதை எங்கேயோ சென்று தேடவேண்டியதில்லை என்று விளக்குகிறார் ருஜுதா. சொல்லப் போனால், தேடிச் சென்று சாப்பிடவேண்டிய ஒரு பொருள் சூப்பர் ஃபுட்டாக இருக்கவே முடியாது என்கிறார் இவர்.

அப்படியானால், எதுதான் சூப்பர்ஃபுட்?

நமக்கு எளிதாகக் கிடைக்கிற, நமது சுற்றுப்புறங்களில் அதிகம் விளைகிற பொருள்கள்தான் சூப்பர்ஃபுட். அதாவது லோக்கல் உணவைச் சாப்பிட்டாலே நாம் ஆரோக்கியமாக வாழலாம்.

முன்பு நம்முடைய தாத்தா, பாட்டியெல்லாம் அப்படித்தான் சாப்பிட்டார்கள். அவர்களுக்கு வெளிநாட்டுத் தானியங்களோ உணவுப்பொருள்களோ கிடைக்கவில்லை. நமது ஊருக்கேற்ற தானியங்களைத் தாங்களே விளைவித்து, அல்லது தங்கள் இல்லத்துக்கருகே விளைந்ததை உடனுக்குடன் வாங்கிச் சமைத்து உண்டார்கள். ஆரோக்கியமாகவே வாழ்ந்தார்கள்.

ஆனால் நாமோ, இங்குள்ள தட்பவெப்பநிலைக்குப் பொருந்தாத வெளிநாட்டு உணவுகளை அதிகம் இறக்குமதி செய்யத் தொடங்கி விட்டோம். அவை நம்முடைய உடலுக்கு எந்த அளவு பொருந்தும், நன்மை செய்யுமா, தீமை செய்யுமா என்பதைப்பற்றியெல்லாம் யோசிப்பதில்லை.

அதேபோல், உணவகங்கள், தொழிற்சாலைகளில் செய்யப்பட்ட, பதப்படுத்தப்பட்ட உணவுகளையும் நாம் அதிகம் சாப்பிடுகிறோம்.

அதில் சுவைக்காகவும் நீண்டநாள் கெட்டுப்போகாமலிருப்பதற்காக வும் என்னென்ன ரசாயனங்கள் கலக்கப்படுகின்றன என்பதைப்பற்றித் தெரிந்துகொள்வதில்லை.

இவை அனைத்தும், கண்மூடித்தனமாக வெளிநாட்டவர்களைப் பின்பற்றுவதன் விளைவுதான் என்று இந்தப் புத்தகம் விளக்குகிறது. அந்த உணவுகள் அவர்களுக்குப் பொருந்தலாம். அவர்களுக்கு நன்மைதரலாம். நமக்கு நம்முடைய உணவுகள்தான் பொருத்தம். அவைதான் நம்முடைய சூப்பர்ஃபுட்கள் என்கிறது.

அதற்காக வெளிநாட்டுத் தானியங்கள், காய்கறிகள், உணவுப்பொருள் களையெல்லாம் நிறுத்திவிடவேண்டும் என்று அவசியமில்லை. அவற்றை எப்போதாவது சாப்பிடலாம். மற்றபடி தினந்தோறும் நம்மை ஆரோக்கியமாக வைக்கக்கூடிய லோக்கல் உணவுகளைத்தான் நிறைய சாப்பிடவேண்டும். அதிலும் பதப்படுத்தப்பட்ட உணவைக் குறைத்து, ஃப்ரெஷ்ஷாகச் சமைத்துச் சாப்பிட்டால் இன்னும் நல்லது.

இதனால் சாப்பிடுகிறவர்களுக்குமட்டுமல்ல, அந்தச் சமூகத்துக்கே நல்லது. மக்கள் மளிகைசாமானுக்குச் செலவழிக்கும் பணம் வெளிநாட்டுக்குப் பறக்காமல் உள்ளூரில், உள்நாட்டிலேயே இன்னொருவருக்கு உதவும். உணவை நெடுந்தூரம் கொண்டுவருகிற அவசியம் இல்லாததால், அது கெட்டுப்போகாது. அநாவசியப் போக்குவரத்து குறையும், சுற்றுச்சூழல் காக்கப்படும்.

ருஜுதா சொல்லும் இந்திய சூப்பர்ஃபுட்களின் சிறப்பம்சம், இவற்றில் நுண்ணூட்டச்சத்துகள் எனப்படும் Micronutrients நிறைந்துள்ளன. இவை உடலுக்கு பலத்தையும் ஆற்றலையும் பலப்பல நன்மைகளை யும் தருகின்றன.

உதாரணமாக, நெய்.

'என்னது? நெய்யா?' என்று அலறவேண்டாம். 'நெய் சாப்பிட்டால் உடம்பு குண்டாகிவிடும் என்று யாராவது சொன்னால் நம்பாதீர்கள். உண்மையில் அது உடலுக்கு ரொம்ப நல்லது, பிரமாதமான சூப்பர்ஃபுட்' என்கிறார் ருஜுதா.

எந்த ஓர் உணவிலும் நெய்யைச் சேர்த்தால், அதன் GI எனப்படும் க்ளைசெமிக் இண்டெக்ஸ் குறைகிறதாம். இப்படிக் குறைந்த GI கொண்ட உணவுப்பொருள்களைச் சாப்பிட்டுவருவதால் டயாபடீஸ், உடல்பருமன் போன்றவற்றைச் சமன்படுத்தலாமாம்.

ஆனால், நெய்யைச் சாப்பிட்டால் உடல்பருமனாகும் என்றல்லவா சொல்வார்கள்?

நெய்யில் கலோரி அதிகம் என்பது உண்மைதான். ஆனால், வெறுமனே கலோரி கணக்கைமட்டும் பார்த்தால் போதாது. அந்தக் கலோரிகள் எங்கிருந்து வருகின்றன, அவற்றால் உடலுக்கு நன்மையா, தீமையா என்பதையும் பார்க்கவேண்டும்.

அந்தவிதத்தில், நெய்யில் கலோரிகள் இருந்தாலும், அது உடலுக்குப் பல நன்மைகளைச் செய்கிறது. ரத்தத்தில் சர்க்கரையின் அளவை ஒழுங்குபடுத்துகிறது. அதன்மூலம் நாள்முழுக்க நம்மைச் சுறுசுறுப்பாக வைக்கிறது. அதனால்தான், நம்முடைய முன்னோர் பல உணவுகளோடு நெய்யைக் கலந்து சாப்பிடச்சொன்னார்கள்.

ருஜுதாவின் புத்தகமும் இதைத்தான் சுட்டிக்காட்டுகிறது. கண்மூடித்தனமாக வெளிநாட்டுப் பழக்கவழக்கங்களைப் பின்பற்றிக் கொண்டிருந்தது போதும். கொஞ்சம் நம்முடைய தாத்தா, பாட்டியின் பேச்சைக் கேட்போம். அவர்கள் சாப்பிட்டு ஆரோக்கியமாக வாழ்ந்த லோக்கல் சூப்பர்ஃபுட்களை உணவில் அதிகம் சேர்த்துக்கொள்வோம் என்கிறது.

இந்தப் புத்தகத்தில் விவரிக்கப்பட்டுள்ள இன்னும் சில இந்திய சூப்பர்ஃபுட்கள்: அரிசி, நெய், வாழைப்பழம், முந்திரி, பலாப்பழம், கரும்பு...

'இதையெல்லாம் சாப்பிட்டா உடம்பு குறையுமா என்ன?' என்று மறுபடி சந்தேகமாகக் கேட்கவேண்டாம். ஒவ்வொரு உணவுக்கும் தனித்தன்மை உண்டு. அதைப் புரிந்துகொண்டு, சரிவிகிதத்தில் அதனைச் சேர்த்துக்கொண்டால் ஆரோக்கியம் தேடிவரும்.

11

முப்பதும் எழுபதும்

ஒருவர் படித்துமுடித்துவிட்டு வேலை தேடிக்கொண்டிருக்கிறார், அல்லது, ஏற்கெனவே ஒரு நிறுவனத்தில் வேலைசெய்தபடி இன்னும் நல்ல வேலையைத் தேடுகிறார்.

இந்தச் சூழ்நிலையில், அவர் எப்படித் தனக்கான சிறந்தவேலையைக் கண்டறிவார்?

நமக்குத் தெரிந்தவரை, வேலைதேடுவதற்குச் சில வழிகள்தான் இருக்கின்றன: செய்தித்தாள்கள், இணையத்தளங்களில் தேடுவது, எந்தெந்த நிறுவனங்களில் வேலை காலியாக இருக்கிறது என்று தெரிந்துகொள்வது. அவற்றில் நமக்குப் பொருத்தமான வேலைகள் எவை என்று சிந்தித்து, அவற்றுக்கு விண்ணப்பம்செய்வது. அவர்கள் நேர்முகத்தேர்வுக்கு அழைத்தால், அதில் கலந்துகொள்வது. அதன்பிறகு, நம் திறமையைப்பொறுத்து வேலை கிடைக்கும்.

ஆனால், வேலைச்சந்தையைப்பொறுத்தவரை, இவையெல்லாம் வெறும் 30%தான், மீதமுள்ள 70% பலருக்கும் தெரியாத ரகசியம் என்கிறது ஒரு சமீபத்திய புத்தகம். 'Graduate to a Great Career' என்ற அந்தப் புத்தகத்தை எழுதியவர், கேதரின் கபுதா.

அதென்ன 30:70 ரகசியம்?

ஒருவர் இயந்திரப்பொறியியல் படித்திருக்கிறார் என்று வைத்துக் கொள்வோம். அவர் தனக்கேற்ற வேலையைத் தேடி இணையத் தளங்கள், செய்தித்தாள்கள், பத்திரிகைகள், இயந்திரவியல் சிறப்பிதழ்கள் என்று சகலத்தையும் பார்க்கிறார். தனக்குத்தெரிந்த நிறுவனங்கள், தொழிற்

சாலைகளில் ஏறி இறங்குகிறார். இதன்மூலம் அவர் ஆறு வேலை களுக்கு விண்ணப்பம்போடுகிறார்.

ஆனால் உண்மையில், அங்கே இருபது காலியிடங்கள் இருக்கின்றன. அதில் ஆறுதான் இவருக்குத் தெரிந்திருக்கிறது, மீதமுள்ள பதினான்கு இடங்களை மற்றவர்கள் கொத்திக்கொண்டுபோகிறார்கள்.

அதெப்படி? அவர்தான் நன்றாகக் கஷ்டப்பட்டுத் தேடியிருக்கிறாரே?

பிரச்னையே அங்கேதான். ஒருவர் என்னதான் கஷ்டப்பட்டாலும், இருக்கிற காலியிடங்களில் 30%தான் வெளியே அறிவிக்கப்படும். மீதமுள்ள 70% காலியிடங்கள் வேறுவகைகளில்தான் நிரப்பப்படும். இதைத் தெரிந்துகொண்டால், அந்தக் காலியிடங்களைக் கண்டறிவதும் எளிது, அந்த வேலைகளைப் பெறுவதும் எளிது.

அதாவது, எல்லாருக்கும் தெரிந்த 30% வேலைகளுக்குப் போட்டியிடுவது சிரமம். மீதமுள்ள 70% அதிகப்பேருக்குத் தெரியாது என்பதால், அங்கே போட்டியும் குறைவு, நம் திறமையைக் காண்பித்து வேலைவாங்கு வதற்கான வாய்ப்புகளும் அதிகம் என்கிறது இந்தப் புத்தகம்.

அந்த 70% வேலைகள் எங்கே இருக்கின்றன? அவற்றுக்கு எப்படித் தயாராவது?

1. ஏற்கெனவே அந்த நிறுவனங்களில் வேலைசெய்கிறவர் களைத் தெரிந்துகொண்டால், அங்கேயுள்ள காலியிடங்களை முன்கூட்டியே அறியலாம். அவர்கள்மூலமாக விண்ணப்பம் செய்தால் நமக்கு முன்னுரிமையும் வழங்கப்படும், நம் திறமையைக் காண்பித்து நேர்முகத்தேர்வில் வெற்றிபெற்றால், நம்மைப் பரிந்துரைத்த அவர்களுக்குப் பணமோ வேறு சலுகைகளோ கிடைக்கும். ஆகவே, நமது துறைசார்ந்த நல்ல, பெரிய நிறுவனங்களில் பணிபுரிகிறவர்களை நம் நெட்வொர்க்கில் வைத்துக்கொள்ளவேண்டும், நமது திறமைகளை அவர்கள் உணரும்படி செய்யவேண்டும்.

2. நாம் ஒரு குறிப்பிட்ட நிறுவனத்தில் சேரவேண்டும் என்று விரும்புகிறோம். ஆனால், அங்கே இப்போது காலியிடங்களே இல்லை. அதனால் மனம் தளரவேண்டியதில்லை. சரியான திறமையுள்ளவர்களை அவர்கள் எப்போதும் தேடிக்கொண்டு தான் இருப்பார்கள். ஆகவே, அந்நிறுவனத்தின் மனிதவளப் பிரிவினருக்கு நேரடியாக மின்னஞ்சலோ கடிதமோ சமூக ஊடகங்கள்மூலம் அறிமுகமோ அனுப்பலாம். இதன்மூலம் காலியிடங்கள் இல்லாதபோதும் நேர்முகத்தேர்வுகளுக்குச்

செல்ல வாய்ப்புண்டு. அவர்களுக்கு நம்மைப் பிடித்திருந்தால், நமக்கேற்ற இடங்களை அவர்களே தேடுவார்கள். அல்லது, பின்னர் அப்படிப்பட்ட காலியிடங்கள் வரும்போது நினைவில் வைத்திருந்து அழைப்பார்கள்

3. ஏற்கெனவே ஒரு நிறுவனத்தில் பணிபுரிந்து கொண்டிருக் கிறவர்கள், அதே நிறுவனத்தின் மற்ற பிரிவுகளில் என்னென்ன காலியிடங்கள் ஏற்படுகின்றன என்பதைத் தொடர்ந்து கவனித்துவரலாம். உதாரணமாக, ஒரு தொழிற்சாலை யில் இயந்திரப்பணியில் இருக்கும் ஒருவர், அந்நிறுவனத்தின் கணினி மென்பொருள் பிரிவுக்கு மாற விரும்பினால், அதற்கான தகுதிகளை வளர்த்துக்கொண்டு, காலியிடங்களைத் தொடர்ந்து கவனித்துவரவேண்டும். பல நிறுவனங்களில் வேலை காலியிடங்கள் ஏற்படும்போது ஏற்கெனவே தங்களிடம் பணிபுரிகிறவர்களுக்கு முன்னுரிமை தருவார்கள். அதற்காகச் சட்டென்று வேலைதந்துவிடமாட்டார்கள், திறமையை நிரூபித்துத்தான் வெற்றிபெறவேண்டும்!

4. இணையம் ஓர் அருமையான ஊடகம், அங்கே நமது விவரங்களை, திறமைகளைப் பதிவுசெய்துவைக்கலாம். நமது துறைசார்ந்த விஷயங்களைத் தொடர்ந்து எழுதிவரலாம். இப்போதெல்லாம் எந்தவொரு காலியிடம் ஏற்பட்டாலும், மனிதவளப்பிரிவினர் முதலில் இணையத்தில்தான் தேடுகிறார்கள், அவர்களுடைய பார்வையில் நாம் இருந்தோ மென்றால், அவர்களே நம்மை அழைத்து 'நேர்முகத் தேர்வுக்கு வருகிறீர்களா?' என்று கேட்பார்கள்.

இப்படி அந்த 70% வேலைகளைப்பெறுவதற்குப் பல வழிகள் இருப்பதால், வேலைதேடுகிறவர்கள் தங்களது நேரத்தைப் புத்தி சாலித்தனமாகப் பிரிக்கவேண்டும். வழக்கமான (அதாவது, எல்லாருக்கும் தெரிந்த) 30% வேலைகளை எண்ணி அதிகம் அலட்டிக் கொள்ளவேண்டியதில்லை. அதற்காக, அந்த வேலைகளையெல்லாம் கண்டுகொள்ளக்கூடாது என்று அர்த்தமல்ல. அவற்றுக்கும் விண்ணப்பம்செய்யவேண்டும். ஆனால் அதற்குக் குறைந்த நேரம் செலவிட்டால்போதும். மீதமுள்ள நேரத்தில் அதிகப்பேருக்குத் தெரியாத 70% வேலைகளுக்குக் குறிவைக்கலாம், அதற்காக இந்தப் புத்தகத்திலிருந்து சில டிப்ஸ்:

- உங்கள் பலங்கள், பலவீனங்களைப் புரிந்துகொள்ளுங்கள். அவற்றின் அடிப்படையில், எப்படிப்பட்ட வேலைகள் உங்களுக்குச் சரிப்படும் என்று கண்டறியுங்கள்.

- அதிகபட்சம் இரண்டு நிமிடத்தில் உங்களைப்பற்றிச் சுருக்கமாகவும் தெளிவாகவும் சொல்லப் பழகுங்கள்.
- இணையத்தில் உங்களுக்கென்று ஒரு பிராண்டை உருவாக்குங்கள். சரியான நபர்களைப் பின்தொடருங்கள். அவர்கள் உங்களைக் கவனிக்கும்படி சரியான விஷயங்களை எழுதிவாருங்கள்.
- உங்களுடைய நெட்வொர்க்கை வளர்த்துக்கொள்ளுங்கள். 70% வேலைகள் இந்த நெட்வொர்க்குகளுக்குள்தான் முதலில் தெரியவரும்.
- நீங்கள் எந்தவகை வேலைகளைத் தேடிக்கொண்டிருக்கிறீர் கள் என்று உங்கள் நெட்வொர்க்குக்குத் தெரியவேண்டும்.
- எந்த நிறுவனங்களில் நீங்கள் வேலைசெய்யவிரும்புகிறீர்கள் என்று யோசியுங்கள். உங்களுக்குத் தெரிந்தவர்கள் அல்லது தெரிந்தவர்களுக்குத் தெரிந்தவர்கள் யாராவது அந்நிறுவனங் களில் வேலைசெய்கிறார்களா என்று தேடுங்கள். அவர்கள் முக்கியப் பொறுப்புகளில் இருக்கவேண்டும் என்றுகூட அவசியமில்லை, நீங்கள் திறமைசாலி என்பதும், அந்நிறுவனத்தில் பணிபுரிய விரும்புகிறீர்கள் என்பதும் அவர்களுக்குத் தெரிந்தாலே போதும்!
- உங்களுடைய Resumeஐத் தொடர்ந்து மேம்படுத்திக் கொண்டே இருங்கள். ஒவ்வொரு வேலைக்கு விண்ணப்பம் செய்யும்போதும் அந்த வேலைக்கேற்ப அதனை மாற்றியமையுங்கள். ஒரே ரெஸ்யூமை ஊர்முழுக்க அனுப்பாதீர்கள்.
- தொடர்ந்து நம்பிக்கையோடு முயற்சி செய்யுங்கள். கண்ணுக்குத் தெரியாத காலியிடங்கள் தெரியத்தொடங்கும். வேலை தேடிவரும்!

12

குறைவாகச் செய்து நிறைவாக வாழ்தல்

நண்பருடைய வீட்டில் ஓர் அழகான தங்கப்பெட்டி. அதன்மீது பிரமாதமான வேலைப்பாடுகளெல்லாம் செய்து விலைமதிப்புமிக்க கற்களைப் பதித்திருக்கிறார்கள்.

'ஆஹா, இந்தப் பெட்டி அருமையாக இருக்கிறதே!' என்று அதை ஆசையாகத் திறந்துபார்த்தால், உள்ளே அனைத்தும் பழைய ஓட்டை உடைசல் சாமான்கள்!

'யோவ், உனக்கென்ன கிறுக்கா? இத்தனை அழகான பெட்டியில இப்படிக் குப்பை சமாசாரங்களைப் போட்டுவெச்சிருக்கியே' என்று நண்பரைக் கோபிக்கிறோம். அவர் சிரித்தபடி, 'நான் செஞ்ச இதே தப்பைத்தானே நீங்க தினமும் செஞ்சுகிட்டிருக்கீங்க?' என்கிறார்.

'என்ன உளர்றே? என்கிட்ட தங்கப்பெட்டியே இல்லை! அப்படி இருந்தா அதுல விலைமதிப்புள்ள பொருள்களைதான் வெச்சிருப்பேன். இந்தமாதிரி ஓட்டைப்பொருள்களையெல்லாம் போட்டுவெச்சு அசிங்கப்படுத்தமாட்டேன்.'

'ஓஹோ, உங்க மூளையில இப்ப என்னவெல்லாம் இருக்குன்னு கொஞ்சம் யோசிங்க' என்கிறார் அவர். 'இன்னிக்கு என்னென்ன வேலைகளைச் செய்யணும்ங்கற பட்டியல், சில நண்பர்கள், உறவினர்களோட தொலைபேசி எண்கள், போனவாரம் பார்த்த படத்துல ஹீரோயினோட காதோரத்துல இருந்த மச்சம், தேங்காய் சாதம் செய்முறை... இதையெல்லாம்தானே மூளையில நிரப்பி வெச்சிருக்கீங்க?'

'என்னோட தங்கப்பெட்டியைவிட விலைமதிப்புமிகுந்த பொருள் உங்க மூளை, அதை நீங்க வெறும் நோட்டுப்புத்தகம் மாதிரிதானே பயன்படுத்தறீங்க? எப்பவாச்சும் போனாப்போகுதுன்னு கொஞ்சம் சிந்திக்கறீங்க, மத்தநேரமெல்லாம் அது உங்களோட விவரங்களை நினைவுல வெச்சுகிட்டே சிரமப்படுது!'

'ஞாபகசக்தியும் மூளையோட வேலைதானே?'

'ஆமாம், ஆனா, அதைச்செய்யறதுக்கு வேற பல கருவிகள் இருக்கே, மொபைல்ஃபோனைத் திறந்து தேடினா ஃபோன் நம்பரெல்லாம் கொட்டும். டைரியைத் திறந்தா இன்றைய வேலைகள் என்னென்னன்னு பார்த்துக்கலாம். அதையெல்லாம் மூளையில போட்டுவெச்சா அது எப்படி உருப்படியான வேலைகளைச் செய்யும்?'

மனிதனுக்குள்ளேயிருக்கிற உள்மூளை சிந்தனைக்கானது. அதோடு சில வெளிமூளைகளையும் பயன்படுத்திக்கொள்ளவேண்டும். ஒரு நோட்டுப்புத்தகமோ ஒலிப்பதிவு இயந்திரமோ ஓர் உதவியாளரோ செய்கிற வேலையை நம்முடைய மூளைக்குத் தந்து வீணடிக்கக் கூடாது என்கிற இந்தச் சுவாரஸ்யமான கருத்தை வலியுறுத்தும் புத்தகம், அரி மீசெல் எழுதிய 'The Art Of Less Doing.'

குறைவாகச் செய்து நிறைவாக வாழ்தல்... அதுதான் இந்தப் புத்தகத்தின் சாராம்சம். நாள்முழுக்கக் கஷ்டப்பட்டு வேலைசெய்து சம்பாதிப்பது ஒருகட்சி என்றால், தினமும் சிலமணிநேரம்மட்டும் 'ஸ்மார்ட்'டாக வேலைசெய்து அதே அளவு, அல்லது அதைவிட அதிகமாகவே சம்பாதிக்கலாம், மனநிறைவோடும் வாழலாம் என்பது இன்னொருகட்சி.

அதெப்படி குறைவாக வேலைசெய்தால் அதிகம் சம்பாதிக்க இயலும்?

குறைவாக வேலைசெய்வது வேறு, வேலையைக் குறைத்துச் செய்வது வேறு. கொஞ்சம் சிந்தித்தால் நம் உழைப்பைக் குறைத்துக் கொண்டு அதே பலனை அடைந்துவிட இயலும்.

ஒருவர் தினமும் அரைமணிநேரம் செலவுசெய்து துணிகளைத் துவைக்கிறார். அவர் ஒரு துணி துவைக்கும் இயந்திரத்தை வாங்கி விட்டால், அவருடைய துணிகளையெல்லாம் அது துவைத்துவிடும், அந்த நேரத்தில் அவர் வேறு ஏதாவது ஒரு வேலையைச் செய்யலாம்.

ஆக, அதே அரைமணிநேரத்தில் துணிகளும் துவைக்கப்பட்டுவிடும், இன்னும் ஓரிரு வேலைகளும் முடிந்துவிடும். காரணம், அவர் துணி துவைத்தல் என்ற வேலையை ஓர் இயந்திரத்திடம் ஒப்படைத்ததுதான்.

அந்த இயந்திரத்தின் விலை, மின்சாரச்செலவு போன்றவற்றைக் கணக்கிட்டால்கூட, இது லாபம்தான்.

கார்ப்பரேட் உலகில் இதனை 'அவுட்சோர்ஸிங்' என்கிறார்கள். அதாவது, ஒரு வேலையைச் செய்கிற பொறுப்பை வெளியாள் ஒருவரிடம் ஒப்படைத்துவிடுவது.

எல்லா வேலைகளையும் 'அவுட்சோர்ஸ்' செய்ய இயலாது, நம்மால் மட்டுமே செய்ய இயலுகிற வேலைகள் என்று சிலது இருக்கும். அவற்றைமட்டும் நாம் வைத்துக்கொண்டு, மற்றவற்றைத்தான் 'அவுட்சோர்ஸ்' செய்யவேண்டும்.

மூளை உதாரணத்தையே எடுத்துக்கொள்ளுங்கள். ஒரு கதையோ கவிதையோ கட்டுரையோ... சிந்திக்கிற வேலை மூளையுடையது. ஆனால், அதை எழுதுகிற வேலையை இன்னொருவரிடம் அவுட்சோர்ஸ் செய்யலாம். பெரிய கவிஞர்கள், எழுத்தாளர்கள் இப்படித்தான் 'எழுது'கிறார்கள்.

அதாவது, சிந்தனைதான் மூளையின் முதன்மையான கடமை. இதனை Core Activity என்பார்கள். அதைத்தவிர மற்ற எல்லாவற்றையும் அவுட்சோர்ஸ் செய்துவிட்டால், அந்த முதன்மைக் கடமையைச் செய்ய அதற்கு நேரம் அதிகமாகக் கிடைக்கும். அதன்மூலம் அது இன்னும் சிறப்பாகச் செயல்படும். இதைத்தான் 'குறைவாகச் செய்து அதிகம் பெறுதல்' என்கிறோம்.

வங்கி அதிகாரி ஒருவர் அலுவலகத்துக்குச் செல்லும்போது, தானே கார் ஓட்டாமல் அதற்கென்று ஓர் ஓட்டுநரை நியமிக்கிறார். அதாவது, தனது மூளையைக் கார் ஓட்டும் செயல், அதுதொடர்பான சிந்தனைகளில் ஈடுபடுத்தாமல், வேறு சிந்தனைகளுக்குச் செலவிடுகிறார்.

இதனால் கார் ஓட்டுவது மோசமான செயல் என்று பொருளல்ல. அந்த அதிகாரிக்கு அது Core Activity இல்லை. ஆகவே, அதை இன்னொருவரிடம் ஒப்படைக்கிறார்.

ஆக, நமது Core Activity என்ன என்பதை முதலில் கண்டறிய வேண்டும். அதற்கு வெளியே எதிலெல்லாம் நாம் நேரத்தை வீணடித்துக்கொண்டிருக்கிறோம் என்று பார்க்கவேண்டும். அவற்றை நிறுத்த இயலுமா, அல்லது, இன்னொருவரிடம் அவுட்சோர்ஸ் செய்துவிட இயலுமா என்று யோசிக்கவேண்டும்.

உதாரணமாக, மாதந்தோறும் ஏழாம்தேதி மின்சாரக்கட்டணம் செலுத்தவேண்டும். அதை நினைவில்வைத்திருந்து, மின்சாரவாரிய

அலுவலகத்துக்குச் சென்று, வரிசையில் நின்று, பணம் செலுத்தித் திரும்புவதற்குப்பதிலாக, அந்த வேலையை இன்னொருவரிடம் தரலாம். அந்த உழைப்புக்காக அவருக்கு ஒரு சிறு கூலி தரலாம்.

அதைவிடச் சிறப்பு, தானியங்கிப் பணம் செலுத்தல்முறையைப் பயன்படுத்தலாம். அதன்மூலம் ஏழாம்தேதியானால் நம் வங்கிக்கணக்கிலிருந்து பணம் தானே மின்சாரவாரியத்தின் வங்கிக் கணக்குக்குச் சென்றுவிடும். இதற்குப் பெயர் 'Automate', அதாவது, தானே இயங்கச்செய்தல்.

இப்படி நம் Core Activitiesக்கு வெளியே ஒவ்வொருநாளும் நம் நேரத்தை உழைப்பைத் தின்றுகொண்டிருக்கும் வேலைகளைக் கண்டுபிடித்து, அவற்றை Outsource/Automate செய்யத் தொடங்கினால், திடீரென்று நமக்கு அதிக நேரம் கிடைக்கிறாற் போலிருக்கும். எந்நேரமும் பரபரவென்று சுற்றிக்கொண்டிருந்துவிட்டுப் பிறகு 'நேரமே பத்தலை' என்று புலம்பாமல், சில விஷயங்களில்மட்டும் கவனம்செலுத்தி சிறப்பாகச் சாதிக்கத் தொடங்குவோம்!

13

சுறுசுறுப்பு தொடரட்டும்!

வீட்டிலிருந்து எங்கே கிளம்பினாலும் சரி, புறப்படுவதற்குமுன்னால் செல்ஃபோனை எடுத்துப்பார்க்கிறோம், 'பேட்டரியில தேவையான அளவு சார்ஜ் இருக்கா? திரும்பி வர்றவரைக்கும் போதுமா?'

ஒருவேளை போதாது என்றால், செல்லுமிடத்தில் எங்கேயாவது சார்ஜ் போடுகிறோம். சிலர் காரிலேயே செல்ஃபோனை சார்ஜ் செய்துகொள்கிறார்கள். இதற்கென்றே External Charger ஒன்றைத் தூக்கிச் செல்கிறவர்களும் உண்டு.

இதெல்லாம் எதற்காக?

என்ன கேள்வி இது? ஃபோன் பேட்டரியில் சார்ஜ் இருந்தால்தானே அது இயங்கும்? இல்லாவிட்டால், விலையுயர்ந்த ஃபோன்கூட வெறும் டப்பாதான். பேட்டரியில் சார்ஜ் இல்லாவிட்டால் மற்றவர்கள் நம்மைத் தொடர்புகொள்ள இயலாது. நாமும் மற்றவர்களைத் தொடர்புகொள்ள இயலாது. அதனால்தான் எப்போதும் செல்ஃபோனில் போதுமான அளவு சார்ஜ் இருக்கும்படி பார்த்துக்கொள்கிறோம்.

செல்ஃபோன் பேட்டரியின் சார்ஜுக்கே இவ்வளவு முக்கியத்துவம் தருகிற நாம், நம்முடைய உள்பேட்டரியில் சார்ஜ் இருக்கிறதா என்று கவனிக்கிறோமா?

அதென்ன உள்பேட்டரி?

ஒரேவேலையை இரண்டு வெவ்வேறு நபர்களுக்குக் கொடுக்கிறோம். இரண்டுபேரும் ஒரேமாதிரியா வேலைசெய்கிறார்கள்? சிலர்

சுறுசுறுப்பாக அந்த வேலையை ஏற்றுக்கொண்டு செய்துமுடிக்கிறார்கள். சிலர் ஏனோதானோ என்று செய்கிறார்கள். அல்லது மற்றவர்கள் தங்களை வழிநடத்தவேண்டும் என்று காத்திருக்கிறார்கள்.

அதற்காக, இரண்டாவது வகையினர் திறமையற்றவர்கள் என்று எண்ணிவிடக்கூடாது. அவர்களும் திறமைசாலிகள்தான், ஆனால் அவர்களுக்குள்ளே பேட்டரியில் சார்ஜ் வற்றிப்போயிருக்கிறது. மீண்டும் சார்ஜ் ஏறும்வரை அவர்கள் இப்படித்தான் தூங்கிவழிவார்கள்.

இங்கே சார்ஜ் என்றால் சாப்பாடு, தண்ணீர், கார், வீடு, மனைவி, மக்கள் போன்றவை அல்ல. அதற்கும்மேலே ஒன்று இருக்கிறது. அதுதான், தன்முனைப்பு. அந்த பேட்டரியில் சார்ஜ் உள்ளவரை நாம் சுறுசுறுப்பாக எந்த வேலையையும் செய்வோம், இல்லாவிட்டால் சோர்ந்துவிடுவோம், இதனைப் புரிந்துகொண்டு பேட்டரியை எப்போதும் சார்ஜில் வைத்துக்கொள்ளவேண்டும், அப்போதுதான் எதிலும் வெற்றிபெற இயலும் என்கிறது ஒரு சமீபத்திய புத்தகம். 'Are You Fully Charged?' என்ற அந்தப் புத்தகத்தை எழுதியவர் டாம் ரேத்.

நம்முடைய பேட்டரியை சார்ஜ் செய்வது எப்படி?

இளவயதில் எல்லாருடைய பேட்டரியும் முழுசார்ஜில்தான் இருக்கும். காரணம், அவர்களுக்குத் தேவைகள் அதிகம். ஒரு குறிப்பிட்ட அளவு சம்பாதித்தால்தான் வீட்டில் மூன்றுவேளை சாப்பாடு, அடிப்படை வசதிகளெல்லாம் கிடைக்கும் என்பதால் சுறுசுறுப்பாக வேலை செய்வார்கள். சேமிப்பார்கள். பணியிடத்திலும் மளமளவென்று முன்னேறுவார்கள்.

ஒருகட்டத்தில், இவர்களுடைய அடிப்படைத்தேவைகள் நிறைவேறிவிடும். ஓரளவு நல்ல சம்பளம், வீடு, வசதி என்று செட்டிலாகிவிடுவார்கள்.

இந்த நேரத்தில்தான், பேட்டரி அதிவேகமாகத் தீர ஆரம்பிக்கும். ஒவ்வொருநாளும் அலுவலகத்துக்குச் செல்வதே ஒரு பெரிய வேலையாகத் தோன்றும். எதிலும் ஆர்வமே இருக்காது.

காரணம், இவர்களுக்கு வாழ்க்கையில் வேண்டியவை அனைத்தும் கிடைத்துவிட்டன. இதற்குமேல் என்ன என்கிற கேள்விக்குப் பதில் இல்லை. ஆகவே, பேட்டரியில் சார்ஜ் இறங்கிவிடுகிறது.

அதுபோன்ற நேரங்களில் பேட்டரியை மீண்டும் சார்ஜ் செய்துகொள்ள மூன்று எளிய வழிகளைச் சொல்கிறார் டாம் ரேத்: அர்த்தம், உறவுகள், ஆற்றல்.

முதலாவதாக, நம் வாழ்க்கையின் அர்த்தம் என்ன என்று தேட ஆரம்பிக்கவேண்டும். 'தேடிச்சோறு நிதம்தின்று' என்று ஒரு பாரதி பாடல் வருமே, அதற்காகவா நாம் வாழ்கிறோம்? நாமும் அந்த வேடிக்கை மனிதர்களில் ஒருவர்தானா? எல்லாரும் செய்வதையே செய்வதற்கா நாம் பிறந்தோம்? தனித்துவமாக நாம் என்ன செய்யப் போகிறோம்? இந்த உலகுக்கு நம் பங்களிப்பு என்ன?

இந்தக் கேள்வியைச் சந்திப்பது மிகவும் கடினம். அதனால், பலர் இதை யோசிக்காமலே வாழ்ந்துவிடுவார்கள். ஆனால், அதை யோசிக்கத் தொடங்குவதுதான் ஒருவருடைய பேட்டரியை அதிவேகமாக சார்ஜ் செய்யும்.

உதாரணமாக, எல்லா வசதிகளும் இருக்கிற ஒருவர் ஞாயிற்றுக் கிழமைகளில் ஒரு முதியோர் இல்லத்துக்குச் சென்று அங்குள்ளவர் களுக்குப் புத்தகம் படித்துக்காட்டுகிறார். அதில்தான் அவருடைய வாழ்க்கைக்கு ஓர் அர்த்தம் கிடைப்பதாக அவருக்குத் தோன்றுகிறது. அந்த ஒருநாள், அடுத்த ஆறுநாள்களுக்கு அவருடைய பேட்டரியை முழுசார்ஜில் வைத்திருக்கிறது.

இதுபோல், உங்கள் வாழ்க்கைக்கு அர்த்தம் தருவது என்ன? ஒரு கவிதை, ஒரு கண்டுபிடிப்பு, நான்கு அன்பான மனிதர்கள், ஏழெட்டுப் புன்னகை முகங்கள்... இவையெல்லாம் காசைவிட முக்கியம்!

உங்களைச் சுற்றியிருக்கிறவர்களுக்கு என்ன தேவை என்று யோசியுங்கள். நீங்கள் என்ன செய்யவிரும்புகிறீர்கள் என்பதை யோசியுங்கள். இரண்டையும் பொருத்தினால் வாழ்க்கைக்கு அர்த்தம் கிடைத்துவிடும்!

இரண்டாவதாக, உறவுகள்: நம்மைச்சுற்றியிருக்கிற எல்லாருடனும் நாம் எப்படிப் பழகுகிறோம்?

தனித்து ஜெயிப்பதில் மகிழ்ச்சி இல்லை. உங்களுடைய முயற்சிகள் ஒவ்வொன்றிலும் தகுதியுள்ளவர்களை உடன் அழைத்துச் செல்லுங்கள். அவர்களுடைய பலவீனங்களை நீங்கள் நிரப்புங்கள். உங்கள் பலவீனங்களை அவர்கள் நிரப்பட்டும். அனைவரும் சேர்ந்து பலமடங்கு ஜெயிக்கலாம்.

நிறைவாக, ஆற்றலைப் பெருக்கிக்கொள்ளுங்கள். உங்கள் உடல்நலத்தைக் கவனியுங்கள். சரிவிகித உணவுகளைச் சாப்பிடுங்கள். எதைச் சாப்பிட்டால் உங்களுடைய மனோநிலை எப்படி மாறுகிறது என்பதைத் தெரிந்துகொண்டு, அதற்கேற்ப உங்கள் உணவுப் பழக்கத்தை அமைத்துக்கொள்ளுங்கள்.

அடுத்து, ஒரே இடத்தில் உட்கார்கிற பழக்கம் வேண்டாம். உங்களுடைய வேலை அப்படி இருந்தாலும் பரவாயில்லை. அவ்வப் போது சும்மா அங்குமிங்கும் நடந்து திரும்புங்கள், ஓடுங்கள். லிஃப்டை விட்டுவிட்டுப் படிகளில் இறங்குங்கள். எப்படியாவது 'அசையும்' வாய்ப்புகளை ஏற்படுத்திக்கொள்ளுங்கள். அசையாச் சொத்தாக மாறிவிடாதீர்கள்.

சிலர் ஒழுங்காகத் தூங்காமல் அதையே ஒரு பெருமையாகச் சொல்லிக் கொள்வார்கள். உண்மையில், தூங்காமல் வேலைபார்த்தால் யாராலும் அதிகம் சாதிக்க இயலாது. முன்பைவிடக் குறைவாகத்தான் சாதிப்பார்கள். உங்கள் உடம்புக்கு எவ்வளவு தூக்கம் தேவையோ அவ்வளவுநேரம் தூங்குங்கள். அது உங்களை நன்கு சார்ஜ் செய்துவிடும்.

அதேபோல், நீங்கள் நினைப்பது ஏதேனும் நடக்காவிட்டால் பதற்றப் படாதீர்கள். தோல்விகளைக்கண்டு துவண்டுவிடாமல் எதிர்த்து நிற்கும் திறனை வளர்த்துக்கொள்ளுங்கள். புன்னகையை ஒருபோதும் மறக்கவேண்டாம்.

இதையெல்லாம் ஒழுங்காகச் செய்தால், உங்களுக்குள் இருக்கும் பேட்டரியில் எப்போதும் சார்ஜ் குறையாது. எந்நேரமும் சுறுசுறுப் போடு செயலாற்றுவீர்கள், மனநிறைவோடும் வாழ்வீர்கள்.

14

முதன்மைச் சிறப்பு

'அவர் பெரிய ஆள்!'

இந்தப் பாராட்டுக்கு என்ன பொருள்? எதைவைத்து ஒருவரைப் பெரிய ஆள் அல்லது சிறிய ஆள் என்று வகைபிரிக்கிறோம்?

சிலருடைய பதவி, அதிகாரம் அவர்களைப் 'பெரியவர்கள்' ஆக்குகிறது. பிரதமர், முதல்வர், மேலாளர், அரசு அதிகாரி போன்ற பொறுப்புகளிலிருக்கிறவர்களை மற்றவர்கள் பெரியவர்களாகக் கருதுகிறார்கள்.

இன்னும் சிலர் பணத்தால் பெரியவர்களாகிறார்கள். சிலருடைய புகழ் காரணமாக அவர்களைப் பெரியவர்களாக எண்ணுகிறோம். இவை இல்லாதவர்களைச் சிறியவர்கள் என்கிறோம்.

உண்மையில், இவை அனைத்தும் 'இரண்டாம்நிலைச் சிறப்புகள்'தான் (Secondary Greatness) என்கிறது ஒரு சமீபத்திய புத்தகம். இவற்றை விஞ்சிய முதன்மைச்சிறப்புகளை நோக்கி நம்மைச் செல்லத் தூண்டுகிறது. 'Primary Greatness' என்ற அந்தப் புத்தகத்தின் ஆசிரியர், ஸ்டீஃபன் ஆர்.கோவெ.

அதென்ன முதன்மைச்சிறப்பு?

ஒருவருடைய பங்களிப்பின்மூலம் வருகிற சிறப்புதான் முதன்மை யானது என்கிறது இந்தப்புத்தகம். அதாவது, ஒருவர் எந்தப் பதவியில் இருக்கிறார், என்ன சம்பாதிக்கிறார், அவருக்கு எத்தனை ரசிகர்கள் இருக்கிறார்கள் என்பதையெல்லாம் கவனிக்காமல், உண்மையில்

அவர் என்ன செய்திருக்கிறார், பிறரிடம் எப்படி நடந்துகொள்கிறார் என்பதைக் கவனிக்கச் சொல்கிறது. அப்படி வரும் பெருமைதான் உண்மையானது. அதைத்தான் நாம் தேடவேண்டும் என்கிறது.

உதாரணமாக, ஒரு பாலம் திறந்துவைக்கப்படுகிறது என்றால், அதைத் திறந்துவைக்கும் அமைச்சரைத்தான் பத்திரிகைகள் புகழும். அவரைப் படமெடுத்து வெளியிடும்.

ஆனால், அந்த இடத்தின் புவியியல்தன்மையை அறிந்து, அதற்கேற்ற ஒரு பாலத்தை வடிவமைத்த பொறியியலாளரும், அதனைக் கச்சிதமாகக் கட்டிமுடித்தவர்களும் அந்த விழாமேடையில் இருக்க மாட்டார்கள். அதற்காக அவர்களுடைய பங்களிப்பைக் குறைத்து மதிப்பிட்டுவிடமுடியுமா?

இங்கே அமைச்சரை மேடையிலிருந்து இறக்கிவிட்டுப் பொறியாளரை, தொழிலாளர்களை மேடையில் ஏற்றச் சொல்லவில்லை. அமைச்சரும் இந்தப் பாலத்துக்கு வேறொருவகையில் பங்களித்திருக் கலாம். அவரைப்போல் இன்னும் பலரும் பங்களித்திருப்பார்கள். இதையெல்லாம் புரிந்துகொள்ளாமல், மேடை, வெளிச்சம், பொன்னாடை போன்ற இரண்டாம்நிலைச் சிறப்புகளைமட்டும் கவனிப்பதுதான் தவறு.

ஓர் இளைஞர் கல்லூரிப்படிப்பை முடித்துவிட்டு ஒரு நிறுவனத்தில் வேலைக்குச் சேருகிறார். 'என்றைக்காவது நான் இந்த நிறுவனத்தின் தலைவராக உயர்வேன்' என்று எண்ணுகிறார்.

இது ஒரு நல்ல இலக்கு. அப்படிக் கனவுகண்டு, அதற்கேற்பத் திட்டமிட்டு முன்னேறியவர்கள்தான் பெரிய வெற்றியாளர்கள்.

ஆனால், அவர் எதற்காக அந்த நிறுவனத்தின் தலைவராக விரும்புகிறார்? நிறைய சம்பளம் வரும் என்பதற்காகவா? எதிர்ப்படுகிற எல்லாரும் தனக்கு சல்யூட் வைப்பார்கள் என்பதற்காகவா? தான் நினைத்தால் யாருக்கும் வேலை தரலாம், யாரை வேண்டுமானாலும் வேலையிலிருந்து நீக்கலாம் என்பதற்காகவா?

இவையெல்லாம் வெளிச்சிறப்புகள். இவற்றை விரும்புவதில் தவறில்லை. ஆனால், இவற்றைமட்டும் விரும்பினால், உண்மையான உள்சிறப்புகளை அவர் மறந்துவிடுவார்.

உதாரணமாக, அந்த நிறுவனத்தின் தலைவர் என்றமுறையில் அவர் பல்லாயிரம் பேருக்கு வேலை தந்து பல குடும்பங்களைக் காப்பாற்ற லாம். இன்னும் பல வேலைவாய்ப்புகளை உருவாக்கலாம். புதிய

தயாரிப்பொன்றை உருவாக்கி நாட்டின் வருவாயை உயர்த்தலாம். சமூகப் பிரச்னையொன்றைத் தீர்க்கலாம். நிறுவன லாபத்தின் ஒரு பகுதியைக்கொண்டு ஏழை மாணவர்களுக்கு உதவலாம். மாற்றுத் திறனாளிகளுக்கு வேலை தரலாம். இவையெல்லாம் அந்தத் தலைமைப்பதவியைக்கொண்டு அவர் சாதிக்கக்கூடியவை, இவை தான் அப்பதவியின் உண்மையான சிறப்புகள்.

ஒருவேளை அந்த மாணவர் இந்த முதன்மைச்சிறப்புகளை மனத்தில் கொண்டு செயல்பட்டால், மற்ற இரண்டாம்நிலைச் சிறப்புகள் தானாக வரும். மாறாக, இரண்டாம்நிலைச் சிறப்புகளில்மட்டும் கவனம் செலுத்தினால், வெற்றி கிடைக்காது. அப்படியே கிடைத்தாலும் அது சீக்கிரம் உடைந்துவிடும்.

நம்முடைய சமூகம்முழுவதுமே இரண்டாம்நிலைச் சிறப்புகளைத் தான் அதிகம் கவனிக்கிறது. எந்தவொரு வெற்றியாளரையும் அவருடைய சம்பளம், புகழ் போன்ற விஷயங்களைவைத்துத்தான் நாம் எடைபோடுகிறோம். அதைத்தாண்டி அவருடைய பங்களிப்பு என்ன என்று யோசிப்பதே இல்லை.

இந்த மனோபாவம், நாம் நுழைகிற ஒவ்வொருதுறையிலும் வெளிப்படுகிறது. இரண்டாம்நிலைச் சிறப்புகளைமட்டுமே துரத்திக் கொண்டிருக்கிறோம். முதன்மைச்சிறப்புகளில் கவனம்செலுத்தினால் மற்றவை தானாக அமையும் என்பது புரிவதில்லை.

அதெல்லாம் சரி, இந்த முதன்மைச்சிறப்புகளை எப்படிப்பெறுவது?

இதற்கு இந்தப்புத்தகம் பன்னிரண்டு குணங்களைப் பட்டியலிடுகிறது. இவற்றை '12 Levers' அதாவது, 12 நெம்புகோல்கள் என்று அழைக்கிறது. நெம்புகோல்களைப் பயன்படுத்தி எந்தப் பெரிய எடையையும் நகர்த்திவிடமுடியுமல்லவா? அதுபோல, இந்தப் பன்னிரண்டு குணங்களும் முதன்மைச்சிறப்புகளைக் கொண்டுவரும்:

1. நேர்மை: செய்கிற வேலை எதுவானாலும் சரி, எதற்காகவும் நேர்மையை விட்டுவிடக்கூடாது. அதை இழந்து பெறுகிற எந்த வெற்றியும் முக்கியமில்லை என்கிற தெளிவு இருக்க வேண்டும்.

2. பங்களிப்பு: எப்பேர்ப்பட்ட பொறுப்பில் இருந்தாலும் சரி, நமக்குக்கீழே எத்தனைபேர் இருந்தாலும் சரி, ஒருவிஷயத்தில் நம்முடைய அசலான பங்களிப்பு என்ன என்பதை நேர்மை யாக எடைபோடவேண்டும். நம் திறன்களை, அனுபவத்தைச் சரியானமுறையில் பயன்படுத்தவேண்டும்.

3. ஆயிரம் பணிகள் கைவசம் இருந்தாலும், அதில் எது முக்கியம் என்கிற தெளிவு இருக்கவேண்டும். அதில் அதிகக் கவனம் செலுத்தவேண்டும்.

4. தேவைப்படும் நேரங்களில் பொதுநலனுக்காக (அல்லது, பலருடைய நலனுக்காக) நம்முடைய தனிப்பட்ட விருப்பங்களைத் தியாகம் செய்யத் தயாராயிருக்கவேண்டும்.

5. சேவை மனப்பான்மை: சேவை நிறுவனங்களில் இணைந்து கிராமத்துக்குச் செல்கிறவர்கள்மட்டும்தான் சேவை செய்கிறார்கள் என்றில்லை. எல்லாத்துறைகளிலும் இருக்கிற ஒவ்வொருவரும் சமூகத்துக்கு ஏதோ ஒருவிதத்தில் சேவை செய்துகொண்டுதான் இருக்கிறோம். அதனை உணர்ந்துகொண்டால் நமது நடவடிக்கைகளே மாறிவிடும். எதையும் வெறும் வேலையாக அணுகாமல், பிறருக்குச் செய்யும் சேவையாகக் கருதத் தொடங்கிவிடுவோம். அதைச் சிறப்பாகச் செய்யவேண்டும் என்கிற எண்ணம் உண்டாகும்.

6. பொறுப்புணர்ச்சி: எடுத்துக்கொண்ட வேலை எதுவானாலும் அதனைப் பொறுப்புடன் நிறைவேற்றவேண்டும். 'இவனிடம் ஒரு வேலையைத் தந்தால் போதும். அனைத்தையும் இவனே பார்த்துக்கொள்வான்' என்று பெயர் வாங்கவேண்டும்.

7. விசுவாசம்: பிறர் நம்மீது வைத்திருக்கும் நம்பிக்கைக்குப் பாத்திரமாக நடந்துகொள்ளவேண்டும்.

8. தான் பெற்றுக்கொண்ட நன்மைகளை ஏதோ ஒருவிதத்தில் பிறருக்குத் திரும்பத்தரவேண்டும் என்கிற உணர்வு வேண்டும்.

9. எல்லாரும் எல்லாவற்றையும் ஒரேமாதிரி செய்யப் போவதில்லை. சமூகத்தின் பன்முகத்தன்மையை உணர்ந்து செயல்படவேண்டும்.

10. எப்போதும் புதியவற்றைக் கற்றுக்கொள்ளும் ஆர்வத்துடன் இருக்கவேண்டும்.

11. தொடர்ச்சியாகத் தன்னைப் புதுப்பித்துக்கொள்ளும் விருப்பம் வேண்டும்.

12. தன் திறன்களை, அனுபவத்தைப் பிறருக்குக் கற்றுக் கொடுக்கும் ஆர்வம் வேண்டும்.

இந்தப் பன்னிரண்டு விஷயங்களையும் தனியே கல்லூரியில் சென்று கற்றுக்கொள்ளவேண்டிய அவசியமே இல்லை. அநேகமாக ஒவ்வொரு தந்தை, தாயும், ஆசிரியரும் தங்கள் பிள்ளைகளுக்குச் சொல்லித்தருகிற விஷயங்கள்தான் இவை. பணம், புகழ், பதவி, அதிகாரம் போன்ற இரண்டாம்நிலைச் சிறப்புகளின்மீது கவனம் அதிகரிக்கும்போது, இவற்றுக்கு முக்கியத்துவம் குறையும். ஆகவே, இவற்றை அவ்வப்போது நினைவுபடுத்திக்கொண்டாலே பெரிய விஷயம்!

முதன்மைச்சிறப்புதான் உண்மையான சிறப்பு. மற்ற அனைத்தும் இரண்டாம்பட்சம் என்ற உணர்வுடன் செயல்படுகிறவர்களுடைய வெற்றி ருசியாக இருக்கும், நெடுநாள் நிலைக்கும்!

15

உண்மை என்னும் ஆற்றல்!

அலுவலகத்தில் புதிதாக வேலைக்குச் சேர்ந்திருக்கிறீர்கள். மேலதிகாரி ஒரு முக்கியமான வேலையை உங்களிடம் ஒப்படைத் திருக்கிறார்.

சில மணிநேரம்கழித்து, அவர் உங்களருகே வருகிறார். 'இன்னும் அரை மணிநேரம்தான் இருக்கு. வேலை முடிஞ்சதா?' என்று கேட்கிறார்.

உங்களுக்குத் தூக்கிவாரிப்போடுகிறது. காரணம், வேறு ஏதோ ஞாபகத்தில் அவர் சொன்ன வேலையைச் சுத்தமாக மறந்துவிட்டீர்கள். இப்போது மீதமிருக்கும் அரைமணிநேரத்தில் அந்த வேலையைச் செய்துமுடிக்க இயலாது.

இந்தச் சூழ்நிலையில், நீங்கள் என்ன செய்வீர்கள்? உண்மையை ஒப்புக் கொண்டு மன்னிப்புக்கேட்பீர்களா? அல்லது, எதுவுமே தெரியாதது போல் தலையாட்டிவிட்டு அரக்கப்பரக்க அந்த வேலையைச் செய்து முடிக்க முயற்சிசெய்து தோற்றுப்போவீர்களா?

பெரும்பாலானோர் உண்மையைச்சொல்லமாட்டார்கள். காரணம், பயம். நிஜத்தைச்சொன்னால் மேலதிகாரி என்ன செய்வாரோ என்று பதற்றத்துடன் தங்களுடைய பிழையைத் தாங்களே சரிசெய்யப் பார்ப்பார்கள்.

செய்தது தவறுதான் என்றாலும், அதை ஒப்புக்கொள்கிற தைரியம் இங்கே பலருக்கு இருப்பதில்லை. அதை மறைக்கவே முயற்சி செய்கிறார்கள்.

இதனால், பிரச்னை இன்னும் பெரிதாகிவிடும். மூன்றுமணிநேரம் நிதானமாகச் செய்யவேண்டிய ஒருவேலையை அரைமணிநேரத்தில் செய்தால் அதன் தரம் எப்படி இருக்கும்? அப்படி அரைகுறையாக ஒரு வேலையைச்செய்து அதன்பிறகு மேலதிகாரியிடம் திட்டு வாங்குவதைவிட, ஆரம்பத்திலேயே உண்மையைச் சொல்லிவிடுவது சிறப்பல்லவா?

அந்தத் தைரியம்தான் வெற்றிக்கு அவசியமான குணம் என்கிறது ஒரு சமீபத்திய புத்தகம். 'பொய்சொல்லத் தைரியமே தேவையில்லை, உண்மையைப் பேசுவதற்குத்தான் அது அவசியம்' என்ற மையக் கருத்தைக்கொண்ட இந்தப் புத்தகத்தின் பெயர் 'The Courage Solution'. எழுதியவர் மிண்டி மெக்கென்சி.

உண்மையைப்பேசுவதில் ஒரு மிகப்பெரிய சக்தி இருக்கிறது என்கிறார் மிண்டி. மேலதிகாரியாகட்டும், சக ஊழியர்களாகட்டும், நமக்குக்கீழே பணிபுரிகிறவர்களாகட்டும், அலுவலகத்துக்குவெளியே உறவினர்கள், நண்பர்கள் என்று யாராக இருந்தாலும் சரி, தைரியமாக உண்மையை மட்டுமே பேசினால் ஆச்சர்யத்தக்க மாற்றங்களைக்காணலாம் என்பது இவருடைய கருத்து.

இதைத்தானே நம் தந்தை, தாய், ஆசிரியர்கள், தலைவர்கள் எல்லாரும் சொன்னார்கள்?

'ஆனால் நாம் கேட்கவில்லையே' என்று சிரிக்கிறார் மிண்டி. 'உலகில் உண்மை பேசுகிறவர்கள் குறைந்துவிட்டார்கள் என்பதுதான் எதார்த்தம். நாம் ஒரு பொய்யை மறைக்க ஓராயிரம் பொய்களைச்சொல்லப் பழகிவிட்டோம், நடந்ததை நடந்தபடி சொல்லும் தைரியம் நமக்கில்லை. அதனால் புதிய பிரச்னைகளை இழுத்துப்போட்டுக்கொள்கிறோம்.'

பல நேரங்களில் உண்மையைச் சொன்னால்தானே பிரச்னை வரும்!

உதாரணமாக, அலுவலகத்தில் ஏதோ ஒரு பிரச்னை. அதைத் தீர்ப்பதற்கு நம் மேலதிகாரி ஒரு யோசனை சொல்கிறார். அது மகாசொதப்பலாக இருக்கிறது. ஆனால் அவரோ அது ஒரு மிகப்பிரமாதமான விஷயம் என்று நினைத்துக்கொண்டு பேசுகிறார். 'இதைப்பத்தி நீங்க என்ன நினைக்கறீங்க?' என்று நம்மிடம் கருத்துக்கேட்கிறார்.

இந்தச் சூழ்நிலையில் உண்மையைச் சொன்னால் என்ன ஆகும்? மறுகணம் வேலை போய்விடாதா?

அதற்காக, ‘செம யோசனை பாஸ், உங்களுக்குமட்டும் இதெல்லாம் எப்படித் தோணுது?’ என்று அவருக்குச் சோப்புப்போட்டால், தாற்காலிகமாக நம் வேலை தப்பிக்கும். ஆனால், அந்தச் சொதப்பல் யோசனை அமலுக்கு வந்தால் அதனால் எல்லாருக்கும்தானே பிரச்னை?

ஆகவே, அங்கேயே தைரியமாக உண்மையைச் சொல்லவேண்டும். முகத்தில் அறைவதுபோல் அல்ல, மென்மையாக.

அதற்கு LCS என்றவொரு முறையைச் சிபாரிசு செய்கிறது இந்தப் புத்தகம். அதாவது, Like, Concern, Suggest.

முதலில், அவர் சொல்லும் யோசனையில் ஏதாவது ஒரு நல்ல அம்சம் இருக்கும். ஒருவேளை இல்லாவிட்டாலும், கஷ்டப்பட்டு அதைத் தேடிப்பிடிக்கவேண்டும். அந்த யோசனையை நாம் விரும்புவதற்கான ஒரு காரணத்தை உண்டாக்கவேண்டும். இதுதான் Like.

ஆனால், அப்படியொரு காரணம் இருந்தாலும்கூட இந்த யோசனையை நீங்கள் ஏற்றுக்கொள்ளவில்லை. அது ஏன்? இந்த யோசனை செயல் படுத்தப்பட்டால் என்ன பிரச்னை வரும் என்று நீங்கள் நினைக்கிறீர்கள்... இதைச்சொல்லி உங்கள் கவலையை அவருக்குப் புரியவைக்க வேண்டும். இதுதான் Concern.

நிறைவாக, போகிறபோக்கில் அவருடைய யோசனையைக் குறை சொல்வதோடு நிறுத்தக்கூடாது. அந்த யோசனைக்கு மாற்றாக நீங்கள் என்ன நினைக்கிறீர்கள் என்பதைச் சொல்லவேண்டும். இதுதான் Suggest.

சுருக்கமாகச்சொன்னால், நம் ஊரில் ‘பக்குவமாப் பேசறது’ என்பார்களே. அதுதான் LCS. இந்த நுட்பத்தைப்பயன்படுத்தினால் ‘உங்க யோசனை நல்லால்லே’ என்பதைக்கூட மேலதிகாரிக்குப் பிடிக்கும்படி சொல்லிவிடலாம்.

உதாரணமாக, ‘சார், நீங்க சொல்ற யோசனை நம்ம பிரச்னைக்கு உடனடியா ஒரு நல்ல தீர்வைத் தரும் (Like), ஆனா, தொலைநோக்குல யோசிக்கும்போது இதனால வேற சில பிரச்னைகள் வரும்ன்னு தோணுது (Concern)... அதைத் தவிர்க்கறதுக்கு நாம இப்படிச் செஞ்சுபார்த்தா என்ன? (Suggest).

அவ்வளவுதான். கொஞ்சம் யோசித்தால் இந்த LCS வாக்கிய அமைப்பில் எப்பேர்ப்பட்ட விஷயத்தையும் பக்குவமாகச் சொல்லி விடலாம். கேட்கிறவர் கோபப்படமாட்டார், நம்முடைய சிந்தனையைப் பாராட்டுவார்!

இப்படி எல்லாரிடமும் நல்லபெயரெடுக்கவும் தொழிலில், தனிப்பட்ட முறையில் முன்னேறவும் தைரியத்தை, உண்மையைப் பயன்படுத்திக் கொள்ளுங்கள் என்றுசொல்லும் மிண்டி அதற்குச் சுவையான பல உத்திகளையும் சொல்கிறார்:

- ஒவ்வொருவரிடமும் பாராட்டத்தக்க அம்சங்கள் இருக்கும். அவற்றை முனைந்து கண்டுபிடியுங்கள். வெளிப்படையாக, உண்மையாகப் பாராட்டுங்கள். இதைத் தொடர்ந்து செய்து வந்தால், பின்னர் நீங்கள் என்றைக்காவது அவர்களுடைய செயல்களில் குறைகாணும்போது, அவர்கள் கோபப்பட மாட்டார்கள், உங்கள் கருத்தை மதிப்பார்கள்.

- உங்கள் மேலதிகாரியின் மிகப்பெரிய (அலுவலகக்) கவலை என்ன என்பதைப் புரிந்துகொள்ளுங்கள். அதைச் சரிசெய்வது உங்கள் வேலையாக இல்லாவிட்டாலும் பரவாயில்லை. அதற்கு உங்களால் என்ன செய்ய இயலும் என்று யோசியுங்கள், இயன்றதைச் செய்யுங்கள்.

- சக ஊழியர்களை வெறும் போட்டியாளர்களாக எண்ணாதீர்கள். அவர்களுடன் நீங்களும் ஒரே குழுவில்தான் இருக்கிறீர்கள், நீங்கள் எல்லாரும் சேர்ந்து உழைத்தால் நிறுவனம் இன்னும் வேகமாக முன்னேறும். ஆகவே, அலுவலகத்தில் நட்பை அதிகரிக்கப் பழகுங்கள்.

- நிறுவனத்துக்காக நெடுநேரம் உழைப்பதுதான் நல்ல ஊழியருக்கு அழகு என்று யார் சொன்னார்கள்? நீங்களே அப்படி நினைத்துக்கொண்டு உங்கள் உடம்பைக் கெடுத்துக் கொள்ள வேண்டியதில்லை. கொடுக்கப்பட்ட வேலைகளை உரிய நேரத்தில் செய்யும் கலையைக் கற்றுக்கொள்ளுங்கள். ‘ராப்பகலா ஆஃபீஸ்ல கெடக்கறேன், என்னை யாரும் மதிக்கறதே இல்லை’ என்று ஊரைக் குறைசொல்லாதீர்கள்.

- அவ்வப்போது ஓய்வெடுத்துக்கொண்டு எங்கேயாவது சென்று திரும்புங்கள். நீங்கள் இல்லாமல் அலுவலகம் எப்படி நடக்குமோ என்கிற பதற்றத்தில் விடுமுறையை வீணாக்காதீர்கள். உங்கள் தனிப்பட்ட நேரத்தைத் தைரியமாக அனுபவியுங்கள். பின்னர் நீங்கள் அலுவலகம் திரும்பும்போது அது உங்களை மேலும் சிறப்பாகச் செயல்படச்செய்யும்.

16

ஐந்தே நாளில் அதிசயம்!

உங்களுக்கு ஒரு பிரமாதமான சிந்தனை தோன்றியிருக்கிறது. ‘யுரேகா’ என்று கத்திக்கொண்டே (உடையோடுதான்) ஓடிவருகிறீர்கள்.

மகிழ்ச்சி. அடுத்து என்ன?

அந்தச் சிந்தனையைச் செயல்படுத்தி வெற்றியடைய வேண்டியது தான்!

எதார்த்தத்தில் அது அத்தனை சுலபமில்லை. ஒரு சின்னப் பொறியாகத் தோன்றியுள்ள உங்களுடைய சிந்தனையை இன்னும் தெளிவாக்க வேண்டும். அதனை நடைமுறையில் செயல்படுத்த இயலுமா என்று சிந்திக்கவேண்டும். அதனால் யார் பலன்பெறுவார்கள் என்று கணித்து அவர்களோடு பேசவேண்டும். இதை வேறுவிதமாகச் செய்ய இயலுமா என்று பார்க்கவேண்டும்... இப்படி இன்னும் பல விஷயங்கள் இருக்கின்றன.

இத்தனையையும் செய்துமுடிக்கப் பல மாதங்கள் ஆகிவிடும். அதற்குள் நீங்கள் வேகம்குறைந்து வழக்கமான வேலைகளுக்குத் திரும்பிவிடுவீர்கள்.

இவ்வளவு வம்பு எதற்கு? நேரடியாக நம்முடைய சிந்தனையைச் செயல்படுத்திவிடலாமே!

செய்யலாம். ஆனால், அப்போது ஆபத்து மேலும் அதிகமாகிவிடும். ஏதோ வேகத்தில் களத்தில் இறங்கிவிட்டு விவரம்புரியாமல் திணறுவீர்கள். இதைத்தான் நம் ஊரில் ‘ஆழம்தெரியாமல் காலை விடாதே’ என்பார்கள்.

அதற்காக, ஆழம் தெரிந்துகொள்ள ஆறுமாதமா ஆகும்?

அவசியமில்லை, ஐந்தேநாள் போதும் என்கிறது ஒரு சமீபத்திய புத்தகம். ஐந்துநாளில் எந்தவொரு பிரச்னையையும் அலசிக் காயப் போட்டுத் தீர்வைத் தெளிவாக்கிக்கொண்டுவிடலாம் என்று சொல்லும் Sprint என்ற அந்தப் புத்தகத்தின் ஆசிரியர்கள் ஜேக் நாப், ஜான் ஜெராட்ஸ்கி, ப்ராடன் கோவிட்ஜ்.

அதென்ன Sprint?

அது ஒருவகையான ஓட்டம்: குறைந்த தூரத்தை அதிவேகமாக ஓடுவது.

உதாரணமாக, நூறு மீட்டர் ஓட்டப்பந்தயத்தை Sprint என்பார்கள். தூரம் குறைவுதான். ஆனால் ஓடுகிறவர்கள் தங்களுடைய முழுத் திறமையையும் காட்டி விரைவாக ஓடுவார்கள். அவர்களில் ஒருவர் வெற்றிபெறுவார்.

இதை மாரத்தான் ஓட்டத்துடன் ஒப்பிட்டுப்பார்க்கலாம். அங்கே தூரம் மிக அதிகம். ஆகவே, ஓடுகிறவர்கள் நிதானமாகத்தான் ஓடுவார்கள். அவசரப்பட்டு வேகமாக ஓடினால், கொஞ்சநேரத்தில் களைத்து விடுவார்கள்.

ஆகவே, மாரத்தானில் நிதானத்துக்குத்தான் வெற்றி. Sprintல் வேகத்துக்கு வெற்றி.

அந்த Sprint வேகத்தை நம்முடைய மற்ற செயல்பாடுகளில் கொண்டு வருவதுதான் இந்தப் புத்தகத்தின் நோக்கம். அதாவது, ஒரு பிரச்னையைத் தீர்ப்பதற்காக மாதக்கணக்காக உட்கார்ந்து யோசிக்காமல், ஐந்தேநாளில் அதனைத் தீவிரமாகச் சிந்தித்து ஒரு தீர்மானத்துக்கு வந்துவிடுவது. அதை எப்படிச் செய்யவேண்டும் என்பதற்கான ஒரு மாதிரியையும் செய்துபார்த்துப் புரிந்துகொண்டு விடுவது.

அத்தனை பெரிய பிரச்னையை ஐந்துநாளில் எப்படித் தீர்ப்பது?

ஐந்துநாளில் அதைத் தீர்த்தாகவேண்டும் என்று எந்தக் கட்டாயமும் இல்லை. அதை எப்படித் தீர்ப்பது என்பதை ஐந்துநாளில் மிகத் தெளிவாக உறுதிசெய்துகொள்கிறோம். அதுதான் Sprint. அதன்பிறகு, அந்தத் தெளிவோடு செயல்பட்டு அதனைத்தீர்க்கலாம்.

உதாரணமாக, ஒருவர் சொந்தமாக வீடு கட்டவேண்டும் என்று நினைக்கிறார். அதைப்பற்றிப் பலமாதங்களாக அவ்வப்போது யோசிக்கிறார். அப்புறம் பார்த்துக்கொள்ளலாம் என்று தள்ளிப் போடுகிறார்... இந்தவேகத்தில் அவர் ஒரு தீர்மானத்துக்கு வந்து வீடுகட்டுவதற்குச் சில வருடங்களாகிவிடும்.

அதற்குப்பதிலாக, அவர் Sprintமுறையைப் பின்பற்றினால், ஐந்து நாள் (அல்லது ஐந்து மணிநேரம்) வேறு எந்தச் சிந்தனையும் இல்லாமல் இந்த ஒரு விஷயத்தைமட்டும் அலசுவார். வீடு கட்டுவதற்கான வழிகள், அவை ஒவ்வொன்றிலும் இருக்கிற நன்மை, தீமைகளை ஆராய்வார். உரிய நபர்களைச் சந்தித்துப்பேசுவார். நிறைவாக என்ன செய்யலாம் என்கிற தெளிவுக்கு வருவார்.

Sprintமுறையை எப்படிச் செயல்படுத்தவேண்டும்? அதற்காக இந்தப் புத்தகம் தரும் வழிமுறைகள் இங்கே சுருக்கமாக:

- ஒரு பெரிய பிரச்னையைத் தேர்ந்தெடுத்துக்கொள்ள வேண்டும். சிறிய பிரச்னைகளுக்கும் Sprintமுறையைப் பின்பற்றலாம். ஆனால், பிரச்னை பெரிதாகப் பெரிதாக, இந்தமுறை இன்னும் சிறப்பாகப் பலன் தரும்.

- பிரச்னையைத் தீர்க்கக்கூடிய தகுதியுள்ள குழுவொன்றை அமைக்கவேண்டும். எத்தனைபேர் என்பது முக்கியமில்லை. ஒன்றிரண்டு பேர் இருந்தாலும் போதும். ஆனால், அவர்கள் இந்தப் பிரச்னையைப்பற்றி அறிந்தவர்களாக, இதனால் நேரடியாகவோ மறைமுகமாகவோ பாதிக்கப்பட்டவர்களாக இருக்கவேண்டும். எதிர்பார்க்கும் தீர்வு எப்படிப்பட்டது என்பதையும் இவர்கள் அறிந்திருக்கவேண்டும். அதை நோக்கிச் செல்லும் பாதையைச் சிந்திக்கக்கூடியவர்களாக இருக்க வேண்டும்

- அடுத்த ஐந்துநாள் இந்தக் குழுவில் இருக்கிற எல்லாரும் அலுவலகநேரம்முழுக்க ஒரே அறையிலிருந்து வேலைசெய்ய வேண்டும். இந்த ஒரு பிரச்னையைப்பற்றிமட்டும்தான் சிந்திக்கவேண்டும். நடுவில் ஒரு மீட்டிங், ஈமெயில், ஃபேஸ்புக் என்றெல்லாம் திசைமாறக்கூடாது. காலை அலுவலகம் வந்ததுமுதல் மாலை வீட்டுக்குக் கிளம்பும்வரை (சாப்பாடு, காஃபி நேரம்தவிர்த்து) இந்த ஒரு சிந்தனையிலேயே இருக்கவேண்டும். அவ்வப்போது தொந்தரவுசெய்யும் ஃபோனைக்கூட சைலன்ட்மோடில் போட்டுவிடவேண்டும்!

- இவ்வளவு கட்டுப்பாடுகள் தேவையா என்றெண்ணுபவர் கள், Sprint என்ற சொல்லின் பொருளை நினைவுபடுத்திக் கொள்வது நல்லது. இது அதிவேக ஓட்டம். ஐந்துநாளைக்கு வேறெந்த கவனச்சிதறலும் இருக்கக்கூடாது. அப்போதுதான் வெல்லமுடியும்.

- அடுத்த ஐந்துநாளில் நீங்கள் செய்யவேண்டிய விஷயங்கள்:

முதல் நாள்: பிரச்னையைத் தெளிவாகப் புரிந்துகொள்ள வேண்டும்.

இரண்டாம் நாள்: அதற்கு என்னென்ன தீர்வுகள் உண்டு என்று பலவிதமாகச் சிந்தித்துப் பட்டியலிடவேண்டும்.

மூன்றாம் நாள்: அந்தத் தீர்வுகளில் ஒன்றைத் தேர்ந்தெடுக்க வேண்டும்.

நான்காம் நாள்: தேர்ந்தெடுத்த தீர்வின் முன்மாதிரியொன்றை உருவாக்கவேண்டும்.

ஐந்தாம் நாள்: அந்தப் பிரச்னையால் நேரடியாகப் பாதிக்கப் பட்டிருக்கிறவர்களிடம் இந்தத் தீர்வைப்பற்றிப் பேசி அவர்களுடைய கருத்தைக் கேட்டறியவேண்டும்.

- இதில் 'முன்மாதிரி'யை உருவாக்குகிற நான்காம் நாள் மிக முக்கியமானது. அங்கேதான் பிரச்னையின் தீர்வை நாம் சிறிய அளவில் நிகழ்த்திப்பார்க்கவிருக்கிறோம்.

முன்மாதிரி என்பதை ஆங்கிலத்தில் Prototype என்பார்கள். அதாவது, நிஜமான விஷயத்தைச் செய்வதற்குப்பதிலாக, கிட்டத்தட்ட அதே போன்றதொரு விஷயத்தைச் செய்வது.

உதாரணமாக, ஒரு குறிப்பிட்ட பிரச்னையைத் தீர்க்க ஒரு புதிய இயந்திரம் தேவை என்று மூன்றாம் நாள் தீர்மானித்திருக்கிறீர்கள். அந்த இயந்திரத்தை ஒருநாளில் செய்துவிட இயலாது.

ஆகவே, அட்டைப்பெட்டி அல்லது மரக்கட்டைகளை வைத்து அந்த இயந்திரத்தின் மாதிரியொன்றைத் தயாரிக்கிறோம். அதைக் காட்டித்தான் ஐந்தாம் நாள் மற்றவர்களுடன் பேசவிருக்கிறோம்.

இது ஒரு குழந்தைத்தனமான விஷயமாகத் தோன்றலாம். ஆனால் உண்மையில் இதுபோன்ற ஒரு Prototypeஐ எதிரில் கண்டவுடன், பிரச்னையைச் சந்திக்கிறவர்களுக்கு ஒரு புதிய உத்வேகம் வரும். அதைக் குறைசொல்லியே பேசினாலும், பயனுள்ள கருத்துகளைச் சொல்வார்கள், அதிலிருந்து ஒரு முழுமையான தீர்வைநோக்கி நகரலாம்.

Sprintமுறை பல பிரபலமான நிறுவனங்களில் பல்வேறு பிரச்னைகளைத் தீர்க்கப் பயன்பட்டிருக்கிறது. ஒரு பெரிய பிரச்னையை எடுத்துக்கொண்டு ஐந்துநாள் மோதிப்பார்த்துவிடுங்களேன்!

17

மூன்று குணங்கள்

யாரோடு கூட்டணிசேரவேண்டும்?

இது அரசியல் கேள்வியல்ல, நாம் ஒவ்வொருவரும் சிந்திக்க வேண்டிய கேள்வி: இன்றைய உலகில் ஜெயிக்கவேண்டுமென்றால், எப்படிப்பட்ட நபர்களுடன் இணைந்து பணியாற்றுவது நல்லது?

இந்தக் கேள்வியை வேறுவிதமாகவும் கேட்கலாம். மற்றவர்கள் நம்மோடு இணைந்து பணியாற்ற முன்வரவேண்டுமென்றால், எல்லாருக்கும் பிடித்தவர்களாக நாம் இருக்கவேண்டுமென்றால், எந்தத்துறையிலும் பெரியஅளவில் வெற்றிபெறவேண்டுமென்றால் நாம் எப்படி நடந்துகொள்ளவேண்டும்?

ஒரு நிறுவனம் தொடர்ந்து தோல்வியைச் சந்திக்கிறது. அதை மீண்டும் எழுப்பி நிறுத்தவேண்டுமென்றால், எப்படிப்பட்ட அணியை அமைக்கவேண்டும்? அதில் யாரெல்லாம் இடம்பெறவேண்டும்?

இந்தக் கேள்விகளை முன்வைத்துப் பல சுவையான வெற்றி நுணுக்கங்களைச் சொல்லித்தரும் சமீபத்திய புத்தகம், 'The Ideal Team Player', எழுதியவர், பேட்ரிக் லென்சியோனி.

ஒருவருடன் இணைந்து பணியாற்றலாமா என்று சிந்திக்கும்போது, அவருடைய திறமையைமட்டும் எடைபோடக்கூடாது என்பதுதான் இந்தப் புத்தகத்தின் அடிப்படை. எல்லாருக்கும்தான் திறமை இருக்கிறது. அதைமட்டும் நம்பிக் களத்தில் இறங்கக்கூடாது. வேறு சில குணங்களையும் கவனிக்கவேண்டும்.

என்னென்ன குணங்கள்?

மூன்று முக்கியமான குணங்களைக்கொண்ட மனிதர்களால்தான் எந்தவொரு குழுவிலும் சிறப்பாக இணைந்து செயல்படமுடியும் என்கிறார் பேட்ரிக் லென்சியோனி. ஆகவே, நம்மைச்சுற்றியிருக்கிற ஒவ்வொருவரிடமும் இந்த மூன்று குணங்கள் எப்படி அமைந்துள்ளன என்பதைக் கவனிக்கவேண்டும். இந்தக் குணங்களில் சிறந்து விளங்குபவர்களைத் தோழர்களாக்கிக்கொள்ளவேண்டும். நாமும் இக்குணங்களை வளர்த்துக்கொள்ளவேண்டும்.

அவர்சொல்லும் மூன்று குணங்கள்:

- பணிவு
- தாகம்
- புத்திசாலித்தனம்

இங்கே 'பணிவு' என்பது குழைந்துபோவதல்ல, தன்னைப்பற்றிய கர்வமில்லாமலிருப்பது!

பலர் குழுவாக இணைந்து பணியாற்றும்போது, அவர்களில் ஒருவருக்கு மட்டும் தன்னைப்பற்றிய கர்வம் இருந்தால், குழுவைத்தாண்டி தான் வெளியே தெரியவேண்டும் என்று அவர் எண்ணுவார். தன்னுடைய திறமையினால் மற்றவர்கள் தன்னை மதிக்கவேண்டும் என்று எதிர்பார்ப்பார். இதனால், குழுவில் உரசல் வரும்.

மாறாக, தன்னை முன்னிறுத்திக்கொள்ளாமல் உழைக்கிறவர்கள் குழுவின் வெற்றியைப் பெரிதாகக் கருதுவார்கள். அதற்காகத் தங்களால் இயன்ற பங்களிப்பை வழங்கமுடிகிறதா என்பதில்தான் கவனம் செலுத்துவார்கள். உயர்ச்சி, தாழ்ச்சி பார்க்காமல் எல்லார் தோளிலும் கையைப்போட்டுக்கொண்டு குழுவை முன்னகர்த்திச் செல்வார்கள்.

அடுத்து, தாகம், அதாவது, வெல்லவேண்டும் என்கிற துடிப்பு.

ஒரு திறமைசாலி ஓரிரு வெற்றிகளில் திருப்தியடைந்துவிட்டால், அவருடைய திறமை முழுவதுமாக வெளிப்படாமலே போய்விடும். மாறாக, அடுத்து என்ன என்று அவர் தொடர்ந்து சிந்தித்துக்கொண்டே இருந்தால்தான் அவருக்கும் நல்லது, அவரது குழுவுக்கும் நல்லது.

இந்தத் துடிப்பு இல்லாவிட்டால், அலுவலகப்பணி போன்றவை எளிதில் ஒருவருக்குச் சோர்வைத்தந்துவிடும். 'எத்தனைவருஷம் இதே ஃபைலைப்பார்த்து இதே வேலையைச்செய்யறது' என்று சலித்துக் கொள்ளத் தொடங்கிவிடுவார்கள்.

மாறாக, தொடர்ந்த தாகத்தோடு இருப்பவர்கள் சிறிய வெற்றிகளால் திருப்தியடையமாட்டார்கள். நகரத்தில் வென்றால் மாவட்டப் போட்டிகளை நோக்கிச் செல்வார்கள். அங்கிருந்து மாநிலம், நாடு என்று சர்வதேச அளவுக்குச் சென்றுகொண்டேயிருப்பார்கள்.

இந்தத் தாகம் அவர்களுக்குமட்டுமல்ல, குழுவில் இருக்கிற மற்றவர்களுக்கும் நன்மைதரும். சோர்ந்து உட்கார்ந்திருக்கிறவர்கள்கூட, இப்படிப்பட்டவர்களைப் பார்த்தால் ஆர்வத்துடன் வேலைகளை இழுத்துப்போட்டுக்கொண்டு செய்வார்கள்.

நிறைவாக, புத்திசாலித்தனம். புத்தகங்களைப்படிப்பதால் வருகிற புத்திசாலித்தனமல்ல, மனிதர்களைப் புரிந்துகொள்வதால் வருகிற புத்திசாலித்தனம்.

உதாரணமாக, குழுவில் ஒருவர் சோகமாக இருக்கிறார் என்றால், பக்கத்திலிருக்கிற இன்னொருவர் அவரைப் புரிந்துகொண்டு நாலு வார்த்தை ஆறுதலாகப் பேசலாம். அல்லது, 'வாய்யா, ஒரு காபி சாப்பிட்டுட்டுவரலாம்' என்று வெளியே அழைத்துச் சென்று அவருடைய மனத்தை மாற்றலாம்.

இது சோகத்துக்குமட்டுமல்ல, சந்தோஷத்துக்கும் பொருந்தும். இவர்கள் தங்கள் குழுவின் சின்னச்சின்ன வெற்றிகளைக் கவனித்து, பாராட்டி, கொண்டாடி, எல்லாரையும் மகிழ்ச்சியாக வைத்திருப்பார்கள்.

இந்த மூன்று குணங்களும் இருப்பவரைதான் 'Ideal Team Player' என்று அழைக்கிறார் பேட்ரிக் லென்சியோனி. அப்படிப்பட்ட சிறந்த உறுப்பினர்களைக்கொண்ட குழு நிச்சயவெற்றி காணும் என்கிறார்.

ஒருவேளை, இந்த மூன்றில் இரண்டு குணங்கள்மட்டும் இருந்தால்?

ம்ஹூம், போதாது. மூன்று குணங்களுமே தேவை. இவற்றில் ஏதேனும் ஒன்று குறைந்தாலும் பிரச்னையாகிவிடும்.

உதாரணமாக, ஒருவருக்குப் பணிவு இருக்கிறது, தாகம் இருக்கிறது, ஆனால் புத்திசாலித்தனம் இல்லை என்றால், அவர் சுறுசுறுப்பாகப் பணிபுரிவார், பிறரிடம் பண்போடு நடந்துகொள்வார், ஆனால் மற்றவர்களைப் புரிந்துகொள்ளாமல் கண்டநேரத்தில் கண்டதைப் பேசிச் சொதப்பிவிடுவார்.

இன்னொருவருக்குப் பணிவு இருக்கிறது, பிறரைப் புரிந்துகொள்கிற புத்திசாலித்தனம் இருக்கிறது, ஆனால், தாகம் இல்லை. அப்படியானால், அவர் எல்லாரிடமும் அன்பாகப்பழகி நல்லபெயர்

எடுத்துவிடுவார். ஆனால், வேலையை ஒழுங்காகப் பார்க்கமாட்டார். அவருடைய குழுவை முன்னேற்றிச் செல்லமாட்டார்.

மூன்றாவதாக ஒருவருக்குத் தாகம் இருக்கிறது, புத்திசாலித்தனமும் இருக்கிறது, ஆனால், பணிவு இல்லை. அப்படியானால், அவர் எல்லாரையும் எடுத்தெறிந்துபேசுவார், மற்றவர்களைவிட தன்னுடைய உழைப்புதான் பெரியது என்பதுபோல் நடந்து கொள்வார். ஆகவே, குழுவிலிருக்கிற மற்றவர்கள் யாரும் அவருடன் வேலைசெய்ய விரும்பமாட்டார்கள். விரைவில் அந்தக் குழுவே உடைந்துபோகும்.

அதனால்தான், இந்த மூன்று குணங்களின் கலவையைத் தேடவேண்டும் என்கிறது இந்தப்புத்தகம். இவை மூன்றும் உள்ளவர்களால் குழுவுக்குப் பெருமை சேரும். முன்பைவிட வேகத்துடன் முன்னேறி வெல்வார்கள்.

அலுவலகத்திலோ வீட்டிலோ கல்லூரியிலோ நமக்குத் தெரிந்த யாரைவேண்டுமானாலும் இந்த மூன்று அளவுகோல்களை வைத்துச் சிந்தித்துப்பார்க்கலாம்: பெரிய திறமைசாலிகளைவிட, பணிவான வர்கள், தாகம்கொண்டவர்கள், பிறரைப்புரிந்துகொள்கிறவர் களைதான் நாம் அதிகம் விரும்புகிறோம். அவர்களுடன் அதிகநேரம் செலவிடு கிறோம். அவர்களோடு இணைந்து பணியாற்றுவதற்கு எல்லாரும் வரிசையில் நிற்கிறார்கள்.

ஆக, நாம் செல்லும் குழுக்களிலெல்லாம் அதேபோன்ற மரியாதை நமக்குக் கிடைக்கவேண்டுமென்றால், நாமும் இக்குணங்களைப் பயன்படுத்திக்கொள்ளலாம்:

- தனிநபர் பாராட்டை எதிர்பார்க்காமல், குழுவின் வெற்றிதான் முக்கியம் என்று நினைப்பது, எல்லாரும் சமம் என்ற உணர்வுடன் அனைவரையும் இணைந்து வேலைசெய்யச்செய்வது…
- சிறிய வெற்றிகளால் திருப்தியடைந்துவிடாமல் தொடர்ந்து முன்னேறிச் செல்வது, மற்றவர்கள் திருப்தியடைவதுபோல் தெரிந்தால் அவர்களையும் ஊக்கப்படுத்தி அழைத்துச் செல்வது…
- பிறருடைய உணர்வுகளைப் புரிந்துகொள்வது, அவர்களைக் காயப்படுத்தாமல் ஆக பாகப்பழகுவது, மகிழ்ச்சியைப் பகிர்ந்துகொள்வது, மனப்பளுவைக் குறைக்க உதவுவது…

அலுவலகத்துக்குமட்டுமா? குடும்பத்தில்கூட இந்தக்குணங்கள் நல்ல பலன் தரும், உறவுகளை வலுவாக்கும்.

18

தீர்மானமெடுத்தல்

‘சட்டுப்புட்டுன்னு ஒரு தீர்மானத்துக்கு வாங்க!’

சுலபமாகச்சொல்லிவிடுகிறோம். ஆனால், நிஜத்தில் அது மிகவும் கஷ்டமான விஷயம். பிரச்னை பெரிதாகப் பெரிதாக, தீர்மானமெடுப்பதும் சிரமமாகும்.

காரணம், ஒவ்வொரு பிரச்னைக்கும் பல தீர்வுகள் உள்ளன. அவற்றை அடையாளம் காண்பதும் ஒன்றோடொன்று ஒப்பிட்டு எடைபோடுவதும் எளிதல்ல. ஒருவேளை இத்தனையையும் சரியாகச் செய்துவிட்டாலும் கூட, தவறான தீர்மானத்தை எடுத்துவிடுவோமோ என்கிற பயம் இருக்கும்.

இதனால், பலர் தீர்மானமெடுப்பதைத் தள்ளிப்போடுகிறார்கள். எளிய பிரச்னைகளில் தொடங்கிச் சிக்கலான பிரச்னைகள்வரை நிலைமையை அப்படியே தக்கவைத்துக்கொள்கிறார்கள், மாற்றத்தைக்கொண்டு வரத் தயங்குகிறார்கள்.

இந்த மனோநிலை, வளர்ச்சியைப்பாதிக்கும். தனிநபரானாலும் சரி, ஒரு நிறுவனம், சமூகமானாலும் சரி, பிரச்னைகளைச் சந்தித்து, சரியான தீர்மானங்களை எடுத்துச் செயல்படுத்தினால்தான் அவர்களால் முன்னேற இயலும். இல்லாவிட்டால் இருந்த இடத்திலேயே அமர்ந்திருக்கவேண்டியதுதான். இதனால்தான் தீர்மானமெடுக்கும் திறன் ஒரு முக்கியமான கலையாகக் கற்பிக்கப்படுகிறது.

தீர்மானமெடுத்தலைப்பற்றி ‘Decisive’ என்கிற அருமையான நூலொன்று வெளியாகியிருக்கிறது. இதனை எழுதிய சிப் ஹீத், டான் ஹீத் இருவரும், தினந்தோறும் நாம் சந்திக்கிற வெவ்வேறு பிரச்னை

களுக்கான தீர்வுகளைக் கண்டறிவது, எடைபோடுவது, அவற்றி லிருந்து ஒன்றைத் தேர்ந்தெடுப்பது, நிறைவேற்றுவது, இதனைப் பழக்கமாகவே ஏற்படுத்திக்கொள்வது என்று அனைத்தையும் விரிவாகப் பேசுகிறார்கள்.

ஒரு பிரச்னைக்குத் தீர்வுகாண இயலாதபடி நம்மைத் தடுப்பது எது?

'ஸ்பாட்லைட்'தான் பிரச்னை என்கிறது இந்நூல். அதாவது, அந்தப் பிரச்னையை முழுமையாகப் புரிந்துகொள்ளாமல், நம்முன்னே இருக்கிற ஒரு விஷயத்தைமட்டுமே கவனிப்பது.

கண்தெரியாத நான்குபேர் யானையை அலசி ஆராய்ந்த கதையைக் கேட்டிருப்போம். கிட்டத்தட்ட அதே தவற்றை நாம் ஒவ்வொருவரும் தினந்தோறும் செய்துகொண்டிருக்கிறோம், அதுவே நமது தீர்மானங் களைத் தடுக்கிறது.

உதாரணமாக, ஊரில் மழை இல்லை, வறட்சி நிலவுகிறது என்றால், 'மரம் வளர்த்தால்தானே மழைபொழியும்?' என்று சொல்லி விடுகிறோம். அதுவே பிரச்னைக்கு ஒரே காரணம், ஒரே தீர்வு என்று எண்ணுகிறோம்.

மரம்வளர்த்தால் மழைவரும் என்பதில் ஐயமில்லை. அதற்காக ஒருபக்கம் மரங்களை நட்டுக் காப்பாற்றவேண்டும். ஆனால், அவை வளர்ந்து மழைபொழிவதுவரை தண்ணீருக்கு என்ன வழி? மாற்று முறைகளைச் சிந்திக்கவேண்டாமா?

இதுதான் 'ஸ்பாட்லைட்' பிரச்னை. எல்லாரும் மரம்வளர்ப்பதைப் பற்றிப் பேசுகிறார்கள் என்பதால் நாமும் பேசுகிறோம், அதை மட்டுமே கவனிக்கிறோம்.

கொஞ்சம் 'ஸ்பாட்லைட்'டை நகர்த்தினால், மழையின்மையைச் சமாளிக்க இன்னும் பல வழிகள் இருப்பது தெரியவரும். மரம் நடுவதோடு அவற்றையும் சேர்த்துச்செய்தால், விரைவாகத் தீர்வு கிடைக்கும்.

ஆக, 'ஸ்பாட்லைட்'டில் இருக்கும் ஒரே ஒரு தீர்வைமட்டும் கவனித்துக்கொண்டிருக்காமல், மற்ற தீர்வுகளையும் சிந்திக்க வேண்டும். ஒவ்வொன்றின் பலம், பலவீனங்களை அலசவேண்டும். அவற்றிலிருந்து ஒன்றை அல்லது பலவற்றைத் தேர்வுசெய்து செயல் படுத்தவேண்டும்.

இதற்காக, WRAP என்ற ஒரு வழிமுறையைச் சொல்லித்தருகிறது இந்நூல். இந்த எழுத்துகள் ஒவ்வொன்றும், ஒரு சூத்திரத்தைக் குறிப்பிடுகின்றன:

- W: Widen Options
- R: Reality&test
- A: Attain Distance
- P: Prepare to be wrong

முதலில், Widen Options, அதாவது, தெரிவுகளை விரிவுபடுத்துவது.

அநேகமாக எல்லாப் பிரச்னைகளுக்கும் ஒன்றுக்குமேற்பட்ட தீர்வுகள் உண்டு. நம்முடைய அனுபவத்தைப்பொறுத்து அவற்றில் சில தீர்வுகள் நமக்கு உடனே தெரியும், சில தீர்வுகள் 'உட்கார்ந்து யோசித்தால்'தான் தெரியும்.

ஆகவே, இதுதான் பிரச்னை என்று தெரிந்தவுடன் நமக்குத் தெரிந்த ஓரிரு தீர்வுகளில் ஏதோ ஒன்றைத் தேர்ந்தெடுக்காமல், அதைப்பற்றி ஆழமாகச் சிந்திக்கவேண்டும். தேவையான விவரங்களைத் திரட்ட வேண்டும். இதேபோன்ற பிரச்னையைச் சந்தித்தவர்கள், நிபுணர் களுடன் பேசி ஆலோசனைபெறவேண்டும். இதைத்தான் Widen Options என்கிறார்கள்: அகலச் சிந்தித்துப் பல தீர்வுகளைக் கண்டறிதல்!

இப்படிப் பிரச்னைக்கு ஏராளமான தீர்வுகள் இருந்தாலும், அவற்றில் ஏதேனும் ஒன்றின்மீதுதான் நம் மனம்செல்லும். 'அதுதான் சரிப்படும்' என்று நம்முடைய உள்ளுணர்வு சொல்லும். ஆகவே, அதையே செயல்படுத்தமுனைவோம்.

இப்படி ஒருதலைப்பட்சமாக ஒரு தீர்வின்மீது விருப்பம்வைப்பது தவறு. எல்லாத் தீர்வுகளையும் சமமாகக் கருதி ஆராயவேண்டும். அவை தரக்கூடிய பலன்கள், அவற்றால் வரக்கூடிய பிரச்னைகளைப் புரிந்துகொண்டு ஏதாவது ஒன்றைத் தேர்ந்தெடுக்கவேண்டும்.

இதுதான் Reality-test எனப்படும் இரண்டாவது சூத்திரம். 'எனக்கு இதுதான் பிடித்திருக்கிறது' என்று சொல்லக்கூடாது. எதார்த்தத்தில் இந்தத் தீர்வு எப்படிப் பலன்தரும் என்று சிந்திக்கவேண்டும். நிஜமாகவே அதுதான் சரியான தீர்வு என்று உறுதிப்படுத்திக் கொண்ட பிறகுதான் அதனைத் தேர்ந்தெடுக்கவேண்டும்.

அடுத்து, தேர்ந்தெடுத்த தீர்வைச் செயல்படுத்தவேண்டும்!

இதுவும் பலருக்குப் பெரிய தொந்தரவாக இருக்கிறது. நிறைய சிந்தித்த பிறகு, செயல்படத் தயங்குகிறார்கள். காரணம், 'ஒருவேளை இந்தத் தீர்மானம் தவறாகிவிடுமோ?' என்கிற பயம்தான். இதனால், 'இன்னும் கொஞ்சம் யோசிக்கலாமே!' என்று அவர்கள் எண்ணுகிறார்கள்.

உண்மையில் அவர்கள் கூடுதல் நேரம்கேட்பது சிந்திப்பதற்காக அல்ல, தீர்மானமெடுப்பதைத் தள்ளிப்போடுவதற்காக!

ஏற்கெனவே நன்கு ஆராய்ந்து ஒரு தீர்மானத்துக்கு வந்தபிறகு, அதனைச் செயல்படுத்துவதற்குத் தயங்கவேண்டியதில்லை. 'Attain Distance' என்கிற மூன்றாவது சூத்திரம் இதைத்தான் சொல்கிறது: உங்களுடைய தீர்மானத்தை ஒரு மூன்றாம் நபராக விலகியிருந்து பாருங்கள். 'ஒருவேளை இன்னொருவர் இதே பிரச்னையோடு என்னிடம் வந்தால், நான் அவருக்கு இந்தத் தீர்வைச் சிபாரிசு செய்வேனா?' என்று கேளுங்கள். 'ஆம்' என்று பதில்கிடைத்தால், தயங்காமல் அதனைச் செயல்படுத்துங்கள்.

நிறைவாக, 'Prepare to be wrong'. அதாவது, இத்துணை சிந்தித்துச் செயல்படுத்தப்பட்ட தீர்மானம்கூட, தவறாகிவிட வாய்ப்புண்டு, அதற்குத் தயாராகவே இருங்கள்.

யாரும் வேண்டுமென்றே தவறான தீர்மானத்தை எடுக்கப் போவதில்லை. நல்லதை நினைத்துத்தான் செய்கிறார்கள். சில நேரங்களில், வேறு பல காரணங்களால் அது தவறாக முடிந்துவிடக் கூடும், அதைப் புரிந்துகொள்ளவேண்டும்.

இதனால், ஒரு தீர்மானத்தைச் செயல்படுத்தும்போதே, இது எந்தெந்தக் காரணங்களால் தவறாகக்கூடும் என்று யோசித்து, அந்தக் காரணங்களைக் கவனிக்கத்தொடங்கவேண்டும். ஏதாவது தவறாக நடப்பதுபோல் தெரிந்தால் மாற்று ஏற்பாடுகளை உடனே செய்ய வேண்டும். அதாவது, ஆரம்பத்திலேயே விழித்துக்கொள்ளவேண்டும்!

அதற்குத்தான் 'Widen Options' என்கிற முதல் சூத்திரம் பயன்படுகிறது. ஆரம்பத்திலேயே நிறைய தீர்வுகளைச் சிந்தித்திருந்தால், நாம் தேர்ந்தெடுத்துச் செயல்படுத்தும் தீர்வு சொதப்பினாலும் இவற்றில் பொருத்தமான இன்னொன்றைச் சட்டென்று அமல்படுத்தி நிலைமையைச் சமாளிக்கலாம்.

தீர்மானமெடுப்பது பெரிய பொறுப்புதான். ஆனால், அதைக்கண்டு அஞ்சவேண்டியதில்லை, சிந்தித்துச் செயல்பட்டால் இதனைச் சிறப்பாக நிறைவேற்றலாம், முன்னேறலாம்.

19

மனிதனின் மகத்துவம்

சில ஆண்டுகளுக்குமுன்னால், ஓட்டுநர் இல்லாமல் தானே ஓடக்கூடிய கார் ஒன்று உருவாக்கப்பட்டது.

இந்தச் செய்தி வெளியானபோது, அநேகமாக யாருமே அதை நம்பவில்லை. 'டிரைவர் இல்லாம காரா? சான்ஸே இல்லை!' என்றார்கள், 'எங்கேயாவது யார்மேலயாவது முட்டிகிட்டுத்தான் நிக்கும்! இதனால எத்தனை உயிருக்கு ஆபத்து வரப்போகுதோ' என்று கேலிசெய்தார்கள்.

ஆனால், இத்தனை கேலிக்கு நடுவிலும், அந்தத் தொழில்நுட்பம் கொஞ்சம் கொஞ்சமாக மெருகேறியது. நிஜமாகவே ஓட்டுநர் இல்லாமல் பாதுகாப்பாக ஓடக்கூடிய ஒரு கார் உருவாகிவிட்டது.

இதைக் கேள்விப்பட்டு நாம் ஆச்சர்யமடைவது இருக்கட்டும். ஓர் ஓட்டுநர் இந்தச் செய்தியை எப்படிப் பார்ப்பார் என்று யோசித்துப் பாருங்கள்.

அவருடைய பிழைப்பே வண்டி ஓட்டுவதை நம்பித்தான் இருக்கிறது. நாளைக்கு எல்லாக் கார்களும் தங்களைத் தாங்களே ஓட்டிக்கொள்ளும் என்றாகிவிட்டால், அவருக்கு யார் வேலைதருவார்கள்? இப்படி யெண்ணும் அவர், 'இந்தத் தொழில்நுட்பம் நமக்கு ஆபத்தாகிவிடும் போலிருக்கிறதே' என்று திகைத்துப்போவார்தானே?

ஆளில்லாத கார்கள் இன்னும் பரவலாக அறிமுகமாகவில்லைதான். ஆனால், இந்தவேகத்தில் தொழில்நுட்பம் முன்னேறினால், சில வருடங்களில் ஓட்டுநர்கள் பலருக்கு வேலைபோகும் அபாயம் இருக்கிறது.

ஆனால், அத்தகைய அபாயம் ஓட்டுநர்களுக்குமட்டும்தானா?

ஸ்மார்ட்மெஷின்கள் எனப்படும் புத்திசாலி இயந்திரங்கள் எல்லாத் துறைகளிலும் வந்துகொண்டிருக்கின்றன. மனிதர்கள் பலநாள் சிரமப் பட்டுச் செய்யக்கூடிய வேலைகளையெல்லாம் இவை ஒரேநொடியில் செய்துமுடித்துவிட்டு, 'வேறென்னய்யா வேணும்?' என்று கேட்கின்றன.

இந்த இயந்திரங்களெல்லாம் நாளைக்குப் புழக்கத்துக்கு வரும்போது, எந்தெந்த வேலைகள் பறிபோகுமோ, யாருக்குத்தெரியும்?

ஓர் வங்கியை எடுத்துக்கொள்ளுங்கள். முன்பு இருபதுபேர் வேலை பார்த்த இடத்தில் இப்போது ஐந்தாறுபேர்தான் அமர்ந்திருக்கிறார்கள். ஆனால், முன்பைவிட அதிகவேலைகளைச் செய்கிறார்கள். காரணம், அவர்கள் பயன்படுத்துகிற ஸ்மார்ட் இயந்திரங்கள்தான்.

உதாரணமாக, நான்கு காசாளர்களை நியமித்து, கவுன்டர் போட்டு, வரிசை அமைத்து, அதை ஒழுங்குபடுத்துவதற்கு ஓர் உதவிப் பையனைப் போட்டுச் சிரமப்படாமல், ஓர் ஏடிஎம் அமைத்து விடுகிறார்கள். வாடிக்கையாளர்கள் வேண்டியநேரத்தில் காசு எடுத்துக்கொள்ளலாம்!

இப்படி ஒவ்வொரு வேலையையும் ஸ்மார்ட் இயந்திரங்கள் செய்யத் தொடங்கிவிட்டால், முன்பு அந்த வேலைகளைச் செய்து கொண்டிருந்தவர்கள் என்ன ஆவார்கள்? இப்போது நாம் செய்து கொண்டிருக்கும் வேலையைச் செய்வதற்கும் ஓர் இயந்திரம் வந்துவிட்டால், நாம் என்ன ஆவோம்?

இந்தத் திகிலூட்டும் கேள்வியை முன்வைத்து ஒரு சுவாரஸ்யமான புத்தகம் வெளியாகியிருக்கிறது. 'Only Humans Need Apply' என்ற அந்தப் புத்தகத்தை எழுதியவர்கள், தாமஸ் ஹெச்.டேவன்போர்ட், ஜூலியா கிர்பி.

Automation எனப்படும் தானியங்கிமயமாதலைக்கண்டு நாம் பயப்படவேண்டியதில்லை என்பதுதான் இந்தப் புத்தகத்தின் மையக்கருத்து. 'என்னதான் இயந்திரங்கள் பலவேலைகளைச் செய்ய ஆரம்பித்தாலும், மனிதர்கள் என்றமுறையில் நாம்மட்டுமே செய்யக் கூடிய சில விஷயங்கள் உண்டு. அவற்றை இயந்திரங்களால் என்றைக்கும் செய்யமுடியாது!' என்று நூலாசிரியர்கள் விளக்குகிறார்கள்.

ஆக, இயந்திரங்கள் நம்முடைய வேலையைப் பிடுங்கப் போவதில்லை. நாம் இன்னும் சிறப்பாக இயங்க உதவப்போகின்றன. அவற்றின் துணையோடு செயல்பட்டால், இதற்குமுன் யாரும் கற்பனைகூடச் செய்திராத விஷயங்களையெல்லாம் நாம்

சர்வசாதாரணமாகச் செய்துவிடலாம். இந்த மனோநிலையோடு இயந்திரங்களைப்பார்த்தால், பயம் வராது, பாசம்தான் வரும்.

உதாரணமாக, மைக்ரோவேவ்அவனைப்பார்த்து ஒரு சமையல்காரர் பயப்படுவாரா? 'அதற்குள் உணவுப்பொருள்களை வைத்துப் பட்டனைத் தட்டினால் சாப்பாடு தயாராகிவிடுமாமே, இனிமேல் என் சமையலை யார் சாப்பிடுவார்கள்?' என்று கவலைப்படுவாரா?

ம்ஹூம். மைக்ரோவேவ்அவனைப் பயன்படுத்திப் பல்வேறு உணவு வகைகளை வேகமாகச் சமைப்பது எப்படி என்று அவர் கற்றுக் கொள்வார். அதன்மூலம் முன்பைவிடச் சிறப்பான சமையல்காரராவார்.

ஆக, மைக்ரோவேவ்அவன் என்பது ஒரு சமையல்காரருக்குப் போட்டி அல்ல, அவருக்கு உதவப்போகும் கருவி.

எல்லா ஸ்மார்ட் இயந்திரங்களும் இப்படித்தான். அவற்றின் நோக்கம் மனிதர்களின் வேலையைப் பறிப்பதல்ல, அவர்களை இன்னும் சிறப்பாக இயங்கச்செய்வது!

ஹான்ஸ் லிப்பர்ஹே என்பவர் ஜெர்மனியில் பிறந்து நெதர்லாந்தில் வாழ்ந்தவர், பலவிதமான கண்ணாடிகள், லென்ஸ்களைச் செய்து விற்றுக்கொண்டிருந்தார்.

ஒருநாள், அவருடைய கடைக்கு இரண்டு சிறுவர்கள் வந்தார்கள். அங்கிருந்த லென்ஸ்களை எடுத்து விளையாடிக்கொண்டிருந்தார்கள்.

திடீரென்று, அந்தச்சிறுவர்களில் ஒருவன் சத்தமாகக் கத்தினான், 'டேய், இங்கே பாருடா, அதிசயம்!'

'என்னடா சொல்றே?'

'அங்கே தூரத்துல ஒரு பொம்மை தெரியுதா?'

'ம்ஹூம், சரியாத் தெரியலையே!'

'இந்த ரெண்டு லென்ஸையும் இப்படி வெச்சுப்பாரு, அந்தப்பொம்மை நல்லாத் தெரியுது!' என்றான் அந்தச் சிறுவன்.

'நிஜமாவா சொல்றே?' என்றபடி அந்த லென்ஸ்களை வாங்கிப் பார்த்தான் இரண்டாவது சிறுவன். மறுகணம், 'வாவ், சூப்பர்!' என்று கத்தினான், 'பிரமாதம்டா, எங்கேயோ தொலைவில இருக்கிற பொம்மை இங்கே பக்கத்துல வந்துட்டமாதிரி அருமையாத் தெரியுது!'

அவர்கள் பேசிக்கொண்டிருந்தது எதேச்சையாக ஹான்ஸ் லிப்பர்ஹே காதில் விழுந்தது. பையன்கள் சும்மா சொல்கிறார்களா, அல்லது

நிஜமாகவே அப்படி ஏதும் நடக்கிறதா என்று பரிசோதித்துப்பார்த்தார், ஆச்சர்யமடைந்தார்!

அவர்கள் சொன்னது உண்மைதான், இரண்டு லென்ஸ்களை ஒரு குறிப்பிட்டவகையில் அமைத்து அவற்றின்வழியே பார்க்கும்போது, தொலைவிலிருந்த ஒரு பொம்மை அருகிலிருப்பதுபோல் தெரிந்தது. இதன் அடிப்படையில் உலகின் முதல் தொலைநோக்கியை உருவாக்கினார் அவர்.

அன்றைய சூழ்நிலையில், தொலைநோக்கி என்பது ஒரு ஸ்மார்ட் இயந்திரம்தான். அதுவரை மனிதனால் பார்க்க இயலாத தொலைவு களையெல்லாம் இப்போது அவனால் எளிதில் பார்க்கமுடிந்தது. விண்ணிலிருக்கும் பல விஷயங்களை அவன் ஆராயத் தொடங்கி னான். கிரகங்களைப் புரிந்துகொண்டான். தொலைநோக்கியால் மனித அறிவு பலமடங்கு வளர்ந்தது.

ஒவ்வொரு ஸ்மார்ட் இயந்திரமும் அப்படித்தான். விமானம் இல்லா விட்டால் ஒவ்வொரு பயணமும் நாள்கணக்கில், மாதக் கணக்கில் நீண்டிருக்கும். மனிதன் உலகெங்கும் சுற்றி வியாபாரம் செய்ய இயன்றிருக்காது. அட, அவ்வளவுதூரம் போவானேன்? துவைக்கும் இயந்திரம் கண்டுபிடிக்கப்பட்டிராவிட்டால், ஒவ்வொரு நாளும் லட்சக்கணக்கான மணிநேரங்கள் சோப்புப்போடுவதிலும் தேய்ப்பதிலும் வீணாகியிருக்கும்.

ஆக, ஒரு ஸ்மார்ட் இயந்திரம் வந்து நம்முடைய வேலையைப் பிடுங்கிக்கொண்டுவிடுமோ என்று கவலைப்படுவதில் அர்த்தமில்லை. அவற்றைப் பயன்படுத்திக்கொண்டு அதே வேலையை மேலும் சிறப்பாகச்செய்யக் கற்றுக்கொள்ளவேண்டும்.

எத்தனை இயந்திரங்கள்வந்தாலும், படைப்புணர்ச்சி என்பது மனிதனுக்குமட்டுமே சொந்தம். அதனால், நாம் அந்த இயந்திரங்களை அடக்கி ஆளலாம், அஞ்சவேண்டாம்.

20

உள்ளும் புறமும் மகிழ்ச்சி

ஹூகா!

இதைச் சத்தமாகச் சொல்லிப்பாருங்கள். உடனடியாக உடலுக்குள் ஒரு பரவசம் பரவுவதைப் பார்க்கலாம்.

Hygge என்ற இந்தச் சொல் டென்மார்க்கிலிருந்து வருகிறது. இதற்கு இணையான ஆங்கிலச்சொல் ஏதுமில்லை என்கிறார்கள். வேண்டுமானால், Coziness, அதாவது, கதகதப்பு, வசதியான உணர்வு என்று சுற்றிவளைத்துச்சொல்லலாமாம்.

அவ்வளவு சிரமம் வேண்டியதில்லை, ஹூகா என்றே சொல்லிவிடலாம். இந்தச் சொல்லைவிட, அது கொண்டுவரும் உணர்வுகள்தான் முக்கியம்.

உலகில் எந்தெந்த நாடுகளைச்சேர்ந்தவர்கள் எந்தஅளவுக்கு மகிழ்ச்சியாக இருக்கிறார்கள் என்று அவ்வப்போது கணக்கெடுப்பார்கள். அந்த ஆய்வுகள் அனைத்திலும் டென்மார்க் முதல் சில இடங்களுக்குள் வந்துவிடும். 'டானிஷ்' எனப்படும் டென்மார்க்கியர்கள் இந்த அளவுக்கு மகிழ்ச்சியோடிருப்பதற்கு என்ன காரணம் என்று ஆராய்ந்தபோது, அவர்களுடைய கலாசாரத்தில் வேரூன்றியிருக்கிற 'ஹூகா' ரகசியம் தெரியவந்தது.

ஹூகா என்ற சொல்தான் நமக்குப் புதிது. அந்த உணர்வை நாம் நிச்சயம் அனுபவித்திருப்போம். முக்கியமாக, கூட்டுக்குடும்பங்களில் வளர்ந்தவர்கள், கிராமங்களில் வளர்ந்தவர்கள், அதிக வசதியில்லாவிட்டாலும் வாழ்க்கையை அனுபவிக்கத் தெரிந்த குடும்பங்களில் வளர்ந்தவர்களுக்கு இது நன்றாகத் தெரிந்திருக்கும்.

இந்தக் கணத்தை அனுபவித்து வாழ்வது. தன்னைச் சுற்றிலும் மனத்துக்குப்பிடித்த விஷயங்களை நிரப்பிக்கொள்வது. பிறருடன் நல்ல உறவுகளை ஏற்படுத்திக்கொள்வது. அதன்மூலம் கதகதப்பை, சௌகர்ய உணர்வை, நலனை அனுபவிப்பது... இதுதான் ஹூகா.

சாலையோரமாக நடந்துகொண்டிருக்கும்போது, அங்கே செய்தித் தாளை விரித்துப் படுத்திருக்கும் ஒரு குடும்பத்தைப் பார்க்கிறோம். அவர்களுடைய ஆடைகள் கிழிந்திருக்கின்றன. பார்ப்பதற்கு அழுக் காக இருக்கிறார்கள். நாற்றமடிக்கும் சாக்கடையருகே கிடக்கிறார் கள். அந்தப்பக்கம் போகிறவர்களெல்லாம் அவர்களை ஒருமாதிரி யாகப் பார்த்துக்கொண்டிருக்கிறார்கள். ஆனால், இத்தனைக்கும் நடுவே அவர்கள் ஒருவரோடொருவர் மகிழ்ச்சியாகப் பேசிச் சிரித்த படியிருக்கிறார்கள். ஒரே ஒரு பன்னைப் பிய்த்து எல்லாரும் சாப்பிட்டுக்கொண்டு அந்தக்கணத்தை அனுபவிக்கிறார்கள்.

அதற்காக, பணமேகூடாது, வறுமையில் இருந்தால்தான் ஹூகாவை அனுபவிக்கமுடியும் என்று எண்ணவேண்டியதில்லை. ஹூகாவின் அடிப்படை, ஆடம்பரமில்லாத எளிமை. அது கட்டாயத்தால் வந்து பயனில்லை, விருப்பத்தால் வரவேண்டும்.

பரபரப்பான இன்றைய வாழ்க்கையில் கொஞ்சம் நிதானத்தைக் கொண்டுவந்து மனநிம்மதியையும் மகிழ்ச்சியையும் மீட்டுத் தருகிற 'ஹூகா'தான் டென்மார்க் மக்களின் சந்தோஷ ரகசியம் என்று பலரும் நம்புகிறார்கள். அதைப்பற்றிச் சமீபத்தில் வெளியாகியிருக்கும் அருமையான நூல், 'The Cozy Life', எழுதியவர் பியா எட்பெர்க்.

வாழ்க்கையின் ஒவ்வோர் அம்சத்திலும் ஹூகாவைக் கொண்டு வரலாம் என்று உதாரணங்களுடன் அருமையாக விளக்குகிறது இந்நூல். இதற்கான பல எளிய பயிற்சிகளையும் சொல்லித்தருகிறது.

அதேசமயம், இதுதான் ஹூகா என்று எதையும் கண்டிப்பாக வரையறுத்துச்சொல்ல இயலாது. ஒவ்வொருவருடைய ஹூகாவும் வெவ்வேறுவிதமாக இருக்கும். இவருக்குக் கதகதப்பாகத் தோன்றுகிற ஒரு விஷயம், இன்னொருவருக்குக் கதகதப்பில்லாமலிருக்கலாம். ஆகவே, ஒவ்வொருவரும் தங்களுடைய 'ஹூகா' உத்திகளைத் தாங்களேதான் கண்டுபிடிக்கவேண்டும். அதற்கு, தங்களையே கேள்விகேட்டுக்கொள்ளவேண்டும்.

முக்கியமாக, இளம்பருவத்துக்குத் திரும்பிச் சென்று சிந்தியுங்கள் என்கிறது இந்தப்புத்தகம். அநேகமாக நாம் எல்லாரும் சிறுவயதில் 'ஹூகா'வை நாள்முழுக்க அனுபவித்திருப்போம். நேரம் ஓடுவதே

தெரியாதபடி மகிழ்ச்சியில் திளைத்திருப்போம். அதனைப் பின்னர் படிப்படியாக இழந்துவந்திருக்கிறோம். இதை உணர்ந்து அந்தக் கணங்களுக்குத் திரும்பச் சென்றால், மீண்டும் 'ஹூகா'வை அனுபவிக்கலாம்.

அதனால்தான், சிறுவயதில் அம்மா நமக்குச் செய்துதந்த ஓர் உணவை இப்போது சாப்பிட்டாலும் மனம் மகிழ்கிறது. சின்னவயதில் விளையாடிய கில்லிதாண்டு, பச்சைக்குதிரை ஆட்டங்களை எங்கேயாவது திரைப்படத்தில் பார்க்கும்போது குஷியாகிறோம். சொந்த ஊரைப் பார்த்தால், சிறுவயது நண்பர்களைச் சந்தித்தால் அந்த வயதுக்கே திரும்பச்சென்றுவிட்டதுபோல் உணர்கிறோம்.

அதுபோல, இப்போதும் நம்மை மகிழ்வடையச்செய்யும் துணைவர்கள் இருப்பார்கள்: மனைவியோ, கணவரோ, குழந்தைகளோ, நண்பர்களோ, பக்கத்து வீட்டுக்காரரோ, ஒரு நாய்க்குட்டியோ... யாருடன் இருக்கும்போது நாம் அந்தக் கதகதப்பை உணர்கிறோம் என்று யோசிக்கவேண்டும். அவர்களுடன் அதிக நேரம் செலவிடவேண்டும். அந்தக்கணங்கள் நம்மை 'ரீசார்ஜ்' செய்யும்.

ஹூகாவுக்கு 'உண்மை' மிகவும் முக்கியம். 'இப்படிச் செய்தால் என்னைப் பிறர் மதிப்பார்கள்' என்பதற்காக எதையும் செய்யக்கூடாது. உண்மையிலேயே அது உள்ளேயிருந்து வரவேண்டும்.

உதாரணமாக, ஒருவர் தோட்டவேலையைச் செய்கிறார் என்றால், அதில் அவருக்கு மனமகிழ்ச்சி இருக்கவேண்டும். தோட்டம் வைத்திருந்தால்தான் பிறர் தன்னை மதிப்பார்கள் என்பதற்காகவோ, அது ஒரு நல்ல பொழுதுபோக்கு என்று எல்லாரும் சொல்கிறார்கள் என்பதற்காகவோ அதில் ஈடுபட்டால் ஹூகா வராது, முதுகுவலிதான் வரும்.

ஆக, நாம் உண்மையிலேயே மதிக்கிற விஷயங்கள் என்னென்ன என்று ஒரு பட்டியல் தயாரிக்கவேண்டும். அவற்றுக்குள் நமது 'ஹூகா' கணங்கள் இருக்கும்.

'ஹூகா'வுக்கென்று தனியே ஓர் இடமோ நேரமோ தேவையில்லை. எங்கும், எப்போதும் 'ஹூகா'வை அனுபவிக்கலாம். இதற்காக இந்நூல் தரும் குறிப்புகளில் சில:

- வீட்டை உங்கள் மனத்துக்குப்பிடித்த, எளிய பொருள்களால் அலங்கரியுங்கள். பிறருக்கு எது பிடிக்கும் என்று யோசித்துத் தீர்மானிக்காதீர்கள்.

- தாவரங்களோடு நேரம் செலவிடுங்கள். உடம்புக்கும் நல்லது, மனத்துக்கும் நல்லது, சுற்றுச்சூழலுக்கும் நல்லது.

- இயன்றால், செல்லப்பிராணிகளையும் வளர்க்கலாம், அது இயலாவிட்டால், பக்கத்திலிருக்கும் மீன் காட்சியகத்துக்குச் சென்று அவ்வப்போது மீன்களை வேடிக்கைபார்க்கலாம்.

- ஆடம்பரமான கொண்டாட்டங்களைவிட, எளிய, ஆத்மார்த்த மான உபசரிப்புகளை விரும்புங்கள். பந்தாவுக்காக விருந்து சமைப்பதைவிட, அன்போடு பரிமாறப்படும் இட்லியும் சட்னியும் நல்லது!

- வேலைகளை அனுபவித்துச்செய்யுங்கள். நல்ல இசையைக் கேட்டபடி செய்யுங்கள். ஒவ்வொரு வேலையையும் ஒரு சிறிய விளையாட்டுபோல் மாற்றிக்கொள்ளுங்கள்.

- உங்கள் அலுவலக மேசையை உங்களுக்குப்பிடித்த புகைப் படங்கள், தன்னம்பிக்கைப் பொன்மொழிகள், சிறு பூச்செடிகள், பொம்மைகள் போன்றவற்றால் அலங்கரியுங் கள். நாற்காலியில் ஒரு மெத்மெத் தலையணை, சுவரில் அழகிய ஓவியம்... நீங்கள் இதமாக வேலைசெய்யத்தேவை யான ஒரு சூழலை உருவாக்குங்கள்.

- பிடித்த நறுமணமொன்றை உங்களைச்சுற்றி நிரப்புங்கள். அதற்காக விலையுயர்ந்த சென்ட், பர்ஃப்யூம் என்று செலவழிக்கவேண்டியதில்லை. டென்மார்க்கில் 'பாமண்டெர்' என்று ஒரு விஷயம் உண்டு: ஆரஞ்சுப்பழத்தில் பல கிராம்புகளைக் குத்தி ஓரமாக வைத்துவிடுவார்கள். அதிலிருந்து வரும் நறுமணம் அறையை நிறைத்துவிடும். அதுபோல, உங்களுக்குப்பிடித்த நறுமணம் எது? ஊதுபத்தியா... மல்லிகைப்பூவா... யோசித்துத் தீர்மானியுங்கள்.

- சிறுவயதில் நீங்கள் விரும்பிய பண்டங்களை அவ்வப்போது செய்து சாப்பிடுங்கள். அவற்றை நீங்களே சமைத்தால் இன்னும் விசேஷம்!

- மகிழ்ச்சியோடு தூங்கச் செல்லுங்கள், ஆழமாகத் தூங்கப் பழகுங்கள். புத்துணர்வோடு எழுந்து நாளைத் தொடங்குங்கள்.

- உங்களுக்கு மகிழ்ச்சிதரும் உடற்பயிற்சியில் ஈடுபடுங்கள்: நடையோ, யோகாசனமோ, சைக்கிள் ஓட்டுவதோ, நடனமோ, மலையேற்றமோ...

- பிறரை மதிக்கப்பழகுங்கள். அவர்களிடம் நேர்மையாகவும் அன்பாகவும் இருங்கள்.

- உங்கள் அன்புக்குரியவர்களுக்கு அவ்வப்போது பரிசுகளைக் கொடுங்கள். அதற்காகப் பர்ஸை இளைக்கவைக்க வேண்டிய தில்லை, ஒரு முழம் மல்லிகைப்பூவில் இல்லாத அன்பா? அதுவும் சாத்தியமில்லை என்றால், அவர்களுக்கு உங்கள் நேரத்தை, கவனத்தைக் கொடுங்கள்.

எளிய வாழ்க்கை, பரபரப்பைக் குறைத்துக்கொண்டு ஒவ்வொரு கணத்தையும் அனுபவித்து வாழ்வது. பிறருடன் நல்லுறவை வளர்த்துக்கொள்வது... இப்படி 'ஹுகா'வைப் பின்பற்றினால், டென்மார்க்கியர்களைப்போல் நமக்குள்ளும் வெளியிலும் சந்தோஷம் கரைபுரளும்!

21

ஐந்து பொறிகள்

ஆர்வமாக ஒரு வேலையைச் செய்துகொண்டிருக்கிறோம், நடுவில் ஒரு பிரச்னை வந்துவிடுகிறது.

பிரச்னை தனியாகவா வருகிறது? கூட இன்னும் பல பிரச்னைகளை ஜோடிசேர்த்துக்கொண்டு வருகிறது. அவை ஒவ்வொன்றையும் கவனித்துச் சரிசெய்வதற்குள், அந்த வேலையில் ஆர்வமே போய் விடுகிறது.

உலகெங்கும், பிரச்னையில்லாத வேலை என்று எதுவுமே இல்லை. என்னதான் கச்சிதமாகத் திட்டமிட்டு ஒரு வேலையைத் தொடங்கினாலும், சிலநாள் கழித்து ஏதாவது சொதப்பும். அதைச் சரிசெய்யவேண்டும், பிரச்னைக்குத் தீர்வுகாணவேண்டும், தொடர்ந்து முன்னேறவேண்டும்.

ஆனால், இதற்கெல்லாம் ரொம்பச் செலவாகும்!

இங்கே செலவு என்பது பணம், காசு இல்லை. செக் எழுதிக் கொடுத்தால் பிரச்னை தீர்ந்துவிடாது. நேரத்தை, உழைப்பைச் செலவிடவேண்டும். அப்போதுதான் தீர்வு கிடைக்கும்.

சொல்லப்போனால், பிரச்னை வருவதற்குமுன் எவ்வளவு நேரம், உழைப்பைச் செலவிட்டோமோ, அதைவிட அதிக நேரத்தை, அதிக உழைப்பை இப்போது செலவிடவேண்டியிருக்கும். இதனால் அந்த வேலைக்கான ஒட்டுமொத்தச் செலவு அதிகரிக்கும்.

உதாரணமாக, ஓர் இளம் இயக்குநர் தன்னுடைய முதல் படத்தை எடுக்கிறார். அவருக்கு அதிக அனுபவமில்லாத காரணத்தால், படம் சுமாராகத்தான் வருகிறது.

ஆகவே, அந்தத் தயாரிப்பாளர் ஒரு மூத்த இயக்குநரை அழைத்து, இந்தப் படத்தைச் 'சரிசெய்துதருமாறு' கேட்கிறார். இதனால், நேரமும் வீண், பணமும் வீண். ஏற்கெனவே எடுத்த படத்தில் சில பகுதிகளைத் தூக்கியெறியவேண்டியிருப்பதால், அந்தச் செலவும் வீண்.

ஆனால் இத்தனைக்குப்பிறகும், ஒரு வெளிநபரின் தலையீட்டால் படம் பிழைத்துவிடுகிறது. தயாரிப்பாளருக்கு நிம்மதி.

ஆங்கிலத்தில் இதனை 'Hiring a Consultant' என்பார்கள். அதாவது, பிரச்னையைச் சரிசெய்வதற்காக வெளியிலிருந்து ஓர் ஆலோசகரைக் கொண்டுவருவது.

இந்த ஆலோசகர், 'சொதப்பிய' வேலையில் பங்கேற்றவர் அல்லர். சொல்லப்போனால், அந்த வேலையைப்பற்றி அவருக்கு அதிகம் தெரிந்திருக்காது, அதுவே அவருடைய தகுதி.

மாறாக, இதேபோன்ற வேறு பல வேலைகளை அவர் பார்த்திருப்பார். அங்கெல்லாம் எது சரியாக நடந்தது, எது சொதப்பியது என்று கவனித்துப் புரிந்துகொண்டிருப்பார். பல நூல்களைப் படித்து, பயிற்சி வகுப்புகளில் கலந்துகொண்டு பிரச்னைகளைச் சரிசெய்யக் கற்றிருப்பார். அந்த அனுபவத்தைப் பயன்படுத்தி, இப்போதைய பிரச்னையைக் கவனிப்பார், சரிசெய்வார்.

இப்படிப்பட்ட ஆலோசகர்களுக்கு ஏகப்பட்ட சம்பளம், நிமிடத்துக்கு இவ்வளவு என்று கணக்குப்போட்டுக் கறந்துவிடுவார்கள்!

ஆனால், அதை எண்ணிப் புலம்பக்கூடாது. பிரச்னையைத் தீர்க்கிறார்களே, அதுதானே முக்கியம். செலவழிக்கவேண்டியதுதான்.

அதற்குப்பதிலாக, இதுபோன்ற பெரிய பிரச்னையில் சிக்கிக் கொள்ளாமல் ஒருவேலையைச் செய்யமுடிந்தால்? ஏகப்பட்ட பணமும் நேரமும் உழைப்பும் மிச்சமல்லவா?

இது பெரிய நிறுவனங்களின் தலைவலி என்று எண்ணிவிட வேண்டாம். நாம் மேற்கொள்கிற ஒவ்வொருவேலையிலும் பிரச்னை கள் வரும். அப்போது நிபுணர்களின் தயவை எதிர்பார்த்திருக்காமல் நாமே அவற்றைத் தீர்த்துக்கொள்ளவேண்டும். பிரச்னைகளை முன்கூட்டியே எதிர்பார்த்து அவை வராமலிருப்பதற்கான தடுப்பு நடவடிக்கைகளை எடுக்கவேண்டுமென்றால் என்ன செய்யலாம்?

இந்தச் சுவையான கேள்விக்குப் பதில் சொல்லும் ஒரு சமீபத்திய புத்தகம், 'Stop Spending, Start Managing'. இதை எழுதியவர்கள், தான்யா மேனன், லீ தாம்ஸன்.

எந்தவொரு வேலையிலும் 'வருமுன் காப்போம்' கொள்கைதான் சிறந்தது என்கிறது இந்தப்புத்தகம். 'வந்தபின் காக்கிற' செலவு ரொம்ப அதிகம். அதற்குப்பதிலாக, ஆரம்பத்திலிருந்தே கொஞ்சம் கவனமாக இருந்தால் பிரச்னையில்லாமல் வேலையை முடித்து விடலாம். ஒருவேளை பிரச்னை வந்தாலும், நாமே அதனைச் சரிசெய்துகொள்ளலாம்.

பொதுவாக எல்லாவகையான வேலைகளிலும் ஐந்துவகையான 'பொறி'கள் இருக்குமாம். இந்த ஐந்து பொறிகளிலும் சிக்கிக் கொள்ளாமல் தப்பித்துவிட்டால், பிரச்னைகளைக் குறைத்து விடலாம்.

அந்த ஐந்து பொறிகள்:

1. 'எனக்கு எல்லாம் தெரியும்' பொறி

பொதுவாக, அனுபவமிக்கவர்கள்தான் இந்தப் பொறியில் சிக்குவார்கள். காரணம், பழைய தீர்வுகளை வைத்தே எல்லாப் பிரச்னைகளையும் தீர்த்துவிட இயலும் என்று இவர்கள் நம்புவதுதான்!

உதாரணமாக, ஐந்து வருடத்துக்குமுன்னால் ஏதோ ஒரு பிரச்னைக்குத் தீர்வாகப் பயன்பட்ட ஓர் உத்தியை, இப்போது சம்பந்தமே இல்லாத இன்னொரு விஷயத்தில் பயன்படுத்தினால் வேலை நடக்குமா?

ஒவ்வொரு பிரச்னையும் புதியதுதான். அதற்காக, பழைய தீர்வுகளைத் தூக்கிவீசவேண்டியதில்லை, அவற்றை அனுபவப் பாடங்களாக நினைவில்வைத்துக்கொண்டு புதிய தீர்வுகளைத் தேடவேண்டும், அதற்கு நவீன தொழில்நுட்பங்களை, விவரங் களை முழுமையாகப் பயன்படுத்திக்கொள்ள வேண்டும்.

2. 'ஜெயித்தே தீருவேன்' பொறி

சில வேலைகள் படுபயங்கரமாக சொதப்பிக்கொண்டிருக்கும். இனிமேல் அவற்றை மீட்டுக்கொண்டுவருவது சாத்தியமே இல்லை என்பதுதான் எதார்த்தம்.

ஆனால், ஜெயிக்கவேண்டும் என்ற கண்மூடித்தனமான வெறியில் இருக்கிறவர்களுக்கு அது புரியாது. மேலும் மேலும் உழைப்பையெல்லாம் அங்கேயே கொண்டுபோய்க் கொட்டு வார்கள். அதிலிருந்து வெளியே வர மறுப்பார்கள். காரணம், அவர்களுடைய 'ஈகோ'தான்.

ஒரு விஷயம் சரிப்படவில்லை என்றால், புரிந்துகொண்டு விலகிவரவேண்டும், அதுவும் ஒரு புத்திசாலித்தனமான தீர்மானம் தான். அதன்மூலம், ஜெயிக்கக்கூடிய மற்ற விஷயங்களில் நாம் கவனம் செலுத்தலாம்.

3. 'எல்லாத்துக்கும் சரின்னு தலையாட்டிவைப்போம்' பொறி

சிலர் எல்லாரிடமும் நல்லபெயர் வாங்க எண்ணுவார்கள். இதனால், எதிர்மறையாக எதுவுமே பேசமாட்டார்கள்.

உதாரணமாக, அலுவலகத்தில் ஏதோ ஒரு விஷயம் விவாதிக்கப் படுகிறது. அதில் சில பிரச்னைகள் வரக்கூடும் என்று இவர் களுக்குத் தோன்றுகிறது. ஆனால், அதைச் சொல்ல மாட்டார்கள். 'ஒருவேளை, நாம் அதைச் சொல்லப்போய், அவர்கள் நம்மைத் தவறாக நினைத்துவிட்டால் ஒரு நல்ல உறவு கெட்டுப் போகுமே' என்கிற தயக்கம்தான் காரணம்.

இப்படி எண்ணுவதன்மூலம் அவர்கள் தங்களுக்கும் தங்களுடைய நண்பர்களுக்கும் சார்ந்திருக்கும் நிறுவனத்துக்கும் கெடுதலைக் கொண்டுவருகிறார்கள். பிரச்னையை எவ்வளவு சீக்கிரம் கண்டறிகிறோமோ அவ்வளவு நல்லது, அதற்கு எல்லாரும் பங்களிக்கவேண்டும்.

4. 'இதனால் சகலமானவர்களுக்கும் அறிவிப்பது என்னவென்றால்...' பொறி

சிலர் வெளிப்படையாக இருப்பதாக எண்ணிக்கொண்டு, வேலைதொடர்பான எல்லா விஷயங்களையும் பொதுவில் சொல்லிக்கொண்டிருப்பார்கள். இதனால் தேவையில்லாத விவாதங்கள் தொடங்கும்.

உண்மைகளை மறைத்துவைப்பது தவறு. அதேபோல, எல்லா உண்மைகளையும் பகிரங்கமாகச் சொல்லிக்கொண்டிருப்பதும் தவறுதான். அதையெல்லாம் படிக்க யாருக்கும் நேரமில்லை. சுருக்கமாகவும் தெளிவாகவும் விஷயத்தைச் சொல்லப் பழகவேண்டும். அதன்பிறகு வாயை மூடிக்கொண்டு வேலையைச் செய்யவேண்டும்.

5. 'இனிமே எல்லாம் நீங்களே பார்த்துக்கோங்க' பொறி

சில மேலாளர்கள் அடுத்தநிலையில் உள்ளவர்களிடம் பொறுப்பை ஒப்படைத்துவிட்டு ஒதுங்கியிருந்துவிடுவார்கள்.

எல்லாம் ஒழுங்காக நடக்கிறதா, அவர்களுக்கு ஏதேனும் உதவி தேவையா என்று எட்டிப்பார்ப்பதுகூடக் கிடையாது.

அதற்காக, ஒவ்வொரு விஷயத்திலும் தலையிட வேண்டியதில்லை. எங்கெல்லாம் அவர்களுக்கு நம்முடைய வழிகாட்டுதல் தேவைப்படுகிறது என்று புரிந்துகொண்டு உதவ வேண்டும். இதன்மூலம் பிரச்னைகளை முன்கூட்டியே அறிந்து சரிசெய்யலாம்.

இந்த ஐந்து பொறிகளிலும் சிக்காமல் தந்திரமாகத் தப்பிவர வேண்டும். அதன்பிறகு, பிரச்னையில்லாத முன்னேற்றம் சாத்தியம்!

22

உட்கடிகாரம் சொல்லும் உண்மை!

வெற்றிபெற என்ன செய்யவேண்டும்? அதை எப்படிச் செய்ய வேண்டும்?

இந்தத்தலைப்புகளில் நூற்றுக்கணக்கான புத்தகங்களைப் பார்த்திருக்கிறோம். ‘எப்போது செய்யவேண்டும்?’ என்று யாராவது பேசியிருக்கிறார்களா?

நமக்குத்தெரிந்த பலர், காலைப்பறவைகளாக இருக்கிறார்கள். அலாரம் அடிப்பதற்குமுன்னால் எழுந்துவிடுகிறார்கள், விறுவிறுவென்று வேலைசெய்கிறார்கள், நடக்கிறார்கள், உடற்பயிற்சி செய்கிறார்கள், எட்டுமணிக்கு அலுவலகத்துக்குள் நுழைந்து, மற்றவர்களெல்லாம் வருவதற்குமுன்னால் தங்களுடைய வேலைகளில் பெரும்பகுதியை முடித்துவிடுகிறார்கள்.

வேறு சிலருக்கு, இரவானால்தான் வேலையே ஓடுகிறது. எல்லாரும் தூங்கும்வரை காத்திருக்கிறார்கள். அதன்பிறகு அவர்களுக்குக் கற்பனைத்திறன் பொங்கி வழிகிறது. பகல்நேரத்தில் மற்றவர்கள் மணிக்கணக்காகப் போராடும் விஷயங்களை இவர்கள் நடுநிசியில் ஐந்தே நிமிடத்தில்செய்துவிடுகிறார்கள்.

இந்த இரண்டுக்கும் நடுவே ஒரு கோஷ்டி உண்டு. இவர்கள் காலையில் கொஞ்சம் நிதானமாக எழுந்து வேலையைத் தொடங்குவார்கள், அப்போது இவர்களைப் பார்த்தால் சராசரியாகத்தான் தோன்றுவார்கள். ஆனால், சூரியன் உச்சிக்குச் சென்றபிறகு இவர்களுடைய சுறுசுறுப்பு அதிகரிக்கும். மதிய நேரத்தில் சூப்பர்மேன் போல் வேகமாக வேலைகளைச் செய்து அசத்துவார்கள்.

இப்படி ஒவ்வொருவருக்கும் பிரியமான நேரம், அவர்களுடைய சுறுசுறுப்பும் படைப்புணர்வும் உச்சத்தில் இருக்கும் நேரம் என்று ஒன்று இருக்கிறது. அதை மாற்றினால், பிரச்னைதான்.

உதாரணமாக, ஒருவர் காலைநேரத்தில் பிரமாதமாக வேலை செய்கிறார். என்றைக்காவது அவர் இரவு விழித்திருந்து வேலை செய்யவேண்டிய அவசியம் ஏற்பட்டுவிட்டால், அவரால் பழைய வேகத்தில் பணிபுரிய இயலாது. அதேபோல் இரவுப் பறவையைக் காலையில் வேலைசெய்யச்சொன்னால் பேந்தப்பேந்த முழிப்பார்.

இந்த விஷயம் தெரியாமல், யாரோ சொல்கிறார்கள் என்பதற்காக அதிகாலை நான்குமணிக்கு அலாரம் வைத்து எழவேண்டியதில்லை. 'ராத்திரி எல்லாரும் தூங்கினப்புறம்தான் எனக்குக் கவிதை அருவிமாதிரி கொட்டுது' என்று சொல்கிறவரைப் பார்த்துத் தூக்கக் கலக்கத்தோடு கவிதையெழுதிக் கஷ்டப்படவேண்டிய தில்லை. நம் ஒவ்வொருவருக்கும் ஒவ்வொரு 'விருப்ப'நேரம் இருக்கிறது. அந்த நேரத்தில்தான் நம் உடலும் மூளையும் நம் பேச்சைக் கேட்கிறது. இதை உணர்ந்து செயல்பட்டால் எதிலும் பலமடங்கு முன்னேற்றம் காணலாம் என்கிறது ஒரு சமீபத்திய புத்தகம். 'The Power of When' என்ற அந்தப் புத்தகத்தை எழுதியவர், மைக்கேல் ப்ரீயஸ்.

'மனிதர்கள் எல்லாருக்குள்ளும் ஒரு கடிகாரம் இருக்கிறது' என்பது தான் இந்தப்புத்தகத்தின் மையக்கருத்து. அந்தக் கடிகாரத்தின் போக்கில் செயல்பட்டால், ஆரோக்கியமாக, மகிழ்ச்சியாக வாழலாம். வேலை களைச் சிறப்பாகச்செய்து நல்லபெயர்வாங்கலாம். வெற்றியடையலாம். அதைமீறி எதிர்நீச்சல் போடமுயன்றாலோ, பிரச்னைதான்!

இந்த உட்கடிகாரத்தை எப்படி அறிவது?

ஒவ்வொருவருடைய உயிரியல், ஹார்மோன்களைப்பொறுத்து இந்தக் கடிகாரம் மாறுமாம். இதன் அடிப்படையில் மனிதர்களை நான்கு வகைகளாகப் பிரிக்கிறார்கள்:

- **டால்ஃபின்**
- **சிங்கம்**
- **கரடி**
- **ஓநாய்**

இந்த வகைகளைப் புரிந்துகொள்ளவேண்டுமென்றால், இந்த மிருகங்கள் ஒவ்வொன்றும் எப்படித் தூங்கும் என்று பார்க்கவேண்டும்!

டால்ஃபின்கள் தூங்கும்போது, அவற்றின் மூளையில் ஒரு பகுதிதான் தூங்குமாம். இன்னொருபகுதி விழித்திருக்குமாம். சுற்றிலும் யாராவது வருகிறார்களா என்று பார்த்துக்கொண்டே இருக்குமாம். நீந்திக் கொண்டே இருக்குமாம்.

அதுபோல, டால்ஃபின் வகையைச்சேர்ந்தவர்கள் ஆழமாகத் தூங்க மாட்டார்கள். இவர்களுக்குத் தூக்கத்தில் பெரிய ஆர்வமும் இருக்காது. சும்மா உடலுக்கு ஓய்வு தருவதற்காகச் சிறிதுநேரம் படுத்து எழுந்துவிட்டு வந்து வேலைகளைச் செய்யத்தொடங்கிவிடுவார்கள். இவர்கள் பெரிய புத்திசாலிகளாகவும் இருப்பார்கள்!

சிங்கங்கள் அதிகாலையில் எழுந்து வேட்டையாடுவதை விரும்புகிறவை. இவை ஓரளவு நன்றாகத் தூங்கும். ஆனால், எப்போது எழுந்து வேலையைப்பார்க்கலாம் என்பதில்தான் இவற்றின் ஆர்வம் இருக்கும்.

அதுபோல, சிங்கவகையைச்சேர்ந்த மனிதர்கள் சராசரியாகத் தூங்குவார் கள். ஆனால், அதிகாலையில் சீக்கிரம் எழுந்துவிடுவார்கள், அந்த நேரத்தில்தான் அவர்களுடைய உடலும் மனமும் முழுவேகத்தில் இயங்கும்.

ஓநாய்கள் இதற்கு நேரெதிர். அவை இரவில்தான் சுறுசுறுப்பாக வேட்டையாடும். அதன்பிறகு, சூரியன் உதித்தாலும் பரவாயில்லை என்று நன்றாகத் தூங்கும்.

இந்தவகையைச்சேர்ந்த மனிதர்கள் இரவுப்பறவைகளாக இருப்பார்கள். ராத்திரியில் நெடுநேரம் கண்விழித்துத் தங்களுடைய வேலைகளை அழகாகச் செய்துமுடிப்பார்கள்.

நிறைவாக, கரடிகள். இவை வருடத்தில் பலநாள் தூங்கிவிடும். அதை Hibernate என்பார்கள்.

ஆனால், விழித்திருக்கிற மற்ற நாள்களில் கரடிகள் என்ன செய்யும் தெரியுமா?

சூரியனோடு தன்னை ஒருங்கிணைத்துக்கொள்ளும். அதாவது, சூரியன் எழும்போது கரடியும் எழும். சூரியன் உச்சிக்குச் செல்லச் செல்ல, இதன் செயல்வேகம் அதிகரிக்கும். அதன்பிறகு, சூரியன் மறைகிற நேரத்தில் இதன் வேகம் குறைந்து தூங்கச்சென்றுவிடும். நன்கு தூங்கி ஓய்வெடுக்கும்.

கரடிவகையைச் சேர்ந்த மனிதர்களும் இப்படித்தான். சூரியன் உதித்ததும் எழுவார்கள். மெதுவாக வேலையில் இறங்குவார்கள்.

நாளின் மத்தியில் இவர்களுடைய திறமை பிரகாசிப்பதைப் பார்க்கலாம். அதன்பிறகு, கொஞ்சம்கொஞ்சமாக ஓய்வை நோக்கிச் செல்வார்கள். இரவானதும் தூங்கிவிடுவார்கள். வேலைசெய்யும் போது நல்ல விழிப்பு, தூங்கும்போது நல்ல தூக்கம், இதுதான் கரடிகளின் குணம்!

'அட, நானும் இப்படித்தான்!' என்கிறீர்களா? உலகில் சரிபாதிப்பேர் கரடிவகையைச் சேர்ந்தவர்கள்தான். அதனால்தான் நம்முடைய பள்ளிகள், கல்லூரிகள், அலுவலகங்கள் அனைத்தும் ஒன்பது, பத்து மணிக்குத் தொடங்கி ஐந்து, ஆறு மணியளவில் மூடப்படுகின்றன. இதற்கு இடைப்பட்ட நேரத்தில்தான் பெரும்பாலான மக்கள் தங்களுடைய பணிகளைச் சிறப்பாகச் செய்கிறார்கள்.

அப்படியானால் மற்ற மூன்றுவகைகள்?

டால்ஃபின்களைப்போல் அதிகம் தூங்காமல் வேலைசெய்கிறவர்கள் 10%பேர். சிங்கத்தைப்போல் அதிகாலையில் கலக்குகிறவர்கள் சுமார் 20%, ஓநாயைப்போல் 'ராத்திரிதான் எனக்குப்பிரியம்' என்று சொல் கிறவர்கள் சுமார் 20%.

இந்த நான்கில் நீங்கள் எந்தவகை என்று தெரிந்துகொண்டால், அந்த நேரத்தில் உங்களுடைய முக்கியமான பணிகள் அமையும்படி மாற்றிக் கொள்ளலாம். எல்லா வேலைகளையும் நன்றாகச் செய்து வெற்றி பெறலாம்.

ஆனால், அதை எப்படிக் கண்டறிவது?

அதற்கு இந்தப் புத்தகத்திலேயே ஒரு தேர்வு உள்ளது. அதிலுள்ள கேள்விகளுக்குப் பதில்சொன்னால், நீங்கள் எந்த வகை என்று தெரிந்துகொள்ளலாம்.

அதைவிடச் சுலபம், http://thepowerofwhenquiz.com என்ற இணையத் தளத்துக்குச் செல்லுங்கள். அங்கேயும் இதே கேள்விகள் இருக்கும், அவற்றுக்குப் பதிலளித்து நீங்கள் டால்ஃபினா, சிங்கமா, ஓநாயா, கரடியா என்று புரிந்துகொள்ளலாம். அதன் அடிப்படையில் உங்கள் பணிநேரங்களை ஒழுங்குபடுத்திக்கொண்டு பயனடையலாம்.

23

பழைய நினைப்பும் பலன் தரும்

மகிழ்ச்சிக்கு என்ன தேவை?

வாடகைவீட்டில் இருக்கிற ஒருவரைக்கேட்டால், 'சொந்தவீடுதான் மகிழ்ச்சி' என்பார். அதே கேள்வியைச் சொந்தவீட்டில் இருப்பவரிடம் கேட்டால், 'வங்கியில் பதினைந்து லட்சம் பணம் இருந்தால் மகிழ்ச்சி' என்பார், பதினைந்து லட்சம் வைத்திருப்பவரைக்கேட்டால், அவர் ஐம்பது லட்சத்துக்கு ஆசைப்படுவார். அந்த அரைக்கோடீஸ்வரரோ முழுக்கோடீஸ்வரராக விரும்புவார்.

இப்படியே போனால், மகிழ்ச்சி எங்கேதான் இருக்கிறது?

ஒரு விஷயத்தின்மீது ஆசைப்படும்போது, அது கிடைத்தால் நாம் மகிழ்ச்சியாகிவிடுவோம் என நம்புகிறோம். ஆனால், அந்த விஷயம் கிடைத்தபிறகு, அதைவிடப் பெரிய ஒரு விஷயத்தை விரும்பத் தொடங்கிவிடுகிறோம். ஆகவே, மகிழ்ச்சி என்பது கைக்கெட்டினாலும் வாய்க்கெட்டுவதில்லை. இது ஏன்?

'உங்களுடைய Hedonic Treadmillலைவிட்டுக் கீழே இறங்குங்கள், மகிழ்ச்சி வரும்' என்கிறார் வலோரி பர்டன். பெண்களுக்கான வெற்றி ரகசியங்களைத் தொகுத்து இவர் எழுதியிருக்கும் 'Successful Women Think Differently' என்ற புத்தகத்தில்தான் இந்த வித்தியாசமான ட்ரெட்மில்லைக் காண்கிறோம்.

அதென்ன Hedonic Treadmill?

இதைப்புரிந்துகொள்வதற்கு, வலோரியின் புத்தகத்தலைப்பைக் கூர்ந்து கவனித்தாலே போதும், வெற்றிகரமான பெண்கள் வித்தியாச

மாகச் செயல்படுகிறார்கள் என்று அவர் சொல்லவில்லை, வித்தியாசமாகச் சிந்திக்கிறார்கள் என்கிறார்.

ஆக, எல்லாமே நம் சிந்தனையில்தான் இருக்கிறது. அதைச் சரிசெய்து விட்டால் மகிழ்ச்சி தானாக வரும்.

ஒருவர் சாலையில் அரைகிலோமீட்டர் ஓடுகிறார். இன்னொருவர் ட்ரெட்மில்லில் அதே அரைகிலோமீட்டர் ஓடுகிறார். இருவருக்கும் என்ன வித்தியாசம்?

சாலையில் ஓடியவர் அந்த அரைகிலோமீட்டருக்குள் அடுத்தடுத்து வெவ்வேறு காட்சிகளைப் பார்த்துக்கொண்டு ஓடுகிறார். ஆனால், ட்ரெட்மில்லில் ஓடுபவர் இருபது கிலோமீட்டர் ஓடினாலும் திரும்பத் திரும்ப ஒரே காட்சியைத்தான் பார்க்கிறார். அந்த அறையைவிட்டு அவர் நகர்வதே இல்லை.

இன்னொரு விஷயம், சாலையில் ஓடுபவருக்குக் கொஞ்சம் களைப்பாக இருக்கிறது. அல்லது, வழியில் ஓர் இயற்கைக்காட்சி அழகாகத் தோன்றுகிறது. உடனே அவர் அங்கே நின்று சிறிதுநேரம் ஓய்வெடுக்கலாம், அதன்பிறகு ஓடலாம். ஆனால், ட்ரெட்மில்லில் ஓடுபவருக்கு அந்த வசதி இல்லை. அவர் அரைவிநாடிகூட நிற்கமுடியாது, ஓடிக்கொண்டே இருக்கவேண்டும்.

அதாவது, தொடர்ந்து ஓடவேண்டும். ஆனால், இருந்த இடத்தை விட்டு இரண்டு அடிகூட முன்னே செல்லமாட்டோம். அதுதான் ட்ரெட்மில் ஓட்டம்.

நம் வாழ்க்கையும் அப்படிப்பட்ட ஓர் ஓட்டமாகத்தான் இருக்கிறது என்கிறார் வலோரி. அதனால்தான், அந்த ட்ரெட்மில்லைவிட்டுக் கீழே இறங்கச்சொல்கிறார்.

உதாரணமாக, பன்னிரண்டாம்வகுப்பில் படிக்கும் ஓர் இளம்பெண். அவருக்கு நல்ல கல்லூரியில் இடம்கிடைக்கவேண்டும் என்று ஆசை. அதற்காக மிகவும் கஷ்டப்பட்டுப் படிக்கிறார். நினைத்ததுபோல் ஒரு பிரமாதமான கல்லூரியில் சேர்ந்துவிடுகிறார்.

அந்தக்கணத்தில், அவர் மிகவும் மகிழ்ச்சியாக உணர்வார் என்பது உண்மைதான். ஆனால், அந்த மகிழ்ச்சி எத்தனைநாள் நீடிக்கும்?

ஒரு வாரம்? ஒரு மாதம்? கல்லூரியில் சேர்ந்து சில நாள்களுக்குள் அந்தச் சந்தோஷம் மறைந்துவிடுகிறது. அடுத்த கவலை ஆரம்பமாகி விடுகிறது, 'கல்லூரிப்பாடமெல்லாம் ஒழுங்காப் படிச்சு நல்ல மதிப்பெண் வாங்கணுமே!'

அவர் தொடர்ந்து படிக்கிறார், நல்ல மதிப்பெண் வாங்குகிறார், மகிழ்ச்சியடைகிறார்.

ஆனால், அந்த மகிழ்ச்சியும் சிலநாள்தான். 'கடைசிவருடம் படிப்பை முடிக்கறதுக்குள்ள வேலை கிடைக்கணுமே' என்ற பதற்றம் வந்துவிடுகிறது.

நினைத்தபடி அந்த வேலையும் கிடைத்துவிடுகிறது, 'ஹையா, பெரிய நிறுவனம், கைநிறையச் சம்பளம்' என்று துள்ளிக் குதிக்கிறார்.

இந்த மகிழ்ச்சிமட்டும் நிரந்தரமா? வேலையில் நல்ல பெயர் வாங்க வேண்டும், பதவி உயர்வு வேண்டும், வெளிநாடு செல்லும் வாய்ப்பு வேண்டும், சிறந்த மாப்பிள்ளை அமையவேண்டும், குழந்தை வேண்டும், குழந்தைக்கு நல்ல பள்ளியில் இடம் கிடைக்கவேண்டும், அவன் நல்ல கல்லூரியில் சேரவேண்டும்...

இப்படி ஒவ்வொருகட்டத்திலும், அவருடைய 'மகிழ்ச்சியின் வரையறை' மாறிக்கொண்டே இருக்கிறதைக் கவனியுங்கள். 'இது நடந்தால் சந்தோஷப்படுவேன்' என்று சொல்கிறவர், அது நடந்ததும் வேறொன்றை விரும்புகிறாரே, அது ஏன்?

மனிதமனம் அப்படிதான் இயங்குகிறது. கிடைக்காத ஒன்று கிடைத்து விட்டால் ஆனந்தத்தில் கூத்தாடுகிறோம். ஆனால் விரைவில் அது இயல்பாகிவிடுகிறது. அதற்குமேல் கிடைக்காத இன்னொன்றை எண்ணி ஏங்குகிறோம். இப்படி ஒவ்வொரு ஏக்கமும் நிறைவேற நிறைவேற, அதற்காக மகிழாமல் அடுத்தடுத்த ஏக்கங்கள் நம்மைக் கவலையுடன், பதற்றத்துடனே வைத்திருக்கின்றன.

இதுதான் Hedonic Treadmill. எத்தனைதூரம் ஓடினாலும் சரி, உடம்பெல்லாம் களைத்துப்போய் மூச்சுவாங்கினாலும் சரி, இருந்த இடத்தைவிட்டுச் சிறிதளவும் முன்னேறியிருக்கமாட்டோம். அந்த 'மகிழ்ச்சி' வரவே வராது.

ஆகவே, அந்த ட்ரெட்மில்லைவிட்டுக் கொஞ்சம் இறங்கிவர வேண்டும். நம்மை நாமே கேள்வி கேட்டுக்கொண்டு நிதானமாகச் சிந்திக்கவேண்டும் என்கிறார் வலோரி. உதாரணமாக:

நான் ஏன் சோகமாக இருக்கிறேன்?

இப்போது நான் இருக்கும் வீடு ரொம்பச் சிறியது. இதற்குள் முடங்கிக் கிடக்க நான் விரும்பவில்லை. இன்னும் பெரிய வீட்டில் வசிக்க விரும்புகிறேன்.

சரி, இரண்டு வருடத்துக்குமுன்னால் நான் எங்கே இருந்தேன்?

வாடகைவீட்டில்!

இப்போது எங்கே இருக்கிறேன்?

சொந்தவீட்டில்!

இரண்டு வருடத்துக்குமுன்னால், 'எனக்குச் சொந்தவீடு கிடைக்காதா' என்று ஏங்கியிருக்கிறேனா?

ஆமாம். ரொம்ப ஏங்கியிருக்கிறேன்.

அந்த ஏக்கம் இப்போது நிறைவேறிவிட்டதா?

நிறைவேறிவிட்டது.

அப்படியானால், நான் சந்தோஷமாகத்தானே இருக்கவேண்டும்?

ஆமாம்.

ஆனால், நான் சந்தோஷமாக இல்லையே, ஏன்?

இந்த வீடு பெரியதாக இல்லையே.

அது என்னுடைய புதிய ஏக்கம். அதற்குமுன்பு இருந்த பழைய ஏக்கம் நிறைவேறிவிட்டதுதானே? அதை எண்ணி நான் மகிழவேண்டாமா?

ஏன்? சிறிய வீட்டில் இருப்பவர்கள் பெரிய வீட்டுக்குச் செல்ல நினைக்கக்கூடாதா?

தாராளமாக நினைக்கலாம். ஆனால் அதேசமயம், 'எனக்கொரு சொந்த வீடு கிடைக்காதா' என்று ஏங்கிய எனக்கு நிஜமாகவே ஒரு சொந்தவீடு கிடைத்ததே, அந்த மகிழ்ச்சியை இத்துணைச் சீக்கிரமாக மறக்கலாமா? அதற்கான நன்றியுணர்வுடனும் சந்தோஷத்துடனும் நான் வாழ வேண்டாமா? அடுத்தடுத்த ஏக்கங்களை எண்ணி எப்போதும் மனவருத்தத்துடனே இருந்தால் எப்படி என்னால் முன்னேறமுடியும்?

அவ்வளவுதான். எப்போதெல்லாம் 'இது இல்லையே' என்ற ஏக்கத்தில் நம் மனம் துவள்கிறதோ, அப்போதெல்லாம் நம்முடைய பழைய நாள்களை எண்ணிப்பார்க்கவேண்டும். அப்போதைய ஏக்கங்கள் இன்று நிறைவேறியிருப்பதை நினைத்து மகிழவேண்டும். அந்த மனோநிலையோடு செயல்பட்டால், மகிழ்ச்சியும் நிரந்தரமாகும், வெற்றியும் நிலைக்கும்.

24

தொடர் வருமானம்

தொழில்நடத்தும் எல்லாரும் சந்திக்கிற முக்கியமான கேள்விகள்:

- ***நம்முடைய வாடிக்கையாளரை எப்படிக் கண்டறிவது?***
- ***அந்த வாடிக்கையாளரை எப்படிக் கவர்வது?***
- ***அவர் நம்மிடம் அதிகம் செலவழிக்குமாறு எப்படிச் செய்வது?***
- ***நம்மைவிட்டு அவர் இன்னொருவரிடம் சென்றுவிடாதபடி தக்க வைத்துக்கொள்வது எப்படி?***

பொருள்களைச் செய்து விற்கிறவர்கள், வாங்கி விற்கிறவர்களில் ஆரம்பித்து இஸ்திரிபோடுகிறவர்கள், தச்சுவேலைசெய்வோர், பழுதுபார்ப்போர், வயலின் கற்றுத் தருகிறவர்கள், மேஸ்திரிகள், மருத்துவர்கள், சார்ட்டட் அக்கவுன்டன்ட்கள் போன்ற 'சேவை' வழங்குநர்கள்வரை எல்லாருக்கும் இந்த நான்கு கேள்விகளும் பொருந்தும். இவற்றுக்குச் சரியான பதிலைப் புரிந்துகொண்டு அதன்படி செயல்படுகிறவர்கள்தான் தொழிலில் நிலைப்பார்கள்.

தொழில்துறை மாறிக்கொண்டே இருக்கிறது. இருபது வருடங்களுக்கு முன்னால் பிரமாதமாகத் திகழ்ந்த ஒரு நிறுவனம் இன்றைக்கும் அதே நுட்பங்களைப் பயன்படுத்தினால் ஜெயிக்கமுடியாது. காலத்தைப் புரிந்துகொண்டு, வாடிக்கையாளர்களின் மனோநிலை மாற்றங்களைத் தெரிந்துகொண்டு அதற்கேற்ப மாறக்கற்கவேண்டும். அப்போதுதான் தொடர்ந்து ஜெயிக்கமுடியும்.

ஒவ்வொரு தலைமுறையிலும் வாடிக்கையாளர்கள் மாறிக்கொண்டே இருக்கிறார்கள். நிறுவனங்கள் இதைக் கூர்ந்து கவனிக்கவேண்டும்.

தங்களுடைய பொருள்கள், சேவைகளை அதற்கேற்ப அமைக்க வேண்டும்.

இதைப் பெரிய நிறுவனங்களில் எம்.பி.ஏ. படித்தவர்கள்தான் செய்ய வேண்டும் என்றில்லை, வாடிக்கையாளர்களைக் கூர்ந்து கவனித்து வந்தால் இதை யாரும் செய்யலாம், வெல்லலாம்.

உதாரணமாக, முன்பு ஒவ்வோர் ஊரிலும் சலவைக்காரர்கள் இருந்தார்கள். வீடுவீடாகச் சென்று அழுக்குத்துணிகளை வாங்கிச் செல்வார்கள். அவற்றைத் துவைத்து இஸ்திரிபோட்டுத் திரும்பக் கொண்டுவந்து தருவார்கள். பணம் பெற்றுக்கொள்வார்கள்.

ஒவ்வொரு வீட்டுக்கும் வாஷிங்மெஷின் வந்தபிறகு, இவர்களுடைய நிலைமை கேள்விக்குறியானது. துவைக்க இயந்திரம் வந்துவிட்ட பிறகு இவர்களது சேவையை யார் நாடுவார்கள்?

ஆனால் இன்றைக்கு, பெருநகரங்களில் ஆங்காங்கே 'சலவைக் கடை'கள் திறக்கப்பட்டிருக்கின்றன. இவர்கள் வீடுவீடாகச் செல்வதில்லை. வாடிக்கையாளர்கள் இவர்களைத் தேடி வருகிறார்கள். ஆடைகளின் எண்ணிக்கை அடிப்படையில் அல்லது எடை அடிப்படையில் பணம் தந்து தங்களுடைய உடைகளைச் சலவைசெய்துகொள்கிறார்கள்.

அன்றைய சலவைக்காரர்கள் ஐம்பதுக்கும் நூறுக்கும் வேலை செய்தார்கள். இந்த நவீன சலவைக்கடைகள் லட்சங்களில் சம்பாதிக்கின்றன. இப்படி ஒரு தொழில் வாய்ப்பு இருக்கிறது என்று முதன் முதலாகக் கண்டறிந்தவர் யார்?

பெரியநகரங்களுக்குக் குடிபெயர்ந்துவரும் இளைஞர்களுக்குத் துவைக்கத் தெரியவில்லை. அப்படியே தெரிந்தாலும் அதை ஒரு வீணான வேலையாக நினைக்கிறார்கள் என்பதை யாரோ கவனித்திருக்கிறார்கள். அவர்கள் நிறைய சம்பாதிக்கிறார்கள், நன்கு உடுத்த விரும்புகிறார்கள், அந்த ஆடைகளை யாராவது சலவைசெய்து கொடுத்தால் அதற்காகச் செலவழிப்பார்கள் என்பதை அவர் கணித்திருக்கிறார். கச்சிதமாக உள்ளே நுழைந்து ஜெயித்திருக்கிறார்.

அதேபோல், செல்ஃபோன் அப்ளிகேஷன்கள்மூலம் உணவை ஆர்டர் செய்து சாப்பிடும் பழக்கம் அதிகரித்துவருகிறது. 'வீட்டில் இனிமேல் சமையல் எதற்கு?' என்றே விளம்பரம்போடுகிறார்கள்.

இப்படிப் புதிய வாய்ப்புகள் உருவாகிக்கொண்டே இருக்கும். வாடிக்கையாளர்களைக் கவனித்து, அவர்களுடைய மனோநிலையை நமக்குச் சாதகமாகப் பயன்படுத்திக்கொள்ளவேண்டும் என்று

தொழில்முனைவோருக்குச் சொல்லித்தரும் சுவாரஸ்யமான புத்தகங்கள் பல. அவற்றில் சமீபத்திய ஒன்று, ஜான் வாரில்லோ எழுதிய 'The Automatic Customer'.

அதென்ன ஆட்டோமேட்டிக் கஸ்டமர்?

ஆரம்பத்தில் நாம் பார்த்த நான்கு கேள்விகளை நினைவுபடுத்திக் கொள்ளுங்கள்: வாடிக்கையாளரை அடையாளம் காண்பது, ஈர்ப்பது, அவரிடமிருந்து தொழில்வாய்ப்பைப் பெறுவது, தக்கவைத்துக் கொள்வது... இந்த நான்கும் ஒன்றாகச் சேர்ந்தால் எப்படியிருக்கும்? அதுதான் ஆட்டோமேட்டிக் கஸ்டமரின் அடிப்படை.

அதாவது, நம்மிடம் ஒருமுறை வருகிற வாடிக்கையாளர் தொடர்ந்து நம்மிடம் வந்துகொண்டே இருக்கவேண்டும். அவர்மூலம் நமக்குத் தொழில்வாய்ப்பும் வருமானமும் தொடர்ந்து கிடைக்கவேண்டும். அதற்கேற்ப நம்முடைய தொழிலை மாற்றவேண்டும். அதுதான் இன்றைய உலகில் வெற்றிக்கான வழி என்கிறார் ஜான் வாரில்லோ.

உதாரணமாக, நீங்கள் ஒரு சோஃபா தயாரிப்பாளர் என்று வைத்துக் கொள்வோம். ஒரு சோஃபாவின் விலை முப்பதாயிரம் ரூபாய். அவ்வளவு பணம்தந்து வாங்குகிற வாடிக்கையாளர்கள் சிலர்தான் இருப்பார்கள். மற்றவர்கள் 'இத்தனை செலவழித்து ஒரு சோஃபா வாங்கவேண்டுமா?' என்று தயங்குவார்கள்.

அதற்குப்பதிலாக, 'நான் உங்களுக்கு ஒரு சோஃபா வாடகைக்குத் தருகிறேன். மாதம் ஐநூறுரூபாய் தந்தால் போதும்' என்று நீங்கள் சொல்கிறீர்கள் என்று வைத்துக்கொள்வோம். அப்போது, அவர்களுடைய சிந்தனை சட்டென்று மாறும், 'மாதம் ஐநூறுரூபாய் தானே, வாங்கிப்போடலாமே' என்று யோசிப்பார்கள்.

உங்களுடைய சோஃபா சிறப்பானதாக இருந்தால், அவர்கள் அதை ஐந்து வருடம் தொடர்ந்து பயன்படுத்துவார்கள். வருடத்துக்கு ஆறாயிரம் ரூபாய் என்று அதே முப்பதாயிரத்தை நீங்கள் சம்பாதித்து விடுவீர்கள்.

'ஆனால் அதற்காக ஐந்து வருடம் காத்திருக்கவேண்டுமே' என்று யோசிக்கக்கூடாது. முன்பு நீங்கள் முப்பதாயிரத்துக்கு சோஃபா விற்றுக்கொண்டிருந்தபோது, நூறு பேருக்குத்தான் அதை விற்க முடிந்தது. இப்போது மாதம் ஐநூறுவாடகை என்று மாற்றியவுடன், பல்லாயிரம் பேர் அதை வாங்குகிறார்கள். இதனால் உங்களுடைய தொழில் வளர்ச்சியடையும்.

அதாவது, நீங்கள் இப்போது சோஃபாதான் தயாரிக்கிறீர்கள். ஆனால், அதை வாடகைக்கு விடுகிறீர்கள். அத்துடன் தொடர்புடைய கட்டணச் சேவைகளையும் வழங்குகிறீர்கள். அதன்மூலம் முன்பைவிட அதிகம் சம்பாதிக்கிறீர்கள்.

ஆங்கிலத்தில் இதனை Subscription Business என்கிறார்கள். அதாவது, ஆரம்பத்திலேயே ஒரு பெரிய தொகையைக்கொடுங்கள் என்று வாடிக்கையாளரைத் துன்புறுத்தாமல், மாதம் இவ்வளவு தந்தால் போதும் என்கிற அளவில் சேவைகளை மாற்றி வழங்குவது. இதன்மூலம் அவர்களுக்கும் நன்மை (உடனடியாக நிறைய செலவழிக்க வேண்டியதில்லை, பின்னாள்களில் ஏதாவது பிரச்னை என்றால் சட்டென்று விலகிக்கொள்ளலாம்). அந்தத் தொழில்நிறுவனத்துக்கும் நன்மை (தொடர்ச்சியான வருமானம் வந்துகொண்டேயிருக்கும்).

இந்த Subscription Businessஐ எந்தத் தொழில்துறைக்கும் பொருத்தலாம் என்கிறது இந்தப்புத்தகம். அதற்கான பல வழிகளையும் சொல்லித் தந்து, இதில் உங்கள் தொழிலுக்கு எது பொருந்துகிறதோ அதை எடுத்துக்கொள்ளுங்கள் என்கிறது.

உதாரணமாக, all-you-can-eat என்றொரு வழி இருக்கிறது. அதாவது, இட்லி இருபது ரூபாய், தோசை ஐம்பது ரூபாய் என்று நிபந்தனை போடாமல், ஐநூறு ரூபாய் தந்துவிட்டு நீங்கள் எவ்வளவு வேண்டு மானாலும் சாப்பிடலாம் என்று சொல்லிவிடுவது.

இப்படிச் செய்தால், சிலர் கண்டபடி சாப்பிடுவார்கள் என்பது உண்மை தான். அதேசமயம், குறைவாகச் சாப்பிட்டுவிட்டு எழுபவர்களும் இருப்பார்கள். கூட்டிக்கழித்துப்பார்த்தால் அந்தக்கடைக்கு லாபம்தான்.

இதை நம் தொழிலுக்கு எப்படிப் பயன்படுத்திக்கொள்வது?

உதாரணமாக, மின்சார நிபுணர் ஒருவர் இருக்கிறார். அவர் சின்னச் சின்னப் பழுதுபார்த்தல் வேலைகளுக்கு ஐம்பது, நூறு என்று வசூலிப்பதற்குப்பதிலாக, 'வருடத்துக்கு ஆயிரம் ரூபாய் தந்தால் போதும். உங்கள் வீட்டில் எத்தனை மின்சார வேலைகள் வந்தாலும் செய்து தருவேன்' என்று அவர் அறிவிக்கலாம். அல்லது, 'மாதம் ஐயாயிரம் ரூபாய் தந்தால் இந்த அடுக்ககத்தில் உள்ள எந்த வீட்டில் மின்சாரப் பிரச்னை என்றாலும் உடனே வந்து சரிசெய்வேன்' என்று சொல்லலாம். இதன்மூலம் அவருக்குத் தொடர்ச்சியான வருமானமும் வரும். மக்களும் பேரம் பேசாமல் சரியான கட்டணத்துக்கு நல்ல சேவை கிடைக்கிறது என்று மகிழ்வார்கள்.

அதனால்தான், சிறிய நிறுவனங்களில் தொடங்கிப் பன்னாட்டுக் குழுமங்கள்வரை பலரும் இந்த Subscription Businessக்கு மாறிக் கொண்டிருக்கிறார்கள். வருங்காலத்தில் பெரும்பாலான தொழில்கள் இப்படித்தான் நடைபெறும் என்பது நிபுணர்களின் கணிப்பு.

உங்கள் தொழிலையும் இப்படி மாற்றமுடியுமா? யோசியுங்கள், வழிகிடைக்கும்!

25

குப்பையைக் குறைப்போம்

'முன்பெப்போதும் இல்லாத அளவுக்கு நாம் பொருள்களை வாங்கிக் குவிக்கிறோம்' என்று நிபுணர்கள் பதறுகிறார்கள். அதைப்பற்றிக் கவலைப்படாமல் நிறுவனங்கள் மேலும் அதிகப் பொருள்களை அறிமுகப்படுத்தி நம்மை ஈர்க்கிறார்கள்.

இதனால் வீணாவது நம்முடைய பணம்மட்டுமில்லை, சுற்றுச்சூழலும் தான். நாளுக்குநாள் ஊரில் குப்பை சேர்ந்துகொண்டிருக்கிறது. இதுதான் பல நகரங்களுக்கு இப்போது பெருஞ்சுமையாக இருக்கிறது.

பழைய பொருள்களைத் தூக்கியெறியவேண்டியதில்லை. அவற்றை வேறுவிதமாக மீண்டும் பயன்படுத்தினால் காசும் மிச்சம், மாசும் குறையும் என்கிறது ஒரு சமீபத்திய புத்தகம். '101 Ways to Recycle Everyday Household Items' என்ற அந்தப் புத்தகத்தைத் தொகுத்தவர், லிண்டா மார்ட்டின்.

இந்தப் புத்தகத்தின் சிறப்பு, நாம் தினந்தோறும் பார்க்கிற, பயன்படுத்துகிற பொருள்களுக்குச் சற்றும் யோசிக்காத இன்னொரு பயன்பாட்டைத் தருவதுதான். குறிப்பாக, 'இனிமேல் இதை வீசியெறியவேண்டியதுதான்' என்று நினைக்கிறவற்றைக்கூடப் பிரமாதமாகப் பயன்படுத்தி வீட்டை அலங்கரிக்கலாம் என்று சொல்லித்தருகிறது.

புத்தகத்திலிருந்து சில சூப்பர் டிப்ஸ், இங்கே:

- ஆணி அடிக்கும்போது அடிக்கடி கையில் அடிபட்டுக் கொள்கிறவரா நீங்கள்? பழைய அட்டைப்பெட்டிகளைத்

தூக்கி எறியாமல் துண்டுதுண்டாக வெட்டிவையுங்கள். அதன் பிறகு, ஆணி அடிக்கவேண்டிய நேரத்தில் அந்த அட்டைத் துண்டொன்றை எடுத்து அதில் ஆணியைச் செருகுங்கள். பிறகு அந்த அட்டைத்துண்டைப் பிடித்தபடி ஆணியை அடிக்கலாம். உங்கள் விரல்கள் பாதுகாப்பாக இருக்கும்!

- குழந்தைகளுக்கான காலணிகளை வாங்கும்போது, அந்த அட்டைப்பெட்டிகளைத் தூக்கியெறியாதீர்கள். அவற்றை டிராயர்களுக்குள் வரிசையாக வைத்துவிட்டால் க்ளிப்கள், மாலைகள், சீப்புகள், மற்ற அலங்காரச் சாதனங்களை யெல்லாம் அழகாக ஒழுங்குபடுத்திக்கொள்ளலாம்.

- பழைய திரைச்சீலைகளைத் தூக்கியெறியாதீர்கள். வெவ்வேறு அளவுச் செவ்வகங்களாக வெட்டிவைத்துக் கொள்ளுங்கள். கார் துடைப்பது தொடங்கி ஜன்னல் துடைப்பதுவரை அனைத்துக்கும் இவை அருமையாகப் பயன்படும்.

- பழைய சிடிக்களைத் தூக்கியெறியாதீர்கள். பவர்கட் நேரங்களில் மெழுகுவர்த்திகளை அவற்றின்மேல் ஏற்றிவைத்தால் பார்ப்ப தற்கும் அழகாக இருக்கும். மெழுகு கண்ட இடத்தில் விழுந்து வீட்டை அசுத்தமாக்காது.

- மெழுகுவர்த்திகளைப் பழைய கண்ணாடி ஜாடிகளுக்குள்ளும் வைக்கலாம். உங்கள் இரவுணவு மேசை திடீரென்று பேரழகாகி விடும்.

- பூஜாடியின் ஆழத்தைக் கவனிக்காமல் குட்டையான பூக்களாக வாங்கிவிட்டீர்களா? அவற்றை ஒரு பழைய சிடியின் துளையில் செருகுங்கள். பிறகு ஜாடியின்மீது வையுங்கள். பூக்களும் சரியாகப் பொருந்திவிடும். சிடியின் பளபளப்புப் பரப்பில் பூக்கள் பிரதிபலிப்பது மேலும் அழகாக இருக்கும்.

- பார்ட்டிகளின்போது காகிதத்தட்டுகள் ரொம்ப வசதி. ஆனால், அவற்றில் சில தொல்லைகளும் உண்டு. காற்றடித்தால் பறந்து விடும். அந்தத் தட்டுகள் ஒவ்வொன்றையும் ஒரு பழைய சிடியின்மீது ஒட்டிவிடுங்கள். அதன்பிறகு, அவை பறக்காது. விருந்தினர்கள் அவற்றைக் கையில் பிடித்துச் சாப்பிடுவதும் எளிது. பார்ட்டி முடிந்ததும், அந்தக் காகிதத்தட்டுகளைக் கிழித்துத் தூக்கி எறிந்துவிடுங்கள். சிடிக்களைப் பத்திரமாக வைத்திருந்து அடுத்த பார்ட்டிக்குப் பயன்படுத்துங்கள்.

- உங்கள் வீட்டில் தோட்டம் உண்டா? அங்கே பறவைகள் வந்து விதைகளைக் கொத்தித் தின்று தொல்லை கொடுப்பதுண்டா? பழைய சிடிக்களைக் கயிற்றில் கட்டித் தொங்கவிடுங்கள். அதில் தெரியும் தங்களுடைய உருவத்தைப்பார்த்துப் பறவைகள் பயந்துவிடும், அந்தப்பக்கமே வராது.

- தோட்டம் வைக்க இடமே இல்லையா? ஃப்ரிட்ஜில் முட்டைகளை வைக்கும் ஒரு பழைய தட்டை எடுத்துக்கொள்ளுங்கள். அதில் மண்ணை நிரப்பி, சிறிய செடிகளுக்கான விதைகளைப் போட்டுக் கொஞ்சம் தண்ணீர் ஊற்றி, ஜன்னலருகே வைத்து விட்டால் போதும். விரைவில் அதில் செடிகள் வரிசையாக வளரத் தொடங்கும். உங்கள் தோட்டம் உருவாகிவிடும்.

- எல்லாமே டிஜிட்டல்மயமாகிவிட்டது. பழைய கேமரா ஃபிலிம் டப்பாக்களை என்ன செய்வது? பட்டன்கள், ஹேர்பின் கள், தபால்தலைகள், ஊசிகள் போன்ற சிறிய பொருள்களை இவற்றில் போட்டுவைத்தால் தொலையாமல் பத்திரமாக இருக்கும். வெளியூர் செல்லும்போது வேளா வேளைக்குத் தேவைப்படும் மாத்திரைகளை எடுத்துச் செல்வதற்கும் இவை பயன்படும்.

- பழைய பூஜாடிகளை என்ன செய்வது? உங்கள் வீட்டில் மீன் தொட்டி உண்டா? அந்தத் தொட்டிக்குள் ஒரு பழைய பூஜாடியைப் படுக்கைவசமாக வையுங்கள், மீன்களுக்கு அந்தக் 'குகை' மிகவும் பிடித்துப்போய்விடும். அடிக்கடி அதற்குள் சென்று, வெளியே வந்து விளையாடும்.

- பழைய கண்ணாடி பாட்டில்களில் நீர் நிரப்பி வெஸ்டர்ன் டாய்லெட்டின் தொட்டிக்குள் வைத்துவிடலாம். இதன்மூலம் ஒவ்வொருமுறை ஃப்ளஷ் செய்யும்போதும் ஊற்றப்படும் நீரின் அளவு குறையும்.

- தோல் ஷூக்களைப் பெட்டியில் போட்டு எங்கேயாவது கொண்டு செல்வதென்றால், மற்ற பொருள்கள் அதன்மீது விழுந்து ஷூவின் வடிவத்தையே மாற்றி அசிங்கமாக்கி விடும். இதைத் தடுப்பதற்காக, ஷூவுக்குள் பழைய செய்தித்தாள்களை நிறையத் திணித்துவைத்துவிடுங்கள். அதன் வடிவம் மாறாது!

- பழைய வாழ்த்து அட்டைகளைத் தூக்கியெறியாதீர்கள். இந்த அட்டையிலிருந்து ஒரு பூ, அந்த அட்டையிலிருந்து ஒரு

மேகம், இன்னோர் அட்டையிலிருந்து ஒரு மலை என்று வெட்டியெடுத்து ஒரு வெள்ளை அட்டையில் ஒட்டுங்கள். புத்தம்புதிய வாழ்த்து அட்டை தயார். கடையில் வாங்கிய வாழ்த்து அட்டையைவிட, இதைத்தான் உங்கள் நண்பர்கள் அதிகம் விரும்புவார்கள்.

- பழைய காகிதப் பைகளைத் தூக்கியெறியாதீர்கள். உங்களுடைய பிளாஸ்டிக் பூக்கள் அழுக்காகும்போது அவற்றைப் புதிது போல் சுத்தப்படுத்த அவை உதவும்: அழுக்கு பிளாஸ்டிக் பூக்களை ஒரு காகிதப்பைக்குள் போடுங்கள். அவற்றோடு கால் கப் உப்பையும் சேருங்கள். பையை மூடி நன்றாகக் குலுக்குங்கள். சில விநாடிகளில் பிளாஸ்டிக் பூக்கள் அழுக்குத்தீர்ந்து பளபளக்கும்.

- வாழைப்பழம், தக்காளி போன்றவற்றை விரைவாகப் பழுக்க வைப்பதற்கு, அவற்றைப் பழைய காகிதப் பைகளில் போட்டு வைக்கலாம்.

- கடைகளில் தருகிற பிளாஸ்டிக் கேரிபேக்ஸைத் தூக்கியெறி யாதீர்கள். அவற்றைக் கைப்பையில் போட்டுவைத்தால், மழைநேரத்தில் நனைந்த குடையைப் பத்திரப்படுத்தலாம். அல்லது, சொதசொதவென்று நனைந்த குடையோடு வருகிற மற்றவர்களுக்குத் தரலாம். கார், பஸ் பயணத்தின்போது யாருக்காவது வாந்திவந்தாலும் இவை பயன்படும்.

- பழைய பிளாஸ்டிக் டப்பாக்களைத் தூக்கியெறியாதீர்கள். அவற்றில் இரண்டு துளைகளைப் போட்டுத் துணிகாயப் போடும் கொடிக்குள் நுழைத்துக் கட்டிவிடுங்கள், அதன்பிறகு, ஒவ்வொருமுறை துணிகாயப்போடும்போதும் க்ளிப்களைத் தேடவேண்டியதில்லை. அவற்றை அந்த டப்பாவில் பத்திரமாகப் போட்டுவைத்துவிடலாம்.

- வண்டிக்கு டயர் மாற்றுகிறீர்களா? பழைய டயரைத் தூக்கி எறியாதீர்கள். அவற்றை அடுக்கிவைத்து நடுவில் மண் போட்டுச் சிறு தோட்டம் அமைக்கலாம். அல்லது, கயிற்றில் கட்டி மரத்தில் தொங்கவிட்டால் குழந்தைகளுக்கு அருமை யான ஊஞ்சல் கிடைக்கும்.

26

வண்ணங்களின் உளவியல்

என்றைக்காவது சிவப்புச்சட்டை அணிந்துகொண்டு அலுவலகம் போகிறோம். திடீரென்று தன்னம்பிக்கை அதிகரித்துவிட்டதுபோல் உணர்கிறோம். எல்லாவற்றையும் கச்சிதமாகச் செய்யமுடிகிறது. வழக்கமாக நம்மை எதிர்த்துக் கேள்விகேட்கிறவர்கள்கூட அன்று பணிந்துபோகிறார்கள். பாராட்டுகள் குவிகின்றன.

மறுநாள், நீலச்சட்டை அணிந்து செல்கிறோம். சிக்கலான ஒரு பிரச்னையை விவாதிக்கும்போது அதற்குப் பலப்பல தீர்வுகள் நம்மிடமிருந்து கொட்டுகின்றன. எல்லாரும் நம்மை வியப்போடு பார்க்கிறார்கள்.

இதற்கெல்லாம் அந்தச் சிவப்புச்சட்டையும் நீலச்சட்டையும்கூடக் கொஞ்சம்போல் காரணமாக இருக்கலாம் என்று யாராவது சொன்னால் நம்புவீர்களா?

அதற்காக சிவப்புச்சட்டை போட்டவர்களெல்லாம் சக்திவாய்ந்தவர்களாகிவிடமாட்டார்கள். நீலச்சட்டை அணிந்தவர்களெல்லாம் அதிபுத்திசாலிகளாகிவிடமாட்டார்கள். ஆனால், நம்மையும் அறியாமல் இந்த வண்ணங்கள் நம் வாழ்க்கையைப் பலவிதங்களில் பாதிக்கின்றன.

உதாரணமாக, சில குறிப்பிட்ட அறைகளில் அமர்ந்திருக்கும்போது, நம் மனம் அமைதியாக இருக்கிறது. எந்தக்கவலையும் இல்லாமல் நிம்மதியாக உணர்கிறோம்.

வேறு சில அறைகள் இதற்கு எதிர்மாறான விளைவை ஏற்படுத்துகின்றன. எந்தப் பிரச்னையும் இல்லாதபோதுகூட, வயிற்றில் பூச்சி

பறப்பதுபோல் திகைக்கிறோம். ஒருவிதமான பயம் ஏற்படுகிறது. சுற்றியிருக்கிற யாரையும் நம்ப மறுக்கிறோம்.

இதற்குக்காரணம், அந்த அறையின் சுவர்களில் பூசப்பட்டுள்ள வண்ணமாக இருக்கலாம். அங்கே உள்ள மேசை, நாற்காலி, சோஃபா போன்றவற்றின் வண்ணமாகக்கூட இருக்கலாம். அவை சரிவரக் கலக்காதபோது நமக்குள் குழப்பம் ஏற்படுகிறது.

இதனைச் சரியாகப் புரிந்துகொண்ட ஒருவர், தன்னுடைய கடைக்குப் பொருத்தமான வண்ணங்களைப் பூசி வாடிக்கையாளர்களைக் கவர்ந்திழுப்பார். அங்கே வருகிறவர்களெல்லாம் மகிழ்ச்சியாக இருப்பார்கள். நன்கு செலவுசெய்வார்கள்.

இன்னொருவர் தன் கடைக்கு ஏதோ ஒரு வண்ணத்தைப் பூசிவைத்திருப்பார். ‘எல்லாம் சரியாத்தானே இருக்கு, ஆனா, மக்கள் என் கடையில எதுவும் வாங்கமாட்டேங்கறாங்களே’ என்று திகைப்பார்.

இதேபோல், நம்முடைய தினசரி உடைகளின் வண்ணங்கள், நாம் ஓட்டும் பைக், காரின் வண்ணம், செல்ஃபோனுக்குப்பின்னால் போடும் உறையின் வண்ணம்கூட பலவிதங்களில் நம் உணர்வுகளில் பிரதிபலிக்கிறது. மற்றவர்கள் நம்மை எப்படிப் பார்க்கிறார்கள் என்பதைத் தீர்மானிக்கிறது. அதன்மூலம் நமக்கு வெற்றி, தோல்வியைக் கொண்டுவருகிறது.

ஆகவே, ‘எல்லாரும் வாங்கறாங்க’ என்பதோ, ‘எனக்குப் பிடித்திருக் கிறது’ என்பதோமட்டும் ஒருவருடைய ஃபேஷனைத் தீர்மானித்து விடக்கூடாது. சரியான நேரங்களில் சரியான வண்ணங்களைப் பயன்படுத்தத் தெரிந்துகொள்ளவேண்டும். அந்த வண்ணங்கள் சுற்றியிருக்கும் பிற வண்ணங்களுடன் பொருந்துகின்றனவா என்று பார்க்கவேண்டும். இவை அனைத்தும் முக்கியம்.

‘வண்ணங்களைச் சாதாரணமாக நினைத்துவிடாதீர்கள். அவற்றின் பின்னணியில் ஆழமான உளவியல் இருக்கிறது’ என்றுசொல்லும் ஒரு சுவாரஸ்யமான புத்தகம், ‘Your True Colors’. எழுதியவர், கேதரின் ஷோவ்லின்.

‘நாம் ஒவ்வொருவரும் நம்மைச்சுற்றியுள்ள வண்ணங்களை ஆழமாகப் பார்க்கவும் புரிந்துகொள்ளவும் பழகவேண்டும்’ என்கிறது இந்தப் புத்தகம். காரணம், ஒவ்வொரு வண்ணமும் நமக்குள் ஒரு குறிப்பிட்ட

உணர்வை உண்டாக்குகிறது. அதைப் புரிந்துகொண்டு பயன்படுத்தினால், சரியான தாக்கத்தைப் பெறலாம்.

உதாரணமாக, சிவப்புவண்ணம் பசியைத்தூண்டும் என்பார்கள். பல விரைவுணவுக்கடைகள் சிவப்புவண்ணத்தில் அலங்கரிக்கப்பட்டிருப்பது இதனால்தான்.

இதேபோல், பச்சை என்றால் வளம், வெள்ளை என்றால் அமைதி... இப்படிப் பலப்பல நம்பிக்கைகள் நமக்கு இருக்கின்றன. இவை அனைத்துக்குள்ளும் ஓரளவு உண்மையுண்டு.

அதேசமயம், ஒரு குறிப்பிட்ட வண்ணம் எல்லாருக்கும் ஒரேமாதிரி உணர்வைத்தான் கொண்டுவரும் என்று சொல்ல இயலாது. அது ஒவ்வொருவருக்கும் மாறக்கூடும்.

ஆகவே, நாம் வண்ணங்களை இன்னும் விரிவாகப் புரிந்துகொள்ளத் தொடங்கவேண்டும். அதற்கான பல எளிய பயிற்சிகளை இந்தப் புத்தகம் விவரிக்கிறது. அவற்றின் பின்னணியில் இருக்கும் அறிவியல் உண்மைகளையும் விளக்குகிறது.

சிவப்புவண்ணமானது நம்முடைய இதயத்துடிப்பை அதிகரிக்கக் கூடியது. இதைக் காணக் காண, நேரம் விரைவாக ஓடுவதைப்போல் உணர்வோம், நம் உடலும் பரபரப்பாகிவிடும்.

அறிவியல்ரீதியில் பார்த்தாலும், சிவப்புதான் நம்முடைய கண்கள் முதலில் காணக்கூடிய வண்ணம். ஆகவே, அந்நிறத்தில் ஒருவர் உடுத்தியிருந்தால் சட்டென்று நம் கவனத்தை ஈர்க்கிறார்.

இதற்குமாறாக, மஞ்சள்நிறம் நம்மை உணர்ச்சிவயப்படச் செய்கிறது. கணினியில், செல்பேசியில் வரும் புன்னகை முகம் (ஸ்மைலி) மஞ்சள்நிறத்திலிருப்பது இதனால்தான்.

அதேசமயம், அமைதியான சூழல் தேவைப்படும் ஓரிடத்தில் மஞ்சள் நிறத்தைப் பூசிவைத்தால், அது எதிர்மறையான விளைவுகளையே தரும். அங்கே வருகிறவர்கள் தங்களையும் அறியாமல் உணர்ச்சிவயப் படக்கூடும்.

நீலநிறமானது நமது சிந்தனையைத் தூண்டக்கூடியது. கவிதை எழுதுகிறவர்கள் நீலவானத்தைப்பார்த்தபடி யோசிப்பது இதனால்தானோ!

அதே நீலம் கொஞ்சம் அடர்த்தியான நிறத்தில் இருந்தால், அதிகாரத்தை உணர்த்துகிறது. அதாவது, அடர்நீலநிறத்தில் உடுத்திய ஒருவரைப்

பார்க்கிறவர் தன்னையும் அறியாமல் பணிந்து போகக்கூடும். ஆகவே, பல நாடுகளில் காவல்துறையினருக்கு அடர்நீலச்சீருடை வழங்கப் பட்டிருக்கிறது.

பச்சைநிறமானது வளத்தின் அடையாளம். காரணம், நம்முடைய முன்னோர்கள் குடியேற இடம் தேடிக்கொண்டிருந்தபோது, செடிகொடிகள் நன்கு பசுமையாக வளர்ந்த இடங்களைத்தான் தேர்ந்தெடுத்தார்கள். அங்கேதான் மனிதர்கள் வாழ்வதற்கு ஏற்ற எல்லா வளங்களும் இருக்கும் என்று நம்பினார்கள்.

இப்போது நமக்குத் தானியங்கள் சூப்பர்மார்க்கெட்டிலிருந்துதான் வருகின்றன. ஆனாலும் பசுமையைக்கண்டால் முகம் மலர்கிறோம்.

வெள்ளைநிறம் இதற்கு மாறானது. எங்கும் வெண்மை படர்ந்திருக்கிறது என்றால், அங்கே எந்தச் செடியும் முளைக்கவில்லை என்று பொருள், அந்த இடத்தில் யாரும் வசிக்கமுடியாது.

உண்மையில், வெள்ளைநிறமானது ஏதுமில்லாத நிலையைக் குறிக்கிறது. அதாவது, எந்த வண்ணமும் இல்லை!

மருத்துவர்கள் ஏன் வெள்ளைநிறத்தை உடுத்துகிறார்கள்? அவர் களிடம் எந்த அசுத்தமும் இல்லை, மாசு இல்லை, கிருமிகள் இல்லை, தூய்மையானவர்கள் என்பதைப் பார்க்கிறவர்களுக்கு உணர்த்தத்தான்.

ஆரஞ்சு என்பது, சிவப்பும் மஞ்சளும் கலந்தது. அதாவது, அவசரத் தன்மையும் உணர்ச்சிவயப்படுதலும் கலந்து... நமக்குப் பசிக்கிறது.

பல சமையல்குறிப்புப் புத்தகங்களில் ஆரஞ்சுப் பாத்திரங்கள் பயன் படுத்தப்பட்டிருப்பதைச் சுட்டிக்காட்டுகிறார் ஆசிரியர். அவற்றைப் பார்த்தவுடன் நமக்குப் பசிக்கவேண்டும், அதுதான் நோக்கம்.

ஊதாநிறமானது பொதுவாக ஆடம்பரப்பொருள்களுக்குப் பயன் படுத்தப்படுகிறது. காரணம், முன்பொருகாலத்தில் அரச குடும்பத்தினர்மட்டுமே ஊதாநிறத்தில் உடுத்தினார்கள்.

கருப்புநிறம் என்பது, முழு இருட்டு. அங்கே எந்த ஆபத்து வேண்டு மானாலும் இருக்கலாம். ஆகவே, அது நம்மைப் பயமுறுத்துகிறது. மனத்தைக் கனக்கச்செய்கிறது.

மிகவும் கனமான கற்கள் கருப்பாகத்தான் இருக்கும். ஆகவே, ஏற்கெனவே குண்டாக உள்ள ஒருவர் கருப்புநிறத்தில் உடுத்தினால் இன்னும் ஆக தாகத்தோன்றுவாராம்.

இப்படி இந்தப்புத்தகத்தில் பக்கத்துக்குப் பக்கம் சுவையான உளவியல், அறிவியல், வரலாற்றுச்செய்திகள்... இங்குள்ள பயிற்சிகளைச் செய்துபார்த்தால், நம்மைச்சுற்றியுள்ள ஒவ்வொரு வண்ணமும் இப்படிப் பலவிதமாக யோசித்துத் திட்டமிட்டு வழங்கப்பட்டிருப்பது புரிகிறது!

வண்ணங்களைத் தோழர்களாக்கிக்கொள்வோம். உடல்மொழிபோல் வண்ணமொழியைப் பழகினால் பிறரை ஈர்ப்பதும் வெல்வதும் எளிது!

27

சமநிலை அவசியம்

எடையைக் குறைக்கவேண்டும். நல்ல மதிப்பெண் வாங்கவேண்டும். சமைக்கக் கற்றுக்கொள்ளவேண்டும். வெளிநாட்டில் வேலைக்குச் சேரவேண்டும். சொந்தவீடு வாங்கவேண்டும். கர்நாடக சங்கீதம் கற்றுக்கொள்ளவேண்டும். சினிமாவில் நடிக்கவேண்டும். காதலிக்க வேண்டும். கல்யாணம் செய்துகொள்ளவேண்டும்...

இப்படி ஒவ்வொருவருக்கும் ஏதாவது ஒரு 'வேண்டும்' இருக்கும். ஆனால், அவர்கள் எவ்வளவுதான் முயன்றாலும் அத்தனை சுலபமாக அதை எட்ட இயலாது. இரண்டடி ஏறினால் நான்கடி இறங்கி விடுவார்கள்.

இதற்கெல்லாம் யார் காரணம்?

'நம்முடைய அடிமனதுதான் காரணம்' என்கிறார் ஜெஃப் கூஜ். இவர் எழுதிய 'Greater Balance, Greater Reward' என்கிற சமீபத்திய புத்தகத்தின் மையக்கருத்து, பேலன்ஸ்!

மொபைலில் பேலன்ஸ் இல்லையென்றால், யாரோடும் பேசமுடியாது. சாலையில் நடந்துசெல்லும்போதுகூட, பேலன்ஸ் இல்லையென்றால் தடுமாறிக் கீழே விழுந்துவிடுவோம்.

ஆக, எதிலும் பேலன்ஸ் முக்கியம். குறிப்பாக, நாம் எதை வெல்ல வேண்டும் என்று விரும்புகிறோமோ அதை எட்டுவதற்குச் சமநிலை யோடு கூடிய அணுகுமுறை அவசியம்.

இதற்கு உதாரணம் தேடி நெடுந்தூரம் செல்லவேண்டியதில்லை, நாம்வாழும் பூமியையே எடுத்துக்கொள்ளலாம்.

ஒருவேளை, நம் பூமி சூரியனிலிருந்து வெகுதொலைவில் இருந்திருந்தால், எங்கும் பனிபடர்ந்து, குளிர் அதிகரித்து, மனித உயிர்கள் இங்கே வாழ இயன்றிருக்காது. அதே பூமி சூரியனுக்கு மிக அருகில் இருந்திருந்தால், அந்தச் சூட்டில் உயிர்கள் பிழைத்திருக்காது.

ஆக, சூரியனிடமிருந்து வெகுதொலைவிலும் சென்றுவிடாமல், மிக அருகிலும் நெருங்கிவிடாமல் கச்சிதமான தொலைவில் தன்னை பேலன்ஸ் செய்துகொண்டிருக்கிறது பூமி. அதனால்தான், அங்கே இத்தனை உயிர்கள் வாழ்கின்றன.

அதுபோல, நமது பிரச்னைகள் ஒவ்வொன்றையும் எடுத்து ஆராய்ந்து பார்த்தால், அவற்றை வெல்வதற்கு ஒரு சமநிலையான அணுகுமுறை தேவைப்படும். அந்த அணுகுமுறையைச் செயல்படுத்தாதவரையில் அந்தப் பிரச்னை தீராது.

உதாரணமாக, ஒருவர் மிகவும் குண்டாக இருக்கிறார் என்று வைத்துக் கொள்வோம். அவர் உடம்பைக்குறைக்க என்னசெய்யலாம்?

ஒருபக்கம், உடம்பைப் பட்டினிபோடலாம். எந்நேரமும் பசியோடு தவிக்கலாம். போதுமான ஊட்டச்சத்துகள் இல்லாமல் வாடி, வதங்கிக் கிடக்கலாம்.

அல்லது, இன்னொருபக்கம், கடும் உடற்பயிற்சி... ஒருநாளைக்கு ஐம்பது கிலோமீட்டர் ஓட்டம், ஜிம்மில் ஐந்துமணிநேரம் எடைதூக்குதல் என்று உடலைக் கண்டபடி வாட்டலாம்.

ஆனால், இந்த இரு வழிமுறைகளுமே சரியானவை அல்ல. இந்த இரண்டுக்கும் நடுவே, மிதமாகச் சாப்பிட்டு, அதுவும் சரிவிகித உணவுகளைச் சாப்பிட்டு, போதுமான அளவு உடற்பயிற்சி செய்கிறவர்கள்தான் விரைவாக இளைப்பார்கள். தங்கள் உடலைக் கச்சிதமாக வைத்திருப்பார்கள்.

அதுதான் பேலன்ஸ். இந்தமுனைக்கும் சென்றுவிடாமல், அந்த முனைக்கும் சென்றுவிடாமல், நடுவிலிருக்கும் வழிகளில் ஒன்றைப் பயன்படுத்துவது. அதுதான் தொலைநோக்கில் வெற்றி தரும்.

ஆனால், பொதுவாக நாம் அதைச் செய்வதில்லை. மற்ற இரு முனைகளில்தான் கவனம் செலுத்துகிறோம். நடுவில் இப்படியொரு வழி இருப்பதையே மறந்துவிடுகிறோம். ஏன்?

நம் அடிமனம் சமநிலையை வெறுக்கிறது. அதற்குத் தீவிரமான இருமுனைகளும்தான் பிடித்திருக்கின்றன. வியர்க்க விறுவிறுக்க

ஓடுவதிலோ பட்டினி கிடப்பதிலோ இருக்கிற கவர்ச்சி, முறையாகச் சாப்பிட்டு அளவாக உடற்பயிற்சி செய்வதில் இல்லையே.

சாப்பாட்டு விஷயத்தில்மட்டுமல்ல, நாம் எதிலெல்லாம் வெல்ல நினைக்கிறோமோ அவை அனைத்துக்கும் இதுபோன்றதொரு சமநிலை தேவைப்படும். அந்தச் சமநிலையை நாம் பெறாதபடி நம்முடைய அடிமனம் பார்த்துக்கொள்ளும்.

என்ன செய்யலாம்? அடிமனத்தை ஏமாற்றிவிடலாமா?

அது அத்தனை சுலபமில்லை. அதனைத் தோழனாக்கிக் கொள்வது தான் புத்திசாலித்தனம். இதற்கு ஐந்து படிநிலைகளை விளக்குகிறது இந்தப்புத்தகம்:

முதலில், அடிமனத்துக்குச் சொற்கள் புரியாது, காட்சிகள்தான் புரியும்.

அதாவது, 'நான் உடல் இளைப்பேன்' என்று சொல்வதைவிட, ஸ்லிம்மான, ஸ்மார்ட்டான உங்களைக் கற்பனைசெய்துபாருங்கள். அந்தக்காட்சி மிகவிரைவில் நிஜமாகிவிடும் என்று நம்புங்கள். அதை அடிமனமும் நம்பத்தொடங்கிவிடும். 'ஆமாம்ய்யா, சீக்கிரம் உடம்பு இளைக்கலாம், வா' என்று உங்களுக்கு உதவ முன்வரும்.

இரண்டாவதாக, அந்த வெற்றிக்கு என்ன பேலன்ஸ் தேவை என்று பார்க்கவேண்டும்.

ஒவ்வொரு விஷயத்திலும் வெல்வதற்கு வேறுவிதமான பேலன்ஸ் தேவைப்படும். உடல் இளைக்கவேண்டுமென்றால் சரிவிகித உணவு, உடற்பயிற்சிதான் பேலன்ஸ். சொந்தவீடு வாங்கவேண்டுமென்றால் வரவைப் பெருக்கி, செலவைக் குறைத்துச் சேமிப்பை அதிகரிப்பது தான் பேலன்ஸ். தேர்வில் நல்ல மதிப்பெண் வாங்கவேண்டு மென்றால் வகுப்பில் பாடத்தைக் கவனிப்பது, ஓய்வுநேரங்களில் படிப்பது, பாடப்புத்தகங்களைமட்டும் நம்பியிருக்காமல் நூலகங் களுக்குச் சென்று குறிப்புகள் எடுப்பது... இதெல்லாம்தான் பேலன்ஸ்.

இப்படி நீங்கள் வெல்லவிரும்பும் விஷயத்தை எட்டுவதற்கு என்ன பேலன்ஸ் தேவை என்பதை அடையாளம் காணுங்கள். அந்த பேலன்ஸ் ஏற்கெனவே உங்களுக்குக் கிடைத்துவிட்டதாகக் கற்பனை செய்யுங்கள்.

மறுகணம், உங்களுடைய அடிமனம், 'இதெல்லாம் சரிப்படாது' என்று சொல்லத் தொடங்கும். அதைத் திட்டாதீர்கள், அமைதியாகக் கேட்டுக் கொள்ளுங்கள்.

அதாவது, உங்களுக்குச் சமநிலை தேவைப்பட்டபோதும், உங்கள் அடிமனம் அதை ஏற்காது. மறுக்கவே முயற்சிசெய்யும். இதனை நீங்கள் புரிந்துகொண்டால்தான் இதைத்தாண்டி வெளியே வர இயலும்.

'சமநிலை சரிப்படாது' என்று உங்கள் மனம் சொல்வதை நீங்கள் ஏற்றுக்கொள்ளவேண்டியதில்லை. காரணம், ஏற்கெனவே உங்கள் வாழ்வில் சமநிலை வந்துவிட்டது, நீங்கள் வெற்றிபெற்று விட்டீர்கள்... அதாவது, நீங்கள் கற்பனையில் கண்டதை நிஜம் என்று நம்புங்கள். மனத்தின் ஒவ்வொரு மறுப்புக்கும் பொறுமையாகப் பதில் சொல்லுங்கள். 'சமநிலைதான் சரியான வழி' என்று அதற்குப் புரியவையுங்கள்.

நிறைவாக, அந்தச் சமநிலையை நோக்கிய முயற்சிகளைத் தொடங்குங்கள். இப்போது உங்கள் அடிமனத்தின் மறுப்பு குறைய ஆரம்பித்திருக்கும். சந்தேகமேதும் இல்லாமல், கண்டிப்பாக ஜெயிப்போம் என்ற உறுதியோடு சமநிலையைத் தேடுங்கள்.

இந்த ஐந்து படிநிலைகளையும் எதில்வேண்டுமானாலும் பொருத்திப் பார்க்கலாம் என்கிறார் ஜெஃப். சரியான சமநிலையை எட்டிவிட்டால், நாம் தேடிய வெற்றி தானே வரும்.

அதேசமயம், அந்தச் சமநிலை நிரந்தரமானதல்ல, எப்போது வேண்டுமானாலும் நாம் பழையபடி (அதாவது, சமநிலை இல்லாமல், இரு முனைகளை நோக்கித்) திரும்பிவிடக்கூடும்.

ஆகவே, இந்த உத்திகளை வாழ்வில் தொடர்ந்து பின்பற்றவேண்டும். நாம் சமநிலையில்தான் இருக்கிறோமா என்பதை அடிக்கடி கவனித்துவர வேண்டும். கொஞ்சம் இந்தப்பக்கம், அந்தப்பக்கம் நகர்வதுபோல் தெரிந்தாலும், உடனே சரிசெய்யவேண்டும்.

தனிப்பட்ட முன்னேற்றம், அலுவலகம், தொழில் வளர்ச்சி, காதல், குடும்ப உறவுகள்... இப்படி அனைத்துக்கும் சமநிலைதான் அடிப்படை. அதைப் பிடித்துவிட்டால், சந்தோஷம் பின்னாலேயே வரும்!

28

அசத்தல் ஃப்ரெட்!

ஒரு தபால்காரரின் தினசரி வேலை எப்படியிருக்கும்?

என்ன பெரிய வேலை? தினமும் அதே சைக்கிள், அதே தபால் மூட்டை, அதே வீடுகள், அதே மனிதர்கள், அதே பெட்டிகள், அதே கையெழுத்துகள்... கொஞ்சம் சலிப்பான விஷயம்தான்.

தபால்காரர் என்னதான் மிகமுக்கியமான விஷயங்களை நமக்குக் கொண்டுவந்து கொடுத்தாலும், அவர்மீது பெரும்பாலானோருக்குப் பெரிய மரியாதையெல்லாம் கிடையாது. எப்போதாவது ஒரு புன்னகை செய்தாலே அதிகம்.

மார்க் சன்பார்னும் அப்படித்தான் இருந்தார், ஃப்ரெட்டைச் சந்திக்கும் வரை.

அப்போதுதான் மார்க் அந்தப்பகுதியில் புதிதாகக் குடியேறியிருந்தார். அக்கம்பக்கத்தில் யாரும் இன்னும் பழக்கமாகவில்லை.

திடீரென்று ஒருநாள், ஃப்ரெட் அங்கே வந்தார். 'நான்தான் இந்தப் பகுதிக்குத் தபால்காரன்!' என்று தன்னை அறிமுகப்படுத்திக் கொண்டார். 'எங்க பேட்டைக்கு வந்திருக்கீங்க, நல்வரவு!' என வரவேற்றார்.

மார்க் திகைத்துப்போனார். அதுவரை தபால்காரர்களைச் சும்மா கடிதம் கொடுக்கிற இயந்திரங்களைப்போல்தான் அவர் நினைத்திருந்தார். ஆகவே, ஃப்ரெட் இப்படிக் கலகலவென்று பேசுவது அவருக்குப் புதிதாக இருந்தது.

‘நீங்க அடிக்கடி வெளியூர் போறதுண்டா?’ என்றார் ஃப்ரெட்.

‘ஓ, ஏன் கேட்கறீங்க?’

‘நீங்க வெளியூர் போகும்போது உங்களுக்கு வர்ற தபால்களை யெல்லாம் பத்திரமா வெச்சிருந்து கொடுக்கவேணாமா? அதுக்குத்தான்!’ சிரிப்போடு சொன்னார் ஃப்ரெட், ‘அப்புறம்? உங்களைப்பத்தி இன்னும் கொஞ்சம் சொல்லுங்களேன்!’

அந்த முதல்சந்திப்பிலேயே, மார்க்குக்கு ஃப்ரெட்டைப் பிடித்துப் போய்விட்டது. இவர் மற்ற தபால்காரர்களைப்போலில்லை, இவரிடம் ஏதோ விசேஷம் இருக்கிறது என்று புரிந்துகொண்டார்.

அதன்பிறகு, ஃப்ரெட்டைக் கூர்ந்து கவனிக்கத் தொடங்கினார் மார்க். அவரைப்பற்றி ஒவ்வொரு விஷயமாகத் தெரியத் தெரிய, மார்க்குக்கு ஃப்ரெட்டை மிகவும் பிடித்துப்போய்விட்டது.

காரணம், பெரிய பெரிய நிறுவனங்களெல்லாம் வாடிக்கையாளர் சேவையைச் சரியாகச் செய்வது எப்படி என்று தெரியாமல் சொதப்பிக்கொண்டிருக்கும்போது, ஃப்ரெட் சர்வசாதாரணமாக அதைச் சாதித்துக்கொண்டிருந்தார்.

இத்தனைக்கும் அவருடைய வேலை அப்படியொன்றும் சுவாரஸ்ய மானதல்ல. அவருடைய இடத்தில் இன்னொருவர் இருந்திருந்தால், இந்த வேலையைச் சலிப்போடுதான் செய்திருப்பார்.

ஆனால், அந்தப் போரடிக்கும் பணியைக்கூட ஃப்ரெட் ஆனந்தமாக அணுகினார். தன்னுடைய கடமையை ஒழுங்காகச் செய்வதோடு நிறுத்திக்கொள்ளாமல், புன்னகையோடு செய்தார். அதனால், அந்தப்பகுதியில் வாழ்ந்த எல்லாரும், ஃப்ரெட்டைப் பார்க்க வேண்டும் என்பதற்காகவே, ‘இன்னிக்கு நமக்கு ஏதாவது கடிதம் வந்தா நல்லாயிருக்குமே’ என்று நினைக்கத் தொடங்கினார்கள்.

இவை அனைத்தும் மார்க்குக்குப் பெரும் ஆர்வத்தைத் தூண்டின. ‘இவரிடமிருந்து நாம் கற்றுக்கொள்வதற்கு நிறைய இருக்கிறதே!’ என்று நினைத்தார்.

இதற்காக, அவர் ஃப்ரெட்டின் சேவைமுறையை ஆராய்ந்தார். அதிலிருக்கும் சிறந்த அம்சங்களைத் தொகுத்துப்பார்த்தபோது, ஃப்ரெட்டை ஏன் எல்லாருக்கும் பிடிக்கிறது என்று அவருக்குப் புரிந்தது. அவற்றை ‘The Fred Factor’ என்ற தலைப்பில் ஒரு புத்தகமாகவே எழுதிவிட்டார்.

‘நினைத்தால், நீங்களும் நானும்கூட ஃப்ரெட் ஆகலாம்’ என்று நம்பிக்கை தருகிறது இந்தப்புத்தகம். அதாவது, செய்கிற வேலையை ரசித்துச்செய்பவராக, சுற்றியிருக்கிற எல்லாருக்கும் பிடித்த ஒருவராக மாறலாம்.

அதற்கு என்ன செய்யவேண்டும்?

ஃப்ரெட்டின் வெற்றிக்குக் காரணமாக, தான் நினைக்கும் நான்கு கொள்கைகளை மார்க் விவரிக்கிறார். அந்த நான்கையும் பின்பற்றினால், எந்தத்துறையிலும் ஃப்ரெட்டைப்போல் சாதிக்கலாம்:

1. நம் ஒவ்வொருவராலும் மாற்றத்தைக் கொண்டுவரமுடியும்!

ஒரு பெரிய அரசியல்தலைவரோ ஆட்சியில் இருப்பவரோ எழுத்தாளரோ சினிமா நடிகரோதான் சமூகத்தை மாற்றமுடியும் என்று எண்ணவேண்டாம். ஃப்ரெட்போல் சின்னஞ்சிறு வேலைகளைச் செய்கிறவர்கள்கூட மாற்றத்தைக் கொண்டுவரலாம், அதற்குத் தேவை, சரியான மனப்போக்குதான்.

இதற்கு உதாரணமாக, மார்ட்டின் லூதர் கிங்கின் பொன்மொழியொன்றைச் சொல்கிறார் மார்க்: ‘ஒருவருக்குத் தெருக்கூட்டும் வேலை கிடைத்தாலும் பரவாயில்லை, மைக்கேல் ஏஞ்செலோ ஓர் ஓவியத்தை எப்படிச் சிறப்பாக வரைவாரோ, பீத்தோவன் ஓர் இசைத் தொகுப்பை எப்படிச் சிறப்பாக உருவாக்குவாரோ, ஷேக்ஸ்பியர் எப்படிச் சிறப்பாகக் கவிதையெழுதுவாரோ, அதுபோல அவர் சிறப்பாகத் தெருவைக்கூட்டிச் சுத்தப்படுத்தவேண்டும். மனிதர்கள் மட்டுமல்ல, வானுலகில் இருப்பவர்கள்கூட அந்தத் தெருவைப் பார்த்தால், ‘அட, ஒருவர் தன் வேலையை அருமையாகச் செய்திருக்கிறாரே’ என்று பாராட்டவேண்டும்.’

ஃப்ரெட் இதனைப் புரிந்துகொண்டதால்தான், தபால் கொடுக்கும் வேலையைக்கூட அவரால் அனுபவித்துச் செய்ய இயன்றது. அவருடைய கொள்கை, இவ்வுலகில் அற்பமான வேலை என்று எதுவுமில்லை, எல்லாமே மனிதர்களைப் புரட்டிப்போடக்கூடிய அளவு வலுவான, பெரிய, முக்கியமான வேலைகள்தாம்.

2. எல்லாமே உங்கள் உறவுகளைப்பொறுத்துத்தான் அமைகின்றன!

ஃப்ரெட்டைச் சந்திப்பதற்குமுன்னாலும் மார்க்குக்குப் பல கடிதங்கள் வந்திருந்தன. அவரும் பல தபால்காரர்களைப் பார்த்திருக்கிறார். ஆனால், ஃப்ரெட்டைமட்டும் அவருக்குப் பிடித்துப்போனது ஏன்?

காரணம், ஃப்ரெட் கடிதம் கொடுப்பதை வெறும் பரிமாற்றமாகக் கருதவில்லை. அந்தப்பகுதியில் வாழும் ஒவ்வொருவருடனும் நல்லுறவை வளர்த்துக்கொண்டார். ஆகவே, சாதாரணக் கடிதம்கூட விசேஷமான பொருளாகிவிட்டது.

உங்களோடு பழகும் ஒவ்வொருவரையும் நிமிர்ந்துபாருங்கள். அவர்களோடு உண்மையாகப் பழகுங்கள். அதன்பிறகு, உங்களுடைய சின்னச்சின்னச் செய்கைகள்கூட சிறப்பாகத் தெரியும்.

3. பிறருக்கு இயன்றதைச் செய்யுங்கள், அதற்காக நீங்கள் ஒரு பைசா செலவழிக்கவேண்டியதில்லை!

சிலர் பெரிய பணக்காரர்களாயிருப்பார்கள். யாராவது உதவி கேட்டால், சட்டென்று பணத்தை எடுத்துக்கொடுத்துவிடுவார்கள்.

இவர்களைப்பார்த்து, மற்றவர்களுக்குக் குற்றவுணர்ச்சி வரும். 'நம்மிடம் அவ்வளவு பணம் இல்லையே, நாம் யாருக்கு எப்படி உதவுவது?' என்று யோசிப்பார்கள்.

ஃப்ரெட்டிடம் பணமா இருந்தது? ஒரே ஒரு பையைத் தோளில் மாட்டிக்கொண்டு அவர் ஊருக்கே நண்பராக இருந்தாரே!

ஆக, பணத்தைவிட, பிறருடன் ஒன்றுவதற்கான மனம் வேண்டும். அதற்கேற்ற வழிகளைக் கண்டறிகிற கற்பனை வேண்டும். அதுவே மக்களை உங்களோடு அதிகம் நெருங்கவைக்கும்.

4. அவ்வப்போது நம்மை நாமே புதுப்பித்துக்கொள்ளவேண்டும்!

நாம் நினைப்பதெல்லாம் நடந்துவிடுவதில்லை. சில சமயங்களில் தோல்விகள், ஏமாற்றங்கள் வருகின்றன, சோர்ந்து அமர்ந்து விடுகிறோம்.

அதுபோன்ற நேரங்களில், ஃப்ரெட்டை நினைத்துக்கொள்ளலாம். தினந்தோறும் ஒரேமாதிரி வேலையைச் செய்கிறபோதும் அவர் சோர்ந்து அமர்ந்தது கிடையாதே, அது எப்படி?

காரணம், அவர் ஒவ்வொரு நாளையும் புத்தம் புதியதாக நினைக்கிறார். புதிதாக எதையேனும் கற்றுக்கொள்வதற்கான ஒரு வாய்ப்பு என்று கருதுகிறார். தன்னைத் தொடர்ந்து புதியவராகவே வைத்துக் கொள்கிறார். அப்படிச் சிந்திக்கும் மனத்தில் சலிப்புக்கு ஏது இடம்?

29

நான்கு ஒப்பந்தங்கள்

ஒருவர் சிறிய கடையொன்றைத் தொடங்குகிறார். அக்கம்பக்கத்தில் உள்ளவர்கள் அவருடைய கடைக்கு வந்து ஆதரவளிக்கிறார்கள். கொஞ்சம்போல் லாபம் வருகிறது. அதை வைத்துக் கடையைத் தொடர்ந்து நடத்துகிறார்.

சில நாள் கழித்து, அந்தப்பகுதியில் உள்ள பள்ளியொன்று அவரை அணுகுகிறது. 'எங்களுடைய மாணவர்களுக்குத் தினமும் தின்பண்டங் களை விநியோகிக்கவேண்டும். அதற்கு உங்களுடன் ஒப்பந்தம் செய்துகொள்ளலாம் என்று நினைக்கிறோம்.'

இவர் மகிழ்ச்சியுடன் சம்மதிக்கிறார். பண விவகாரங்களைப் பேசுகிறார்கள். ஒப்பந்தம் கையெழுத்தாகிறது.

இதனால், அதுவரை நூறுகளில் வியாபாரம் நடந்துகொண்டிருந்த அவருடைய கடையின் விற்பனை ஆயிரங்களைத் தொடுகிறது. அந்தத் தெம்பில் இன்னும் பல வியாபார உத்திகளைப் பயன்படுத்திப் பெரிய அளவில் வளர்கிறார்.

சில வருடங்கள் கழித்து, ஒரு பத்திரிகை அவரைப் பேட்டி யெடுக்கிறது, 'உங்களுடைய வெற்றிக்கு முக்கியக் காரணம் என்ன?' என்று கேட்கிறது.

அவருடைய பதில், 'அன்றைக்கு அந்தப் பள்ளியோடு செய்துகொண்ட ஒப்பந்தம்தான் என்னை வெற்றிப்பாதையில் செலுத்தியது.'

அந்தக் கடைக்காரரின் வெற்றிக்கு ஆயிரம் காரணங்கள் இருந்திருக் கலாம். ஆனால், அவை அனைத்துக்கும் ஆரம்பம் அமைத்துக் கொடுத்தது ஓர் ஒப்பந்தம்.

இதுபோன்ற பல நிகழ்வுகளை நாம் கண்ணெதிரே பார்க்கிறோம். சாதாரணமாக இருக்கும் ஒருவர், பெரிய மனிதர் ஒருவருடன், அல்லது பெரிய நிறுவனம் ஒன்றுடன் சேர்வார். அல்லது, தன்னைப்போலவே சாதாரணமான இன்னொருவருடன் சேர்வார். சட்டென்று முன்னுக்கு வந்துவிடுவார். ஆரம்பநிலையிலிருக்கும் எல்லாருமே, 'அப்படி யொரு வாய்ப்பு நமக்குக் கிடைக்காதா!' என்று ஏங்குவார்கள்.

ஆனால், இப்படிப்பட்ட வெளி ஒப்பந்தங்களையெல்லாம்விட, நமக்குநாமே செய்துகொள்ளும் ஒப்பந்தங்கள்தான் மிகநல்ல பலன் தரும் என்கிறது ஒரு சுவாரஸ்யமான புத்தகம். 'The Four Agreements' என்ற அந்தப் புத்தகத்தை எழுதியோர், டான் மிகுவெல் ருயிஜ், ஜானெட் மில்ஸ்.

அப்படி என்ன பெரிய ஒப்பந்தங்கள்?

அவற்றைப் படித்தால் 'சப்'பென்றிருக்கும். 'அட, இவ்வளவுதானா?' என்று தோன்றும்.

ஆனால், அந்த எளிய ஒப்பந்தங்களைப் பின்பற்றுவது மிக மிகக் கடினம். கொஞ்சம் அசந்தாலும் பழையநிலைக்குத் திரும்பிவிடுவோம்.

உதாரணமாக, 'ஆரோக்கியமான உணவைமட்டுமே உண்பேன்' என்று ஒருவர் தனக்குத்தானே ஒப்பந்தம் செய்துகொள்கிறார் என்று வைத்துக் கொள்வோம். அதை ஒருநாள் பின்பற்றலாம், இரண்டுநாள் பின்பற்றலாம், வாழ்நாள்முழுவதும் பின்பற்றமுடியுமா?

சிரமம்தான். ஆனால், அப்படி ஒருவர் பல்லைக்கடித்துக்கொண்டு அதனைப் பின்பற்றுகிறார் என்றால், அவருடைய வாழ்க்கை மற்றவர் களைவிடச் சிறப்பாக இருக்குமல்லவா? இந்த நான்கு ஒப்பந்தங்களும் அதுமாதிரியானவைதாம்: பின்பற்றுவது சிரமம், ஆனால் அப்படிப் பின்பற்றினால் கிடைக்கும் பலன்கள் மிகப்பிரமாதம்!

1. என்னுடைய சொல்லில் யாரும் குறைகாணமுடியாதபடி நடந்து கொள்வேன்!

> சொற்களை நாம் மிக அலட்சியமாக நினைக்கிறோம். சர்வ சாதாரணமாக எதைவேண்டுமானாலும் பேசிவிடுகிறோம். பொய்யான விஷயங்கள், பிறரைப்பற்றிய அவதூறுகள், நம்மால் காப்பாற்றமுடியாத வாக்குறுதிகள்... எல்லாவற்றையும் அள்ளி வீசுகிறோம். பின்னர் ஏதாவது பிரச்னை வந்தால், மாற்றிப் பேசி விடுகிறோம்.

இந்தப் பழக்கம்தான் முன்னேற்றம், மனத்திருப்தியின் முதல் எதிரி. நம்முடைய சொல்லுக்கு நாம் மரியாதை தராவிட்டால் யார் தருவார்கள்?

ஆகவே, எப்போதும் நேர்மையோடு பேசவேண்டும். நம் மனத்தில் இருப்பதை உண்மையாகச் சொல்லவேண்டும். பிறரைப்பற்றித் தவறாகப் பேசுவதை நிறுத்தவேண்டும். நம்மைப்பற்றியே இழிவாகப் பேசிக்கொள்வதும் ஆகாது. நமது ஒவ்வொரு சொல்லிலும் உண்மையும் அன்பும் இருக்கும்படி பார்த்துக்கொள்ளவேண்டும்.

'அப்படியெல்லாம் மனசுல நினைக்கிறதைப் பேசமுடியுமா?' என்று சந்தேகம்வந்தால், இதை நினைவில் வையுங்கள்: இந்த ஒப்பந்தத்தைமட்டுமல்ல, இங்குள்ள நான்கு ஒப்பந்தங்களையுமே பின்பற்றுவது மிகக்கடினம்தான். இரண்டு சூழ்நிலைகளில் பின்பற்றுவோம். ஐந்து சூழ்நிலைகளில் தடுமாறிவிடுவோம். ஆனால், இவற்றைப் பின்பற்றவேண்டும் என்ற இலக்குடன் தொடர்ந்து பயிற்சியெடுத்தால், நிச்சயம் முன்பைவிடக் கொஞ்சமேனும் முன்னேறுவோம்.

2. எதையும் தனிப்பட்டமுறையில் எடுத்துக்கொள்ளமாட்டேன்!

ஒருவர் நம்மைப்பற்றித் தவறாகப் பேசுகிறார், அல்லது, நாம் விரும்பாத ஒன்றைச் செய்துவிடுகிறார் என்றால், உடனே அதை ஒரு தனிப்பட்ட தாக்குதலாகக் கருதிவிடுகிறோம். 'நான் என்ன செஞ்சேன்? அவர் ஏன் இப்படி நடக்கிறார்?' என்று எகிறுகிறோம்.

அதுபோன்ற நேரங்களில் இதை எண்ணுங்கள்: அவர்கள் செய்கிற எதற்கும் நீங்கள் காரணமில்லை. அவர்கள் தங்களுக்குப் புரிந்த விஷயங்களின் அடிப்படையில் தாங்கள் விரும்புவதைச் செய்கிறார்கள். அவ்வளவே.

ஆகவே, உங்களைப்பற்றிய அடுத்தவர்களுடைய கருத்துகள், செயல்பாடுகளை எண்ணி ஒருபோதும் வருந்தாதீர்கள். உங்களுக்குச் சரியாகத் தோன்றுபவற்றைச் செய்யப் பழகுங்கள். இதனால், அநாவசியமான கவலைகளும் குழப்பங்களும் வராது.

3. நானாக எதையும் ஊகித்துக்கொள்ளமாட்டேன்!

நம்மைப்பார்த்து அடுத்தவர்கள் இப்படித்தான் நினைக்கிறார்கள், அதனால்தான் இப்படிச் செய்கிறார்கள் என்று ஒவ்வொருநாளும் நமக்குள் ஏகப்பட்ட ஊகங்கள். இதன் அடிப்படையிலேயே நம்முடைய செயல்பாடுகளும் அமைந்துவிடுகின்றன.

எதற்கு எல்லாவற்றையும் ஊகிக்கவேண்டும்? ஒரு விஷயம் தெளிவாக இல்லை என்றால் நேரடியாகக் கேட்டுவிடலாமே!

அதேபோல், நாம் எண்ணும் விஷயத்தைப் பிறரிடம் தெளிவாகச் சொல்லவேண்டும். பூசி, மெழுகினால் என்ன பிரயோஜனம்? அவர்களாகவே அதை ஊகித்துக்கொள்ளட்டுமே என்று ஏன் நினைக்கவேண்டும்?

ஆக, அடுத்தவர்கள் ஊகிக்கும்படி இடம் வைக்காமல் விஷயங்களை வெளிப்படையாகச் சொல்வதும் முக்கியம். பிறர் அப்படிச் சொல்லாவிட்டால், 'நீங்கள் என்ன சொல்ல வருகிறீர்கள்?' என்று தைரியமாகக் கேள்விகேட்பதும் முக்கியம். இதனால், தவறான புரிந்துகொள்ளல்களை, நேர விரயத்தை, பல மன வருத்தங்களைத் தடுக்கலாம்.

4. எப்போதும் சிறப்பாகச் செயல்படுவேன்!

நாம் ஒரு வேலையைச் செய்கிறோம் என்றால், அதனை நம்மால் இயன்ற அளவு மிகச்சிறப்பாகச் செய்வதற்குத் தேவையான உழைப்பை நாம் தரவேண்டும். மற்றவர்கள் பார்வையில் அது சிறப்பாக இருக்கிறதா, சுமாராக இருக்கிறதா என்பதெல்லாம் இரண்டாம்பட்சம். நம்முடைய பார்வையில் அது சிறப்பாக இருக்கவேண்டும். அதற்கு அரைமாற்றுக் குறைந்தாலும் தோல்விதான்.

இங்கே 'சிறப்பு' என்பது, சூழ்நிலைக்குப் பொறுத்தபடி மாறுபடும். அதேசமயம், அந்தக் குறிப்பிட்ட சூழ்நிலையில் நம்மால் வழங்க முடிகிற மிகச்சிறந்த முயற்சியை வழங்கினால், அதன்மூலம் கிடைக்கும் பலன்களும் சிறப்பாகவே அமையும். அதன்பிறகு, நாம் செய்தது சரியா என்றெண்ணிக் குழம்பமாட்டோம், வருந்தமாட்டோம், நிம்மதியோடு நம் பணிகளைச் செய்வோம், மனமகிழ்ச்சியோடு வாழ்வோம்!

30

எப்போதும் வெல்வோம்!

நீங்க நல்லவரா? கெட்டவரா?

ஒரு தொட்டியிலிருந்த மீன்களைப்பார்த்து இந்தக் கேள்வியைக் கேட்டார் ஆர்தர் மெக்டொனால்ட். அவற்றை நல்ல மீன்கள், கெட்ட மீன்கள் என்று வகைபிரித்தார்.

கெட்ட மீன்கள் என்றால், தவறான அர்த்தத்தில் அல்ல. அக்கம்பக்கத் திலிருக்கும் மற்ற மீன்களிடம் கொஞ்சம் ஆர்ப்பாட்டமாக, 'நான்தான் பெரிய ஆள்' என்பதுபோல் நடந்துகொள்கிற மீன்கள், அவ்வளவுதான். வேண்டுமானால் அவற்றை 'அதிரடி மீன்கள்' என்று அழைக்கலாம்.

இப்படி, தான் கவனித்த அதிரடி மீன்களையெல்லாம் தனியே எடுத்தார் ஆர்தர். அவற்றை அ, ஆ, இ என மூன்றாகப் பிரித்தார்.

அதாவது, அவரிடம் அறுபது மீன்கள் இருந்ததாக வைத்துக் கொள்வோம், அவற்றில் இருபது மீன்களை ('அ') தனியே ஒரு தொட்டியில் விட்டார். இன்னும் இருபது மீன்களை ('ஆ') பெரிய மீன்கள் இருக்கும் ஒரு தொட்டியில் விட்டார். மீதமுள்ள இருபது மீன்களை ('இ') சிறிய மீன்கள் இருக்கும் ஒரு தொட்டியில் விட்டார்.

ஞாபகமிருக்கட்டும், இப்போது இவர் மீன்களை அ, ஆ, இ என்று மூன்றாகப் பிரித்திருந்தாலும், உண்மையில் அவை மூன்றுமே அதிரடி மீன்கள்தான். கிட்டத்தட்ட ஒரேமாதிரியான பழக்கவழக்கங்களைக் கொண்டவைதாம்.

அடுத்த ஐந்து நாள், இந்த மீன்கள் தனித்தனித் தொட்டிகளில் வளர்ந்தன. அதன்பிறகு, அவை அனைத்தையும் எடுத்து அதே பழைய

தொட்டியில் விட்டார் ஆர்தர். அவற்றின் பழக்கவழக்கங்களைக் கவனித்தார்.

'ஆ' பிரிவிலிருந்த மீன்கள், அதாவது, தங்களைவிட அளவில் பெரிய மீன்களோடு வாழ்ந்த மீன்கள் முன்பைவிட அடங்கிப்போயிருந்தன. ஏற்கெனவே ஆர்ப்பாட்டம் செய்ததுபோல் இப்போது அவை நடந்துகொள்ளவில்லை.

ஆனால், 'இ' பிரிவிலிருந்த மீன்கள் முன்பைவிட அதிக ஆர்ப்பாட்டம் செய்தன. பிற மீன்கள்மீது வலியச்சென்று மோதின.

இந்த மாற்றத்துக்கு என்ன காரணம்?

'ஆ' பிரிவு மீன்கள் வாழ்ந்த தொட்டியில் அவற்றைவிடப் பெரிய மீன்கள் காணப்பட்டன. ஆகவே, இந்த மீன்கள் அந்த மீன்களோடு சென்று மோதியிருந்தால், அவை பதிலுக்கு இன்னும் வேகமாக மோதியிருக்கும். இந்த மீன்கள் தோற்றுப்போயிருக்கும்!

இப்படி நாள்முழுக்கப் 'பெரிய மீன்'களுடன் மோதித் தோற்ற 'ஆ' பிரிவு மீன்களுக்குத் தன்னம்பிக்கை குறைந்துவிட்டது. அதன்பிறகு, அவை பழைய தொட்டிக்குத் திரும்பினாலும், முன்புபோல் அதிரடியாக நடந்துகொள்ளவில்லை.

மாறாக, 'இ' பிரிவு மீன்கள் வாழ்ந்த தொட்டியிலிருந்த மீன்களெல்லாம் அவற்றைவிடச் சிறியவை. அந்த மீன்களை இந்த மீன்கள் எளிதில் ஜெயித்திருக்கும்.

இப்படி நாள்முழுக்கச் 'சிறிய மீன்'களுடன் மோதி வென்ற 'இ' பிரிவு மீன்களுக்குத் தன்னம்பிக்கை அதிகரித்தது. அதன்பிறகு, அவை பழைய தொட்டிக்குத் திரும்பும்போது முன்பைவிட அதிரடியாக நடந்துகொண்டன.

இரண்டும் ஒரே தொட்டியில் வளர்ந்த மீன்கள்தாம். ஆனால், தங்களைச்சுற்றி இருப்பவை தங்களைவிடப் பெரிய மீன்களா அல்லது சிறிய மீன்களா, அவற்றுடன் நிகழ்கிற மோதலில் தாங்கள் வெல்கிறோமா, தோற்கிறோமா என்பதைப்பொறுத்து அவற்றின் தன்மையே மாறிவிடுகிறது.

மீன்களில்மட்டுமில்லை, மனிதர்களுக்கும் இதே குணம் உண்டு என்கிறார் அயான் ராபர்ட்ஸன். அவர் எழுதிய 'The Winner Effect' என்ற புத்தகத்தில்தான் இந்த நிகழ்வும் அதனுடன் தொடர்புடைய நம் மூளையின் தன்மையும் விவரிக்கப்பட்டுள்ளது.

மாணவர்கள் ஒரு முக்கியமான தேர்வுக்குத் தயாராகும்போது, அவர்களுக்குப் பயிற்சி வினாத்தாள்களைத் தந்து தேர்வெழுத வைப்பார்கள். அதன்மூலம் அவர்கள் பாடங்களை இன்னும் நன்றாகத் தெரிந்துகொள்வார்கள். பொதுத்தேர்வைச் சிறப்பாக எழுதுவார்கள் என்பது நம்பிக்கை.

ஆனால், அந்தப் பயிற்சி வினாத்தாள்கள் எப்படி இருக்கவேண்டும்?

அவை மிகவும் கடினமானவையாக அமைந்துவிட்டால், மாணவர்கள் 'ஆ' தொட்டி மீன்களைப்போலாகிவிடுவார்கள். நிஜத்தேர்வும் இவ்வளவு கடினமாக வருமோ என்கிற எண்ணத்தில் அவர்களுடைய தன்னம்பிக்கையே குறைந்துவிடும்.

மாறாக, அவை ஓரளவு எளிய தேர்வுகளாக, அவர்களால் சமாளிக்கக் கூடிய அளவில் இருந்தால், அவர்கள் 'இ' தொட்டி மீன்களைப்போல் உணர்வார்கள். தேர்வு என்பது ஒரு பயமுறுத்தும் விஷயமல்ல, அதை நம்மால் சமாளிக்கமுடியும் என்கிற தன்னம்பிக்கை அவர்களுக்கு வரும்.

சுயமுன்னேற்றப் புத்தகங்கள் பெரும்பாலானவை, 'உங்களால் முடியும் என்று நம்புங்கள்' என்கின்றன. ஆனால் இந்தப் புத்தகம், 'அப்படி வெறுமனே நம்பினால் போதாது, அதை உங்கள் மூளை ஏற்றுக்கொள்ளாது' என்கிறது.

அதற்குப்பதிலாக, நிஜமாகவே ஜெயித்துக்காட்டவேண்டும். வெற்றி என்பது மூளைக்குப் பழகவேண்டும். அதனைத் திரும்பத் திரும்ப அனுபவிப்பதன்மூலம்தான் அது தன்னால் வெல்லமுடியும் என்பதை நம்பத் தொடங்குகிறது. அதனால் மனிதனின் தன்னம்பிக்கை அதிகரிக்கிறது. இதைத்தான் 'Winner Effect' என்கிறது இந்தப்புத்தகம்.

எந்தவொரு வேலையையும் செய்வதால் நமக்கு இருவிதமான பரிசுகள் கிடைக்கலாம்: உட்பரிசுகள், வெளிப்பரிசுகள்.

உதாரணமாக, ஓர் அலுவலகப்பணியை ஒருவர் சிறப்பாகச் செய்கிறார். மேலாளர் பாராட்டுகிறார், ஏதோ போனஸ் கிடைக்கிறது... இவையெல்லாம் வெளிப்பரிசுகள். இவற்றின்மூலம் தூண்டப்பட்டு அவர் இன்னும் சிறப்பாகப் பணிபுரிவார் என்பது நம்பிக்கை.

இந்த வெளிப்பரிசுகளுடன், அவருக்குள்ளேயே 'இந்த வேலையை நாம் நன்றாகச் செய்தோம்' என்கிற திருப்தியும் வருகிறது. இதுதான் உட்பரிசு. அதாவது, அவர் தனக்குத்தானே தந்துகொள்ளும் பரிசு.

வெளிப்பரிசுகள் ஒரு குறிப்பிட்ட நேரம்வரை பயன்தரலாம். காசுக்காக, புகழுக்காக, பாராட்டுக்காக வேலைகளைச் செய்யலாம். ஆனால், தொலைநோக்கில் அவை பயன்படாது. குறிப்பாக, அந்தப் பரிசுகள் கிடைக்காதபோது, அல்லது, அவை போதுமான அளவில் இல்லாதபோது ஏமாற்றம் வந்துவிடும். அது நம் செயல்திறனைக் குறைத்துவிடும்.

உட்பரிசுகளில் அந்தப் பிரச்னையே இல்லை. யாரோ பரிசுதருவார்கள் என்பதற்காக நாம் எதையும் செய்யப்போவதில்லை. அந்தச் செயலைச் செய்வதன்மூலம் கிடைக்கும் திருப்திதான் பரிசு என்பதால், மற்ற யாரையும் சார்ந்திராமல் நம்மை நாமே ஊக்கப்படுத்திக்கொள்ளலாம்.

அப்படி நம் மூளை நமக்குத் தோழனாக அமைந்து நம்மை ஊக்குவிக்க வேண்டுமென்றால், முக்கியமான சவால்களுக்குமுன்னால் சின்னச் சின்ன சவால்களை நாமே உருவாக்கிக்கொள்ளலாம். அவற்றில் வெல்லலாம். அதன்மூலம் நம் மூளையிடம் ‘பாரு, நான் எப்பவும் ஜெயிக்கிற ஆளு’ என்று சொல்லாமல் சொல்லலாம், கொஞ்சம் கொஞ்சமாக அது இந்த உண்மையை நம்பத்தொடங்கிவிடும். நமது வேலைகள் அனைத்திலும் கைகொடுக்கும்.

31

தூய உணவு

‘சுத்தம் சோறுபோடும்’ என்பார்கள். தூய்மையின் முக்கியத்துவத்தை வலியுறுத்தும் பழமொழி இது.

இப்போது, அந்தச் சோற்றிலேயே சுத்தமுண்டா என்று கேள்வி கேட்கும் சூழ்நிலை. அதாவது, நாம் உண்பது சுத்தமான சோறுதானா என யோசிக்கச் சொல்கிறார்கள்.

சுத்தமான சோறு என்றால்? வெள்ளைவெளேரென்று இருக்க வேண்டுமா?

ஆமாம். ஆனால், இங்கே ‘வெள்ளை’ என்பது நிறமல்ல, குணம்.

ஒருவரைப்பார்த்து ‘அவருக்கு வெள்ளை மனசு’ என்கிறோமல்லவா? அதன் பொருள், அவருடைய மனம் வெள்ளைநிறத்தில் உள்ளது என்பதல்ல. அவருக்குக் கள்ளம், கபடம் தெரியாது என்பதுதான் அந்த ‘வெண்மை’யின் பொருள்.

அதுபோல, சுத்தமான உணவு என்றால், அதில் எந்த ஒளிவுமறைவும் இருக்கக்கூடாது. அதற்குள் என்னென்ன இருக்கிறது என்று நமக்குத் தெரியவேண்டும். இதைத்தான் ‘Clean Food Diet’ என்ற புத்தகத்தில் வலியுறுத்துகிறார் ஜொனாதன் வைன்.

உணவில் என்ன ஒளிவுமறைவு?

கடைக்குச்சென்று ஒரு பாக்கெட் உருளைக்கிழங்கு சிப்ஸ் வாங்குங்கள். அதன் பின்பகுதியைத் திருப்பிப்பாருங்கள், Ingredients

என்று பல விஷயங்களைப் பட்டியலிட்டிருப்பார்கள். படித்துப் பாருங்கள், ஏதாவது புரிகிறதா?

நமக்குத்தெரிந்து உருளைக்கிழங்கு சிப்ஸ் என்றால், அதில் உருளைக் கிழங்கு இருக்கும், எண்ணெய் இருக்கும், மேலே உப்பு, மிளகாய்த்தூள் தூவுவார்கள், அவ்வளவுதான்.

ஆனால், இந்தக் கடைத்தயாரிப்பில் சம்பந்தமில்லாத பொருள்கள் ஏதேதோ சேர்க்கப்பட்டிருக்கின்றனவே, எதற்காக?

அந்த சிப்ஸைத் தயாரித்தவர்களுக்குப் பல நோக்கங்கள் உண்டு: நாட்டின் ஒருபகுதியில் தயாரித்த சிப்ஸை எல்லாப் பகுதிகளுக்கும் கொண்டுசென்று பலநாள் வைத்திருந்து விற்கவேண்டும். அதற்காக, அது எளிதில் கெட்டுப்போகாதபடி சில பொருள்களைச் சேர்க்க வேண்டும். பொட்டலத்தைப் பிரித்ததும் நறுமணம் கமழவேண்டும். கையில் எடுத்தால் மொறுமொறுவென்று பார்க்க அழகாக இருக்கவேண்டும். வாயில் போட்டதும் சுவை அசத்தவேண்டும். அடுத்த சிப்ஸைச் சாப்பிடவேண்டும் என்று தோன்றவேண்டும். அடுத்தமுறை பசியெடுத்தால் மற்ற எல்லா உணவுகளையும் விட்டுவிட்டு இந்த சிப்ஸ் பாக்கெட்டைத் தேடிச்செல்லவேண்டும்.

இதற்காக, உணவுத்தயாரிப்பு நிறுவனங்கள் அனைத்தும் தனி ஆராய்ச்சி சாலைகளை அமைத்துள்ளன. அவற்றில் விதவிதமான பொருள்களை அலசிப்பார்த்து எந்த உணவை எப்படிச் சுவையாக் கலாம் என்று தீர்மானிக்கிறார்கள்.

இதனால், சும்மா உருளைக்கிழங்கை எடுத்துச் சீவி எண்ணெயில் போட்டுப் பொறிக்கின்ற சிப்ஸுக்கும், இந்தத் தொழிற்சாலைத் தயாரிப்புகளுக்கும் ஏகப்பட்ட வித்தியாசங்கள் இருக்கும். விலையும் அதிகம்.

ஆனால், குழந்தைகள் தொழிற்சாலைத் தயாரிப்புகளையே விரும்பு கிறார்கள். பெற்றோருக்கும் பத்துரூபாய் தந்து ஒரு பாக்கெட் சிப்ஸ் வாங்கித்தருவது வசதியாக உள்ளது. சிறுவயதிலிருந்து பிள்ளைகள் இந்தச்சுவைக்குப் பழகிவிட்டால், கொஞ்சம்கொஞ்சமாக அதற்கு அடிமையாகிவிடுவார்கள்.

இங்கே 'அடிமையாதல்' என்ற சொல் கொஞ்சம் அதீதமாகத் தோன்றலாம். ஆனால் அதுதான் உண்மை. சிப்ஸ், பிஸ்கட், ரொட்டி, நூடுல்ஸ், குளிர்பானங்கள் என்று தொழிற்சாலை உணவுகள் பலவும் நம்மை அடிமையாக்கும் நோக்கத்துடனே தயாரிக்கப்படுகின்றன.

அப்போதுதான் அவர்களால் நம்மை வாழ்நாள் வாடிக்கையாளர்களாக வைத்திருக்க இயலும்.

இந்தப் பின்னணியில்தான் 'Clean Diet' என்பது முக்கியத்துவம் பெறுகிறது. இதன் அடிப்படை: 'நாம் உண்ணும் உணவில் என்ன இருக்கிறது என்பது நமக்குத் தெரியவேண்டும். அதுதான் நல்ல உணவு!'

உதாரணமாக, வாழைப்பழமும் பாதாமும் போட்டுக் கடையில் ஒரு கேக் கிடைக்கிறது என்றால், அதைவிட, வாழைப்பழத்தை, பாதாமை நேரடியாகச் சாப்பிட்டுவிடுவது சிறந்தது. காரணம், நாம் என்ன சாப்பிடுகிறோம், எவ்வளவு சாப்பிடுகிறோம், அதன்மூலம் நம் உடலில் என்னென்ன ஊட்டச்சத்துகள் சேர்கின்றன என்பதெல்லாம் நமக்குத் தெளிவாகத் தெரிந்திருக்கிறது. மாறாக, அந்த வாழைப்பழ பாதம் கேக்கில் என்ன கலந்திருக்கிறது, அது எப்போது சமைக்கப் பட்டது, எப்படிச் சமைக்கப்பட்டது என்று எதுவும் நமக்குத் தெரியாது.

நாம் கேக் வாங்கும் கடை மிகச்சிறந்ததாக இருக்கலாம். அவர்கள் வாடிக்கையாளர்கள் நலனைக் கருத்தில் கொண்டு பிரமாதமாகக் கேக் செய்கிறவர்களாக இருக்கலாம். ஆனால் அதற்காக, நம் ஆரோக்கியத்தை இன்னொருவர் கையில் ஒப்படைக்கலாமா?

உணவுப்பொருள்களை நேரடியாக உண்பது, அல்லது, நாமே வீட்டில் சமைத்துச் சாப்பிடுவதால், சமைத்துப் பலநாளான உணவுகளை உண்பது குறைகிறது. அவற்றில் இருக்கும் ஊட்டச்சத்துகள் தொலைந்து விடாமல் நமக்குக் கிடைக்கின்றன.

'Processed Food' என்று கேள்விப்பட்டிருப்பீர்கள். அநேகமாக நாம் கடைகளில் வாங்கிச் சாப்பிடுகிற, பொட்டலம் கட்டப்பட்ட அனைத்து உணவுகளுமே இப்படி ProC¨£ia ö\´¯¨£mhøÁuõß. அச்சொல்லின் பொருள், 'உணவு மேம்படுத்தப்பட்டுள்ளது' என்பதல்ல. 'உணவுச் சந்தையில் நெடுநாள் தாங்குமளவு மாற்றப் பட்டுள்ளது' என்பதுதான். அதனால் நம் உடலுக்கு ஏற்படக்கூடிய பாதிப்புகளைப்பற்றி அந்த நிறுவனங்களுக்கு என்ன அக்கறை?

ஆகவே, வெறுமனே ருசியைப்பார்த்து ஏமாந்துபோகாமல், 'இதை யெல்லாம் யார் செய்யறது?' என்று சோம்பேறித்தனம் பார்க்காமல், இவ்வகை உணவுகளை முற்றிலுமாக நிறுத்திவிடுவது நல்லது. இயன்றவரை சுத்தமான, உள்ளே என்ன இருக்கிறது என்று நமக்குத் தெரிகிற உணவுப்பொருள்களை உட்கொள்ளவேண்டும். அது நம் உடலுக்குப் பல நன்மைகளைக் கொண்டுவரும்.

ஆனால், இதெல்லாம் எதார்த்தத்தில் சாத்தியமா? தொழிற்சாலைகளின் துணையில்லாமல் சாப்பிடவேண்டுமென்றால் நாமே வயல் வாங்கி விவசாயம் செய்தால்தானே உண்டு!

அந்த அளவுக்குச் செல்லவேண்டியதில்லை. அதற்காக முற்றிலும் தொழிற்சாலைகளையே சார்ந்திருக்காமல், நடுவிலிருக்கும் ஒரு பாதையைத் தேர்ந்தெடுக்கலாம். கொஞ்சம் சிரமம்தான், ஆனால் அவசியம்.

தூய உணவுகளை அடையாளம் காண்பது, அதைப் பழக்கமாக்கிக் கொள்வது, அதற்கான எளிய சமையல்குறிப்புகள் என நிறைந்திருக்கும் இந்தப் புத்தகத்திலிருந்து சில அடிப்படைக் குறிப்புகள்:

1. தூய உணவு டயட் என்றால், இதைச் சாப்பிடவேண்டும், அதைச் சாப்பிடவேண்டும் என்கிற நிபந்தனைகள் அல்ல, எதை யும் அறிந்து சாப்பிடவேண்டும் என்கிற வாழ்க்கை முறைதான்.

2. உங்கள் உணவு எங்கிருந்து வருகிறது. அதில் என்னவெல்லாம் உள்ளது என்று யோசியுங்கள். அது தெரியாவிட்டால், அந்த உணவைத் தவிர்த்துவிடுவது நல்லது.

3. இயன்றவரை 'முழு உணவு'களை உட்கொள்ளவேண்டும். அதாவது, கோதுமைமாவை உண்பதைவிட, கோதுமையை நாமே அரைத்து அல்லது சமைத்து உண்பது சிறந்தது. அந்த மாவு எப்பேர்ப்பட்ட தொழிற்சாலையில் எத்துணைச் சிறந்த தொழில்நுட்பத்தில் தயாராகியிருந்தாலும் சரி, நம் சொந்தத் தயாரிப்புதான் சிறந்தது!

4. **இவற்றை அதிகம் சேர்த்துக்கொள்ளலாம்:** பச்சைக் காய்கறிகள், பழங்கள், உலரவைக்கப்பட்ட பழங்கள், பருப்புவகைகள், விதைகள், தேங்காய் எண்ணெய், ஆலிவ் எண்ணெய் போன்ற ஆரோக்கியமான, இயற்கைமுறையில் தயாரிக்கப்பட்ட, தொழிற்சாலையில் பதப்படுத்தப்படாத எண்ணெய்கள்.

5. இனிப்பைக் குறைப்பது நல்லது. சேர்க்கத்தான் வேண்டும் என்றால், தேன் போன்ற இயற்கை இனிப்புகளைச் சேர்க்கலாம்.

32

மகிழ்ச்சிப்பாதை

மகிழ்ச்சியை எங்கே தேடுவது?

அதைவிட முக்கியமான கேள்வி, மகிழ்ச்சியை எப்போது தேடுவது?

போட்டிநிறைந்த உலகில் வெல்வதற்குத்தான் நாம் முக்கியத்துவம் தருகிறோம். அதைப் பெற்றபின்னர் மற்றதெல்லாம் தானாக வரும் என்று நினைக்கிறோம்.

உதாரணமாக, கஷ்டப்பட்டுப் படித்து நல்ல மதிப்பெண் வாங்க வேண்டும். அப்போதுதான் நல்ல கல்லூரியில் இடம் கிடைக்கும், மகிழ்ச்சி வரும்.

ம்ஹூம், இல்லை. நல்ல கல்லூரியில் இடம் கிடைத்தபிறகும் கஷ்டப் படவேண்டும். அப்போதுதான் நல்ல வேலை கிடைக்கும். அங்கேயும் கஷ்டப்படவேண்டும். அப்போதுதான் பதவி உயர்வு கிடைக்கும், வெளிநாடு செல்லலாம், நல்ல சம்பளம் வாங்கலாம், வீடு வாங்கலாம்...

இப்படி அடுத்தடுத்து வெற்றியையே தேடிக்கொண்டிருந்தால், மகிழ்ச்சியை எப்போது தேடுவது? உண்மையில் எந்த வெற்றி நமக்கு மகிழ்ச்சியைத் தரும்?

ஒரு டென்னிஸ் போட்டி என்றால், முதல் சுற்று, இரண்டாம் சுற்று எனப் பல ஆட்டங்கள் வரிசையாக நடைபெறுகின்றன. பிறகு காலிறுதி, அரையிறுதி ஆட்டங்கள். நிறைவாக இறுதியாட்டம். அதில் வெல்வோருக்குக் கோப்பை கிடைக்கும். இப்படி ஒரு தெளிவான வரையறை இருக்கிறது.

ஆனால், வாழ்க்கைக்கு அப்படி நாம் எந்த வரையறையையும் வகுத்துக் கொள்வதில்லை. ஒரு வெற்றி கிடைத்தபின், அடுத்தடுத்து இன்னும் பெரிய வெற்றிகளைத் துரத்திக்கொண்டுதான் இருக்கிறோம். அவற்றால் அவ்வப்போது கிடைக்கும் சின்னச்சின்ன இன்பங்களில் திருப்தியடைந்துவிடுகிறோம். உண்மையான மகிழ்ச்சியைப் பெரும் பான்மையினர் தேடுவதில்லை.

வெற்றிக்கும் மகிழ்ச்சிக்கும் ஒத்துப்போகாதா? வெற்றியைப் பெற்ற பின்னர்தான் மகிழ்ச்சியைத் தேடவேண்டுமா? வெற்றியைத் தேடும் போதே மகிழ்ச்சியையும் தேடினால் என்ன?

அதெப்படி? வெல்லவேண்டிய நேரத்தில் மகிழ்ச்சியைத் தேடிக் கொண்டிருந்தால் கவனம் சிதறிவிடாதா!

பெரும்பாலானோர் இப்படித்தான் நினைக்கிறோம். ஒரே நேரத்தில் பல வேலைகளைச் செய்துகொண்டு, தூக்கத்தைக் கெடுத்துக் கொண்டு, உடல் ஆரோக்கியத்தைக் குறைத்துக்கொண்டு வெல்லத் துடிக்கிறோம். அழுத்தத்துக்கிடையே வேலை செய்தால்தான் ஜெயிக்கமுடியும் என்றெண்ணுகிறோம். நம்மை நாமே துன்புறுத்திக் கொண்டு வெற்றியைத் தேடுகிறோம்.

ஆனால், பலதுறைகளில் வெற்றிபெற்றவர்கள் இப்படியா இருக்கிறார்கள்? அவர்களெல்லாம் தங்களுடைய மகிழ்ச்சியைத் தியாகம் செய்துவிட்டுத்தான் வெற்றியைப் பெற்றார்களா?

ஸ்டான்ஃபோர்ட் பல்கலைக்கழகத்தைச் சேர்ந்த எம்மா செப்பலாவுக்கு இப்படியொரு சந்தேகம் வந்தது. மகிழ்ச்சிக்கும் வெற்றிக்கும் இடையிலிருக்கும் உறவை ஆராயத் தீர்மானித்தார். அதற்காக, வெற்றியைத்தேடுகிறவர்கள், ஏற்கெனவே பெரும் வெற்றிபெற்றவர்களைக் கூர்ந்து கவனிக்கத்தொடங்கினார்.

இவர்களில் பலர், தங்களுடைய இப்போதைய மகிழ்ச்சியைக் கெடுத்துக்கொண்டு வெற்றியைத் தேடிக்கொண்டிருந்தார்கள். அப்படி இல்லாவிட்டால் தாங்கள் தோற்றுப்போய்விடுவோமோ என்று பயந்தார்கள். வெற்றி என்றைக்கு வரும், அப்படியே வந்தாலும் அது மகிழ்ச்சியைக் கொண்டுவருமா என்பதுகூட அவர்களுக்குத் தெரிய வில்லை. ஏதோ நம்பிக்கையில் அதைத் தொடர்ந்து துரத்தினார்கள். அதனால், அவர்கள் வெகுவாகக் களைத்துப்போனார்கள்.

ஆங்கிலத்தில் இதனை burnout என்கிறார்கள். தமிழில் சொன்னால், ‘எரிந்துபோவது’, அப்படித் தன்னை அழித்துக்கொண்டு பெறும் வெற்றியால் என்ன பெரிய மகிழ்ச்சி கிடைத்துவிடும்?

மாறாக, சில வெற்றியாளர்கள்மட்டும் மகிழ்ச்சியைத் தங்களுக்குள்ளேயே கண்டதை எம்மா கண்டார். அவர்களிடம் என்ன வித்தியாசம் என்பதைக் கூர்ந்து கவனித்து, அந்த ஆய்வின் அடிப்படையில் 'The Happiness Track' என்ற புத்தகத்தை எழுதியுள்ளார்.

எங்கே இருக்கிறது அந்த மகிழ்ச்சிப்பாதை?

வெளியே இல்லை, உள்ளே இருக்கிறது என்பதுதான் இப்புத்தகத்தின் ஒருவரிச் சுருக்கம். அதாவது, வெற்றியால் மகிழ்ச்சி வருவதைவிட, மகிழ்ச்சியால் வெற்றி வருகிறது என்பதுதான் உண்மை.

மகிழ்ச்சியாக இருக்கிறவர்கள் வெற்றிபெறுகிறார்கள் என்றால் என்னபொருள்? எப்போதோ மகிழ்ச்சி வரும் என்ற நம்பிக்கையில் இப்போது சிரமப்படவேண்டியதில்லை. இப்போதே மகிழ்ச்சியை அனுபவிக்கத் தொடங்கினால் வெற்றி எளிதில் வரும்.

மாறாக, தொடர்ச்சியான அழுத்தம் என்பது களைப்பையே கொண்டு வரும். அது வெற்றியை இன்னும் தொலைவுக்குக் கொண்டு செல்லும். அதனால், நாம் எதிர்பார்க்கிற மகிழ்ச்சியும் தொலைதூரத்துக்குச் சென்றுவிடும்.

பிரச்னை புரிகிறதல்லவா? மகிழ்ச்சியை அப்புறமாகப் பார்த்துக் கொள்ளலாம் என்று ஒத்திவைத்தால், வெற்றியும் இல்லை, மகிழ்ச்சியும் இல்லை, மாறாக, இப்போதே மகிழ்ச்சியை, மன நிறைவை அனுபவிக்கத் தொடங்கினால் மகிழ்ச்சியும் கிடைக்கும், வெற்றியும் கிடைக்கும்.

மகிழ்ச்சியை எம்மா இருவகைகளாகப் பிரிக்கிறார்:

1. ***குறுகியகால மகிழ்ச்சி: ஆங்கிலத்தில்*** Pleasure / **இன்பம்**

2. ***நிரந்தர மகிழ்ச்சி: ஆங்கிலத்தில்*** Well-being / **நலன்**

நாம் பெரும்பாலும் குறுகியகால மகிழ்ச்சியில் அதிகக்கவனம் செலுத்துகிறோம். இந்தக் கார் கிடைத்தால் மகிழ்ச்சி, அந்த வீடு கிடைத்தால் மகிழ்ச்சி, நல்ல வேலை கிடைத்தால் மகிழ்ச்சி என்று அதையே துரத்துகிறோம்.

மாறாக, நிரந்தர மகிழ்ச்சிக்கு இதுபோன்ற அடையாளங்களெல்லாம் இல்லை. அது நமக்குள் இருக்கும் இன்பம். பிறர் அதனை அறியக்கூட வேண்டியதில்லை.

நிரந்தர மகிழ்ச்சிக்கு என்ன செய்யலாம்?

நமது உணர்வுகளைக் கவனிக்கத் தொடங்கலாம். அவற்றைப் பொறுத்து இரண்டு கேள்விகள் கேட்கலாம்:

1. இது தீவிர உணர்வா? மென்மையான உணர்வா?

2. இது நேர்வித உணர்வா? எதிர்மறை உணர்வா?

பொதுவாக நாம் தீவிரமான உணர்வுகளில்தான் அதிகக் கவனம் செலுத்துகிறோம். உதாரணமாக, ஆனந்தம், பெருமகிழ்ச்சி போன்ற நேர்வித உணர்வுகள், கோபம், பதற்றம் போன்ற எதிர்மறை உணர்வுகள்.

மாறாக, மென்மையான, நேர்விதமான உணர்வுகளுக்கு முக்கியத்துவம் தரத்தொடங்கவேண்டும். உதாரணமாக, அமைதி, திருப்தியுணர்வு போன்றவை.

நாம் மற்றவர்களைக் கவனித்துக்கொள்வதுபோல் நம்மையே கவனித்துக்கொள்ளவேண்டும். அதாவது, தன்னை வருத்திக் கொள்வதுதான் வெற்றி என்கிற எண்ணத்தை மாற்றவேண்டும். ஒருபக்கம் நம் கடமைகளை முறையாகச் செய்தபடி, நேரத்துக்குத் தூங்கி, சரியாகச்சாப்பிட்டு, பிறருடன் அன்பாகப் பேசிப் பழகி, பிடித்த பொருள்களை வாங்கி அனுபவித்துக்கொண்டு வாழ்வதில் எந்தத் தவறும் இல்லை, எந்தக் குற்றவுணர்ச்சியும் தேவையில்லை.

அதேபோல், பிறரிடம் உள்ள நல்ல விஷயங்களைக் கவனிக்க வேண்டும். குறைகளைக் கண்டு பதறுவதைக் குறைத்துக்கொள்ள வேண்டும்.

தியானம், மூச்சுப்பயிற்சி போன்றவை நமக்குள் அமைதியைக் கொண்டுவரவல்லவை. அவற்றுக்கு நேரம் தரவேண்டும்.

முக்கியமாக, பிறரிடம் கருணையோடு நடந்துகொள்ளவேண்டும். உலகத்தை நேசிக்கிறவர்களை உலகமும் நேசிக்கும், மன அமைதியும் மகிழ்ச்சியும் சாத்தியப்படும். அதன்பிறகுதான், வெற்றியெல்லாம்!

33

பாலங்கள் வளரட்டும்

தலைமுறை இடைவெளி!

எல்லாருக்கும் தெரிந்த சொல்தான். எல்லாரும் அனுபவித்த விஷயம் தான். ஆனால், முன்பு எப்போதும் இல்லாத அளவுக்கு இதன் தீவிரம் இப்போது அதிகரித்திருக்கிறது.

காரணம், 'மில்லேனியல்கள்' எனப்படும் புத்தாயிரத் தலைமுறை. அறிவியல் முன்னேற்றத்தால், இவர்கள் வளர்ந்த, வளரும் விதம் அவர்களுக்கு முந்தைய தலைமுறையினரைவிடப் பலமடங்கு மாறிவிட்டது. ஆகவே, இடைவெளியும் பெரிதாகிவிட்டது.

உதாரணமாக, சென்ற தலைமுறையில் ஓர் இளைஞர் ஒரு தேர்வில் குறைவாக மதிப்பெண் எடுக்கிறார் என்றால், அதை எண்ணிக் கொஞ்சம் வருந்துவார். தன்னுடைய ஆசிரியர் தொடங்கி வேறு சிலர்மீதும் அவர் பழிபோடக்கூடும். ஆனால், இந்தத் தவறுக்குத் தானும் ஒரு காரணம் என்கிற ஒரு குற்றவுணர்ச்சி அவருக்குக் கொஞ்சமேனும் இருக்கும். ஆகவே, அடுத்த தேர்வுக்கு இன்னும் கொஞ்சம் அதிகம் உழைப்பார்.

ஆனால் இன்றைய மில்லேனியல் இளைஞர்கள் அப்படியில்லை. தேர்வில் மதிப்பெண் குறைந்துவிட்டது என்றால், அவர்கள் தேர்வு அமைப்பையே கேள்வி கேட்பார்கள். 'கூகுள்ல தட்டினா எல்லாக் கேள்விக்கும் பதில் கொட்டுது. இதுல எதுக்குப் பரீட்சை வெச்சு, கேள்வி கேட்டு, பதில் எழுதச்சொல்லி எல்லார் நேரத்தையும் வீணடிக்கறீங்க?' என்பார்கள்.

யோசித்துப்பார்த்தால், இது நியாயமான கேள்விதான். ஆனால், முந்தைய தலைமுறையால் அதைச் சந்திக்கமுடியாது. காரணம், அவர்கள் அப்படி வளரவில்லை.

முந்தைய தலைமுறை அறிவைத் தேடிப்பெற்றது. புத்தகங்கள், நூலகங்கள், நிபுணர்களைச் சந்தித்துப்பேசுவது எனக் கஷ்டப்பட்டால் தான் விஷயத்தைத் தெரிந்துகொள்ள இயலும் என்பது அவர்கள் மனத்தில் பதிந்துபோனது.

மில்லேனியல் தலைமுறையும் விஷயங்களைத் தெரிந்துகொள்கிறது, ஆனால் அதற்கான வழிமுறைகள் முற்றிலும் மாறியுள்ளன. அவர்களுடைய உலகம் விரல்நுனியில் இருக்கிறது. எதைத் தெரிந்து கொள்வதென்றாலும் புத்தகத்தைப் புரட்டாமல் இணையக் கட்டுரைகளை நாடுகிறார்கள். அட, அதற்கும் நேரமில்லையென்றால் ஃபேஸ்புக்கில் ஒரு கேள்வி கேட்டால் பதில்கள் கொட்டுகின்றன!

நிபுணர்களிடம் கற்றுக்கொள்ளவேண்டுமா? பிரச்னையில்லை. எல்லா நிபுணர்களும்தான் இணையத்தில் வீடியோவாக உட்கார்ந்திருக்கிறார்களே. ஐந்து நிமிடம் அதைப்பார்த்தால் விஷயம் தெரிந்துவிடுகிறது!

இது ஓர் உதாரணம்தான். இப்படி எல்லாவிதமான சிந்தனைகளிலும் இந்தத் தலைமுறை முந்தைய அனைத்துத் தலைமுறைகளிலிருந்தும் மாறியிருக்கிறது. இதனால், தலைமுறை இடைவெளி மிகப்பெரியதாகியிருக்கிறது.

முந்தைய தலைமுறையினரைக்கேட்டால், மில்லேனியல் இளைஞர் களைப்பற்றிப் புகார்களாக அடுக்குகிறார்கள். 'நேரத்துக்கு வருவதில்லை. சொன்ன வேலையை மதிப்பதில்லை. இஷ்டத்துக்கு ஏதோ செய்கிறார்கள். கட்டுப்பாடு இல்லை, ஒழுக்கம் இல்லை, விசுவாசம் இல்லை' என்று புலம்புகிறார்கள்.

இன்னொருபக்கம் அந்த இளைஞர்களும் மூத்த தலைமுறையினரைப் பற்றிப் புகார்சொல்கிறார்கள். 'எங்களைப் புரிஞ்சுக்க மாட்டேங்கறாங்க. எப்பப்பார் பிஸியா ஓடிக்கிட்டே இருக்காங்க. எங்களுக்குச் சொல்லித்தர்றதுக்கு நேரம் ஒதுக்கறதில்லை. நாங்க செய்யறது சரியா, தப்பான்னு நேரத்துக்குச் சொல்லமாட்டேங்கறாங்க. எங்கமேல நம்பிக்கை வைக்கமாட்டேங்கறாங்க...'

இப்படி இருதரப்பினரும் மாறி மாறிக் குற்றம் சொல்லிக் கொண்டிருப்பதில் அர்த்தமில்லை. இவர்கள் இணைந்து பணியாற்றினால்தான் வருங்காலம் நன்றாக இருக்கும் என்கிறது ஒரு சமீபத்திய புத்தகம். இன்றைய தலைமுறை இடைவெளியை எதார்த்த நோக்கில்

ஆராய்ந்து தீர்வுகளை முன்வைக்கும் 'Chasing Relevance' என்ற அந்தப் புத்தகத்தை எழுதியிருப்பவர்கள் டான் நெக்ரோனி, ஜிம் எபெர்.

சென்ற தலைமுறையினர் நினைப்பதுபோல் மில்லேனியல்கள் சோம்பேறிகளோ பொறுப்பில்லாதவர்களோ அல்லர். அவர்கள் சிந்திக்கிற, செயல்படுகிற விதம் மாறியிருக்கிறது, அவ்வளவுதான்.

இதற்குக் காரணம், அவர்களுடைய உலகம் முற்றிலும் வேறுவிதமானது:

1. முன் எப்போதும் இல்லாத அளவுக்கு அவர்களுடைய தினங்கள் சிறிய, பெரிய வேலைகளால் நிரம்பி வழிகின்றன. அத்தனையையும் அட்டவணைப்படுத்திப் பின்பற்றவேண்டிய கட்டாயம் அவர்களுக்கு இருக்கிறது.

2. இதனால், ஒரே நேரத்தில் பல வேலைகளைச் சாமர்த்தியமாகச் செய்யப் பழகிக்கொள்கிறார்கள். ஒன்றைச் செய்துவிட்டுத்தான் இன்னொன்று எனச் சிந்திப்பதில்லை.

3. அவர்கள் எந்நேரமும் பிறரோடு இணைந்தே இருக்கிறார்கள். நடப்பவை அனைத்தும் விரல்நுனியில் வந்தாகவேண்டும். தங்களுக்கு நடப்பவற்றையும் பிறருக்கு உடனுக்குடன் சொல்லியாக வேண்டும். இதை அவர்கள் நேரவிரயமாகக் கருதுவதில்லை. இதுவும் அவர்களுக்கு முக்கியமே. இது அவர்களுடைய அடையாளத்தின் ஒரு பகுதி.

4. அவர்களுக்கு வேண்டிய விவரங்கள் எல்லாம் சட்டென்று கிடைக்கின்றன. எதையும் தேடிச் சிரமப்படவேண்டிய அவசியம் இருப்பதில்லை. இதனால், வேண்டுமென்றே உருவாக்கப்பட்ட தடைகளை அவர்கள் வெறுக்கிறார்கள். 'இது ஏன் இவ்ளோ கஷ்டமா இருக்கு?' என்று பழைய விஷயங்களைக் கேள்வி கேட்கிறார்கள், மாற்றச் சொல்கிறார்கள்.

5. தாங்கள் எல்லாராலும் கவனிக்கப்படுகிறவர்களாக இருக்க வேண்டும் என்று விரும்புகிறார்கள். காரணம், அவர்கள் அப்படித்தான் வளர்க்கப்பட்டிருக்கிறார்கள்.

இப்படி இன்னும் பலப்பல விஷயங்களைச் சொல்லலாம். அவர்களுடைய உலகம் இந்த அளவு வித்தியாசமானதாக இருக்கும் போது, அனுபவம் இருக்கிறது என்ற ஒரே காரணத்துக்காக முந்தைய தலைமுறை தங்களுடைய எதிர்பார்ப்புகளுக்கு அவர்களைப் பணியச்செய்வது நடக்காது.

முந்தைய தலைமுறையினர் விரும்பினாலும் விரும்பாவிட்டாலும், மில்லேனியல் தலைமுறைதான் வருங்காலம். அவர்கள்தான் எல்லா

வற்றையும் முன்னின்று நடத்துகிறவர்களாக இருக்கப் போகிறார்கள். அவர்களைப் பகைத்துக்கொள்வதைவிட, பழைமையின் அனுபவமும் புதுமையின் வேகமும் சேர்ந்தால் நன்மை என்று ஒத்துப்போக வேண்டியதுதான்.

இதை எப்படிச் செய்யலாம்?

இரு தலைமுறையினருக்கும் இடையே 'பாலம்' அமைக்கச் சொல்கிறது இந்தப்புத்தகம். அதாவது BRIDGE என்ற ஆங்கிலச் சொல்லை எடுத்துக் கொண்டு, அதை வைத்தே இந்த இடைவெளியைக் குறைக்கும் சூத்திரத்தை விளக்குகிறார்கள்:

B: Bust myths: இளைஞர்களைப்பற்றிய அநாவசியமான ஊகங்களை யெல்லாம் பெரியவர்கள் உடைத்தெறியவேண்டும். அதேபோல், பெரியவர்களைப்பற்றிய அவநம்பிக்கைகளை இளைஞர்கள் உடைத் தெறியவேண்டும். இவர்களிடையே தடைகளே இருக்கக்கூடாது. இருவரும் சேர்ந்து பணியாற்ற இயலும் என்று நம்பத் தொடங்க வேண்டும்.

R: Real-deal relationships: இவர்கள் இருவரும் ஒருவரோடொருவர் உண்மையான, அக்கறையான உறவை வளர்த்துக்கொள்ளவேண்டும்.

I: I own it: அதாவது, இந்த விஷயத்துக்கான தீர்வுகளைக் கண்டறிவது தன்னுடைய பொறுப்பு என்று இவர்கள் நம்பத்தொடங்கவேண்டும். அதற்காக என்னவெல்லாம் செய்யவேண்டும் என்று சிந்தித்துச் செயல் படவேண்டும். அதாவது, பிறர்மேல் குறை சொல்வதை நிறுத்தி விட்டு, இதைச் சரி செய்ய என்ன வழி என்று யோசிக்கவேண்டும்

D: Deliver value: ஒவ்வொரும் மற்றவருடைய மதிப்பை அதிகரிக்க வேண்டும், பிறரைப் புரிந்துகொண்டு வழிகாட்டவேண்டும்.

G: Goals: தெளிவான இலக்குகள் இருக்கவேண்டும். அவற்றைத் தொலைநோக்குப்பார்வையோடு சிந்தித்துத் தீர்மானிக்கவேண்டும்.

E: Empower success: ஒவ்வொருவருடைய பலங்களைப் பயன்படுத்திக் கொண்டு, வெற்றியை நோக்கி நகரவேண்டும். அந்தப் பயணத்தைப் பற்றிய கருத்துகளை, விமர்சனங்களைத் தொடர்ந்து தெரிவித்தபடி யிருக்கவேண்டும். நல்லதைப் பாராட்டவேண்டும். அவற்றை அதிகம் செய்யச்சொல்லவேண்டும். சரியில்லாதவற்றை மாற்றிக்கொள்ள உதவவேண்டும்.

இப்படித் தலைமுறை இடைவெளியைப் புரிந்துகொண்டு பாலம் கட்ட ஆரம்பித்தால், இளைஞர்கள் பிரச்னையாகத் தெரிய மாட்டார்கள். மிகப்பெரிய வாய்ப்பாகத் தெரிவார்கள்!

34

மூன்றைத் தருவோம்

ஒரு வெற்றியாளரைப் பேட்டியெடுக்கிறோம். அவரிடம் என்ன மாதிரி கேள்விகளைக் கேட்கவேண்டும்?

நீங்கள் எந்த ஊரில் பிறந்தீர்கள், உங்கள் துறையில் ஆர்வம் எப்படி வந்தது, முதல்வாய்ப்பு எப்படிக் கிடைத்தது, முதல்வெற்றி எது, திருப்புமுனை நிகழ்வு எது, உங்கள் வெற்றியில் உதவியவர்கள் யார்... இவையெல்லாம் வழக்கமான கேள்விகள், இவற்றுக்கான பதில்களும் ஓரளவு சுவாரஸ்யமாகவே இருக்கும்.

ஆனால், அவை நமக்குப் பயன்படுமா?

ஒரு வெற்றியாளரைப்பற்றிப் படிக்கிறோம் அல்லது கேட்கிறோம் என்றால், அவரிடமிருந்து கற்றுக்கொண்ட விஷயங்களை நாம் நமது சொந்த வாழ்க்கையில் பயன்படுத்த இயலவேண்டும். அது நமது முன்னேற்றத்தைச் சிறிதேனும் வேகப்படுத்தவேண்டும். அதற்கு இந்தக் கேள்விகள், இவற்றுக்கான பதில்கள் போதாது.

வேறு என்னமாதிரி கேள்விகளைக் கேட்கவேண்டும்?

ஓர் எழுத்தாளரிடம், 'உங்கள் முதல் கதையை எப்போது எழுதினீர்கள்?' என்று கேட்பதைவிட, 'உங்கள் கதைகளுக்கான முடிச்சுகளை எங்கிருந்து பெறுகிறீர்கள்? எதார்த்தமான வசனங்களை அமைக்க எப்படிப் பயிற்சி எடுக்கிறீர்கள்? ஒரு கதை சரியாக வராவிட்டால் எப்படிச் சரி செய்வீர்கள்?' என்றெல்லாம் கேட்டுப் பதில்பெற்றால், படிக்கிற புதிய எழுத்தாளர்களுக்கு அது பயன்படும். அவர்கள் அதனை நேரடியாக உபயோகப்படுத்திப்பார்க்கலாம், பலன் பெறலாம்.

இப்படி ஒவ்வொரு துறையிலும் உதாரணங்களைச் சொல்லலாம். வெற்றியாளர்களுடைய இதுபோன்ற உத்திகள்தான் புதியவர்களுக்கு Toolbox. சுத்தியல், திருப்புளி, ஸ்பேனர்போல, அவற்றைக் கற்றுக் கொண்டு பின்பற்றி எளிதில் வெற்றியடையலாம்.

ஆக, ஜெயித்தவர்களிடம் மேலோட்டமான கேள்விகளைக் கேட்டுப் பயனில்லை. கொஞ்சம் ஆழமாகச் செல்லவேண்டும். காலை தூங்கி எழுந்தவுடன் முதல் அறுபது நிமிடங்களுக்கு என்ன செய்வீர்கள்? நீங்கள் பிறருக்கு அடிக்கடி பரிசு தருகிற புத்தகம் எது? உங்களுடைய பார்வையில் மிக மோசமான நேரவிரயம் என்பது எது? - இதுபோன்ற கேள்விகள்தான் அவர்களுடைய வெற்றிக்கான சூத்திரங்களை வெளிக்கொண்டுவரும். கேட்கிறவர்கள் அவற்றை முயன்றுபார்க்க, பயன்படுத்திக்கொள்ள இயலும்.

இதைத்தான் டிம் ஃபெர்ரிஸ் செய்திருக்கிறார். அவருடைய இணையத்தள நிகழ்ச்சி ஒன்றுக்காக, பல துறைகளைச்சேர்ந்த பெரும் வெற்றியாளர்களைச் சந்தித்துப் பல மணிநேரம் பேட்டியெடுத்து வெளியிட்டிருக்கிறார். மேலோட்டமான கேள்விகளைக் குறைத்து, ஆழமான, உண்மையிலேயே அவர்களுடைய பலங்களைக் கண்டறிந்து வாசகர்களுக்கு அறிமுகப்படுத்தக்கூடிய கேள்விகளைக் கேட்டதால், இவரது நிகழ்ச்சிகள் ஒவ்வொன்றும் சூப்பர் ஹிட். பல கோடிப்பேர் இவற்றைக் கேட்டு ரசித்திருக்கிறார்கள்.

இப்போது, இந்த நிகழ்ச்சியிலிருந்து தான் கற்றுக்கொண்ட விஷயங்களைத் தொகுத்து, 'Tools of Titans' என்ற பெயரில் புத்தகமாக வெளியிட்டிருக்கிறார் டிம். அதில் பக்கத்துக்குப் பக்கம் டிப்ஸ்தான், சிறிய, பெரிய வெற்றி சூத்திரங்கள்தான்.

ஆனால், நூற்றுக்கணக்கான சூத்திரங்களைப் படித்துப் புரிந்து கொண்டு பின்பற்றுவது சிரமமாயிற்றே. இன்றைய பரபரப்பான சூழலில் இதற்கெல்லாம் யாருக்கு நேரமிருக்கிறது?

இதைப் புரிந்துகொண்ட டிம், இந்த வெற்றியாளர்களின் சூத்திரங்கள் அனைத்தையும் மூன்றே வாசகங்களுக்குள் விவரிக்க முனைகிறார். அந்த வாசகங்கள், 'சித்தார்த்தா' என்ற புகழ்பெற்ற நாவலில் இடம் பெற்றவை.

ஒரு வியாபாரி சித்தார்த்தாவுடன் பேசுகிறார். 'உனக்குச் சொந்தமாக எதுவுமே இல்லையே, உன்னால் எப்படிப் பிறருக்குத் தரமுடியும்?' என்று கேட்கிறார்.

அதற்குச் சித்தார்த்தா, 'எல்லாரும் தங்களிடம் இருப்பதைத் தருகிறார்கள்' என்கிறார். 'ஒரு வீரன் பலத்தைத் தருகிறான். ஒரு வியாபாரி பொருள்களைத் தருகிறான். ஓர் ஆசிரியர் கல்வியைத் தருகிறார். ஒரு விவசாயி அரிசியைத் தருகிறார். ஒரு மீனவர் மீனைத் தருகிறார்...'

'அதெல்லாம் சரி, நீ எதைத் தருவாய்? அதைச் சொல்' என்கிறார் வியாபாரி.

அப்போது சித்தார்த்தா மூன்று விஷயங்களைச் சொல்கிறார்:

1. என்னால் சிந்திக்கமுடியும்.

2. என்னால் காத்திருக்கமுடியும்.

3. என்னால் விரதமிருக்கமுடியும்.

விநோதமாகத் தோன்றுகிறதல்லவா? அந்த வியாபாரியும் அப்படித்தான் திகைத்துப்போகிறார். சிந்திப்பது, காத்திருப்பதுகூடப் பரவாயில்லை, விரதமிருப்பது ஒரு பெரிய விஷயமா என்று கேட்கிறார்.

'ஆமாம் ஐயா' என்கிறார் சித்தார்த்தா, 'ஒரு மனிதனுக்கு விரதமிருக்கத் தெரியாவிட்டால், பசிதான் அவனைச் செலுத்தும். அதனால் அவன் ஏதாவது வேலையைத் தேடிச் சென்றுவிடுவான். அதற்காகத் தன்னை மாற்றிக்கொண்டுவிடுவான். தான் செய்யவேண்டியதை மறந்து விடுவான். ஆனால் இப்போது, அவனுக்கு எந்த அவசரமும் இல்லை. அமைதியாக, பொறுமையாக இருக்கிறான். அவனுக்குத் தேவைகள் அதிகமில்லாததால், அவனால் நெடுநேரம் பசியைத் தாங்கமுடியும், பசியைப்பார்த்து வாய்விட்டுச் சிரிக்கமுடியும்.'

சித்தார்த்தா சொல்லும் இந்த விஷயங்கள் அநேகமாக எல்லா வெற்றியாளர்களின் பழக்கங்களுக்கும் அடிப்படையாக அமைகின்றன என்கிறார் டிம். அவற்றை எப்படி நாம் புரிந்துகொள்ளவேண்டும் என விளக்குகிறார்:

1. என்னால் சிந்திக்கமுடியும்!

> எதுவும் இப்படித்தான் என்று ஏற்றுக்கொள்ளவேண்டியதில்லை. தொடர்ந்து கேள்வி கேட்கவேண்டும். பதில்களைச் சிந்திக்க வேண்டும். நம்மையே கேட்பதென்றாலும் சரி, பிறரைக் கேட்பதென்றாலும் சரி, தொடர்ச்சியாகச் சிந்தித்துக்கொண்டே இருக்கும்போதுதான் எப்போது எதைச் செய்யவேண்டும், எதைச் செய்யக்கூடாது என்கிற தெளிவு நமக்கு ஏற்படும். தீர்மானமெடுப்பதற்கான ஒரு செயல்முறையும் கிடைக்கும்.

2. என்னால் காத்திருக்கமுடியும்!

குறுகியகாலத் திட்டமிடல் என்பது எல்லாராலும் சாத்தியம். மிகச்சிலரால்மட்டுமே நீண்டகாலநோக்கில் சிந்திக்கமுடியும். அதற்கேற்பச் செயலாற்றமுடியும்.

எப்போதும் நமது நீண்டகால இலக்குகளைத் தெளிவாக உணர்ந்திருக்கவேண்டும். அவற்றை நோக்கிச் செல்லும் பாதை எந்த அளவு நீளமானது என்பதைப் புரிந்துவைத்திருக்கவேண்டும். அவசரப்படாமல், கவனச்சிதறல்களுக்கு இடமளிக்காமல் அந்த லட்சியத்தை நோக்கிச் செல்லவேண்டும்.

3. என்னால் விரதமிருக்கமுடியும்!

எவ்வளவுதான் சிந்தித்தாலும், தொலைநோக்குடன் திட்டமிட்டுச் செயல்பட்டாலும், வெற்றியென்பது உடனே கிடைத்துவிடாது. வழியில் பல தடைகள் வரும், சிரமங்கள் ஏற்படும், அவற்றை யெல்லாம் தாண்டிச்செல்வதற்கு மிகுந்த மன உறுதி தேவை.

அதுபோன்ற நேரங்களில், வலியைத் தாங்கப் பழகிக்கொள்ள வேண்டும். உண்ணாவிரதமிருக்கிற ஒருவர் பசியை வெல்லப் பழகுவதுபோல, 'என்னுடைய பசி என்னைச் செலுத்துவதில்லை, நான்தான் அதைக் கட்டுப்படுத்துகிறேன்' என்கிற நிலையை எட்டுவதுபோல, வெற்றி கிடைக்காத நிலையாலோ, அந்தப் பாதையில் வரும் தடங்கல்களாலோ நான் மாறிவிடமாட்டேன் என்ற உறுதி தேவை. அப்போதுதான் உண்மையான லட்சியத்தை எட்டும்வரை சோர்வில்லாமல் செல்வோம்.

சித்தார்த்தா சொல்வதுபோல், சிந்தனை, பொறுமை, வலிதாங்குதல் என்கிற இந்த மூன்று குணங்களையும் பின்பற்றுவதற்கு நம்மிடம் பெரிய சொத்துகள் இருக்கவேண்டியதில்லை. யார் வேண்டுமானாலும் இவற்றைப் பின்பற்றலாம், இந்தப் பழக்கங்களை உண்டாக்கிக் கொள்கிறவர்களால் எந்தத்துறையிலும் முன்னேறமுடியும், மற்ற வெற்றிப்பழக்கங்கள் எல்லாமே இவற்றின் அடிப்படையில் அமைகிறவைதான் என்கிறார் டிம்:

நம் துறையைப்பற்றித் தொடர்ந்து சிந்தித்தபடி, கற்றுக்கொண்டபடி யிருப்போம். தொலைநோக்கோடு பொறுமையுடன் செயல்படுவோம். வழியில் வருகிற தடைகளை, தோல்விகளைப் புன்னகையோடு தாங்கிக்கொண்டு வெற்றியை நோக்கி நடப்போம்!

35

வாழ்க்கையை வடிவமைத்தல்!

உங்கள் வீட்டிலோ வீட்டருகிலோ கல்லூரியில் படிக்கிற இளைஞர்கள் யாராவது இருப்பார்கள். அவர்களுக்கு ஒருநாள் 'ஹாய்' சொல்லி நட்பாகுங்கள். 'இன்னும் எத்தனை வருஷம் படிப்பு மீதியிருக்கு?' என்று விசாரித்துவிட்டு, 'அடுத்து என்ன செய்யறதா உத்தேசம்?' என்று சாதாரணமாகக் கேளுங்கள்.

பெரும்பாலான இளைஞர்கள், 'வேலைக்குப் போகவேண்டியதுதான்' என்பார்கள். அல்லது, 'மேலே படிக்கறதா இருக்கேன்' என்பார்கள். மேலே படித்தபிறகு? அவர்களும் வேலைச்சந்தையில்தான் நின்றாக வேண்டும்.

ஆனால், என்னமாதிரியான வேலை?

வேறென்ன? படிக்கிற படிப்புக்கேற்ற வேலை! பொறியியல் படித்தவர்களுக்குப் பொறியாளர் வேலை, சட்டம் படித்தவர்களுக்கு வழக்கறிஞர் வேலை... நல்லபடியாக வேலையில் சேர்ந்து சம்பாதித்து குடும்பஸ்தராகி ரிடையராகவேண்டியதுதான்!

ஆனால், புள்ளிவிவரங்கள் அப்படிச் சொல்லவில்லை. படித்து முடித்துப் பத்து வருடம் கழித்துப்பார்த்தால், நூற்றில் இருபது பேர்கூடத் தாங்கள் கல்லூரியில் படித்த படிப்போடு தொடர்புடைய வேலையில் இல்லையாம். எண்பதுக்கும் மேற்பட்டவர்கள் தங்களுடைய படிப்புக்குச் சம்பந்தமே இல்லாத வேறு வேலைகளில் தான் இருக்கிறார்களாம்.

இதற்கு என்ன காரணம்?

பெரும்பாலானோர் தங்களுடைய ஆர்வத்துக்கேற்ற ஒரு பணி வாழ்க்கையைத்தான் தேடுகிறார்கள். அது கிடைக்கும்வரை,

தங்களுக்குக் கிடைத்த வேலையில் அவர்கள் தொற்றிக்கொள்ளக் கூடும். ஆனால் அங்கே அவர்கள் நிலைக்கமாட்டார்கள். தங்களுடைய கனவு எது என்பது தெரிந்தவுடன், அதற்கேற்ற வாய்ப்புகளைத் தேட ஆரம்பித்துவிடுவார்கள். காரணம், அதுதான் அவர்களுக்கு மகிழ்ச்சியை, திருப்தியை அளிக்கும்.

இங்கே கவனிக்கவேண்டிய விஷயம், தங்களுடைய கனவு எது என்பது அவர்களுக்கு ஆரம்பத்தில் தெரிந்திருப்பதில்லை. ஏதோ கிடைத்ததைப் படிக்கிறார்கள், வேலைக்குச் செல்கிறார்கள், சம்பாதிக்கிறார்கள், அவ்வளவுதான். அத்தகைய ஒரு வாழ்க்கை அவர்களுக்குப் பணம், வசதிகளைத் தரலாம், மகிழ்ச்சியைத் தராது.

ஆனால், ஒருவேளை, அவர்கள் தங்கள் கனவுகளைத் தேடாமலே இருந்துவிட்டால்? ஒரு மகிழ்ச்சியற்ற வாழ்க்கையிலேயே வாழ்நாள் வீணாகிவிடாதா?

'வாழ்க்கை என்பது அதன்போக்கில் செல்வதாக இருக்கக்கூடாது. அதை நாம்தான் நமக்குப் பிடித்தவகையில் வடிவமைக்கவேண்டும்!' என்கிறார்கள் பில் பர்னெட், டேவ் ஈவன்ஸ். ஸ்டான்ஃபோர்ட் பல்கலைக்கழகத்தைச் சேர்ந்த இந்த இருவரும். இதற்காக ஒரு வகுப்பையே வடிவமைத்து நடத்தி வருகிறார்கள். ஏராளமான மாணவர்களுக்குத் தங்களுடைய வாழ்க்கையைச் சிறப்பாக வடிவமைக்கவும் மகிழ்ச்சியாக வாழவும் கற்றுத் தருகிறார்கள்.

முக்கியமான விஷயம், இந்த 'வாழ்க்கை வடிவமைப்பு' என்பது வெறுமனே இளைஞர்களுடைய பிரச்னையல்ல. முப்பது, நாற்பது, ஐம்பது வயதாகியும் தாங்கள் விரும்பும் வாழ்க்கை எது என்பதை அறியாத பலர் இங்கே உண்டு. அவர்களுக்கும் இந்த வகுப்பு பயன்படும் என்பதால், இவர்கள் இதனை ஒரு நூலாகவும் உருவாக்கி யிருக்கிறார்கள். 'Designing Your Life' என்ற இந்தப் புத்தகம், மகிழ்ச்சியான ஒரு வாழ்வை நாமே நமக்காக வடிவமைப்பது எப்படி என்று கற்றுத் தருகிறது.

முதலில், எதைச்செய்தால் நாம் மகிழ்ச்சியோடு இருப்போம்?

இந்தக் கேள்விக்கான பதில் பலருக்குத் தெரியாது. படிப்பு, வேலை என வாழ்க்கை அதன்போக்கில் செல்வதையே மகிழ்ச்சி என்று நினைத்துவிடுகிறோம். நமது நிஜமான ஆர்வங்கள் எதில் என்று தெரிந்துகொள்ளாமலிருக்கிறோம்.

'பரவாயில்லை, பின்னர் தெரிந்துகொள்ளலாம்' என்கிறார்கள் பில், டேவ் இருவரும். ஆனால், அப்படித் தெரிந்துகொள்வதற்கு, நாம் நம்

மனத்தைத் தயாராக வைத்திருக்கவேண்டும். இல்லாவிட்டால் இந்த வாழ்க்கையேதான் எல்லாம் என்று இருந்துவிடுவோம்.

இதற்காக, ஐந்து விஷயங்களுக்கு நம் மனத்தைப் பழக்கப்படுத்திக் கொள்ளச் சொல்கிறார்கள். இந்த ஐந்தையும் சரியாகச் செய்தால், சரியான நேரத்தில் அந்த ஆர்வம் நமக்குச் சிக்குமாம்.

அந்த ஐந்து விஷயங்கள்:

1. குறுகுறுப்போடு இருங்கள்!

'இனி, இதுதான் என் வாழ்க்கை' என ஒன்றில்மட்டும் கவனம் செலுத்தத் தொடங்கிவிட்டால், உங்களுடைய நிஜமான மகிழ்ச்சி எங்கே இருக்கிறது என்பது தெரியாமலே போய்விடலாம். ஆகவே, சுற்றிநடக்கிற எல்லாவற்றைப்பற்றியும் குறுகுறுப்போடு இருங்கள். தொடர்ந்து கவனித்துவாருங்கள். புதிய விஷயங்களைக் கற்றுக்கொள்ளத் தயங்காதீர்கள்.

அப்படிக் கற்றுக்கொண்ட விஷயங்கள் பிடித்திருந்தால், தொடரலாம். இல்லாவிட்டால், விட்டுவிட்டு இன்னொன்றைத் தேடலாம், அவ்வளவுதான்!

2. எதையும் முயன்றுபாருங்கள்!

ஒரு விஷயத்தைச் செய்யுமுன், அது நமக்குச் சரிப்படுமா என்று முயன்றுபார்ப்பதை ஆங்கிலத்தில் Prototyping (மாதிரிபார்த்தல்) என்பார்கள். இதை நமது நிரந்தரப் பழக்கமாக்கிக்கொள்ள வேண்டும்.

உதாரணமாக, மருத்துவப்படிப்புக்குச் செல்லலாமா என்று யோசிக்கிற ஒரு மாணவர், தனக்குத் தெரிந்த ஒரு மருத்துவரிடம் ஐந்து நாள் உதவியாளராக இருக்கலாம். அவர் இயங்கும்விதத்தைக் கவனிக்கலாம். அங்கே தன்னைக் கற்பனை செய்துபார்க்கலாம். அது தனக்கு மகிழ்ச்சி தருமா எனச் சிந்திக்கலாம்.

ஆக, மற்றவர்கள் சொல்கிறார்கள் என்பதற்காகவோ, சமூகம் எதிர்பார்க்கிறது என்பதற்காகவோ எதையும் செய்யாமல், களத்தில் குதித்துப் பார்த்துப் புரிந்துகொள்ளலாம். சரிப்படவில்லையென்றால், முன்புபோலவே விலகிச்சென்றுவிடலாம், இன்னொரு மாதிரியைத் தேடலாம்!

3. பிரச்னைகளை மாற்றிச் சிந்தியுங்கள்!

நாம் சந்திக்கிற சூழ்நிலைகளை ஒரேமாதிரி அணுகிக் கொண்டிருந்தால், நமது சிந்தனைகளும் ஒரேமாதிரிதான் இருக்கும். அந்தப்

பார்வைக்கோணத்தை மாற்றினால், சிந்தனையும் மாறும், புதிய தீர்வுகளும் கிடைக்கும்.

உதாரணமாக, கூட்டல் கணக்கில் 'ஐந்தும் மூன்றும் எவ்வளவு?' என்று கேட்கலாம், 'எட்டு என்ற எண் வரவேண்டுமென்றால் அதற்கு எந்த இரு எண்களைக் கூட்டவேண்டும்?' என்றும் கேட்கலாம். இவை இரண்டும் ஒரேமாதிரி தோன்றினாலும், ஒரு முக்கியமான வித்தியாசம் இருக்கிறது: முதல் கேள்விக்கு ஒரே ஒரு விடை(8)தான் உண்டு, ஆனால், இரண்டாவது கேள்விக்குப் பல விடைகள் (0+8, 1+7, 2+6, 3+5, 4+4...) உண்டு. நம் நோக்கம் கூட்டக் கற்றுக்கொள்வதுதான் என்றால், இவற்றில் முதல் கேள்வியைவிட இரண்டாவது கேள்வியே சிறந்தது, இல்லையா?

இப்படி ஒவ்வொரு சூழலையும் புதிய கண்களோடு பார்க்கப் பழகினால், முன்பைவிடச் சிறந்த தீர்வுகளைக் கண்டறியலாம்.

4. இலக்கைவிட, செயல்முறை முக்கியம் என்று உணருங்கள்!

ஒருவர் தான் சாதிக்கவேண்டிய இலக்குகளைத் தீர்மானித்துக் கொண்டு பணிபுரிவது நல்லதுதான். ஆனால், அதை ஓர் நிறைவுப் புள்ளியாக அவர் கருதக்கூடாது. அதுதான் எல்லாம், அதோடு தன் வாழ்க்கையே முடிந்துவிட்டது என்று எண்ணிவிடக்கூடாது. அப்படி எண்ணினால், தோல்விகள் அவரைத் துவளச்செய்து விடும்.

மாறாக, ஓர் இலக்கை எட்டியபின் அடுத்த இலக்கைத் தீர்மானித்துக்கொண்டு படிப்படியாக முன்னேறிச் செல்லும் செயல்முறை அதைவிட மிக இனிமையானது, அனுபவிக்கத் தக்கது. இதனை உணர்ந்தால், வெற்றியில் மிகையான மகிழ்ச்சியும், தோல்வியின்போது சோர்வும் வராது. ஒவ்வோர் அனுபவத்திலிருந்தும் எதையாவது கற்றுக்கொள்ளலாம். வெற்றி, தோல்வி இரண்டுமே ஏதேனும் ஒருவிதத்தில் நமக்கு உதவும்.

5. உதவி கேளுங்கள்!

எதையும் தனித்துச்செய்வதுதான் சாதனை என்பதெல்லாம் பழைய சிந்தனை. பிறருடைய உதவியை இயன்றபோதெல்லாம் கோரிப் பெறுங்கள். அவர்களுடைய கருத்துகள், ஆலோசனைகளைத் திறந்த மனத்துடன் அணுகுங்கள். அவற்றிலிருக்கும் நல்ல சிந்தனைகளைப் பயன்படுத்திக்கொள்ளுங்கள், ஒன்றாக இணைந்து பணியாற்றுவதன்மூலம் எல்லாருக்கும் நன்மையுண்டு.

36

பெரிய கனவுகள்

நீங்கள் யூட்யூப் பார்ப்பதுண்டா?

யூட்யூபில் என்ன பார்ப்பீர்கள்? திரைப்படங்கள், பாடல்கள், நகைச்சுவைத்துணுக்குகள், சொற்பொழிவுகள், சமையல்குறிப்புகள், தொலைக்காட்சி நிகழ்ச்சிகள், நேரடி ஒளிபரப்புகள், பள்ளிப் பாடங்கள், அனிமேஷன் விளக்கங்கள், செய்திகள்...

இப்படிப் பெரும்பாலும் பொழுதுபோக்குக்காகவும் விஷயம் தெரிந்துகொள்வதற்காகவுமே பயன்படுத்தப்படுகிற யூட்யூபை, ஓர் ஆசானாக, வழிகாட்டியாகப் பயன்படுத்திக்கொண்ட ஒருவர், கேரா ப்ரூக்கின்ஸ். அதன்மூலம் அவருடைய வாழ்க்கையே தலைகீழாக மாறியிருக்கிறது!

அப்படி என்ன செய்துவிட்டார் கேரா?

ஒன்றுமில்லை, யூட்யூப் பார்த்து ஒரு வீடு கட்டியிருக்கிறார்.

கவனியுங்கள், வீடு வாங்கவில்லை, வீடு கட்டியிருக்கிறார். காலி நிலத்தில் அஸ்திவாரத்தில் ஆரம்பித்து வீடுகட்டிமுடித்துக் குடியேறி யிருக்கிறார்.

கேரா சிவில் எஞ்சினியரிங் படிக்கவில்லை. வீடுகட்டுவதில் முன் அனுபவமோ, அதுபற்றிச் சொல்லித்தரும் தோழர்களோ இல்லை. முழுக்கமுழுக்க யூட்யூபில் கற்றுக்கொண்டு அவரே கட்டிய வீடு!

ஆனால், வெளிப்படையாகத் தெரியும் அந்த வீட்டைவிட, அதன் மூலம் கேராவுக்கும் அவருடைய குடும்பத்தினருக்கும் கிடைத்த மன

உறுதிதான் மிகப்பெரியது. சோர்வோடு துவண்டுகிடந்த அவர்கள், வீடுகட்டும் அனுபவத்தால் தங்களுடைய வாழ்க்கையையே மீட்டுக் கொண்ட அதிசயமான நிஜக்கதை அது!

சில வருடங்களுக்குமுன்னால், குடும்ப வன்முறை காரணமாகக் கேரா தனது திருமணவாழ்க்கையிலிருந்து வெளியேறவேண்டிய சூழ்நிலை. வேறு ஆதரவில்லாமல் அவர் கிட்டத்தட்ட நடுத்தெருவில் நிற்க வேண்டியிருந்தது.

அப்போது அவருக்கு நான்கு குழந்தைகள். அவர்களுடைய வயது, 17, 15, 11, 2.

கேராமட்டுமில்லை, அவருடைய குழந்தைகளும்கூட மிகவும் நொந்துபோயிருந்தார்கள். அவர்கள் சந்தித்த அனுபவங்கள் அப்படி. ஒட்டுமொத்தக் குடும்பமும் விரக்தியின் உச்சத்தில் இருந்தது. அதிலிருந்து தங்களால் மீளமுடியும் என்று யாருக்குமே நம்பிக்கை இல்லை.

அடுத்து என்ன செய்வது என்று புரியாமல் அவர்கள் எல்லாருமே குழம்பிக்கொண்டிருந்த நேரம், அதைப்பற்றி ஒரு தீர்மானத்துக்கு வருவதற்குமுன்னால், அவர்கள் வசிப்பதற்கு ஒரு வீடு தேவைப்பட்டது.

ஆனால், சொந்தமாக வீடு வாங்குமளவு கேராவிடம் பணமில்லை. அதற்குப்பதிலாகத் தானே சிக்கனமாக ஒரு வீடு கட்டிவிட்டால் என்ன என்று யோசித்தார்.

வீடுகட்டுவதில் கேராவுக்கு முன் அனுபவம் ஏதுமில்லை. சில யூட்யூப் வீடியோக்களைப் பார்த்தார். அஸ்திவாரம் போடுவதில் ஆரம்பித்து எல்லாவற்றையும் விளக்கியிருந்தார்கள். கொஞ்சம் நம்பிக்கை பிறந்தது. அதைப்பற்றித் தன் குழந்தைகளிடம் பேசினார். அவர்களும் ஆர்வத்துடன் ஒத்துழைக்க முன்வந்தார்கள்.

'என் குழந்தைகளின் முக்கியமான ஆர்வம், வீடு கட்டிமுடித்ததும் அவர்களுக்கு ஆளுக்கொரு தனியறை கிடைக்கும் என்பதுதான்' என்று சிரிக்கிறார் கேரா. 'உண்மையில் எங்களுக்கு வீடுகட்டுவதுபற்றி எதுவுமே தெரியாது. ஆனால், குடியிருக்க ஒரு வீடு அவசியம் தேவை. அதை நாமே கட்டினால் என்ன என்று யோசித்தோம், வேலையைத் தொடங்கிவிட்டோம்.'

அது சரி, வீடு கட்ட நிலம்?

அதற்காகக் கேரா ஒரு வங்கியை அணுகிக் கடன் பெற்றார். அந்தத் தொகையில் ஓர் ஏக்கர் நிலம் வாங்கினார்.

இப்போது, கேராவும் அவருடைய குழந்தைகளும் யூட்யூப் வீடியோக்களை வரிசையாகப் பார்க்க ஆரம்பித்தார்கள். ஒன்று, இரண்டு அல்ல, பல நூறு வீடியோக்களைப் பார்த்துக் குவித்தார்கள்.

ஆங்கிலத்தில் இந்தவகை வீடியோக்களை Tutorials என்பார்கள். அதாவது, ஒரு விஷயத்தை எப்படிச் செய்வது என்று விளக்கமாகச் சொல்லித்தருவார்கள். அதைப் பார்த்து நாமும் அதைச் செய்யலாம். வாத்தியார் தேவையில்லை. முன் அனுபவம் தேவையில்லை.

இப்படி இணையத்தில் வெந்நீர் போடுவதில் ஆரம்பித்து ராக்கெட் செய்வதுவரை சகலத்துக்கும் ட்யுட்டோரியல்கள் கிடைக்கும். ஆர்வமுள்ளவர்கள் பயன்படுத்திக்கொள்வார்கள்.

இந்தப் பழக்கத்தைத்தான், கேராவின் குடும்பம் அடுத்தநிலைக்குக் கொண்டுசென்றது. யூட்யூபிலிருந்த துண்டுதுண்டாகக் கிடைத்த வீடியோக்களைப் பார்த்துப்பார்த்தே இவர்கள் வீடுகட்டக் கற்றுக் கொண்டார்கள். அதற்கு எப்படித் திட்டமிடவேண்டும், என்னென்ன வாங்கவேண்டும், அவற்றைப் பயன்படுத்தி எப்படி வீட்டைக் கட்டவேண்டும் என்று நுணுக்கமாகத் தெரிந்துகொண்டார்கள்.

இதெல்லாம் கேட்பதற்கு நன்றாகத்தான் இருக்கிறது, ஆனால், எதார்த்தத்தில் சாத்தியமா? நன்கு படித்த பொறியாளர்கள் கட்டும் வீடுகளிலேயே ஆயிரம் பிரச்னைகள் இருக்கின்றன. வெறும் வீடியோவைப் பார்த்துக் கற்றுக்கொண்டு வீடு கட்டுவதா?

ஏதோ நம்பிக்கை கேராவையும் அவருடைய குழந்தைகளையும் செலுத்தியது. சிமென்ட், மணல், செங்கல்லில் தொடங்கி மரம், கண்ணாடி வரை ஒவ்வொன்றாகத் தேடித்தேடி வாங்கினார்கள். தாங்கள் கற்றுக்கொண்ட முறைப்படி வீட்டைக் கட்டத்தொடங்கினார்கள்.

அதேசமயம், இதைப்பற்றி அவர்கள் வெளியே யாரிடமும் சொல்லவில்லை. கேராவின் சக ஊழியர்கள், குழந்தைகளின் நண்பர்கள்… யாருக்கும் இது தெரியாது.

காரணம், பயமல்ல, கூச்சம்தான்.

பின்னே, நாங்களே சொந்தமாக வீடு கட்டுகிறோம் என்றால், ‘ஏன் அப்படி? கட்டிமுடித்த வீட்டை வாங்கலாமே, அல்லது, ஒரு பொறியாளரிடம் அந்தப் பொறுப்பை ஒப்படைக்கலாமே?’ என்றெல்லாம் கேள்விகள் வரும், பழைய குடும்பப்பிரச்னைகளையெல்லாம் வெளியே சொல்ல வேண்டியிருக்கும். அதற்குச் சங்கடப்பட்டுக் கொண்டு அவர்கள் தங்களுடைய வீட்டை ரகசியமாகவே கட்டிவந்தார்கள்.

அடுத்த பல நாள்கள், அவர்களுடைய குடும்பமே ஒன்றாகச் சேர்ந்து உழைத்தது. ஒவ்வொரு வேலையாகக் கற்றுக்கொண்டு செய்தார்கள். ஒருவர் மற்றவருக்கு உதவியாக இருந்தார்கள். சரியாக வந்தபோது சந்தோஷப்பட்டார்கள். தவறுகள் நேர்ந்தபோது நாக்கைக் கடித்துக் கொண்டு அதிலிருந்து வெளியே வந்தார்கள். மறுபடி இன்னும் பல யூட்யூப் வீடியோக்களைப் பார்த்தார்கள், கற்றுக்கொண்டார்கள்.

சிறிதுசிறிதாக, அவர்களுடைய கனவு இல்லம் உருவானது. 3,500 சதுரஅடி பரப்பு, ஐந்து படுக்கையறைகள், மூன்று கார் நிறுத்து மிடங்கள் என்று பிரமாண்டமான வீடு.

அமெரிக்காவில் இதைவிடப் பெரிய வீடுகளெல்லாம் உண்டு. ஆனால், இந்த வீடு முழுக்கமுழுக்கக் கேரா, அவருடைய குழந்தை களான ஹோப், ட்ரூ, ஜாடா, ரோமனின் உழைப்பு, அவர்களுடைய விடாமுயற்சிக்கும் திறமைக்கும் சாட்சி.

அதைவிடமுக்கியம், வாழ்க்கையின் அடிமட்டத்தில் மிகுந்த வேதனையோடு இருந்த அவர்களுடைய குடும்பம், இந்த அனுபவத்தின்மூலம் நிறைய கற்றுக்கொண்டது, தன்னம்பிக்கை யோடு வாழ்க்கையை எதிர்கொண்டது.

'வீட்டைக்கட்டிப்பார்' என்று நம் ஊரில் பழமொழியே உண்டு. அதைச் சமாளித்துக் கட்டிமுடித்தவர்களுக்கு ஒரு பெருமிதம் வருமல்லவா? அப்படித்தான் கேராவும் அவருடைய குழந்தைகளும் உணர்ந்தார்கள். துணிவோடு எதிர்கொண்டால் எதையும் சாதிக்கலாம். ஒரு குடும்பமாக ஒருவருக்கொருவர் உதவிக்கொண்டால் எந்தப் பிரச்னையையும் சமாளிக்கலாம் என்று புரிந்துகொண்டார்கள்.

'அந்த வீட்டை நாங்கள் கட்டினோம். அதேநேரம், அந்த வீடு எங்களைக் கட்டியது' என்று நெகிழ்வோடு சொல்லும் கேரா, 'Rise' என்ற பெயரில் தங்களுடைய அனுபவங்களைப் புத்தகமாக எழுதியிருக் கிறார். அவர் சொல்லும் முக்கியமான பாடம், 'சிறிய கனவுகளை யெல்லாம் ஓரங்கட்டுங்கள். பெரிய, மிகப்பெரிய கனவுகளைக் காணுங்கள். அதை உங்களால் சாதிக்கமுடியாது என்று எல்லாரும் சொல்லுமளவு பெரிய கனவாக இருந்தால் இன்னும் சந்தோஷம்!'

'அதன்பிறகு, அந்தக் கனவை எட்டுவதற்கான திட்டங்களை உருவாக்குங்கள். கற்றுக்கொள்ளுங்கள். முன்னேறுங்கள். நம் எதிர்காலத்தை நம் கைகளால் நாமே உருவாக்குவதுபோல் மனத்துக்குத் தெம்புதருவது வேறெதுவுமில்லை!'

37

கைக்கெட்டும் தீர்வு!

பெரும்பாலான வேலைகள், ஒரு பிரச்னையைத் தீர்ப்பதற்காகவே செய்யப்படுகின்றன.

சாப்பிடுகிறோம் என்றால், பசி என்கிற பிரச்னையைத் தீர்க்கிறோம். நடக்கிறோம் என்றால், தொலைவு என்கிற பிரச்னையைத் தீர்க்கிறோம். வேலைக்குப்போகிறோம் என்றால், குடும்பச்செலவுகள், சேமிப்புக்குப் பணம் தேவை என்கிற பிரச்னையைத் தீர்க்கிறோம். இப்படி இன்னும் பல உதாரணங்களைச் சொல்லலாம்.

அதேசமயம், இந்த வேலைகளைச் செய்யும்போது நாம் அதனை உணர்ந்திருப்பதில்லை. அதாவது, எதற்காகச் செய்கிறோம் என்று தெரியாமலே செய்கிறோம். இதன்மூலம் பல நேரங்களில் நாம் எதிர்பார்த்த பலன் கிடைப்பதில்லை.

உதாரணமாக, உணவு என்பது உடலுக்கு ஊட்டச்சத்தைத் தரக்கூடியது. அதில் சுவையும் உண்டு என்றாலும், அதன் அடிப்படைத் தேவை, நாம் தொடர்ந்து இயங்குவதற்கான ஆற்றலைத் தரவேண்டும். இதைப் புரிந்துகொண்டால், நாம் சரியான உணவுகளைத் தேர்ந்தெடுப்போம். இல்லாவிட்டால், ஏதோ சாப்பிடுவோம், அந்த அடிப்படைத்தேவை பூர்த்தியாகாது.

சாப்பாட்டுக்கே இப்படியென்றால், நமது வேலை, தொழில் சார்ந்த விஷயங்களெல்லாம் எந்த அளவு முக்கியமானவை! அவற்றில் யோசிக்காமல் இறங்கலாமா?

பல தொழில்கள் ஆரம்பத்திலேயே ஊற்றிமூடப்படுவது இதனால்தான். என்ன பிரச்னை, அதை நாம் எப்படித் தீர்க்கப்போகிறோம் என்கிற தெளிவில்லாமல் களத்தில் குதித்தால், காசும் உழைப்பும் வீண், மனக்கசப்போடு வெளியே வருவோம்.

மாறாக, இதனை இதற்காகச் செய்கிறோம் என்கிற தெளிவோடு ஒரு விஷயத்தில் ஈடுபடும்போது, வெற்றி பெறுவதற்கான சாத்தியங்கள் அதிகரிக்கும், நமது உழைப்புக்கு நல்ல பலன் கிடைக்கும்.

எந்தவொரு பிரச்னையைப்பற்றியும் தெளிவான சிந்தனைக்கும் தீர்வு காணலுக்கும் பல உத்திகள் இருக்கின்றன. அவற்றை இன்றைய சூழ்நிலைக்கேற்றபடி தொகுத்துத் தந்திருக்கும் ஒரு சமீபத்திய புத்தகம், Design A Better Business. இதனை எழுதியிருப்போர், பேட்ரிக் வான் டெர் பிஜ்ல், ஜஸ்டின் லோகிட்ஜ், லிஸா கே சாலொமன். இவர்களோடு முப்பதுக்கும் மேற்பட்ட சிந்தனையாளர்கள், வெற்றியாளர்கள் தங்களுடைய வெற்றி சூத்திரங்களைப் பகிர்ந்து கொண்டிருக்கிறார்கள்.

இந்தச் சிந்தனையானது ஏழு படிநிலைகளில் தொகுக்கப்பட்டுள்ளது. ஆனால், அவற்றை ஒன்றுக்குப்பின் ஒன்று என இல்லாமல், ஓர் அழகான, எதார்த்தமான வளையமாக்கித் தந்திருக்கிறார்கள்:

1. தயாராதல்.
2. பார்வைக்கோணம்.
3. புரிந்துகொள்ளல்.
4. யோசனைகளைத் திரட்டுதல்.
5. முயன்றுபார்த்தல்.
6. உறுதிப்படுத்தல்.
7. (மறுபடி) பார்வைக்கோணம், தேவைப்பட்டால், 3 முதல் 6 வரையுள்ள படிநிலைகளை மீண்டும் மீண்டும் நிகழ்த்துதல், நாம் விரும்பும் தீர்வு கிடைக்கும்வரை இந்த வளையம் தொடரவேண்டும்.
8. (சரியான தீர்வு கிடைத்தபிறகு) விரிவுபடுத்துதல்.

இந்தப் படிநிலைகளைப் புரிந்துகொள்வதற்கு, ஓர் எளிய பிரச்னையை எடுத்துக்கொள்வோம். உங்கள் வீட்டுக்குப் பக்கத்தில் ஒரு பூங்கா இருக்கிறது. அங்கே தினமும் நிறைய மக்கள் வருகிறார்கள், அவர்கள் மத்தியில் ஒரு கடை போடவேண்டும் என்று நீங்கள் தயாராகிறீர்கள். ஆனால், எந்தக்கடை போட்டால் லாபம் இருக்கும் என்று தெரியவில்லை.

இதற்காக, அந்தப் பூங்காவை ஒரு புதிய பார்வையில், அதாவது, பிரச்னைகளை அடையாளம் கண்டு, அவற்றுக்குத் தீர்வு காணும் நோக்கத்துடன் பார்க்கிறீர்கள். அங்கே வருகிறவர்களுக்கு என்னென்ன தேவைகள் இருக்கும் என்பதைப் புரிந்துகொள்கிறீர்கள். உதாரணமாக, அந்தப் பூங்காவில் நடக்கிறவர்கள், விளையாடு கிறவர்கள், உட்கார்ந்து அரட்டையடிக்கிறவர்கள் என்று பலதரப்பட்ட மக்கள் இருக்கிறார்கள். அவர்கள் ஒவ்வொருவரும் ஏன் அங்கே வருகிறார்கள், அந்தத் தேவை நிறைவேறுகிறதா, அந்தத் தேவை நிறைவேறியபின் அவர்கள் வேறு எதை எதிர்பார்க்கலாம்?

இந்தச் சிந்தனையின் அடிப்படையில் நீங்கள் யோசனைகளை உருவாக்குகிறீர்கள். உதாரணமாக, நடக்கிறவர்களுக்கு ஆரோக்கியமான பானங்களை விற்கலாமா? செய்தித்தாள்களை விற்கலாமா? இரத்தப் பரிசோதனைக்கு ஏற்பாடு செய்யலாமா? வீட்டுக்குத் தேவையான காய்கறிகள் போன்றவற்றை விற்கலாமா? குழந்தைகளுக்கான பொம்மைகள், காதலர்களுக்கான ரோஜாக்களை விற்கலாமா? பெண்களுக்கு மருதாணி போட்டுவிடலாமா?...

யோசித்தால் இப்படிப் பலப்பல உத்திகள் தோன்றும். ஆனால், அவை எல்லாமே எதார்த்தத்தில் சரிப்பட்டுவருமா என்பது தெரியாது. அவற்றை முயன்றுபார்த்து உறுதிப்படுத்தவேண்டும். உதாரணமாக, பூங்காவில் செய்தித்தாள் விற்கும் தொழிலைத் தொடங்குவதற்கு முன்னால், ஓரிரு நாள்கள் குறைந்த முதலீட்டில் ஐந்தே ஐந்து செய்தித் தாள்களைக் கொண்டுவந்து விற்றுப்பார்க்கலாம். மக்கள் அதை வாங்குகிறார்களா, ஒருவேளை வாங்கவில்லையென்றால் ஏன் வாங்க வில்லை என்பதையெல்லாம் நேருக்கு நேர் பார்த்து, அவர்களுடன் பேசித் தெரிந்துகொள்ளலாம்.

ஒருவேளை இந்த யோசனை சரிப்படவில்லையென்றால், வேறொரு யோசனையை முயன்றுபார்க்கலாம். அல்லது, பார்வைக் கோணத்தையே மாற்றிக்கொண்டுவிடலாம். இதன்மூலம் புதிய பிரச்னைகள் தெரியத் தொடங்கும், வேறு தீர்வுகள் கிடைக்கும்.

உதாரணமாக, பூங்காவுக்கு வருகிறவர்களுடைய செல்ஃபோன்களில் அவர்கள் விரும்பும் பாடல்களை நிரப்பித் தருகிற ஒரு தொழில் தொடங்கினால் எப்படி?

கேட்பதற்குக் கேனத்தனமாக இருக்கிறது என்று நீங்கள் நினைக்கலாம். ஆனால், முயன்றுபார்க்காமல் அதை எப்படிச் சொல்லமுடியும்? நீங்கள் 'கேனத்தனம்' என்று ஒதுங்கிநிற்கிற நேரத்தில் இன்னொருவர் அங்கே கடைபோட்டு ஜெயித்துவிடுவாரோ?

இந்த 'வளைய' சிந்தனையின் முக்கியமான நன்மை, ஆரம்பநிலையில் இதற்கு அதிகம் பணம் தேவையில்லை. சின்னச்சின்ன முயற்சிகள் தாம். சரியான யோசனை கையில் சிக்கும்வரை, 'இதைத்தான் செய்ய வேண்டும்' என்கிற உறுதி கிடைக்கும்வரை தொடர்ந்து முயன்று கொண்டே இருக்கலாம். அதன்பிறகு, 'விரிவுபடுத்துதல்' என்கிற கடைசிப் படிநிலைக்கு வரலாம்.

அதாவது, இவ்வளவுதூரம் சிந்தித்து ஒரு விஷயத்தைச் செய்ய வேண்டும் என்று தீர்மானித்தீர்களல்லவா? அதை இப்போது முழுவேகத்தில் செயல்படுத்துதல், ஐந்து செய்தித்தாள் வாங்கிய இடத்தில் ஐம்பது, ஐநூறு வாங்கித் தொழிலைத் தொடங்கி நடத்துதல்.

வழக்கமான தொழிற்சிந்தனைக்கும் இதற்கும் உள்ள முக்கியமான வித்தியாசம், அந்த வளையம்தான். ஏற்கெனவே பலவிதமாகச் சிந்தித்து, முயன்றுபார்த்து, உறுதிப்படுத்திக்கொண்ட ஒரு தொழிலைத் தான் இப்போது நீங்கள் நடத்தவிருக்கிறீர்கள் என்பதால், உங்களுக்குள் இதைப்பற்றி முழுமையான நம்பிக்கை வரும். முழுத்திறமையையும் வெளிப்படுத்தி உழைப்பீர்கள். அதுவும் வெற்றிக்கு ஒரு முக்கியமான காரணி.

அதேபோல், இந்த வளையத்தின் மையத்திலிருக்கும் 'பார்வைக்கோணம்' மிக முக்கியமானது. அதுதான் ஒவ்வொருநிலையிலும் உங்களைச் சரியான திசையில் செலுத்துகிறது.

இந்தப் படிநிலைகள் ஒவ்வொன்றுக்காகவும், பலப்பல உபகரணங் களையும் இந்தப் புத்தகம் வழங்குகிறது. அவற்றைப் பயன்படுத்தி உங்களுடைய சிந்தனையைக் கூர்தீட்டிக்கொள்ளலாம். பிரச்னை களுக்குச் சரியான தீர்வுகளைக் கண்டு முன்னேறலாம்.

38

காதல் பெருகட்டும்

காதலர் தினம் வருடத்துக்கொருமுறை வருகிற சமாசாரமாயிருக் கலாம். ஆனால் காதல், தினந்தோறும் வரவேண்டிய விஷயம். இன்னும் சரியாகச் சொல்வதென்றால், ஒருமுறை வந்துவிட்டால் திரும்பிச் செல்லாமல் நம்மோடே இருக்கவேண்டிய விஷயம்.

இதெல்லாம் சொல்வதற்கு நன்றாகத்தானிருக்கிறது. ஆனால் எதார்த்தத்தில் சரிப்படுமா? அவ்வப்போது ரொமான்ஸ் மூடில் கொஞ்சலாம், குலாவலாம், அதன்பிறகு அவரவருடைய வேலையைப் பார்க்கவேண்டுமல்லவா?

குறிப்பாக, திருமணத்துக்குப்பிறகு சில நாள்களில் காதல் ஒரு மிகப் பெரிய சரிவைச் சந்திக்கிறது. அதுவரை உருகி உருகிக் காதலித்தவர் கள் பலர், மனத்தளவில் கொஞ்சம் மாறத்தொடங்குகிறார்கள், அவர்களை யும் அறியாமல் கணவன்/மனைவி உறவு இயந்திரத்தனத்தை நோக்கி நகர்கிறது. குடும்ப, அலுவலகக்கடமைகள் ஒருபக்கம், 'அதான் கல்யாணமாயிடுச்சுல்ல' என்கிற எண்ணம் இன்னொருபக்கம்.

குழந்தைகள் பிறந்தபிறகு, இன்னொரு மாற்றம். கணவன், மனைவி என்கிற உறவைவிட, தந்தை, தாய் என்கிற பொறுப்புகள் அதிக முக்கியத்துவம் பெறுகின்றன. 'இனிமே பிள்ளைங்களுக்காகத்தான் வாழணும்' என்கிற எண்ணத்தில் துணைமீது அக்கறை சற்றே குறைகிறது.

அதற்காக, இவர்களுடைய காதல் பொய்யானது என்றல்ல, அதன் இலக்கு கல்யாணம், குழந்தைகள்தான் என்கிற தவறான நம்பிக்கை தான் இந்தத் திடீர்ச் சரிவுக்குக் காரணம்.

ஒரு கிரிக்கெட் போட்டியில் வெற்றிபெறுவதற்கு 320 ரன்கள் எடுக்க வேண்டும். கஷ்டப்பட்டு விளையாடி அந்த ரன்களை எடுத்து விடுகிறோம். அதன்பிறகு, அந்தப் பரபரப்பு குறைந்துவிடுகிறது, இலக்கை எட்டி விட்ட நிம்மதி.

ஆனால், ஆட்டம் அதோடு முடிவதில்லை, அடுத்த போட்டியில் இன்னோர் அணி வரும். அவர்களோடும் விளையாடவேண்டும், ரன் எடுக்கவேண்டும், தொடர்ந்து வெல்லவேண்டும்.

ஆக, ஒரு கிரிக்கெட் வீரரைப்பொறுத்தவரை இலக்கு என்பது இந்தப் போட்டியில் வெல்வதற்கான 320 ரன்கள்மட்டுமல்ல. அதுவும் முக்கியமே. ஆனால் அதைவிட முக்கியம், ஒவ்வொரு போட்டியிலும் வெல்லும்படி தன் உடலையும் மனத்தையும் சுறுசுறுப்பாக வைத்துக் கொள்வது. ஆட்டத்திறமையை வளர்த்துக்கொள்வது, தொடர்ந்து மகிழ்ச்சியாக விளையாடுவது.

அதுபோல, காதலுக்கும் கல்யாணம், குழந்தைகள் என்பவை இலக்குகள் அல்ல, அவை தாற்காலிக மைல்கற்கள், அவ்வளவுதான், அதன்பிறகு வாழ்நாள்முழுக்க அந்தக் காதலைத் தக்கவைத்துக்கொள்கிறவர்கள்தான் அன்பைத் திகட்டத் திகட்ட அனுபவிக்கிறார்கள்.

ஆனால், பரபரப்பான இன்றைய வாழ்க்கையில் இதெல்லாம் சாத்தியமா?

நீங்கள் எவ்வளவு பிஸியாக இருந்தாலும் சரி, கொஞ்சம் மெனக் கெட்டாலே உங்கள் காதல்வாழ்க்கையையும் பத்திரமாகப் பார்த்துக் கொள்ளலாம். உங்கள் துணைவரையும் காதலில் நனைக்கலாம் என்கிறது ஒரு சமீபத்திய புத்தகம். '47 Little Love Boosters For A Happy Marriage' என்ற அந்தப் புத்தகத்தின் ஆசிரியர், மார்கோ பெட்கோவிக்.

ஆங்கிலத்தில் Booster என்றால், ஊக்கம்தருகிற, மேம்படுத்துகிற விஷயம் என்று பொருள். அப்படிக் காதலைப் பெருக்கக்கூடிய நாற்பத்தேழு சின்னச்சின்ன உத்திகளை இப்புத்தகம் பட்டியலிட்டு விவரிக்கிறது. இவை ஒவ்வொன்றையும் செய்வதற்கு அதிக நேரமாகாது. ஆனால், இவற்றை நினைவில்வைத்துக்கொண்டு அக்கறையோடு சரியாகச் செய்தால், காதல் பெருகிக் கொண்டேயிருக்கும்.

புத்தகத்திலிருந்து சில எளிய டிப்ஸ், இங்கே:

- 'நன்றி' சொல்லக் கற்றுக்கொள்ளுங்கள்: 'நமக்குள்ள எதுக்குத் தேங்க்ஸெல்லாம்?' என்று நினைக்கவேண்டாம். ஒவ்வொரு நாளும் நீங்கள் அவருக்காகவும் அவர் உங்களுக்காகவும்

நீங்கள் இருவரும் உங்கள் குடும்பத்துக்காகவும் எத்தனையோ செய்கிறீர்கள். அதற்காகப் பரஸ்பரம் அன்போடு நன்றி சொல்லிக்கொள்வது உடனடிப் புத்துணர்ச்சியைத் தரும்.

- வெளியே செல்லும்போது ஒரு முத்தம், திரும்பி வரும்போது ஓர் அணைப்பு. இதனை வெறும் கடமையாக்கிவிடாமல், அவ்வப்போது நேரமிருக்கும்போதெல்லாம் ஓரிரு எதிர்பாராத முத்தங்கள், அணைப்புகள்... இதன்மூலம் நமது ஆரோக்கியமும் நல்வுணர்வும் பெருகும் என்பது அறிவியல்பூர்வமாக நிரூபிக்கப் பட்டிருக்கிறது.

- அதேபோல், இருவரும் சேர்ந்து வெளியே செல்லும்போது, ஆளுக்கொரு திசையில் நடக்காமல், கை கோத்து நடந்து பாருங்கள், ஓர் உடனடி மின்சாரம் உள்ளே பாயும்.

- உங்கள் துணைவருக்குத் தேவைப்படும் சின்னச்சின்ன விஷயங்களைச் செய்துதாருங்கள். என்ன செய்வதென்று தெரியாவிட்டால், அவரையே கேளுங்கள்.

- அவரை எண்ணி நீங்கள் பெருமைகொள்வது எதனால்? அதை வெளிப்படையாகச் சொல்லுங்கள், ‘உன் சமையல் திறமைக்குப் பக்கத்துல ஒருத்தரும் வரமுடியாது’ என்றோ, ‘நீ தேர்ந்தெடுத்த சேலை பிரமாதமா இருக்குன்னு ஆஃபீஸ்ல எல்லாரும் சொன்னாங்க, தெரியுமா?’ என்றோ பரஸ்பரம் தட்டிக்கொடுத்துக்கொள்ளுங்கள்.

- ‘ஏய், நீ ரொம்ப அழகாயிருக்கே’ என்பது திரைப்படத் தலைப்பு மட்டுமல்ல, தினந்தோறும் சொல்லவேண்டிய விஷயம். இப்படிப் பொதுவாகமட்டுமல்ல, கவிஞர்கள்போல் நுணுக்க மாகவும் வர்ணிக்கலாம், அது உங்களிஷ்டம்.

- வீட்டுக்குள் அவர் அழகைப் புகழ்வதுபோல, வெளியே அவரது திறமையைப் புகழலாம். அடுத்தவர்கள்முன்னால் ஒருவரை யொருவர் பாராட்டிக்கொள்வது வெறும் தம்பட்டமல்ல. அது உங்களுக்குள் நெருக்கத்தை அதிகரிக்கும்.

- இயன்றவரை சேர்ந்து சாப்பிடுங்கள், குறைந்தபட்சம் காலை உணவைமட்டுமாவது.

- சாப்பிடுவதுமட்டுமல்ல, சமைப்பதும் அன்பை வெளிப்படுத்தும் வழிதான். ஊட்டச்சத்துமிக்க, கணவர்/மனைவியுடைய உடலுக்கும் மனத்துக்கும் தெம்பூட்டக்கூடிய உணவைச்

சமைத்துப் பரிமாறுங்கள். தினமும் இயலாவிட்டாலும், இயன்றபோதெல்லாம் சமைக்கலாம். முழுச்சமையல் இயலா விட்டாலும், ஒரு பழரசமாவது பிழிந்து கொடுக்கலாம்.

- உங்கள் துணைவர் தினமும் அதிகாலையில் எழுந்து வீட்டு வேலைகளைச் செய்கிறவரா? அவ்வப்போது அவருக்கு முன்னால் நீங்கள் எழுந்து, அலாரத்தை அணைத்துவிடுங்கள். அவருடைய வழக்கமான வேலைகளையெல்லாம் நீங்களே செய்துவிடுங்கள். அவர் தாமதமாக எழுந்து 'அச்சச்சோ' என்று பதறும்போது, 'நோ டென்ஷன், ரிலாக்ஸ்' என்று அவருக்கு ஒரு கப் காஃபி கொடுங்கள்.

- இயன்றபோதெல்லாம், வீட்டு வேலைகளைச் சேர்ந்தே செய்யுங்கள். பேசிக்கொண்டே வேலைசெய்தால் வேலையும் சீக்கிரம் முடியும், அன்பும் பெருகும்.

- பரபரப்பான வேலைநாளுக்கு நடுவே, உங்கள் கணவருக்கோ மனைவிக்கோ ஒரு காதல் எஸ்எம்எஸ் அல்லது வாட்ஸாப் அனுப்பிவையுங்கள்.

- அவருடைய வேலையில், பொழுதுபோக்குகளில் ஆர்வம் காட்டுங்கள். அவர் சொல்வது புரியாவிட்டாலும், அவருக்காகக் கவனித்துக் கேளுங்கள்.

- அவ்வப்போது சின்னச்சின்னப் பரிசு கொடுங்கள். தெருமுனைக் கடையிலிருந்து பஜ்ஜி வாங்கித்தந்தால்கூடப் போதும். அதற்குக் காரணமெல்லாம் தேடிக்கொண்டிருக்காதீர்கள்.

- உங்கள் துணைவர் வெளியூருக்குப் போகிறாரா? அவருடைய பெட்டிக்குள் அவருக்காக ஒரு ரகசியக் கடிதத்தை ஒளித்து வையுங்கள். பின்னர் ரயிலில் அதைத் திறந்துபார்த்துச் சந்தோஷப்படட்டும்.

- அலுவலக வேலை முடிந்து வருகிறவரிடம், 'இன்னிக்கு என்ன ஆச்சு?' என்று கேளுங்கள். அவர் சொல்கிற பதிலைக் கவனித்துக் கேளுங்கள். டிவியைப் பார்த்துக்கொண்டு தலையாட்டாதீர்கள்.

- அவர் தினந்தோறும், அல்லது வாரந்தோறும் செய்கிற, ஆனால், அவருக்குக் கொஞ்சம்கூடப் பிடிக்காத ஒரு விஷயத்தை நீங்களே முன்வந்து வாங்கிக்கொள்ளுங்கள். 'இனிமே இதை நான் பார்த்துக்கறேன்' என்று முகம்சுளிக்காமல் சொல்லுங்கள்

39

கூடை நிரம்பட்டும்!

நீங்கள் எந்த அளவு திறந்த மனம் கொண்டவர்?

இதைக் கண்டுபிடிக்க ஒரு வழியுண்டு. ஐந்தாறு பேர் இருக்கும் அறைக்குள் உங்களை அனுப்பிவிடவேண்டும். பிறகு, ஒரு தலைப்பைக்கொடுத்து எல்லாரையும் விவாதிக்கச்சொல்லவேண்டும்.

எடுத்துக்காட்டாக, நம் ஊரில் நாளுக்குநாள் போக்குவரத்து நெரிசல் அதிகமாகிக்கொண்டிருக்கிறதே, என்ன செய்யலாம்?

இப்படியொரு தலைப்பைக்கொடுத்தால் ஆளாளுக்கு வெவ்வேறு கருத்துகளைச் சொல்வார்கள். அவை எல்லாமே சரியாகவே தோன்றும்.

சிறிதுநேரத்தில், நீங்களும் ஓரிரு கருத்துகளைச் சொல்வீர்கள். உடனே, மற்ற எல்லாருடைய கருத்துகளும் உங்களுக்கு முட்டாள் தனமாகத் தெரியும். 'இவங்களுக்கெல்லாம் கருத்துச்சொல்லவே தெரியலை, நான் சொல்றதுதான் சரி, மத்த எல்லாரும் தப்பு' என்று நினைக்கத் தொடங்குவீர்கள்.

வேடிக்கையான விஷயம், அங்கேயிருக்கிற எல்லாரும் உங்களைப் போலதான் நினைத்துக்கொண்டிருப்பார்கள். அவரவருக்கு அவரவர் கருத்துகள் உசத்தியாகவும் மற்றவர்களுடைய கருத்துகள் மட்டமாகவும் தோன்றும்.

இதனால், ஒருவர் என்ன சொன்னாலும் சரி, கூட்டத்தில் யாராவது அதனை உடனே மறுத்துப்பேசத்தொடங்குவார்கள், 'நீங்க சொல்றது சரிப்படாது, நான் என்ன சொல்றேன்னா...' என்று இவர் எதையாவது

சொல்ல, மூன்றாவதாக ஒருவர் எழுந்து, 'நீங்க ரெண்டு பேர் சொல்றதும் தப்பு, நான் சொல்றதுதான் சரி' என்பார்.

சிறிதுநேரத்தில், அந்த அறையில் எங்கும் No, No என்கிற மறுப்பொலிதான் கேட்டுக்கொண்டிருக்கும். யாரும் யாருடைய கருத்தையும் ஏற்றுக்கொள்ளமாட்டார்கள். எல்லாருடைய மனமும் 'நான் நினைப்பதுதான் சரி' என்று மூடிக்கொள்ளும்.

இப்படியொரு விவாதத்தால் யாருக்கும் பயனில்லை. எந்தப் பிரச்னையைப்பற்றி விவாதிப்பதற்காக அங்கே சென்றீர்களோ, அந்தப் பிரச்னையை தீர்ப்பதற்கு உருப்படியான ஒரு விஷயமும் பேசியிருக்க மாட்டீர்கள். அப்படி யாராவது பேசியிருந்தாலும், மற்றவர்கள் அவர்களை மறுத்து உட்காரவைத்திருந்திருப்பார்கள்.

'மூடிய மனங்கள்' எந்தப் பிரச்னையையும் தீர்ப்பதில்லை. 'திறந்த மனங்களோ' எப்பேர்ப்பட்ட பிரச்னைக்கும் தீர்வுகளைக் கண்டறிந்து விடுகின்றன.

மனத்தைத் திறந்துவைப்பது எப்படி?

Noவைக் குறைத்துக்கொண்டு, Yesஐ அதிகப்படுத்தலாம், அடுத்தவர்கள் சொல்லும் கருத்துகளை ஆமோதிக்கலாம். பலரும் பல கோணங்களில் சிந்தித்துச் சொல்கிறவற்றை ஒன்றுதிரட்டி, பிரச்னைக்கான தீர்வைக் கண்டறியலாம்.

இப்போது, எல்லாருடைய மனமும் திறந்திருக்கிறது. யாரேனும் ஒரு கருத்தைச் சொன்னால் அதை மறுக்காமல், ஏற்றுக்கொள்கிறார்கள். இதைப்பார்த்து மற்றவர்களும் தங்கள் கருத்துகளைச் சொல்ல முன்வருகிறார்கள்.

இப்படிச் சொல்லப்படுகிற எல்லாக் கருத்துகளும் சிறப்பாக இருக்காது. அதேசமயம், உரையாடல் நன்கு நடைபெறும், அதில் நல்ல தீர்வுகள் கிடைக்கும்.

Noவிலிருந்து Yesக்குப் போனால் போதாது, 'Yes and' என்று சொல்லிப் பழகுங்கள் என்கிறது ஒரு சமீபத்திய புத்தகம். Improv எனப்படும் மேடை நுட்பத்தைப் பயன்படுத்திப் பிரச்னைகளைத் தீர்க்கக் கற்றுத்தரும் இந்தப் புத்தகத்தின் பெயர், 'Getting To Yes And', எழுதியவர்கள் பாப் குல்ஹன், சக் க்ரிஸஃபுல்லி.

அதென்ன 'Yes and'?

இதிலிருக்கும் இரண்டு சொற்களும் நமக்கு ஏற்கெனவே தெரிந்தவைதான், 'Yes' என்றால், 'ஆமாம்' என்று ஏற்றுக்கொள்வது, 'and' என்றால், 'மற்றும்' எனச்சொல்லி, அதன்பிறகு இன்னொரு விஷயத்தைச் சொல்வது. இந்த இரண்டு சொற்களையும் சரியாகப் பயன்படுத்தினால், விவாதத்தின் தன்மையே மாறிவிடும். மூடிய மனங்கள் சட்டென்று திறந்துகொள்ளும், புதிய சிந்தனைகள் பொங்கும்.

எடுத்துக்காட்டாக, 'போக்குவரத்து நெரிசலைக் குறைப்பதற்கு அரசாங்கம் நிறைய பேருந்துகளை விடவேண்டும்' என்கிறார் ஒருவர்.

உடனே எதிரில் இருப்பவர், 'சேச்சே, அதெல்லாம் சரிப்படாது, ஏற்கெனவே இருக்கிற பேருந்துகளோட நிலைமையைப் பாருங்க, எல்லாம் தகரடப்பாமாதிரி இருக்கு' என்று சொன்னால், 'கூடுதல் பேருந்துகள்' என்கிற கருத்து அங்கேயே நின்றுவிடும். அதைச் செயல்படுத்தச் சாத்தியம் உண்டா என்பதைக்கூட யாரும் சிந்திக்க மாட்டார்கள்.

அதற்குப்பதிலாக, அந்த இரண்டாவது நபர், 'ஆமாம், அதோடு கூடவே மெட்ரோ ரயிலைக்கூட அறிமுகப்படுத்தலாம்' என்று சொல்கிறார் என்று வைத்துக்கொள்வோம். இப்போது என்ன ஆகும்?

இங்கே, முதல் நபர் சொன்ன கருத்தை இரண்டாம் நபர் ஏற்றுக் கொண்டு அங்கீகரிக்கிறார். அத்துடன் புதிதாக வேறு சில கருத்துகளைச் சேர்க்கிறார். அதாவது, முதல் கருத்தை மேம்படுத்துகிறார்.

மேற்கண்ட வாசகத்தில், 'Yes and' என்ற அமைப்பைக் கவனியுங்கள். 'ஆமாம், அதோடு கூடவே...' என்று சொல்லும்போது, நாம் அவருடைய கருத்தை அங்கீகரிக்கிறோம். அதன்மூலம் இன்னும் பல புதிய கருத்துகளை வரவேற்கிறோம். அதேசமயம், அங்கேயே நின்றுவிடாமல், அந்தக் கருத்துக்கு நம்முடைய கோணத்திலிருந்து ஒரு புதிய முகத்தைத் தருகிறோம்.

'Yes and' என்றால், அவர் சொல்வதை அப்படியே காப்பியடிக்கிறோம் என்று பொருளில்லை, அதனை இன்னும் சிறப்பாக்குகிறோம். இப்படி ஒவ்வொருவருடைய கருத்தையும் மற்றவர் தொடர்ந்து சிறப்பாக்கினால், ஒருகட்டத்தில் அது வெறும் சிந்தனை என்ற நிலையிலிருந்து உயர்ந்து, பயன்படுத்தக்கூடிய சிறந்த உத்தியாகும்.

ஒருவேளை, அந்த முதல் நபர் சொன்ன யோசனை மகா மட்டமாக இருந்தால்?

அப்போதும், 'Yes and' என்றுதான் பேசவேண்டும் என்கிறது இந்நூல். காரணம், 'Yes' என்று சொல்லிவிட்டதற்காக நாம் அந்தக் கருத்தை அப்படியே செயல்படுத்தப்போவதில்லை. 'நீங்கள் ஒரு கருத்தைச் சொல்லியிருக்கிறீர்கள், அதை நான் அங்கீகரிக்கிறேன்' என்று சொல்லி விட்டு, அதை முன்வைத்து விவாதத்தைத் தொடரவேண்டும். அப்போதுதான் மேலும் பல புதிய கருத்துகள் வரும்.

எந்தவொரு பிரச்னைக்கும் தீர்வைத் தேடும்போது, இயன்றவரை நிறைய புதுக்கருத்துகளை வரவேற்கவேண்டும். அப்போதுதான் அவற்றிலிருந்து ஒரு சில நல்ல தீர்வுகளை நம்மால் கண்டறிய இயலும்.

ஆக, 'Yes and' உத்தியைப் பயன்படுத்தி நல்லதோ, கெட்டதோ, ஏராளமான கருத்துகளை வரவழைத்துவிடுகிறோம். அதன்பிறகு, அவற்றில் எவை சிறந்தவை என்று தொகுத்துப்பார்த்துத் தீர்மானிக் கிறோம். இவை இரண்டும் இரு வெவ்வேறு நிலைகள், இரண்டையும் சேர்த்துக் குழப்பக்கூடாது என்கிறது இந்நூல்.

சுருக்கமாகச் சொன்னால், பிரச்னையைப்பற்றிப் பல மூளைகளிலிருந்து வருகிற கருத்துகளைத் தொகுத்து ஒரு கூடையில் போட்டுக்கொள்ள வேண்டும். அப்போது, எது சரி, எது தவறு என்று சிந்திக்கக்கூடாது. கூடையை நிரப்புவதுதான் லட்சியம்.

கூடை நிரம்பியபிறகு, அதிலிருந்து சிறந்த பழங்களைத் தேர்ந்தெடுத்து ருசிக்கலாம்.

40

ஒரு நிமிட உடற்பயிற்சி

நீங்கள் தினமும் எவ்வளவு நேரம் உடற்பயிற்சி செய்கிறீர்கள்?

இந்தக் கேள்வியைக் கேட்டதும் பலருக்கு முகம் சுருங்கிவிடும். 'உடற்பயிற்சியா...' என்று இழுப்பார்கள். 'எப்பவாச்சும் கொஞ்சதூரம் நடப்பேன். ட்ரெட்மில்லுல ஓடுவேன். அபார்ட்மென்ட்ல ஜிம் இருக்கு, எட்டிப்பார்ப்பேன். அப்பப்போ நீச்சலடிப்பேன். லிஃப்ட் பயன்படுத்தாம படியில ஏறி, இறங்குவேன். துணி துவைப்பேன்' என்று தயங்கித் தயங்கி ஏதாவது சொல்வார்கள். 'இதெல்லாம்தான் உடற்பயிற்சியா?' என்று கொஞ்சம் வற்புறுத்திக் கேட்டால் அந்தச் சாக்குப்போக்கில் வந்து நிற்பார்கள், 'அதுக்கெல்லாம் எங்கே நேரம்?'

முன்பெப்போதுமில்லாத அளவுக்கு இப்போதுதான் நமக்கு உடற்பயிற்சி தேவைப்படுகிறது. நவீன வாழ்க்கைமுறை மனிதனின் உடலுழைப்பை மிகவும் குறைத்துவிட்டது. அதேநேரம், உணவுப்பழக்கத்தில் ஏற்பட்டுள்ள மாற்றங்கள் அவ்வுடலைக் கடுமையாகத் தாக்குகின்றன. இன்னொருபக்கம், பணிச்சூழல், போட்டி, எதிர்பார்ப்புகள், நெடுந்தூரப் பயணங்கள் போன்றவையும் அழுத்துகின்றன.

இதனால், இன்றைய மனிதன் எல்லாவற்றிலும் வசதிகளைக் கூட்டிக் கொள்கிறான். இயன்றவரை சொகுசாக வேலைசெய்யவேண்டும். மிஞ்சிய நேரத்தில் ஓய்வெடுக்கவேண்டும் என்றே விரும்புகிறான். இருக்கிற பரபரப்பில் பலருக்குச் சிறிதுதூரம் நடக்கக்கூட நேரமிருப்பதில்லை. அல்லது, மனமிருப்பதில்லை. அல்லது, இரண்டும்.

இதன் விளைவு, பெரும்பாலானோர் வெற்றியை உடலில் தொப்பை யாகச் சேமிக்கிறார்கள். பார்ப்பதற்கு ஒல்லியாகத் தெரிகிறவர்களுக்

குக்கூடப் பல உடற்கோளாறுகள் இருக்கின்றன. பள்ளியில் படிக்கும் சிறுவர்களுடைய சராசரி எடையைப் பார்க்கும்போது பகீரென்கிறது.

ஆரோக்கியமான உணவும் உடற்பயிற்சியும்தான் இதற்குத் தீர்வு என்பது எல்லாருக்கும் தெரிகிறது. ஆனால், அதைச்செய்வதற்கு நேரம்தான் அமைவதில்லை!

இந்தியாவில்மட்டுமல்ல, உலகம்முழுக்கவே, முறையாக உடற்பயிற்சி செய்யாமலிருப்பவர்கள் சொல்லும் காரணங்களில் முதலாவது இதுதான்: நேரமே இல்லை!

நடைப்பயிற்சி, மெதுவோட்டம், சைக்கிளோட்டுதல், நீச்சல், ஜிம்முக்குச் செல்லுதல், யோகாசனம், ஏரோபிக்ஸ் என்று எதை எடுத்துக்கொண்டாலும் குறைந்தபட்சம் அரைமணிநேரத்திலிருந்து இரண்டு, மூன்றுமணிநேரம்வரை தேவைப்படுகிறது. இன்றைய பரபரப்பான வாழ்க்கைமுறையில் அந்த நேரத்தைக் கண்டுபிடிப்பது மிகச் சிரமமாயிற்றே.

சரி, ஒரு நாளைக்கு ஒரு நிமிடம்மட்டும் உடற்பயிற்சி செய்தால் போதும் என்று வைத்துக்கொள்ளுங்கள், அப்போது ஒழுங்காக உடற்பயிற்சி செய்வீர்களா?

தாராளமாகச் செய்யலாம். ஆனால், அதனால் உடலுக்கு என்ன பெரிய பலன் வந்துவிடும்? அதிகநேரம் உடற்பயிற்சி செய்தால்தானே நன்மை?

ஒரே நிமிடம்தான் உடற்பயிற்சி, ஆனால், அரைமணிநேரம், ஒருமணிநேரம் உடற்பயிற்சி செய்வதன்மூலம் கிடைக்கக்கூடிய பலன்கள் அதில் கிடைக்கும், இப்போது சம்மதமா?

இதெப்படி சாத்தியம்?

போர்வையை விரித்துப்போட்டால் படுக்கைமுழுக்கக் கிடக்கிறது. அதையே மடித்துவைத்தால் ஓர் ஓரத்தில் உட்கார்ந்துவிடுகிறதல்லவா? அதுபோல்தான், உடற்பயிற்சியை மெதுவாக நெடுநேரமும் செய்யலாம், அல்லது, தீவிரமாகக் குறைந்தநேரமும் செய்யலாம். இரண்டாலும் கிடைக்கிற பலன்கள் கிட்டத்தட்ட ஒரேமாதிரியாகத்தான் இருக்கும் என்கிறது ஒரு சமீபத்திய புத்தகம். 'The One-Minute Workout' என்ற அந்தப் புத்தகத்தை எழுதியோர், மார்ட்டின் கிபாலா, கிறிஸ்டோஃபர் ஷுல்கன்.

அதென்ன One-Minute Workout? ஒரே நிமிடத்தில் உடற்பயிற்சி செய்து உடம்பைச் சிக்கென்று மாற்றிவிடலாமா?

ஒரு நிமிடம் என்றால் ஒரு நிமிடமில்லை, சில நிமிடங்கள் என்று வைத்துக்கொள்ளுங்களேன். வழக்கமாக உடற்பயிற்சி என்றால் குறைந்தது அரைமணிநேரமாவது செலவழிக்கவேண்டும் என்கிற நிலையை மாற்றி, HIIT எனப்படும் குறைந்தநேரத்தில் செய்யக்கூடிய தீவிரமான உடற்பயிற்சிகளை முன்வைக்கிறது இந்தப்புத்தகம். 'உடற்பயிற்சியை மையமாக வைத்து உங்களுடைய நாளை மாற்றியமைக்கவேண்டியதில்லை, மற்ற வேலைகளைச் செய்தபடி அவ்வப்போது உடற்பயிற்சிகளையும் செய்து அதே பலனைப் பெறலாம்' என்கிறது.

இதை நம்புவது சற்றே சிரமம்தான். ஆனால், இதற்குப் பல அறிவியல் பூர்வமான ஆதாரங்கள் இருக்கின்றன. HIITயைப்பற்றிப் பல நூல்கள் எழுதப்பட்டுள்ளன. தனித்துவமான உடற்பயிற்சிமுறைகளும் உருவாக்கப்பட்டுள்ளன.

HIIT என்றால், High Intensity Interval Training. அதாவது, அதிகத் தீவிரமான உடற்பயிற்சிகளை விட்டுவிட்டுச் செய்வது.

இங்கே 'தீவிரம்' என்ற சொல்தான் முக்கியமானது. அரைமணிநேரம் மெதுவாக ஓடுவதைவிட, ஒருநிமிடம் அதிவேகமாக ஓடிவிடுவது, அதன்பிறகு, சிறிதுநேரம் மெதுவாக ஓடுவது, பின்னர் மறுபடி ஒருநிமிடம் அதிவேகமாக ஓடுவது, மீண்டும் சிறிதுநேரம் மெதுவாக ஓடுவது... உடல் களைக்கும்வரை, அல்லது நேரமுள்ளவரை இதையே மாறிமாறிச் செய்வது. அதாவது, நதிபோல் ஒரேமட்டத்தில் ஓடாமல், கடலலைகளைப்போல் எழுந்து தாழ்ந்து, எழுந்து தாழ்ந்து செல்வது!

இதன்மூலம் வழக்கமான (அதாவது, நெடுநேர) உடற்பயிற்சியின் மூலம் கிடைக்கக்கூடிய பலன்களை விரைவாகப் பெறமுடியும் என்கிறார் மார்ட்டின் கிபாலா. இவர் இந்தத்துறையில் செய்துள்ள ஏராளமான ஆராய்ச்சிகள், பிற அறிஞர்களின் ஆய்வுகள் அடிப்படையில் இக்கருத்தை முன்வைக்கிறார்.

'உடற்பயிற்சி என்று வந்துவிட்டால், நேரம் முக்கியமே இல்லை' என்கிறார் மார்ட்டின். 'நாம் எவ்வளவுநேரம் உடற்பயிற்சி செய்கிறோம் என்பதைவிட, அந்த நேரத்தில் என்னென்ன உடற்பயிற்சிகளைச் செய்கிறோம் என்பதுதான் முக்கியத்துவம் பெறுகிறது.'

சமீபத்தில் இவர் நிகழ்த்திய ஆய்வொன்றில், அதிக உடலுழைப்பு தேவைப்படாத பணிகளில் இருக்கும் சிலருக்கு உடற்பயிற்சிகள் கற்றுத்தரப்பட்டன. முதல்வகையினர், வழக்கமான உடற்பயிற்சி களை மேற்கொண்டார்கள், இரண்டாம்வகையினர் HIIT வகை

உடற்பயிற்சிகளில் ஈடுபட்டார்கள். இவர்கள் இருவருடைய உடல்நிலையையும் கவனித்துப்பார்த்ததில், இருவருக்குமே கிட்டத் தட்ட ஒரேமாதிரியான பலன்கள் கிடைத்திருப்பது தெரியவந்தது.

ஆனால் ஆச்சர்யமான விஷயம், வழக்கமான உடற்பயிற்சிகளை மேற் கொண்டோர் சராசரியாக 150நிமிடங்கள் செலவழித்துப் பெற்ற பலன்களை, HIIT உடற்பயிற்சிகளை மேற்கொண்டோர் சுமார் 30 நிமிடங்களிலேயே பெற்றுவிட்டார்கள். இதனால்தான், நேரப்பிரச்னை உள்ளோருக்கு இப்பயிற்சிகள் பரிந்துரைக்கப்படுகின்றன.

அப்படியானால் எல்லாருமே HIIT வழியில் சென்றுவிடலாமே.

தீவிர உடற்பயிற்சி என்பது அனைவருக்கும் பலனளிக்கக்கூடிய ஒன்று தான். அதேசமயம் அந்தத் தீவிரத்தை நமது உடல் தாங்கிக் கொள்ளும் நிலையில் இருக்கவேண்டும். ஆகவே, மருத்துவர், இத்துறைசார்ந்த நிபுணரிடம் ஆலோசனைபெற்றுக்கொண்டு செய்வது நல்லது.

HIIT நுட்பங்களை நமது எளிய உடற்பயிற்சிகளிலும் பின்பற்றிப் பார்க்கலாம். எடுத்துக்காட்டாக, தினமும் இரண்டு கிலோமீட்டர் நடக்கிற ஒருவர், அதில் ஒரு குறிப்பிட்ட பகுதியைமட்டும் ஓடிக்கடக் கலாம். கொஞ்சம் மூச்சிரைக்கிறபோது, மீண்டும் நடக்கத் தொடங்கலாம். சற்றே தெம்பு வந்தபின் மீண்டும் ஓடலாம்... இந்தப் பழக்கத்தால் நேரமும் மிச்சமாகும், உடலுக்கும் நன்மை, தேய்மானம் அதிகமிருக்காது, குறிப்பாக, உடற்பயிற்சி போரடிக்காது!

'இதெல்லாம் குண்டாக இருப்பவர்களுக்குத்தான்' என்று எண்ணிவிட வேண்டாம். ஏற்கெனவே ஆரோக்கியமாக உள்ளவர்களும்கூட, இந்தச் சில நிமிடப் பயிற்சிகளைத் தங்களுடைய தினசரிவாழ்க்கையில் சேர்த்துக்கொண்டால், முன்பைவிடச் சுறுசுறுப்பாகச் செயல்படலாம்.

அதேபோல், வேலைநிமித்தம் அடிக்கடி வெளியூர் செல்கிறவர்களும், ஜிம்மைத் தேடிக்கொண்டு அலையவேண்டியதில்லை. கிடைக்கிற நேரத்தில், கிடைக்கிற இடத்தில் சில நிமிடங்களுக்குள் உடலுக்குத் தேவையான ஆற்றலைப் பெற்றுக்கொள்ளலாம்.

இனிமேல், 'நேரம் இல்லை' என்ற சாக்குப்போக்கு வேண்டாம், உடற்பயிற்சியில் தீவிரமாக ஈடுபடலாம்!

41

நேரத்தைப் பெருக்குதல்

Time Management (நேரமேலாண்மை) பற்றி எத்தனையோ புத்தகங்கள் வந்துவிட்டன. ஒருநாளில் நமக்கிருக்கும் வேலைகளையெல்லாம் ஒழுங்குபடுத்தி, இருக்கின்ற நேரத்துக்குள் அவற்றைச் செய்துமுடிப்பதன்மூலம் நேரத்தை நாம் நன்கு கையாளலாம்; பிறரைக்காட்டிலும் அதிகப் பணிகளைச் சிறப்பாகச் செய்து பெயர்வாங்கலாம் என்று இவை விளக்குகின்றன.

ஆனால், இது ஓரளவுக்குதான் பலன் தரும். ஏனெனில், இருக்கிற நேரத்தைத்தானே மேலாண்மை செய்யமுடியும்?

Time Management என்பது, ஓர் அரசன் தன்னுடைய நாட்டைச் சிறப்பாக ஆள்வதைப்போன்றது. அவன் என்னதான் நன்றாகச் செயல்பட்டாலும், அக்கம்பக்கத்தில் உள்ள மற்ற அரசர்கள் அந்நாட்டைப் பிடிக்க முயற்சிசெய்வார்கள். அதனைச் சமாளித்துத் தன்னுடைய நாட்டைக் காக்கவேண்டும்; இயன்றால் அவர்களுடைய நாட்டையும் பிடித்து ராஜ்ஜியத்தை விரிவுபடுத்தவேண்டும். அப்போதுதான் அம்மன்னன் ஒரு சக்கரவர்த்தியாகத் திகழமுடியும்.

அதுபோல, நம்மிடம் இருக்கிற நேரத்தை நன்கு கையாள்வது முக்கியம்தான். அதைவிடச் சிறப்பு, இல்லாத நேரத்தையும் தேடிப்பிடிப்பது; அதன்மூலம் நமக்குத் தினசரி கிடைக்கிற நேரத்தை அதிகப்படுத்திக்கொள்வது. அதாவது, Time Management அல்ல, Time Maximization: நேரத்தை அதிகப்படுத்துதல்.

இந்தப் புதுமையான உத்தி, Organize Tomorrow Today என்கிற சமீபத்திய புத்தகமொன்றில் வருகிறது. இதனை எழுதியிருப்போர் ஜேஸன் செல்க், டாம் பார்டெள, மாத்யூ ரூடி.

நேரத்தை எப்படி அதிகப்படுத்துவது?

தினந்தோறும் நாம் என்னதான் வேலைகளைத் திட்டமிட்டுச் செய்தாலும், அவற்றினிடையே நாம் வீணாக்கும் நேரங்கள் நிறைய இருக்கின்றன. நம்மையும் அறியாமல் நாம் அவற்றை நழுவவிட்டுக்கொண்டிருக் கிறோம். அவற்றை அறிந்து திரும்பப்பெறுவதன்மூலம் நமக்குக் கிடைக்கும் நேரத்தை நாம் அதிகரித்துக்கொள்ளலாம்.

எடுத்துக்காட்டாக, நீங்கள் பத்துமணிக்கு ஒரு வாடிக்கையாளரைச் சந்திக்கவேண்டும். அவர் உங்களுக்குப் பதினொருமணிவரை நேரம் தந்திருக்கிறார்.

ஆனால், அந்த உரையாடல் நீங்கள் எதிர்பார்த்ததைவிட வேகமாக முடிந்துவிடுகிறது. 10:45க்கெல்லாம் அவருடைய அலுவலகத்திலிருந்து வெளியே வந்துவிடுகிறீர்கள். அடுத்த வேலை பதினொருமணிக்குதான்.

இப்போது, மீதமிருக்கும் கால்மணிநேரத்தை நீங்கள் எப்படிச் செலவிடுவீர்கள்?

இது ஒரு பெரிய விஷயமா? ஃபோனைத் திறந்தால் ஃபேஸ்புக் இருக்கிறது; கிரிக்கெட் ஸ்கோர் பார்க்கலாம்; கேன்டிக்ரஷ் விளையாடலாம்; ஒரு காபி குடிக்கலாம்; கிசுகிசு படிக்கலாம்... விறுவிறுவென்று அந்தக் கால்மணிநேரம் ஓடிவிடும்; அடுத்த வேலை வந்துவிடும். சுறுசுறுப்பாக நீங்கள் அதில் இறங்கிவிடுவீர்கள்.

உங்களைப்பொறுத்தவரை, 10 மணிக்கு ஒரு வேலையைத் திட்டமிட் டிருந்தீர்கள். 11 மணிக்கு இன்னொரு வேலையைத் திட்டமிட்டிருந்தீர் கள். அந்த இரண்டையும் முறைப்படி செய்துவிட்டீர்கள். நேரமேலாண்மையில் வெற்றி.

ஆனால், அந்த இரண்டுக்கும் நடுவே கால்மணிநேரம் உங்களுக்குக் கிடைத்தது. அதை நீங்கள் சரியாகப் பயன்படுத்திக்கொள்ளவில்லையே.

கால்மணிநேரத்தில் என்ன பெரிதாகச் செய்துவிடமுடியும் என்று யோசிக்கிறீர்களா? நிறைய செய்யலாம். அதை நீங்கள் உணரவேண்டும். அப்போதுதான் Time Maximization சாத்தியப்படும்.

இதற்கு, நீங்கள் முதலில் உங்களையே ஒரு கேள்வி கேட்டுக்கொள்ள வேண்டும்: 'நான் வீணடிக்கவிரும்பும் அதிகபட்சநேரம் எவ்வளவு?' இதையே கொஞ்சம் மாற்றிக்கேட்டால், 'குறைந்தபட்சம் எவ்வளவு நேரம் என் கையில் இருந்தால் என்னால் அதனை உருப்படியாகப் பயன்படுத்திக்கொள்ள இயலும்?'

எடுத்துக்காட்டாக, பேருந்தில் ஏறுகிறீர்கள். நான்கு நிறுத்தங்கள் தள்ளி நீங்கள் இறங்கவேண்டும். அதற்கு எட்டுநிமிடமாகும்.

பொதுவாக இந்த எட்டுநிமிடங்களை நாம் பேருந்துக்கே தந்துவிடுவோம். அதனால், வேறு வேலைகளைச் செய்வதுபற்றி யோசிக்கக்கூட மாட்டோம். மிஞ்சிப்போனால் செல்பேசியை நோண்டலாம். பேருந்தில் ஏறியுள்ள பெண்களை சைட் அடிக்கலாம். அவ்வளவுதான்.

அன்றைய தினத்தில் நீங்கள் செய்யவேண்டிய வேலைகள் என்று ஒரு பட்டியல் தயாரித்துவைத்திருப்பீர்களல்லவா? அதில் ஏதேனும் ஒரு வேலையை எட்டு நிமிடத்தில் செய்ய இயலுமல்லவா? அதை இங்கே தூக்கிப்போட்டால் என்ன? அந்த நேரத்தைப் பயனுள்ளவகையில் உபயோகப்படுத்திக்கொண்டுவிடலாமே. நமக்கு ஏன் அது தோன்றுவதில்லை?

காரணம், நேரத்தை நாம் இன்னும் சரியாகப் பார்க்கத் தொடங்க வில்லை. அதனால்தான் விலைமதிப்பற்ற அதனை இப்படிச் சின்னச்சின்னத் துணுக்குகளாகச் சுலபத்தில் வீணடித்துவிடுகிறோம். அதை நாம் உணர்வதுகூட இல்லை.

அதற்குப்பதிலாக, 'உருப்படியான நேர'த்துக்கு ஒரு வரம்பு நிர்ணயிக்கலாம். 'அந்த நேரத்துக்குமேல் என்னிடம் நேரம் இருந்தால், நான் அதனை வீணடிக்கமாட்டேன்; ஏதேனும் ஒரு வேலையை எடுத்துச் செய்வேன்' என்று தீர்மானித்துக்கொள்ளலாம்.

எடுத்துக்காட்டாக, உங்களுடைய 'உருப்படியான நேர' வரம்பு ஐந்து நிமிடங்கள் என்று வைத்துக்கொள்வோம். இதன் பொருள், எப்போ தெல்லாம் உங்களுக்கு ஐந்துநிமிடம் அல்லது அதற்குமேல் நேரம் கிடைக்கிறதோ, அப்போதெல்லாம் நீங்கள் அதனை வீணடிக்க மாட்டீர்கள். ஏதேனும் ஒரு பணியை இழுத்துப்போட்டுக்கொண்டு செய்யத்தொடங்கிவிடுவீர்கள்.

ஒருவேளை, ஐந்துநிமிடத்துக்குக் குறைவாக நேரம் கிடைத்தால்?

அது உங்களுக்கே உங்களுக்கு. என்னவேண்டுமானாலும் செய்யுங்கள், பிரச்னையில்லை!

ஆனால், ஐந்து நிமிடம் அல்லது அதற்குமேல் கூடுதல்நேரம் கிடைக்கும் போது, அதனை வீணடிக்கக்கூடாது. நீங்கள் செய்ய நினைத்த ஓர் உருப்படியான வேலையைச் செய்யத்தொடங்கிவிடவேண்டும்.

எடுத்துக்காட்டாக, அந்தப் பேருந்துப் பயணத்தில் உங்களுக்கு எட்டு நிமிடம் கிடைத்ததல்லவா? அதனை இப்படிப் பயன்படுத்தலாம்:

- எட்டுநிமிடம் இருக்கிறது, அது என்னுடைய 'ஐந்துநிமிட' வரம்பைவிட அதிகம். ஆகவே, நான் அதனை உருப்படியாகப் பயன்படுத்தவேண்டும்.

- செல்பேசியில் ஒரு மின்னஞ்சலைத் திறக்கிறேன். வாசிக்கிறேன். பதில் எழுதுகிறேன். அதற்கு நான்குநிமிடங்கள் ஆகிவிட்டன.

- இப்போது, பேருந்து மெதுவாகச் சென்றுகொண்டிருக்கிறது. என் அலுவலகம் வருவதற்கு இன்னும் ஐந்துநிமிடம் ஆகும் போல் தெரிகிறது.

- மீண்டும், இன்னொரு வேலையைத் தொடங்குகிறேன். அதற்கு மூன்றுநிமிடங்கள் ஆகிவிட்டன.

- இப்போது, பேருந்து என் அலுவலகத்தை நெருங்கிவிட்டது; இன்னும் இரண்டுநிமிடத்தில் அலுவலகம் வந்துவிடும். இரண்டுநிமிடம் என்பது, என்னுடைய நேர வரம்பான ஐந்து நிமிடத்தைவிடக் குறைவு. ஆகவே, நான் இந்த நேரத்தை வீணடிக்கலாம்.

மிக எளிய கணக்குதான். இதைத் தினந்தோறும் செய்யத் தொடங்கினால், ஆங்காங்கே கிடைக்கும் நேரத்துணுக்குகளை யெல்லாம் நன்றாகப் பயன்படுத்திக்கொள்ளலாம்.

இந்த 'ஐந்து நிமிட'க் கணக்கு பழகியபிறகு, அதனை 'நான்கு நிமிடம்', 'மூன்று நிமிடம்' என்று குறைக்கலாம். இப்படியே குறைத்துக் குறைத்து 'அரைநிமிட'த்துக்குக்கூடச் செல்லலாம். சிலரைப்பார்த்து 'அவன் ஒரு நொடியைக்கூட வீணாக்கமாட்டான்' என்கிறோமல்லவா? அவர்களெல்லாம் இதனைப் பின்பற்றுகிறவர்களாகத்தான் இருப்பார்கள்!

42

அதிசயக் காலை!

'காலை எழுந்தவுடன் படிப்பு.'

அது குழந்தைக்குத்தானே! பெரியவர்களுக்கு?

நமக்கும் அதேதான் என்கிறார்கள் நிபுணர்கள். குழந்தைகளுக்குப் புத்தகப் படிப்பென்றால், பெரியவர்களுக்கு வேறுவிதமான படிப்புகள், சிந்தனைகள், தன்னைக் கவனித்துக்கொள்ளுதல், அன்றைய நாளைச் சிந்தித்தல், திட்டமிடுதல்... காலை நேரத்தை இப்படிப் பயனுள்ள வகையில் அமைத்துக்கொண்டால், அந்தநாள் முழுவதும் பிரமாத மாக இருக்குமாம். இதையே ஒவ்வொருநாளும் செய்தால், வாழ்க்கையே பிரமாதமாகிவிடுமாம்.

பெரிய வெற்றியாளர்கள் பலருடைய வாழ்க்கையில் நாம் பொதுவாகப் பார்க்கும் அம்சம், அவர்கள் ஒவ்வொரு நாளையும் திட்டமிட்டுப் பயன்படுத்தியவர்களாக இருப்பார்கள். குறிப்பாக, தங்களுடைய நாள்களை மிகச்சிறப்பாகத் தொடங்கியிருப்பார்கள்.

தினமும் காலை எட்டுமணிக்குள் சில பழக்கங்களைப் பின்பற்றினால், நம்முடைய வேலையில் ஓர் ஒழுங்கும் சிறப்பும் தானாக வரும். அதை வைத்துப் பெரிய அளவில் வெற்றியடையலாம் என்கிறது ஒரு சமீபத்திய புத்தகம். 'The Miracle Morning' என்கிற அந்நூலின் ஆசிரியர் ஹால் எல்ராட்.

காலையில் தூங்கியெழுந்து அலுவலகத்துக்கு ஓடுவதற்கே நேரம் போதாதே, இதில் இந்தப் பழக்கங்களையெல்லாம் எப்படிப் பின்பற்றுவது?

இதற்காக நீங்கள் அதிகநேரம் செலவிடவேண்டியதில்லை. சுமார் ஒருமணி நேரம் போதும், அதுவும் முடியாது என்றால் அரைமணி நேரமாவது பல்லைக்கடித்துக்கொண்டு இவற்றைச் செய்யத் தொடங்குங்கள்.

இதனால் என்ன கிடைக்கும்?

நாம் ஒவ்வொருவரும் எவ்வளவோ பெரிய விஷயங்களைச் சாதிக்கக் கூடியவர்கள். ஆனால், அந்தத் திறமையை முழுக்க வெளிப்படுத்தாமல் கிடைத்ததைச் செய்துகொண்டிருப்போம். அந்தநிலையை மாற்றி, உண்மையான 'நம்மை' வெளிக்கொண்டுவரக்கூடிய பழக்கங்கள் இவை.

ஆரம்பத்தில் சிரமப்பட்டு நேரத்தைப் பிடுங்கி இந்தப் பழக்கங்களில் ஈடுபடத்தொடங்குகிற நீங்கள், பின்னர் இதற்காகவே காலையில் சீக்கிரம் எழவேண்டுமென்று நினைப்பீர்கள். காரணம், இதன்மூலம் உங்களுடைய ஒவ்வொரு நாளும், ஒவ்வொரு நிமிடமும் பலமடங்கு சிறப்பாகவும் மகிழ்ச்சியாகவும் இருப்பதை உங்களாலேயே உணர முடியும்.

அப்படி என்ன பழக்கங்கள் அவை?

முதலில், உங்களுக்குக் கிடைக்கும் நேரத்தை ஆறாகப் பிரித்துக் கொள்ளவேண்டும். எடுத்துக்காட்டாக, தினமும் ஒருமணிநேரம் கிடைக்கிறது என்றால், அதைப் பத்துப் பத்து நிமிடங்களாக ஆறாகப் பிரிக்கலாம். அரைமணிநேரம்தான் கிடைக்கிறது என்றால், ஐந்தைந்து நிமிடங்களாகப் பிரித்துக்கொள்ளலாம்.

இந்த ஆறு பகுதிகளிலும், ஆறு வெவ்வேறு பழக்கங்களைச் செய்ய வேண்டும். அவற்றை SAVERS என்றழைக்கிறது இந்நூல்:

- S: Silence
- A: Affirmations
- V: Visualizations
- E: Exercise
- R: Reading
- S: Scribing

முதலில், Silence. அதாவது, மௌனம், எதையும் பேசாமல் அமர்ந்திருக்கவேண்டும். நம்மை நாமே கவனிக்கவேண்டும். சுவாசத்தைக் கவனிக்கவேண்டும். வேறெதையும் எண்ணக்கூடாது.

இப்படிச் சொன்னால்தான், நமக்கு ஏதேதோ சிந்தனைகள் வரும். முந்தினநாள் அலுவலகத்தில் சாப்பிட்ட மசால்வடையில் ஆரம்பித்து இன்றைக்கு எட்டுமணிப் பேருந்து சரியான நேரத்துக்கு வருமா என்பதுவரை விதவிதமான கேள்விகள், குழப்பங்களோடு மனம் அங்குமிங்கும் ஓடும். அதைப் பிடித்திழுத்து ஓரிடத்தில் அமைதியாக அமரவைக்கப் பழகவேண்டும்.

இதன் முதிர்ந்த நிலையைத்தான் நம் முன்னோர்கள் 'தியானம்' என்கிறார்கள். ஒருவேளை அந்தச்சொல் உங்களுக்குத் தயக்கத்தைத் தந்தால், 'மௌனம்' என்றுமட்டும் சொல்லிக்கொள்ளுங்கள். தினமும் காலையில் உங்களுக்குக் கிடைக்கிற நேரத்தில் ஆறில் ஒருபகுதியை மௌனத்திற்குத் தாருங்கள். இது உங்களை உள்ளிருந்து அழகாக்கும்.

அடுத்து, Affirmations. அதாவது, உறுதிமொழி. உங்களுடைய வாழ்க்கையின் இலக்குகள் என்னென்ன, அதை எட்டுவதற்காக நீங்கள் பின்பற்றப்போகும் மதிப்பீடுகள் எவை, நீங்கள் வாழ்வதன் நோக்கம் என்ன என்றெல்லாம் சிந்திக்கவேண்டும். இவற்றை எழுதிவைத்துக் கொண்டு ஒருமுறை சத்தம்போட்டுப்படித்தால்கூடப் போதும். இதன்மூலம் அன்றன்றைய வேலைகளில்மட்டும் கவனம்செலுத்தாமல், தொலைநோக்குப்பார்வையோடு வாழ்வீர்கள், முன்னேறுவீர்கள்.

ஒருவேளை, இந்த இலக்குகள், மதிப்பீடுகள், நோக்கங்களெல்லாம் நமக்குத் தெரியாவிட்டால்?

பிரச்னையில்லை, அவற்றைத் தேடுவதற்கும் எழுதுவதற்கும் இந்த நேரத்தைப் பயன்படுத்திக்கொள்ளலாம். அதன்பிறகும் தினசரி அதைப்பற்றிச் சிந்தித்துவரலாம்.

மூன்றாவது, Visualization. அதாவது, கற்பனைசெய்தல். இலக்குகளை, நோக்கங்களைப்பற்றி யோசித்தோமல்லவா, அந்த இலக்குகளையும் நோக்கங்களையும் நாம் எட்டிவிட்டதாக எண்ணிக்கொள்ள வேண்டும். அந்தக்கணம் எப்படியிருக்கும் என உள்ளே அதனை ஓட விட்டுப் பார்க்கவேண்டும்.

எடுத்துக்காட்டாக, பெரிய பாடகராக வரவேண்டுமென்று நினைக்கிற ஒருவர், தான் ஒரு மேடையிலேறிப் பாடுவதாகவும், லட்சக்கணக் கானோர் கைதட்டி ரசிப்பதாகவும், தன்னிடம் ஆட்டோகிராஃப் வாங்க வரிசையில் நிற்பதாகவும் கற்பனைசெய்யலாம். இப்படி நம்முடைய வெற்றியை நாமே தினமும் மனத்தில் ஓடவிட்டுப் பார்ப்பதன்மூலம் தன்னம்பிக்கை பெருகுகிறது.

நான்காவதாக, Exercise. உடற்பயிற்சி. மனத்தை வளர்ப்பதுடன், உடலையும் கவனமாகப் பார்த்துக்கொள்ளவேண்டும். அதுதானே உங்கள் இலக்கை எட்டுவதற்கு உதவப்போகும் கருவி!

உடல் உங்களுடைய பேச்சைக்கேட்கவேண்டுமென்றால், அதற்கு யோகாசனம் தொடங்கிப் பலவிதமான உடற்பயிற்சிகள் இருக்கின்றன. அவற்றில் எது உங்களுக்குச் சரிப்படுகிறதோ, அதைப் பின்பற்றலாம். இதன்மூலம் உடலும் சுறுசுறுப்பாகும், மனமும் வேலைகளில் ஆர்வத்துடன் ஈடுபடத் தொடங்கும். ஒவ்வொருநாளும் ஆரோக்கியமாக, மகிழ்ச்சியாக இருக்கும்.

அடுத்து, Reading. வாசித்தல். 'படிக்கறதுக்கு ஏது சார் நேரம்?' என்று சாக்குப்போக்குச்சொல்லாமல், இந்த நேரத்தை வாசிப்பதற்குப் பயன்படுத்திக்கொள்ளுங்கள். நீங்கள் ஈடுபட்டுள்ள துறையிலே உங்களுடைய வெற்றிக்கு ஊக்கம்தருகிற, தன்னம்பிக்கையூட்டுகிற எழுத்தாளர்களை வாசியுங்கள். அவர்கள்சொல்லும் விஷயங்களை உங்களுடைய வெற்றிக்கு எப்படிப் பயன்படுத்திக்கொள்ளலாம் என்று சிந்தியுங்கள்.

நிறைவாக, Scribing. எழுதுதல். கதை, கவிதைதான் எழுதவேண்டும் என்றில்லை, உங்களுக்கு ஆனந்தம்தருகிற எதைப்பற்றியும் எழுதலாம். இது இல்லை, அது இல்லை என்று புலம்பாமல், நம்மிடம் எதுவெல்லாம் இருக்கிறது என்ற சிந்தனையை ஊக்குவித்து, அதன்மூலம் நம்மை நேர்விதமாகச் சிந்திக்கச்செய்கிற பழக்கம் இது.

மேற்கண்ட ஆறு பழக்கங்களையும் கொஞ்சமாகச் செய்தாலும் பரவாயில்லை, முழுமையாகச் செய்யவேண்டும். அதாவது, இருப்பதே பதினைந்துநிமிடங்கள்தான் என்றால், இவற்றில் ஒன்றை மட்டும் செய்யாமல், எல்லாவற்றையும் கொஞ்சம்கொஞ்சம் செய்யலாம். இதன்மூலம் நம்முடைய மனத்துக்குப் புதிய வேகம் கிடைக்கும்.

இந்தக் காலைப்பழக்கங்களை, உங்களுடைய வெற்றிக்காக நீங்கள் செய்கிற ஒரு முதலீடாகக் கருதித் தொடங்குங்கள். இதன்மூலம் வாழ்க்கையின் ஒவ்வோர் அம்சமும் மாறத் தொடங்கும். முன்பைவிட அதிக ஆற்றல், கூடுதல் ஊக்கம், கவனக்கூர்மை என விரைவான வளர்ச்சியைக் கண்ணெதிரே பார்க்கலாம் என்று இந்நூல் நம்பிக்கை தருகிறது.

நாளையபொழுதை இந்த அறுசுவை விருந்தோடு தொடங்கலாமே!

43

மேம்பட்ட கற்றல்

நாம் ஒரு விஷயத்தை எப்படிக் கற்றுக்கொள்கிறோம்?

பள்ளிக்கூடத்தில் ஆனா, ஆவன்னா படிப்பதாகட்டும், அலுவலகத்திலோ தொழிற்சாலையிலோ ஒரு புதிய கருவியை இயக்கத் தெரிந்து கொள்வதாகட்டும், புதிதாக வாங்கிய செல்ஃபோனில் எப்படிப் புகைப்படம் எடுப்பது என்று புரிந்துகொள்வதாகட்டும், கன்னடம், தெலுங்கு, ஃபிரெஞ்சு என வெளியூர் மொழிகளைக் கற்றுக்கொள்வ தாகட்டும்... ஒவ்வொருநாளும் நாம் பல்வேறு விஷயங்களைப் பயின்றுகொண்டேதான் இருக்கிறோம். அதே வேகத்தில் பலவற்றை மறந்துகொண்டுமிருக்கிறோம்.

பள்ளியில் படித்தவரை, 'மனப்பாடம்செய்வதுதான் கற்றுக்கொள்ளச் சிறந்தவழி' என்று நமக்குச் சொல்லித்தரப்பட்டது. எந்த ராஜா எந்த ராஜாவுடன் எந்த வருடத்தில் மோதினார். எந்த ரசாயனத்தை எந்த ரசாயனத்துடன் சேர்த்தால் என்ன நடக்கும். இந்தியாவில் எந்தெந்த மாநிலங்களில் எந்தெந்தப் பொருள்கள் கிடைக்கின்றன. நான்மணிக் கடிகையை எழுதியவர் யார்? ஷேக்ஸ்பியரின் நாடகங்களில் வரும் அரசர்கள் யார் யார்?... அவ்வளவு ஏன், சிலர் கணக்கைக்கூடப் படிப்படியாக மனப்பாடம் செய்துவைத்தார்கள். தேர்வில் அப்படியே எழுதி, மதிப்பெண் வாங்கினார்கள்.

ஆனால், நிஜமாகவே இதுதான் கற்றுக்கொள்ளச் சிறந்தவழியா? அப்படி யென்றால், நாம் அன்றைக்கு மனப்பாடம் செய்த பல விஷயங்கள் இன்றைக்குச் சுத்தமாக நினைவில் இல்லையே, அது ஏன்?

மனிதர்கள் வெவ்வேறு விஷயங்களை எப்படிக் கற்றுக்கொள்கிறார்கள் என்பதுபற்றிப் பல அறிஞர்கள் ஆராய்ந்துள்ளார்கள். அதன் அடிப்படையில் வெவ்வேறு கற்றல்முறைகளைப் பரிந்துரைத்துள்ளார்கள். இப்படி இந்தத்துறையில் நிகழ்ந்துள்ள பல ஆய்வுகளின் அடிப்படையில், 'கற்றுக்கொள்ளுதல்' என்பதை அறிவியல்பூர்வமாக அணுகுகிறார் உல்ரிச் பாஸெர். அவருடைய 'Learn Better' என்ற புத்தகம் வாழ்க்கையில் வெற்றிக்குத் தேவையான திறன்களைச் சரியானமுறையில் கற்றுக்கொள்ள என்ன வழி என்று விளக்குகிறது.

எந்தவொரு கல்வியும் ஆறு படிநிலைகளைக் கடந்துசெல்ல வேண்டும் என்கிறது இந்தப் புத்தகம். ஒரு குழந்தை வெவ்வேறு பருவங்களைக் கடந்து வளரும்போது அதன் உடலும் மனமும் வலுவாவதைப்போல, இந்தப் படிநிலைகள்தான் கற்றலை வலுவாக்குகின்றன, அக்கல்வி நமக்குப் பயன்படும்படி செய்கின்றன.

அந்தப் படிநிலைகள்:

1. மதிப்பு
2. இலக்கு
3. வளர்ச்சி
4. நீட்சி
5. தொடர்புபடுத்தல்
6. மறுபார்வை

எல்லாக் கற்றலுக்கும் இந்த ஆறு படிநிலைகள் தேவையா என்றால், இல்லை. சில எளிய விஷயங்களுக்கு இங்குள்ள அனைத்தும் தேவைப் படாமலிருக்கலாம். எடுத்துக்காட்டாக, குக்கரில் சாதம் வைப்பது எப்படி என்று கற்றுக்கொள்வதற்கு இந்தப் படிநிலைகளை யெல்லாம் தாண்டிவரவேண்டியதில்லை. அதேசமயம், நம் வாழ்க்கையில் நமக்குத் தொடர்ந்து நெடுங்காலம் பலன்தரக்கூடிய எல்லா விஷயங்களும் இந்தப் படிநிலைகளின்படியே வளர்கின்றன என்கிறார் உல்ரிச் பாஸெர்.

முதலில், ஒரு விஷயத்தைக் கற்றுக்கொள்ளும் ஆர்வமில்லாத ஒருவரிடம் நம்மால் எதையும் திணிக்கமுடியாது. அந்த ஆர்வம் எப்போது வரும் என்றால், கற்றுக்கொள்கிற விஷயம் மதிப்புமிக்கது என்று அவர் உணரவேண்டும்.

எடுத்துக்காட்டாக, ஒருவர் சமைக்கக் கற்றுக்கொள்கிறார். அதில் அவருக்கு ஆர்வம் வரவேண்டுமென்றால், அது மதிப்புமிக்க ஒரு திறன் என்று அவர் நம்பவேண்டும்: சமையல் கற்றுக்கொண்டால், தினசரிச்

சாப்பாட்டுக்கு வெவ்வேறு உணவகங்களை நம்பியிருக்கவேண்டிய தில்லை, செலவு குறையும், உடல் ஆரோக்கியமாக இருக்கும், தெரிந்த நாலுபேருக்கு ருசியாகச் சமைத்துப்போட்டால் அவர்கள் மனம் மகிழ்வார்கள், நம்மைப் பெருமையாகப் பார்ப்பார்கள்... இப்படிச் சிந்திக்கும்போது, சமைப்பது மதிப்புமிக்க விஷயம் என்று அவர் நம்புகிறார். அதன்மேல் அவருக்கு ஆர்வம் வருகிறது.

அடுத்து, இலக்கு நிர்ணயித்துக்கொள்ளவேண்டும். சும்மா 'சமைப்பது' என்றில்லாமல், ஒரு ரசம், ஒரு பொரியல், ஒரு சாம்பார் வைக்கக் கற்றுக்கொள்ளவேண்டும். அதையும் இத்தனை நாள்களில் கற்றுக் கொள்ளவேண்டும் என்று தீர்மானித்துக்கொண்டு கற்கத் தொடங்கினால், வேகம் அதிகரிக்கும். அந்த இலக்கை எட்டும்போது கிடைக்கும் மகிழ்ச்சி இன்னும் ஆர்வத்துடன் கற்கவைக்கும்.

மூன்றாவதாக, கற்றுக்கொண்டதை வளர்க்கவேண்டும். அதாவது, எப்போதாவது ஒருநாள்மட்டும் சமையல் என்றில்லாமல், வாய்ப்புக்கிடைக்கும்போதெல்லாம் இழுத்துப்போட்டுக்கொண்டு சமைப்பது, தனியே சமைப்பதோடு நிறுத்தாமல், நண்பர்களுக்கும் சமைப்பது, தென்னிந்திய உணவுவகைகளோடு நிறுத்தாமல், வடஇந்திய உணவுவகைகளை முயன்றுபார்ப்பது... இப்படித் தொடர்ந்து வெவ்வேறுவிதமாகப் பயிற்சியெடுத்துக்கொண்டே இருந்தால் அத்திறமை மேலும் ஒழுங்காகும்.

அடிப்படை விஷயங்களைக் கற்றுக்கொண்டுவிட்டோம். அதன்பிறகு?

இந்த நிலையில்தான் நாம் மற்றவர்களைவிட வித்தியாசமாக முயன்று பார்க்கத் தொடங்குகிறோம். எல்லாரும் ஒரேமாதிரி சமையல் செய்கிறார்கள், நாம் கற்றுக்கொண்டதை வைத்து நாம் வேறு ஏதாவது முயன்றுபார்த்தால் என்ன?

ஆரம்பத்தில் இது கொஞ்சம் கிறுக்குத்தனமாகவே தோன்றலாம். ஆனால், அதுவரை கற்றுக்கொண்டவற்றை நாம் உண்மையிலேயே முழுமையாகப் புரிந்துகொண்டிருக்கிறோம் என்றால், அத்துறையில் நம்மால் அடுத்தநிலைக்குச் செல்ல இயலும். அதனால் கிடைக்கும் திருப்தியுணர்வு நம்மை இன்னும் அதிகம் உழைக்கவைக்கும்.

ஐந்தாவதாக, இதுவரை தனித்தனியே கற்றுக்கொண்டிருந்த விஷயங்களை யெல்லாம் ஒட்டுமொத்தமாகப் பொருத்திப்பார்க்கிறோம், தொடர்பு படுத்திப்பார்க்கிறோம். அதாவது, செங்கல்களைவிட்டுக் கட்டடத்தைப் பார்க்கத்தொடங்குகிறோம். இதுதான் நமக்கு முழுமையாகக் கற்றுக் கொண்ட உணர்வை உண்டாக்குகிறது. இவ்வளவுநாளாகச் செய்து கொண்டிருந்த ஒவ்வொரு விஷயமும் எதற்காக என்று புரிகிறது.

நிறைவாக, எந்தத்துறையிலும் முழுமையாகக் கற்றுக்கொண்டு விட்டோம் என்று நாம் சொல்ல இயலாது. நாம் கற்றுக்கொண்டவற்றை நாமே மறக்கலாம், அல்லது, அவை சில குறிப்பிட்ட சூழ்நிலைகளில் சொதப்பலாம், காலப்போக்கில் செல்லாதவையாகிவிடலாம். அதுபோன்ற நேரங்களில் நம்மை நாமே கேள்விகேட்டுக்கொள்ள வேண்டும். பிரச்னைகளிலிருந்து பாடம்கற்றுக்கொள்ளவேண்டும். நம்மைப் புதுப்பித்துக்கொள்ளவேண்டும்.

இந்த ஆறு படிநிலைகளும், சமையலுக்குமட்டுமல்ல, எந்தவொரு விஷயத்தைக் கற்பதற்கும் பொருந்தும். சும்மா புத்தகக்கல்வியாக, மனப்பாடமாக இல்லாமல், அதை ஏன் கற்கிறோம் என்கிற மதிப்பை உணர்ந்து, இலக்கு நிர்ணயித்துக்கொண்டு முன்னேறி, படிப்படியாகத் திறனை வளர்த்துக்கொண்டு, அந்தத் திறன்மூலம் அடிப்படைகளைத் தாண்டி உயர்ந்து, தொடர்புடைய அனைத்தையும் பொருத்திப்பார்த்து முதன்மை நோக்கத்தைப் புரிந்துகொண்டு, நம்மை நாமே தொடர்ந்து மறுபரிசீலனை செய்துகொண்டிருந்தால், அந்தக்கல்வி ஆழமாக மனத்தில் பதிகிறது. என்றைக்கும் நிலைத்திருக்கிறது.

மாணவர்களின் வருங்காலத்தைத் தீர்மானிப்பதாக நாம் நினைக்கும் பள்ளிக்கல்வியில் இந்த அம்சங்கள் உண்டா? கல்வியின் மதிப்பை உணர்ந்து மாணவர்கள் படிக்கிறார்களா? மதிப்பெண்களோடு நிறுத்தாமல் கற்றுக்கொள்ளும் விஷயம்சார்ந்த பிற இலக்குகளும் நிர்ணயிக்கப் படுகின்றனவா? தொடர்பயிற்சி, கற்றதைப் பயன்படுத்தி அடுத்த நிலைக்கு முன்னேறும் வாய்ப்பு அவர்களுக்குக் கிடைக்கிறதா? துண்டுதுண்டாகக் கற்காமல் அனைத்தையும் தொடர்புபடுத்திப் பார்க்கிறார்களா? கற்றதை மறுபார்வை பார்க்கிறார்களா?

கொஞ்சம் கடினமான கேள்விகள்தாம். ஆனால், என்னசெய்ய? கற்றலை உறுதிப்படுத்த இங்கிருந்துதானே கேட்கத்தொடங்க வேண்டும்!

ஒட்டுமொத்தக் கல்வியமைப்பையும் நம்மால் உடனே மாற்ற இயலாமல்போகலாம். அதேசமயம், நாம் எப்படிக் கற்கிறோம் என்பது நம் கையில்தானே இருக்கிறது. சரியான திறன்களைச் சரியானமுறையில் வளர்த்துக்கொண்டு பயன்பெறுவோம்.

44

சிறப்பான கல்வி

பிள்ளைகளுக்குச் சிறப்பாகப் பாடம்கற்றுத்தருவது எப்படி?

நாம் என்னத்தைக்கண்டோம்? ஏதோ, வீட்டுக்குப் பக்கத்திலிருக்கிற ஒரு பள்ளிக்குச்சென்றோம். அவர்கள் சொல்லித்தருவதைக் கற்றுக் கொண்டோம், படித்தோம், மதிப்பெண்வாங்கினோம், வேலைக்குச் சென்றோம். இன்றைக்கு நம் பிள்ளைகளையும் அதேபோல் ‘படிக்கவைத்துக்கொண்டிருக்கிறோம்.’

வேடிக்கையான விஷயம், சில ஆசிரியர்களும் இப்படிதான். கிணற்றுத் தவளைபோல் தாங்கள் கற்றுக்கொண்டமுறைகள்தான் சிறந்தவை என்று நம்புகிறார்கள். அவற்றைமட்டுமே தங்களுடைய மாணவர் களுக்குச் சொல்லித்தருகிறார்கள். அதனால் கிடைக்கும் பலன்களில் திருப்தியடைந்துவிடுகிறார்கள்.

இதனால், உலக அளவில் எல்லா மாணவர்களும் ஒரேமாதிரி படிப்பதில்லை. நாட்டுக்கு நாடு மாணவர்களின் சராசரி அறிவுத்திறன் மாறுபடுகிறது. ஒரேவயதில் இருக்கிற, கிட்டத்தட்ட ஒரேமாதிரி பின்னணியில் வளர்கிற, ஏறக்குறைய ஒரேமாதிரி பாடங்களைப் படிக்கிறவர்களில் ஒருவர் புத்திசாலியாகவும் இன்னொருவர் சுமாராகவும் இருப்பது ஏன்?

இங்கிலாந்தைச்சேர்ந்த லூசி க்ரெஹன் ஓர் ஆசிரியை. லண்டனில் ஒரு பள்ளியில் பணிபுரிந்தார்.

உடனே, பந்தாவாக உடுத்திய பணக்கார மாணவர்களைக் கற்பனை செய்யவேண்டாம். லண்டனிலும் ஏழைகள் இருப்பார்களல்லவா?

அப்படியொரு பள்ளியில்தான் லூசி பாடம்நடத்திக்கொண்டிருந்தார். அவரிடம் படித்தவர்கள் பலர் கடினமான சூழ்நிலைகளிலிருந்து வந்தவர்கள். ஆகவே, அவர்களால் நன்றாகப் படிக்கவோ நல்ல மதிப்பெண் எடுக்கவோ இயலவில்லை.

இது லூசிக்கு மிகவும் வருத்தத்தை உண்டாக்கியது, 'வருடம்முழுக்க இப்படி உழைக்கிறோம். ஆனால், இந்த மாணவர்களுக்கு அதனால் என்ன பிரயோஜனம்?' என்று யோசித்தார். 'நன்றாகத்தானே சொல்லித் தருகிறோம். ஆனாலும் ஏதோ குறைகிறதே. என்ன செய்யலாம்?'

தன்னுடைய ஆசிரியப்பணியை இன்னும் சிறப்பாகச்செய்வது எப்படி என்று கற்றுக்கொள்ளவிரும்பினார் லூசி: மாணவர்களுக்கு நன்றாகப் பாடம்நடத்தவேண்டும். அவர்களுக்கு நல்ல வாய்ப்புகள் கிடைக்க வேண்டும். அதற்கு என்ன வழி?

லூசியின் தேடல் உள்நாட்டுடன் நிற்கவில்லை. வெளிநாட்டுப் பள்ளிகள், கல்வியமைப்புகளைப்பற்றியும் விசாரித்தார். அதிலிருந்து தான் என்ன கற்றுக்கொள்ளலாம் என்று ஆராய்ந்தார்.

ஒவ்வோராண்டும், சர்வதேச அளவில் மாணவர்களின் வாசிப்பு, கணிதம் மற்றும் அறிவியல்திறனை மதிப்பிடும் ஒரு தேர்வு, PISA: Programme for International Student Assessment. இந்தத் தேர்வில் திரும்பத் திரும்பச் சில நாடுகளைச்சேர்ந்த மாணவர்களே அதிக மதிப்பெண் வாங்குவதைக் கவனித்தார் லூசி. அந்த நாடுகளில் என்ன விசேஷம்? அவர்களுடைய கல்விமுறையில் என்ன சிறப்பு? அவர்களால் மட்டும் மற்ற நாடுகளைச்சேர்ந்த மாணவர்களைவிட முன்னணியில் நிற்கமுடிகிறதென்றால் அதற்குக் காரணமென்ன? அவர்களுடைய கல்விமுறையின் சிறந்த அம்சங்களைத் தெரிந்துகொண்டு இங்கே அறிமுகப்படுத்தினால் நம்முடைய மாணவர்களுக்கும் அந்தப்பலன் கிடைக்குமா?

பொதுவாக இப்படியொரு கேள்வி வந்ததும், எல்லாரும் அந்தந்த நாடுகளைப்பற்றி இணையத்தில் படிப்பார்கள். அந்த ஊர் மாணவர்கள், ஆசிரியர்களைத் தொலைபேசியில் அழைத்துப் பேசுவார்கள். இதன் அடிப்படையில் அங்குள்ள கல்விமுறையைப்பற்றித் தெரிந்துகொள்ள முனைவார்கள்.

ஆனால், லூசி அப்படிச் செய்யவில்லை. அந்தந்த நாடுகளுக்கே சென்று அவர்களுடைய கல்விமுறையைத் தெரிந்துகொள்ள வேண்டும் என்று தீர்மானித்தார் அவர்.

அடுத்த சில மாதங்களில், ஃபின்லாந்து, ஜப்பான், சிங்கப்பூர், ஷாங்காய், கனடா ஆகிய ஐந்து நாடுகளுக்கும் சென்றார் லூசி. அங்கேயே சிலநாள்கள் தங்கி, பள்ளிகளுக்குச் சென்று, ஆசிரியர்கள் பாடம்நடத்துகிற முறைகள், மாணவர்கள் அவற்றைக் கற்றுக் கொள்ளும்விதம், பெற்றோர், ஆசிரியரிடையே இருக்கும் உறவு, ஆசிரியர்களுக்கு வழங்கப்படும் மரியாதை, சம்பளம், பிற வசதிகள், அவர்களுடைய செயல்திறனை மதிப்பிடும் அளவுகோல்கள் போன்றவற்றையெல்லாம் கவனித்தார். அவரே சில பள்ளிகளில் பாடம்நடத்தி நேரடி அனுபவத்தையும் பெற்றார்.

இப்படி ஒவ்வொரு பள்ளியாகப் பார்க்கப்பார்க்க, லூசிக்குச் சில விஷயங்கள் புரியத்தொடங்கின: திரும்பத் திரும்பச் சில நாடுகளைச் சேர்ந்த மாணவர்களே உலக அளவில் முன்னணிக்கு வருகிறார்கள் என்றால், அதற்குக் காரணம் இருக்கிறது. அங்குள்ள ஆசிரியர்கள், பள்ளி நிர்வாகங்கள், அரசாங்கங்கள், பெற்றோர், மாணவர்கள் சில அடிப்படைக்கொள்கைகளைப் பின்பற்றுகிறார்கள். அதனால்தான் அந்நாடுகளின் மாணவர்கள் அறிவுத்திறனில் சிறந்து விளங்குகிறார் கள் என்று கண்டறிந்தார்.

முதலில், அங்கெல்லாம் குழந்தைகள் பள்ளிக்கு வருவதற்கு முன்பாகவே அதற்குத் தயாராக இருக்கிறார்கள்!

அப்படியென்றால், குழந்தை பிறந்தவுடன் ஆனா, ஆவன்னா என்று பாடம் நடத்த ஆரம்பித்துவிடலாமா என்றால், லூசி சொல்வதன் பொருள் அதுவல்ல. குழந்தை வழக்கமாகப் பள்ளிசெல்லும் வயதில் பள்ளிக்குச் சென்று அதையெல்லாம் கற்றுக்கொள்ளட்டும். அதற்கு முன்னதாக, அவர்களுக்கு விளையாட்டுப்போக்கில் சமூகத்திறன்களை, கற்பதற்குத் தேவையான சூழலை அறிமுகப்படுத்திவிட வேண்டும். இதன்மூலம், அவர்கள் பள்ளிக்குச் செல்லும்போது இன்னும் சிறப்பாகக் கற்றுக்கொள்வார்கள்.

லூசி சென்றுபார்த்த பல நாடுகளில், குழந்தைகள் ஆறு அல்லது ஏழு வயதில்தான் பள்ளிக்கே வருகிறார்கள். அதற்குமுன்னால் அவர்கள் 'ப்ளேஸ்கூல்' எனப்படும் அமைப்புகளில் விளையாட்டாகப் பல விஷயங்களைக் கற்றுக்கொள்கிறார்கள். அப்போது அவர்கள்மீது எதையும் திணிப்பதில்லை. எழுதவேண்டும், படிக்கவேண்டும், கணக்குப்போடவேண்டும் என்று கட்டாயப்படுத்துவதில்லை. விளையாடட்டும், கொஞ்சம் கற்றுக்கொள்ளட்டும், முக்கியமாக, பிறருடன் பழகக் கற்கட்டும், நாளைய பள்ளிக்குத் தயாராகட்டும், அதுதான் முக்கிய நோக்கம்.

பாடங்களைப்பொறுத்தவரை, இந்த நாடுகள் அனைத்திலும் தேசிய அளவில் அல்லது பிரதேச அளவில் ஒரேமாதிரியான பாடங்கள் நடைமுறையில் இருந்தன. அவற்றில் சில தலைப்புகளே இருந்தாலும், அவை ஆழமாக விளக்கப்பட்டிருந்தன. தெளிவாகப் புரியும்வண்ணம் அமைந்திருந்தன. இதற்கப்புறம் இது என்கிற ஒழுங்குடன் இருந்தன. இதனால், பிள்ளைகள் சரியான கட்டமைப்பில் கற்கமுடிந்தது.

அந்நாடுகள் அனைத்திலும் பாடப்புத்தகங்கள் நன்கு பயன்படுத்தப் பட்டன. அதன் அடிப்படையிலேயே மாணவர்கள் கற்றார்கள். லூசி பணிபுரிந்த இங்கிலாந்தில் 10% ஆசிரியர்கள்தான் பாடப்புத்தகத்தை வைத்துப் பாடம் நடத்துவார்கள் என்பதால் அவருக்கு இது மிகவும் வியப்பாக இருந்தது.

ஒரு வகுப்பில் இருக்கும் எல்லாக் குழந்தைகளுக்கும், கிட்டத்தட்ட ஒரேமாதிரியான தேர்வுகள்/சவால்கள் தரப்பட்டன. ஒருவேளை அந்தச் சவாலைச் சில குழந்தைகளால் சமாளிக்க இயலவில்லை யென்றால், அதற்குத் தேவையான கூடுதல் வசதிகள், வழிகாட்டுதல் செய்துதரப்பட்டது.

இந்நாடுகளில் ஆசிரியர்தொழில் என்பது முற்றிலும் தொழில்முறையில் நடைபெறுகிறது: ஆசிரியர்களை முறையாகத் தேர்வுசெய்து பயிற்சி தந்தபின், அவர்கள்மீது முழுநம்பிக்கை வைக்கிறார்கள். பெரும் மரியாதை தருகிறார்கள். முக்கியப் பொறுப்புகளை ஒப்படைக்கிறார்கள்.

நிறைவாக, பள்ளிகளில் செயல்திறனைப்பார்த்து, அதற்கேற்ப ஆதரவளிக்கிறார்கள். இவர்களுக்கு ஒவ்வொரு வருடமும் இவ்வளவு தொகை ஒதுக்கப்படும் என்று சொல்லாமல், ‘உங்கள் மாணவர்களை நன்கு படிக்கவையுங்கள், அதற்கேற்ப அடுத்தவருடம் உங்களுடைய பள்ளிக்கு அதிக ஆதரவு கிடைக்கும்’ என்கிறார்கள். இதனால் பள்ளிகளும் சிறந்த செயல்திறனைக் காட்டி உழைக்கின்றன.

இப்படி இந்த நாடுகளில் தான் கற்றுக்கொண்ட விஷயங்களை, ‘Cleverlands’ என்ற தலைப்பில் புத்தகமாக எழுதி வெளியிட்டிருக்கிறார் லூசி. அவருடைய அனுபவங்களிலிருந்து உலகெங்குமுள்ள பள்ளிகள் பாடம்கற்றுக்கொண்டிருக்கின்றன.

நம் கல்விமுறையையும் முன்வைத்து இந்தக்கேள்விகளைக் கேட்டுப்பார்ப்போமா? நன்மை நம் பிள்ளைகளுக்குத்தானே!

45

லட்சியமா? எதார்த்தமா?

அலுவலகத்தில் ஒரு முக்கியமான வேலை, 'நீங்கதான் இதைச் செய்யறதுக்குச் சரியான ஆளு' என்று உங்களை நம்பி ஒப்படைக்கிறார் மேலாளர்.

உங்களுக்குப் பெருமை தாங்கவில்லை. மேலாளரிடம் நல்லபெயர் வாங்கிவிடவேண்டும் என்று அக்கறையோடு அந்தவேலையைச் செய்கிறீர்கள்.

ஒருமணிநேரத்தில் வேலை முடிந்துவிட்டது, அறிக்கை தயாராகிவிட்டது, மேலாளரிடம் கொண்டுபோய்க் காட்டவேண்டியதுதான்.

எதற்கும் இருக்கட்டும் என்று அந்த அறிக்கையை ஒருமுறை படிக்கிறீர்கள். ஒருசில விஷயங்களை இன்னும் சிறப்பாகச் செய்யலாமே என்று தோன்றுகிறது.

ஆகவே, செய்துமுடித்த வேலையை மீண்டும் தொடங்குகிறீர்கள், அதை முன்பைவிடச் சிறப்பாகச் செய்கிறீர்கள். புதிய அறிக்கை இன்னும் அருமையாக வந்துள்ளது.

அப்புறமென்ன? மேலாளரிடம் அறிக்கையைக் காட்டவேண்டியது தானே?

ம்ஹூம், ஒருவேளை, முன்புபோல் இன்னும் ஏதாவது பிசிறு இருந்தால்? இன்னொருமுறை அறிக்கையைப் படித்துவிடுவோமே!

இப்படித் திரும்பத் திரும்ப அதைப் படிக்கப்படிக்க, பல விஷயங்கள் புதிதாகத் தெரிகின்றன. அவற்றைப் பிழைகள் என்று

சொல்லமுடியாது. ஆனால், அவற்றைச் சரிசெய்தால் வேலை இன்னும் சிறப்பாகும், மேலாளரிடம் ‘சபாஷ்’ வாங்கலாம் என்று தோன்றுகிறது. ஒவ்வொன்றாகச் சரிசெய்கிறீர்கள். இப்படியே முழுநாள் ஓடிவிடுகிறது.

மாலைநேரத்தில், மேலாளரே உங்களைத்தேடி வந்துவிடுகிறார், ‘நீங்க இதைச் செய்வீங்கன்னு நம்பிக்கொடுத்தேனே, இப்படிச் சொதப் பிட்டீங்களே!’

‘இல்ல சார், இதோ முடிச்சுட்டேன்! ரெண்டே நிமிஷம்’ என்று பதறுகிறீர்கள். மேலாளர்முகத்தில் நம்பிக்கையில்லை. கோபமாக ஏதோ முணுமுணுத்தபடி சென்றுவிடுகிறார்.

உண்மையில் சிலமணிநேரம் முன்பாகவே நீங்கள் அந்தவேலையைச் செய்துவிட்டீர்கள். அதை இன்னும் கொஞ்சம் மெருகேற்றலாமே என்கிற நல்ல எண்ணத்தில் சில திருத்தங்களைச் செய்யத் தொடங் கினீர்கள். அதன்விளைவாக, வேலை சரியானநேரத்தில் முடியவில்லை. கஷ்டப்பட்டு உழைத்தும், உங்களுக்குக் கெட்டபெயர்தான் மிஞ்சுகிறது.

அதற்கு என்ன செய்ய? அவசரகோலத்தில் அள்ளித் தெளித்து விடலாமா?

அதுவும் கூடாது, அதற்காக மணிக்கணக்காக ஒன்றையே உருட்டிக் கொண்டிருக்கவும்கூடாது. இந்த இரண்டுக்கும் நடுவே ஏதாவது வழியுண்டா?

‘The Daily Edge’ என்ற புத்தகத்தில் இதற்குப் பதில்கிடைக்கிறது. தினந்தோறும் சின்னச்சின்ன வழிமுறைகளைப்பயன்படுத்திப் பெரிய வெற்றிகளைப் பெறச் சொல்லித்தரும் இந்தப்புத்தகத்தின் ஆசிரியர், டேவிட் ஹொர்சாகெர்.

எந்தவொரு விஷயத்தையும் மிகச்சிறப்பாகச் செய்யவேண்டும் என்கிற துடிப்பு நம் எல்லாருக்குள்ளும் இருக்கிறது. அதாவது, Perfection எனப்படும் உன்னதநிலையை எட்டப் போராடுகிறோம்.

காரணம், அந்த உன்னதநிலையை எட்டியவர்கள்தான் வெற்றியாளர்கள் என்று சமூகம் மதிக்கிறது. அவர்களையே லட்சியபிம்பங்களாக நினைத்து நாம் பின்பற்றுகிறோம். அதற்காக மெனக்கெடுகிறோம்.

எடுத்துக்காட்டாக, ஒருவர் சிறுகதையொன்றை எழுதுகிறார் என்றால், எழுதிமுடித்த மறுகணம் அதைப் பத்திரிகைக்கு அனுப்பி விடுவதில்லை. அவரே பலமுறை வாசிக்கிறார், மாற்றங்களைச்

செய்கிறார். அதன் பிறகும் அவருக்கு முழுத்திருப்தி வருவதில்லை. இன்னொருமுறை வாசிக்கலாமே என்று எடுத்தால் இன்னும் சில மாற்றங்கள் தோன்றுகின்றன.

இப்படி மாற்றிக்கொண்டேயிருந்தால், அவருடைய கதை பிரசுரமாவது எப்போது? வாசகர்கள் அதை வாசிப்பது எப்போது?

அதற்காக, குறைபட்ட ஒரு கதையைத் தரமுடியுமா? கச்சிதமாக்கித் தருவதுதானே வாசகருக்கு மரியாதை.

அந்த எழுத்தாளருக்குத் தெரியாத விஷயம், இப்படி அவர் நூறுமுறை வாசித்துத் திருத்தினாலும் சரி, நூற்றியொன்றாவதுமுறையும் இன்னும் சில முன்னேற்றங்கள் தோன்றத்தான் செய்யும்.

இதன் பொருள், அவருடைய கதை மோசமானது என்பதல்ல. அது நல்ல கதைதான். ஆனால், எப்பேர்ப்பட்ட கதையையும் தொடர்ந்து மேம்படுத்த இயலும். அந்தச் சுழலில் சிக்கிவிட்டால், நமக்கு எப்போதும் திருப்தி வராது, எதையும் சரியாகச் செய்ய இயலாது.

இது கதைக்குமட்டுமல்ல, எல்லாவற்றுக்கும் பொருந்தும். மேம்படுத்தமுடியாத படைப்பு என்று உலகத்தில் எதுவுமே இல்லை. ஆகவே, 'Perfection'ஐத் துரத்துவதற்குப்பதிலாக 'Excellence'ஐப் பின்பற்றுங்கள் என்கிறார் டேவிட் ஹொர்சாகெர்.

இரண்டுக்கும் என்ன வித்தியாசம்?

Perfection, Excellence இரண்டுமே உன்னதத்தைத்தான் தேடுகின்றன. ஆனால், Perfection என்பது அந்த உன்னதத்துக்காக எதையும் விட்டுக்கொடுக்கத் தயாராக இருக்கும். 'எவ்வளவு நேரமானாலும் பரவாயில்லை, இந்த வேலையை அற்புதமா முடிச்சே தீருவேன்' என்று காத்திருக்கும்.

ஆனால், Excellence அப்படியில்லை. அது வேலையையும் நன்றாகச் செய்ய நினைக்கும், அதேநேரம் அதைச் சரியான நேரத்தில், சரியான செலவில் செய்யவேண்டும், கையில் இருப்பவற்றை வைத்துச் செய்துமுடிக்கவேண்டும் என்று நினைக்கும்.

புரியும்படி சொல்வதென்றால், Perfection என்பது லட்சியவாதம், Excellence என்பது எதார்த்தவாதம். மாயமானான Perfectionஐத் துரத்துகிற பலரால், எதையும் திருப்தியாகச் செய்யமுடிவதே இல்லை. அதேநேரம் Excellenceஐ வாழ்க்கைநெறியாக்கிக்கொண்டவர்கள் சிறப்பான வேலைகளைச்செய்து முன்னேறுகிறார்கள்.

Perfection மாயையிலிருந்து வெளியே வருவது எப்படி? அதற்கு இந்தப்புத்தகம் நான்கு வழிகளைச் சொல்லித்தருகிறது:

1. முதல்முறையே சரியாகச் செய்துவிடலாம்:

ஒரு வேலையை எத்தனைமுறைவேண்டுமானாலும் திரும்பச் சென்று திருத்தலாம் என்கிறபோதுதானே நமக்குத் திருத்த வேண்டும் என்கிற எண்ணம் வருகிறது. ஒருமுறைக்குமேல் அதைச் செய்யவேமுடியாது என்றால்? அந்த முதல்முறையே அதைச் சரியாகச் செய்துவிடுவோமல்லவா?

செய்வதற்குமுன்னால் எவ்வளவு வேண்டுமானாலும் சிந்திக்கலாம். பயிற்சியெடுத்துக்கொள்ளலாம். ஆனால் செய்யத் தொடங்கிவிட்டால் ரிவர்ஸ் எடுக்கக்கூடாது. வேறெதிலும் கவனத்தைத் திருப்பாமல் அந்த வேலையை முனைப்போடு கடகடவென்று செய்துவிட்டு வெளியேறிவிட வேண்டும். ஏதேனும் தவறுகள் இருந்தால், அடுத்தமுறை திருத்திக்கொள்ள வேண்டியதுதான்!

இது கொஞ்சம் அராஜகமாகத் தோன்றினாலும், இதன் நோக்கம், நம்மை முதன்முறையே சிறப்பாகச்செயல்படத் தயார்செய்வதுதான்.

2. ஒவ்வொருவேலைக்கும் ஒரு நேரவரம்பைத் தீர்மானித்துக் கொள்ளலாம்:

Perfectionஐத் தேடும் முடிவற்ற போராட்டத்திலிருந்து தப்ப வேண்டுமென்றால், 'இந்த வேலையை இத்தனைமணிநேரம் செய்யலாம்' என்று நமக்குநாமே தீர்மானித்துக்கொள்வது ஒரு நல்ல உத்தி. அந்த நேரம்வரை நம் படைப்பை எப்படி வேண்டுமென்றாலும் மெருகேற்றலாம், எத்தனைமுறை வேண்டுமென்றாலும் திருத்தலாம். ஆனால், உரிய நேரம் தாண்டியதும், அதைச் சமர்ப்பித்துவிடவேண்டும். பள்ளி, கல்லூரிப் பரீட்சைகளெல்லாம் இப்படித்தானே நடக்கின்றன: மூன்றுமணிநேரத்தில் எழுதுவதை எழுதிக்கொள்ளலாம், அதன்பிறகு பேப்பரைக் கொடுத்துவிட்டு வெளியே வந்துவிட வேண்டும்!

3. முன்னேற்றம் எப்போது வெறும் மாற்றமாகச் சுருங்குகிறது என்பதைக் கவனிக்கலாம்:

எல்லா மாற்றங்களும் ஒரு படைப்பை முன்னேற்றி விடுவதில்லை. ஆரம்பத்தில் ஒவ்வொரு மாற்றமும் அதன் தகுதியை, தரத்தை

மேம்படுத்தும். ஆனால், ஒருகட்டத்துக்குப் பிறகு, மாற்ற வேண்டும் என்பதற்காக மாற்றிக்கொண்டிருப்போம். அதைக் கவனித்து, அங்கே மாற்றுவதை நிறுத்திவிடலாம். காரணம், இப்போது நாம் செய்வது முன்னேற்றமல்ல, வெறும் மாற்றம்.

4. பிறரைக் கருத்துக்கேட்கலாம்:

எது மாற்றம், எது முன்னேற்றம் என்று நமக்கே புரியாதபோது, மற்றவர்களைக்கேட்கலாம். அவர்களுடைய கருத்துகளின் அடிப்படையில் நம் படைப்பை மெருகேற்றலாம், அல்லது, மெருகேற்றியதுபோதும் என்று அனுப்பிவைக்கலாம்.

இந்தக் கட்டுரையை எழுதியபின் ஆறாவதுமுறையாக மாற்றிக் கொண்டிருக்கிறேன். இது போதுமா? அல்லது, இன்னும் மாற்ற வேண்டுமா? சொல்லுங்களேன்!

46

பழக்கத்தை மாற்றுங்கள்

பல வெற்றிக்கதைகளைப் படிக்கிறோம். தோல்விகளிலிருந்து போராடிவந்து ஜெயித்தவர்களைப்பற்றித் தெரிந்துகொள்கிறோம். நமக்குப் பெரிய ஊக்கம் கிடைக்கிறது.

அதேசமயம், நாமும் அவர்களைப்போல் ஜெயிக்கவேண்டும் என்று ஏதாவது ஒரு முயற்சியில் இறங்கினால், ஏமாற்றம்தான் மிஞ்சுகிறது. நம்மால் அந்த அளவுக்குப் பெரிய வெற்றிகளை உடனடியாகப் பெறமுடிவதில்லை.

அப்படியானால், நாம் படித்ததெல்லாம் பொய்யா? அவர்கள் உண்மையில் அப்படி ஜெயிக்கவில்லையா?

அவர்கள் ஜெயித்தது உண்மைதான். ஆனால், அந்த வெற்றி ஒருநாளில் நிகழ்ந்ததல்ல. பலநாட்களாக, பலமாதங்களாக, பலவருடங்களாகக் கொஞ்சம்கொஞ்சமாக நிகழ்ந்த மாற்றம் அது.

ஆனால் நாம் இதைப் புரிந்துகொள்வதில்லை. 'அவர் தொழிலில் ஜெயித்தார், நான் ஜெயிக்கமுடியவில்லை' என்கிறோம், 'அவர் இருபது கிலோ எடை குறைந்தார். நான் இன்னும் குண்டாகவே இருக்கிறேன்' என்கிறோம், 'அவர் மேடைப்பேச்சில் சூரராகி விட்டார். எனக்கு இன்னும் பயம் தீரவில்லை' என்கிறோம்.

இதில் என்ன தவறு? நாம் எதை மாற்றவேண்டும்?

பழக்கங்களைத்தான் மாற்றவேண்டும், அப்போது வெற்றி கிடைக்கும், அது நிலையான வெற்றியாகவும் இருக்கும் என்கிறது ஒரு

சுவையான புத்தகம். 'Transform Your Habits' என்ற இந்தப் புத்தகத்தின் ஆசிரியர் ஜேம்ஸ் க்ளியர்.

இன்று நாம் எப்படி இருக்கிறோம் என்பது, பலவருடங்களுக்கு முன்னால் நாம் உருவாக்கிக்கொண்ட பழக்கங்களின் விளைவுதான். அது வெற்றியானாலும் சரி, தோல்வியானாலும் சரி.

ஒருவர் 'சிக்ஸ்பேக்' அழகராக இருக்கிறார் என்றால், அவர் பலவருடங்களுக்குமுன்னால் ஆரோக்கியமாகச் சாப்பிடுவது, குப்பையுணவுகளைத் தவிர்ப்பது, தொடர்ந்து உடற்பயிற்சிசெய்வது என்கிற பழக்கங்களை உண்டாக்கிக்கொண்டிருக்கிறார். அவற்றைப் பின்பற்றியிருக்கிறார். அதன் விளைவுதான் இன்றைய 'சிக்ஸ்பேக்'.

ஆனால் இன்னொருவர், தொந்தியோடு திரிகிறார். அதுவும் பழக்கத்தின் விளைவுதான். ஒரே வித்தியாசம், முதல்நபர் நல்ல பழக்கங்களைப் பின்பற்றினார். இவரோ கெட்டபழக்கங்களைப் பின்பற்றிவிட்டார்.

எந்தவொரு துறையிலும் வெற்றியென்பது ஒரு திடீர்ப்புரட்சியாக, மாற்றமாக வரும் என்று நாம் எதிர்பார்க்கிறோம். அதற்காக உழைக்கிறோம். ஒருவேளை வந்தால், மகிழ்ச்சி, இல்லாவிட்டால், ஏமாற்றம்தான் மிச்சம்.

அதற்குப்பதிலாக, நம்முடைய பழக்கங்களை மாற்றிக்கொள்ள முயற்சிசெய்யலாம். ஒவ்வொரு தீயபழக்கமாக நீக்கி, நல்ல பழக்கங்களைக் கொண்டுவர, நிதானமானமுறையில் வெற்றியை நோக்கி நடக்கலாம். இங்கே வெற்றி கண்டிப்பாகக் கிடைக்கும், ஆனால், நிறையப் பொறுமை தேவை.

பழக்கங்களை மாற்றுவது எப்படி? நல்லபழக்கங்களை உருவாக்கிக் கொள்வது எப்படி?

இதற்கு இந்தப்புத்தகம் மூன்று அம்சங்களைச் சொல்லித்தருகிறது:

- **நினைவூட்டி**
- **செயல்**
- **விருது**

நினைவூட்டி என்பது, இப்படித்தான் நடந்துகொள்ளவேண்டும் என்று நமக்கு நினைவூட்டுகிறது. எடுத்துக்காட்டாக, 'நீ தேர்வில் நல்ல மதிப்பெண் எடுக்கவேண்டும் என்று விரும்புகிறாய்; அதற்கு நீ அதிகாலையில் எழுந்து படிக்கவேண்டும்' என்று சொல்கிறது.

இப்படி யார் நமக்கு நினைவூட்டுவார்கள்?

ஏற்கெனவே உங்களுக்கிருக்கிற இன்னொரு பழக்கத்துடன் இதை இணைத்துக்கொள்ளுங்கள் என்கிறார் ஜேம்ஸ் க்ளியர். அதாவது, ஒரு பழக்கத்தை வைத்து இன்னொரு பழக்கத்தை உருவாக்குவது.

எடுத்துக்காட்டாக, தினமும் காப்பி குடிக்கிற பழக்கம் உங்களுக்கு இருக்கிறது. அப்படிக் காப்பி குடித்ததும் சில பக்கங்கள் படிப்பது என்றொரு பழக்கத்தை உருவாக்கிக்கொள்ளலாம். அதனால், காப்பி குடிப்பதென்பது, படிப்பது என்கிற பழக்கத்துக்கு நினைவூட்டியாகி விடும்.

முக்கியமாக, இந்தப் பழக்கங்களைச் சிறியநிலையில் தொடங்க வேண்டும். ஆரம்பத்திலேயே தினமும் இருபதுபக்கம் படிப்பது என்று நினைத்துக்கொண்டால், ஒருநாள், இரண்டுநாள் செய்வீர்கள், மூன்றாவதுநாள் பதினைந்துபக்கம்தான் படிக்கமுடிகிறது என்றாலே சோர்வாகிவிடுவீர்கள்.

அதற்குப்பதிலாக, நாம் தோற்றுப்போக வாய்ப்பே இல்லாதபடி, 'இதைச் செய்யவேண்டுமே' என்று சோம்பேறித்தனப்படுவதற்கு இடமே தராதபடி எளிமையாக இப்பழக்கங்களைத் தொடங்கலாம். எடுத்துக்காட்டாக, தினமும் ஒருபக்கம் படிக்கலாம். அது பெரிய சிரமமில்லை.

தினமும் ஒருபக்கம் படித்து எதையும் பெரிதாகச் சாதித்துவிடமுடியாது தான். ஆனால் அதன்மூலம், தினமும் படிப்பது என்கிற பழக்கம் வரும். அதன்பிறகு, பக்கங்களின் எண்ணிக்கையை அதிகரிப்பது சுலபம். வாரம் ஒருபக்கம் என்று கூட்டிக்கொண்டேசென்றால், அவ்வருட நிறைவில் நீங்கள் தினமும் ஐம்பதுபக்கம் படிப்பீர்கள். அதை விடமுக்கியம், அது உங்களுக்கொரு சுமையாகத் தோன்றாது. இயல்பான பழக்கமாகியிருக்கும்.

இப்படி நீங்கள் சேர்க்கமுனையும் ஒவ்வொரு பழக்கத்தையும் சரியாகப் பின்பற்றும்போது, உங்களுக்கொரு விருது கொடுத்துக் கொள்ளுங்கள். இது உங்களைத் தொடர்ந்து அதே பழக்கத்தைப் பின்பற்ற ஊக்குவிக்கும்.

விருது என்றால், சாக்லெட், பிட்ஸா என்று வெளுத்துக்கட்ட வேண்டியதில்லை, 'இன்னிக்கு நீ இந்தப்பழக்கத்தைச் சரியாச் செஞ்சுட்டே, சபாஷ்டா கண்ணா' என்று நமக்குநாமே சொல்லிக் கொண்டால்கூடப் போதுமாம். நம் மூளை அந்த விருதுக்காக

ஏங்கத்தொடங்கிவிடுமாம். அந்தப்பழக்கத்தைத் தொடர்ந்து பின்பற்ற ஆரம்பித்துவிடுமாம்.

அடுத்து, நாம் வெற்றிக்கான இலக்குகளை எப்படி நிர்ணயிக்கிறோம்?

1. **வெளித்தோற்றம் சார்ந்த இலக்குகள்.**
2. **செயல்திறன் இலக்குகள்**
3. **அடையாள இலக்குகள்**

இதில் முதல்வகை, வெளியுலகம் நம்மை எப்படிப் பார்க்கிறது என்பதைக்குறிக்கும். எடுத்துக்காட்டாக, 'சார் பெரிய திறமைசாலி' என்று அவர்கள் நம்மைப் பாராட்டவேண்டும். அதற்கு என்ன செய்யலாம் என்று யோசிக்கிறோம். அதுவே நம் இலக்காகிறது.

இரண்டாவதுவகை, ஒருவேலையை நம்மால் முன்பைவிட அதிகச் செயல்திறனோடு செய்ய இயலவேண்டும் என விரும்புகிறோம். எடுத்துக்காட்டாக, 'மத்தவங்க அரைமணிநேரமாப் போராடுற வேலையை நான் அஞ்சே நிமிஷத்துல செஞ்சுடுவேன்' என்று நினைக்கிறோம். இதனை இலக்காகக் கொள்கிறோம்.

இந்த இருவகை இலக்குகளும் பெரிய வெற்றிகளாகவே இருக்கும். ஆனால், அவை நம்முடைய பழக்கங்களில் மாற்றத்தைக் கொண்டு வராது. அதற்கு, மூன்றாம்வகை இலக்குகளை, அதாவது, அடையாள இலக்குகளைத் தீர்மானித்துக்கொள்ளவேண்டும். அது மாறினால், மற்ற இரண்டும் தானே மாறும்.

அதென்ன அடையாள இலக்கு?

'நான் ஆரோக்கியமாகச் சாப்பிடுகிறவன்' என்பதும், 'நான் சோம்பேறியில்லை' என்பதும், 'என்னால் நன்றாக ஓடமுடியும்/ உடற்பயிற்சி செய்யமுடியும்' என்பதும் அடையாள இலக்குகள். நம்முடைய அடையாளம் இது என்று நாமே நம்பச்செய்கிற இலக்குகள்.

இவற்றை அடிப்படையாக வைத்து நம் பழக்கங்களை அமைத்துக் கொண்டால், செயல்திறன் இலக்குகள் (என்னால் ஐந்து கிலோமீட்டர் நிற்காமல் ஓடமுடியும்), வெளித்தோற்றம் சார்ந்த இலக்குகள் (நான் பார்ப்பதற்கு ஒல்லியாக, உறுதியாகத் தோன்றுவேன்) எளிதில் நிறைவேறும். காரணம், இதுதான் அனைத்துக்கும் ஆதாரம், நாம் யார் என்கிற நம்பிக்கை நமக்குள் மாறினால்தான் நாம் நல்லபழக்கங்களைப் பின்பற்றுவோம்.

ஒருவேளை, நமக்குள் ஏற்கெனவே தீயபழக்கங்கள் இருந்தால்?

அவற்றை உடனே நிறுத்திவிடமுடியாது. அந்தத் தீயபழக்கங்கள் எதனால் வந்தன என்று ஆராயவேண்டும். அந்தத் தேவையை நிறைவேற்றுகிற நல்ல பழக்கங்களை அவற்றுக்குப் பதிலாகக் கொண்டுவரவேண்டும்.

எடுத்துக்காட்டாக, பதற்றம் ஏற்படும்போதெல்லாம் ஒருவர் சிகரெட் பிடிக்கிறார் என்றால், அந்தப் பதற்றத்தை முதலில் கையாள வேண்டும். அதைச் சரிசெய்யாமல் சிகரெட் பிடிப்பதைமட்டும் நிறுத்தினால், அவருக்கு வேறு பிரச்னைகள் வரக்கூடும்.

பெரும்பாலான கெட்டபழக்கங்கள் அழுத்தம், சலிப்பினால்தான் வருகின்றன என்கிறார் ஜேம்ஸ் க்ளியர். இவற்றைக் கையாள் வதற்கான நல்லபழக்கங்களைக் கண்டறிந்து நமக்குநாமே சொல்லித்தந்துகொள்ளவேண்டும். அவசரப்படாமல் நிதானமாக அவற்றைக் களையெடுக்கவேண்டும். கெட்டபழக்கங்கள் இருந்த இடத்தில் நல்லபழக்கங்களை அமர்த்தவேண்டும். அப்போதுதான் வெற்றி நிலைக்கும்.

47

‘லைக்’ பொத்தான்!

ஃபேஸ்புக்கில் ஒரு பதிவு எழுதுகிறோம். ஐந்தாவது நிமிடம் முப்பத்தைந்து ‘லைக்’குகள்.

அட, எழுதக்கூடவேண்டாம். ஒரு புகைப்படத்தைப் பதிவுசெய்தால் நூற்றைம்பது பேர் ‘லைக்’குகளைப் பொழிகிறார்கள்.

முன்பெல்லாம் நாம் ஒருவரை மதிக்கிறோம், அவரை நமக்குப் பிடித்திருக்கிறது என்று காண்பிப்பதற்கு ஏதேதோ செய்து சிரமப்பட வேண்டியிருந்தது. ஆனால் இப்போது, அவர்கள் எழுதுவதற்கெல்லாம் ‘லைக்’ போட்டாலே போதும். நண்பர்கள், உறவினர்கள் ஆனந்தத்தில் திளைக்கிறார்கள். என்றைக்காவது ஏதாவது வேலை என்று மறந்து விட்டால், ‘என்னங்க, இப்பல்லாம் நான் எழுதறதுக்கு லைக் போடறது கூட இல்லையே’ என்று உரிமையோடு கோபித்துக் கொள்கிறார்கள்.

நிஜவாழ்க்கைக்கும் இப்படியொரு ‘லைக்’ இருந்தால் நன்றாக இருக்குமே. நட்பை வளர்த்துக்கொள்வதும் உறவைப் பலப்படுத்திக் கொள்வதும் சாத்தியமாகுமே!

எடுத்துக்காட்டாக, மனைவி காஃபி தருகிறார். அபாரமான சுவை. உடனே ஒரு லைக்!

மகன் தேர்வில் நூற்றுக்கு நூறு மதிப்பெண் வாங்கியிருப்பதாகச் சொல்கிறான், அவனுக்கு ஒரு லைக்!

‘வெறும் லைக்தானா? சாக்லெட் வாங்கித்தாங்களேன்’ என்கிறான் அவன். வாங்கித்தருகிறீர்கள். உடனே அவன் உங்களுக்கு ஒரு ‘லைக்’ போடுகிறான்.

இதேபோல் அலுவலகத்தில் மேலாளர், வாடிக்கையாளர் என்று எல்லாருக்கும் 'லைக்' போட்டே நல்லுறவை வளர்த்துக் கொள்ளலாம். அதன்மூலம் நம்முடைய சமூக வட்டம் பெரிதாகும், பலமாகும்.

'இது ஒரு பெரிய விஷயமா?' என்று கேட்கவேண்டாம், நெட்வொர்க்கை நம்பித்தான் இன்றைய உலகமே இயங்கிக்கொண்டிருக்கிறது. உங்களுக்கு என்ன திறமை இருக்கிறது என்பது ஒருபங்குதான் முக்கியம். இன்னொருபங்கு, உங்களுக்கு யாரைத் தெரிந்திருக்கிறது என்பதுதான்.

அதற்காக, திறமையுள்ளவர்கள் வெல்லமுடியாது என்று பொருளில்லை. ஆனால், வெறுமனே திறமைமட்டும் இருந்தால் வெற்றி தாமதமாகும். அத்துடன் நல்ல நட்புகளை வளர்த்துவைத்திருந்தால், நிறையபேரை நன்கு தெரிந்துவைத்திருந்தால்கூட, வேகமான முன்னேற்றம் சாத்தியப்படும்.

பெரிய நிறுவனத்தில் நல்ல சம்பளத்தில் வேலைபார்த்துக் கொண்டிருந்த ஒருவர், திடீரென்று ஏதோ பிரச்னையில் மாட்டிக் கொள்கிறார், வேலை போய்விடுகிறது.

ஆனால், அடுத்த ஒரு வாரத்துக்குள், அதைவிடச் சிறந்த நிறுவன மொன்றில் இன்னும் நல்ல சம்பளத்துக்கு வேலையில் அமர்கிறார் அவர். அதற்கு முதல் காரணம், அவருடைய திறமை. இரண்டாவது காரணம், அந்தத் திறமையை அறிந்த நட்புகள். அந்த வட்டத்தைப் பயன்படுத்தித் தன் பிரச்னையை விரைவாகச் சமாளித்துவிட்டார்.

இப்படி நட்பு வட்டத்தால் கிடைக்கும் லௌகிகப் பலன்கள் ஒருபுறமிருக்க, நல்ல நண்பர்கள், நாம் நன்றாயிருக்கவேண்டும் என்று விரும்புவோருடன் பழகுவதே தனி இனிமை. அதன்மூலம் வாழ்வில் அழுத்தம் குறையும், மகிழ்ச்சி பெருகும்.

சரி, நிறைய நட்புகளை வளர்த்துக்கொள்வது எப்படி? ஃபேஸ்புக்கில் 'லைக்' என்றொரு பொத்தான் இருப்பதுபோல் நிஜவாழ்க்கையில் இல்லையே!

உண்மையில் அப்படியொரு பொத்தான் எல்லாரிடமும் இருக்கிறது. அதைக் கண்டறிந்து பயன்படுத்திக்கொண்டால் நண்பர்கள் பெருகுவார்கள் என்கிறது ஒரு சமீபத்திய புத்தகம். 'The Like Switch' என்ற அந்தப் புத்தகத்தை எழுதியவர்கள், ஜாக் ஸ்காஃபெர், மர்வின் கர்லின்ஸ்.

வேதியியலில் இந்தத் தனிமமும் இந்தத் தனிமமும் சேர்ந்தால் அந்தச் சேர்மம் கிடைக்கும் என்று சூத்திரம் எழுதுகிறோமல்லவா,

அதுபோல, நட்புக்கும் ஒரு சூத்திரம் தந்து விளக்குகிறது இந்தப் புத்தகம்:

நட்பு = அண்மை + அடிக்கடி சந்தித்தல் + சந்திப்பின் கால அளவு + பழக்கத்தின் தீவிரம்

இந்த நான்கு விஷயங்களும் சரியான விகிதத்தில் சேரும்போது, ஒரு நல்ல நட்பு உருவாகிறது. இவற்றில் ஏதேனும் ஒன்று குறைந்தாலும் நட்பு பலமாவதில்லை.

ஆகவே, நமக்கு யாருடைய நட்பு தேவையோ, அவர்களுடன் நமக்கு இந்த நான்கு அம்சங்களும் சரியாக அமைந்திருக்கின்றனவா என்று பார்க்கவேண்டும். ஏதேனும் குறைகிறது என்றால், அதைச் சரிசெய்துகொள்ளவேண்டும்.

முதலில், அண்மை. நாம் யாருடன் பழக விரும்புகிறோமோ அவர்களும் நாமும் அண்மையில், அதாவது, அருகருகே இருக்கவேண்டும்.

அதெப்படி? இந்தியாவில் வசிக்கிறவர்கள் ஃபிரான்ஸில் வசிக்கிறவர்களோடு நட்பாவதில்லையா? நேரில் பார்க்காமலே நெருங்கிய நண்பர்களானவர்களெல்லாம் இருக்கிறார்களே.

உண்மைதான். ஆனால் அவர்கள்கூட, புவியியல்ரீதியில் அருகருகே இல்லாவிட்டாலும், வேறொரு காரணத்தால் நெருங்கியிருப்பார்கள். எடுத்துக்காட்டாக, இரு வெவ்வேறு நாடுகளில் வசிக்கிற இருவர், சிறுவயதில் ஒன்றாகப் படித்ததாலோ, இருவருக்கும் கால்பந்து பிடிக்கும் என்பதாலோ, இருவரும் ஒரு குறிப்பிட்ட நடிகரின் ரசிகர்கள் என்பதாலோ நட்பாகலாம். தொலைபேசி, இணையம் போன்ற வசதிகளைப் பயன்படுத்தித் தூரத்தைக் குறைக்கலாம்.

ஆக, அண்மை என்பது இருவரும் அருகருகே வாழ்வதுமட்டுமல்ல, ஏதோ ஒரு பொதுச்சிந்தனையால் அருகருகே வருவதும்தான்.

அடுத்து, நெருங்கிவந்தால்மட்டும் போதாது, அடிக்கடி சந்தித்துக் கொள்ளவேண்டும்.

இங்கே 'சந்திப்பு' என்பது ஒருவரையொருவர் நேரில் பார்த்து உரையாடுவதுமட்டுமல்ல. கடிதத்தின்மூலம், தொலைபேசியின் மூலம், அட, ஃபேஸ்புக், வாட்ஸாப்மூலம் அடிக்கடி 'சந்தித்து' கொள்கிறவர்கள்கூட இருக்கிறார்கள்.

மூன்றாவதாக, இந்தச் 'சந்திப்பு'கள் எவ்வளவு நேரம் நீடிக்கின்றன என்பது முக்கியம். தினந்தோறும் பேருந்து நிறுத்தத்தில் சந்திக்கும்

ஒருவரோடு நாம் நட்பாவதில்லை. ஆனால், இன்னொருவர் அதே பேருந்தில் தினமும் நம்முடன் பயணம்செய்கிறார் என்றால், அவருடன் நாம் நட்பாவதற்கு வாய்ப்புகள் அதிகம். காரணம், அவரைச் சந்திக்கும்போதெல்லாம் நாம் அதிக நேரத்தைச் செலவிடுகிறோம். ஆகவே, பல விஷயங்களைப் பேசுகிற, ஒருவரை யொருவர் புரிந்துகொள்கிற வாய்ப்பு அமைகிறது.

நிறைவாக, இந்தப் பழக்கம் எந்த அளவு தீவிரமாக இருக்கிறது? ஒருவருடைய நட்புக்கான தேவைகளை இன்னொருவரால் பூர்த்தி செய்ய இயலுகிறதா? இருவரும் ஒருவரோடொருவர் பழகுவதை ஓர் இனிமையான அனுபவமாக உணர்கிறார்களா... இதுவும் நட்பைத் தீர்மானிக்கிறது. நாள்முழுக்கப் பேசுகிற எல்லாரும் நண்பர்களாகி விடுவதில்லை. மனம் ஒப்புகிறவர்களோடுதான் நாம் நண்பர்களாகிறோம்.

ஒருவரை நாம் நண்பராக்கிக்கொள்ள விரும்புகிறோமென்றால், உள்ளுக்குள் இவற்றை எண்ணிப்பார்க்கவேண்டும்: அவரும் நானும் எப்படி நெருங்கியிருக்கிறோம், அடிக்கடி சந்திக்கிறோமா, அந்தச் சந்திப்புகள் போதுமான நேரம் நீடிக்கின்றனவா, எங்கள் பழக்கத்தின் தீவிரத்தன்மை எப்படி இருக்கிறது... இதில் ஏதேனும் குறைவது போல் தெரிந்தால், அவற்றைச் சரிசெய்து நட்பைப் பலமாக்கலாம்.

நட்பு வட்டம் பெரிதாகப் பெரிதாக, நமது மகிழ்ச்சியும் பெரிதாகும். ஏதேனும் பிரச்னையென்றால் முன்வந்து தோள்கொடுப்பவர்களும் கிடைப்பார்கள். ஆகவே, மேலும் மேலும் அதிகப்பேரிடம் 'லைக்' வாங்கும்படி பழகுவது நல்லது!

48

மாஸ்டர் பீஸ் வாழ்க்கை!

மைக்கேல், பரபரப்பான தொழிலதிபர். அவருடைய மனைவி சாரா. இருவரும் சேர்ந்து ஒரு நிறுவனத்தைத் தொடங்கி நடத்திவருகிறார்கள். அதனைப் படிப்படியாக வளர்த்துக்கொண்டிருக்கிறார்கள்.

ஒருநாள், மைக்கேல் திடீரென்று சாலையில் துவண்டுவிழுகிறார். தலை தரையில் மோதி ரத்தக்காயமாகிவிடுகிறது.

அப்போது, அந்தப்பக்கமாகச் சென்றுகொண்டிருந்த ஒருவர் ஓடிவந்து மைக்கேலைக் காப்பாற்றுகிறார். தன்னுடைய சட்டையை எடுத்துக் கட்டுப்போட்டு ரத்தத்தை நிறுத்துகிறார். அவரை மருத்துவமனையில் சேர்க்கிறார்.

மைக்கேல் ஏன் இப்படித் திடீரென்று துவண்டுவிழவேண்டும்?

அழுத்தம்தான் காரணம் என்கிறார் மருத்துவர். 'நீங்கள் கொஞ்சம் ஓய்வெடுத்தால் எல்லாம் சரியாகிவிடும்!'

மைக்கேல் சிரிக்கிறார், 'என்ன டாக்டர், சொந்த பிஸினஸ் நடத்தறோம். குழந்தைங்களைக் கவனிச்சுக்கணும். அழுத்தமெல்லாம் சகஜம்தானே, இதுக்கெல்லாம் ஓய்வா?'

மருத்துவர் மைக்கேலைக் கூர்ந்து பார்த்துவிட்டுச் சொல்கிறார், 'உங்க உடல் உங்களுக்கு ஓர் எச்சரிக்கை விட்டிருக்கு. அதைக் கவனிச்சு ஒழுங்கா நடந்துக்கறது உங்க பொறுப்பு!'

சாரா தன் கணவரை வலுக்கட்டாயமாக ஓய்வெடுக்கவைக்கிறார். 'கம்பெனியை நான் பார்த்துக்கறேன்' என்கிறார்.

மைக்கேலுக்கு வீட்டில் சும்மா உட்கார்ந்திருப்பது போரடிக்கிறது. தன் உயிரைக் காப்பாற்றியவரைப் பார்த்து நன்றிசொல்லலாம் என்று புறப்படுகிறார்.

அவர் ஒரு தச்சுக்கலைஞர். பெயர் ஜே.

'மொத்தப் பெயரும் ஜே-தானா?' என்று வியப்போடு கேட்கிறார் மைக்கேல்.

'ஆமா, நான் தனித்துவமானவன்னு எங்க அப்பா, அம்மாவுக்கு அப்பவே தெரியும்போல, அதான் இப்படி வித்தியாசமா பேர் வெச்சிருக்காங்க' என்று சிரிக்கிறார் ஜே. தான் செய்த சில மரவேலைகளைக் காட்டுகிறார்.

மைக்கேல் அசந்துபோகிறார். ஜே தன்னுடைய உயிரைக் காப்பாற்றியவர் என்பதால் அவர்மேலிருந்த நன்றியுணர்ச்சி, இப்போது பிரமிப்பாக மாறுகிறது. 'இவர் பிரமாதமான தொழிற்கலைஞராக இருக்கிறாரே' என்று நினைக்கிறார். 'எங்க வீட்ல ஒரு சின்ன வேலை இருக்கு, வந்து செஞ்சுதரமுடியுமா?'

'நான் ரொம்ப பிஸி' என்கிறார் ஜே. 'ஆனா, உங்களுக்காக வர்றேன்.'

இதனால், மைக்கேலும் ஜேயும் தினந்தோறும் சந்திக்கிற சூழ்நிலை அமைகிறது. அப்போதுதான் மைக்கேல் ஒரு விஷயத்தைப் புரிந்து கொள்கிறார்: ஜே சும்மா நாற்காலி, மேசை செய்கிறவர் இல்லை. அவருக்கு மனிதர்களை நன்றாகப் புரிந்திருக்கிறது. அவர்களுடைய பிரச்னைகளைத் தெரிந்துகொண்டு தன்னுடைய அனுபவத்தின் துணையோடு தீர்வுசொல்கிறார். தொழில் வெற்றி, தனிப்பட்ட வெற்றி, இனிமையான குடும்ப வாழ்க்கை, நிறுவனங்களைத் தொடங்கி நடத்துதல், பிறரை வழிநடத்துதல், அழுத்தமில்லாத வாழ்க்கை என அனைத்துக்கும் வழிகாட்டுகிறார்.

ஆகவே, மைக்கேல் தன்னுடைய பிரச்னைகளை அவரிடம் பேசத் தொடங்குகிறார். அவருடைய வாழ்க்கைத் தத்துவங்களைப் புரிந்து கொண்டு அதன்மூலம் படிப்படியாகத் தனது அழுத்தத்தைத் தீர்த்துக் கொள்கிறார்.

ஜான் கார்டன் எழுதிய 'The Carpenter' என்ற புத்தகத்தின் சுருக்கம் தான் இது. ஒரு தச்சுக்கலைஞரை மையமாக வைத்து, மகிழ்ச்சி நிறைந்த வெற்றிக்கான வழிகளை விளக்குகிறது இந்நூல்.

'ஒரு தச்சுக்கலைஞர் தான் செய்கிற ஒவ்வொரு பொருளையும் சிறப்பாகச் செய்யவேண்டும்' என்கிறார் ஜே, 'அது நாற்காலியோ,

மேசையோ, அலமாரியோ... ஒவ்வொன்றும் ஒரு மாஸ்டர் பீஸ் என்று மக்கள் பாராட்டும்படி செய்யவேண்டும். அலட்சியமான வேலையே இருக்கக்கூடாது!'

ஆனால், இது தச்சுத்தொழிலுக்குமட்டுமல்ல, எல்லாவற்றுக்கும் பொருந்தும். நாம் செய்கிற ஒவ்வொரு வேலையும் ஒரு மாஸ்டர் பீஸ் என்று நினைத்துக்கொண்டால் தானாக வேலையில் கவனம், அக்கறை கூடும்.

பொருள்களைமட்டுமல்ல, வாழ்க்கையையும் மாஸ்டர்பீஸ் என நினைக்கவேண்டும். சும்மா வாழ்ந்தோம் என்றில்லாமல், அதன் அதிகபட்ச சாத்தியங்களைப் பயன்படுத்திக்கொள்ளவேண்டும்.

அதற்கு, முதலில் 'வடிவமைப்பு' தேவை என்கிறார் ஜே. ஒரு மேசையை உருவாக்குவதற்குமுன் தச்சுக்கலைஞர் அதைப் படமாக வரைகிறார், மனக்கண்ணால் பார்க்கிறார், அதன்பிறகு, அதனை உருவாக்குவது அவருக்கு எளிதாக இருக்கிறது.

அதுபோல, நாம் எப்படிப்பட்ட வாழ்க்கையை வாழ விரும்புகிறோம் என்று நாம் சிந்திக்கவேண்டும். அந்த 'மாஸ்டர்பீஸ் வாழ்க்கை'யைக் கற்பனைசெய்யவேண்டும். அது தெளிவாகிவிட்டபிறகு, அங்கே எப்படிச் சென்றுசேர்வது என்பதற்கான வழிமுறைகளை யோசிக்கத் தொடங்கலாம்.

வெல்வதற்குப் பலவிதமான குணங்கள் தேவை. ஆனால் அவற்றில் மிக முக்கியமானவை என்று மூன்று விஷயங்களைக் குறிப்பிடுகிறார் ஜே:

1. ***அன்பு செலுத்துங்கள்.***
2. ***சேவை எண்ணத்தை வளர்த்துக்கொள்ளுங்கள்.***
3. ***அக்கறை காட்டுங்கள்.***

இதைப் படிக்கும்போது, 'இதெல்லாம் ஒரு பெரிய விஷயமா?' என்று தோன்றலாம். ஆனால் இந்த மூன்று மனோநிலை மாற்றங்களும் நம்முடைய வேலையில், சுற்றியிருப்பவர்கள் நம்மைப் பார்க்கும் விதத்தில் பெரிய மாற்றங்களைக் கொண்டுவரும். அதன்மூலம் நமது வெற்றிகள் அர்த்தமுள்ளவையாக மாறும்.

எடுத்துக்காட்டாக, நீங்கள் ஒரு நிறுவனத்தின் தலைவராக இருக்கிறீர்கள். அப்போது அங்கே வேலைசெய்கிற பிறர்மீது, அந்த நிறுவனத்தின் பொருள்களைப் பயன்படுத்தும் வாடிக்கையாளர்கள்மீது நீங்கள் எப்படிப்பட்ட உறவைக் கொண்டிருப்பீர்கள்? வேலையாட்களை

அடக்கி அதிகாரத்தைச் செலுத்துவதைவிட, வாடிக்கையாளர்களைப் பணம் கொண்டுவரும் இயந்திரங்களாக நினைப்பதைவிட, அவர்கள் மீது அன்புசெலுத்தினால் அது உங்களுடைய வேலையில் பிரதிபலிக்கு மல்லவா? அன்போடு சமைக்கிற உணவில் ருசி கூடுவதைக் கண்ணெதிரே பார்க்கிறோமே!

அப்படிப் பிறர்மீது அன்புசெலுத்தும்போது, சேவையெண்ணம் தானாக வரும். 'இவர்களுக்கு நான் என்ன செய்யலாம்?' என்கிற சிந்தனை வந்தால் 'இவர்களால் எனக்கு என்ன பயன்?' என்கிற சுயநல எண்ணம் குறையும், நமது உறவுகள் மேம்படும்.

அன்பும் சேவையும் உள்ள இடத்தில் அக்கறை தானாக வரும். நாம் பிறர்மீது அக்கறை காட்டும்போது, அவர்கள் நம்மால் கவரப்படுவார்கள்.

இந்த மூன்று விஷயங்களையும் அலுவலகத்திலும் பயன்படுத்தலாம், வீட்டிலும் பயன்படுத்தலாம். சும்மா வெளியே நடந்து செல்லும் போது நமக்கு முன்பின் தெரியாத ஒருவரிடமும் பயன்படுத்தலாம். இவற்றை வெற்றி சூத்திரங்கள் என்று நினைத்துப் பொய்யாகப் பின்பற்றாமல், உண்மையிலேயே அன்போடும் சேவையெண்ணத் தோடும் பிறர்மீது அக்கறையோடு செயல்பட்டால் நாம் செய்கிற ஒவ்வொன்றும் சிறப்பாக அமையும். எதையும் அழுத்தத்தால் செய்யமாட்டோம், உண்மையான விருப்பத்துடன் அனுபவித்துச் செய்வோம். அதில் கிடைக்கிற திருப்தியும், நல்ல உறவுகளும் நம்மை இனிமையாக வாழவைக்கும்!

ஜே-போல், நாமும் நம்முடைய மாஸ்டர் பீஸ் வாழ்க்கையை வடிவமைக்கலாம். அன்பு, சேவை, அக்கறை என்கிற மூன்று குணங்களும் அதை நிஜமாக்க உதவும்!

49

அதிவேகப் பாதை

பணக்காரராவது எப்படி?

இந்தத் தலைப்பில் ஏராளமான புத்தகங்கள் வந்திருக்கின்றன. அவை அனைத்தும் சேமிப்பு, முதலீடு போன்ற நுட்பங்களைச் சொல்லித் தருபவை. அல்லது, 'நம்மால் பணக்காரராகமுடியும்' என்று தன்னம்பிக்கை தருகிறவை.

இவற்றையெல்லாம் படித்தால் பணக்காரராகிவிடமுடியுமா?

'பணம் சம்பாதிப்பதற்கு நுட்பங்களைவிட மனோநிலைதான் முக்கியம்' என்கிறார் எம்.ஜே. டிமார்கோ. அவருடைய 'The Millionaire Fastlane' என்கிற புத்தகம், பணம் சம்பாதிக்கத் தேவையான அந்த மனோநிலையை விளக்குகிறது.

பொதுவாக, பணம் சம்பாதிப்பதற்கு மூன்று பாதைகள் உண்டு: நடைபாதை, ஓடுபாதை, அதிவேகப் பாதை.

'நடைபாதை'யில் நடக்கிறவர்கள் மாதாமாதம் சம்பளம் வாங்குவார்கள், ஆனால் அந்தப் பணம் அவர்களுடைய செலவுகளுக்குத்தான் சரியாக இருக்கும். சில நாள்களுக்குள் மொத்தப் பணத்தையும் தீர்த்துவிட்டு, 'மறுபடி சம்பளம் எப்போது வரும்?' என்று பார்த்துக் கொண்டிருப்பார்கள்.

இந்த 'நடைபாதை'ப் பேர்வழிகளால் என்றைக்கும் பணக்காரர்களாக இயலாது. காரணம், அதற்கான எந்த முயற்சிகளையும் அவர்கள் எடுப்பதில்லை.

இரண்டாவது, 'ஓடுபாதை'. இதில் உள்ளவர்கள் 'நடைபாதை'ப் பேர்வழிகளைப்போல் எல்லாப் பணத்தையும் செலவழித்து விடுவதில்லை. சம்பளத்தில் ஒரு பகுதியைச் சேமிக்கிறார்கள். சரியான விஷயங்களில் முதலீடு செய்கிறார்கள். அதில் வரும் வருமானத்தைக் கொண்டு சொத்துகளை வாங்குகிறார்கள்... இப்படிப் படிப்படியாக அவர்கள் என்றேனும் ஒருநாள் பணக்காரர்களாகிறார்கள்.

ஆனால், இந்த 'என்றேனும் ஒருநாள்' வருவதற்குள், அவர்கள் முதியவர்களாகியிருப்பார்கள். இத்தனை நாளாகச் சம்பாதித்த பணத்தை அவர்களால் முழுமையாக அனுபவிக்க இயலாது.

இது தெரிந்தும்கூட, இந்த 'ஓடுபாதை'யைத்தான் பலர் தேர்ந்தெடுக்கிறார்கள்: நன்றாகப் படிக்கவேண்டும், நல்ல வேலையில் சேரவேண்டும், சம்பளத்துக்குள் செலவுகளைப் பார்த்துக்கொண்டு மீதமுள்ளதைச் சேமிக்கவேண்டும், அதைக்கொண்டு சொத்துகள் வாங்கவேண்டும்... இதுதான் பணக்காரராக வழி என்று எல்லாரும் நம்புகிறார்கள், அதையே தங்கள் பிள்ளைகளுக்கும் சொல்லித்தருகிறார்கள்.

இந்த வழியில் எந்தப் பிழையும் இல்லை. ஆனால், பணக்காரராக அவ்வளவு நாள் காத்திருக்கவேண்டுமா? அதற்குமுன்பாகவே பணக்காரரானால், பணமும் கிடைக்கும், அதை அனுபவிக்க வயதும் இருக்குமே!

அதைத்தான் 'அதிவேகப்பாதை' என்கிறார் எம்.ஜே. டிமார்கோ. இந்தப் பாதைக்குள் நுழைந்துவிட்டால், ஐந்து, பத்து என்று பணத்தை எண்ணிச் சேமிக்கவேண்டியதில்லை, ஆயிரம், லட்சம் என்று அது குவியும்.

அதற்கு நாம் என்ன செய்யவேண்டும்?

நம் மனோநிலையை மாற்றவேண்டும்: பயனாளர் மனோநிலையிலிருந்து, உற்பத்தியாளர் மனோநிலைக்குச் செல்லவேண்டும்.

பயனாளர் மனோநிலை என்பது, மற்றவர்கள் உற்பத்திசெய்கிற விஷயங்களைப் பயன்படுத்துகிற மனோநிலை. எடுத்துக்காட்டாக, அடுத்தவர்கள் பாடுவதைக் கேட்பது, அவர்கள் எழுதுவதை வாசிப்பது, அவர்கள் நடத்தும் நாடகங்களைப் பார்ப்பது, அவர்கள் திரையிடுகிற படங்களைப் பார்ப்பது, அவர்கள் தயாரிக்கும் பொருள்களை வாங்கிச் சாப்பிடுவது... இதுதான் பயனாளர்களின் மனோநிலை. ஒன்றைப் பயன்படுத்தியவுடன் அவர்கள் அடுத்ததைத் தேடத்தொடங்கிவிடுவார்கள். அதற்காகக் காசையும் நேரத்தையும் செலவழிப்பார்கள்.

இப்படி அடுத்தவர்கள் தயாரிப்பதையே பார்த்துக்கொண்டிருந்தால், நாம் என்றைக்குத் தயாரிப்பது?

இந்தக் கேள்வி வருவதற்கே 'பயனாளர் மனோநிலை' இடமளிக்காது. அடுத்து, அடுத்து எனப் பயன்படுத்துவதற்கு இன்னும் விஷயங்களைத் தான் தேடிக்கொண்டிருக்கும். உலகில் பெரும்பான்மை மக்கள் இப்படித்தான் வாழ்கிறார்கள்.

'பயனாளர் மனோநிலை' கொண்ட ஒருவரால் என்றைக்கும் 'அதிவேகப்பாதை'யில் சென்று விரைவாகப் பணக்காரராகமுடியாது. அதற்கு அவர் 'உற்பத்தியாளர் மனோநிலை'க்கு மாறவேண்டும். அதாவது, பிறர் தயாரிப்பதைப் பயன்படுத்தியது போதும், நான் தயாரிப்பதை அவர்கள் பயன்படுத்தட்டுமே என்று யோசிக்கவேண்டும்.

அதற்காக நாளைக் காலை நாம் எல்லாரும் ஒரு தொழிற்சாலை ஆரம்பித்து விதவிதமான பொருள்களைத் தயாரிக்கவேண்டும் என்று அர்த்தமில்லை. இங்கே 'உற்பத்தியாளர் மனோநிலை' என்பது, பிறருக்குப் பயன்படக்கூடிய ஒரு விஷயத்தை என்னால் செய்ய முடியும் என்று நம்பத்தொடங்குதல்.

அதிகம் வேண்டாம், ஃபேஸ்புக்கில் நாள்முழுக்க மற்றவர்களுடைய பதிவுகளைப் படித்து லைக் போட்டுக்கொண்டிருக்கும் ஒருவர், தானே எழுதத் தொடங்கும்போது, அதற்குப் பிறர் லைக் போடும்போது தெம்பாக உணர்வாரல்லவா? அதுகூட உற்பத்தியாளர் மனோநிலைதான்.

சினிமா பார்த்துக் கைதட்டும் ஒருவரால் பணக்காரராகமுடியாது. ஆனால் அந்தச் சினிமாவை 'உற்பத்திசெய்யும்' ஒரு தயாரிப்பாளர் அல்லது இயக்குநரால் பணக்காரராகமுடியும். இதுதான் பயனாளர் மனோ நிலைக்கும் உற்பத்தியாளர் மனோநிலைக்கும் உள்ள வித்தியாசம்.

நாம் ஏன் உற்பத்தியாளர்களைப்போல் சிந்திக்கவேண்டும்?

உற்பத்தியாளர்களால்தான் அதிவேகப்பாதையில் நுழையவேமுடியும். விரைவாகப் பணக்காரராகவேண்டுமென்றால், உலகுக்குப் பயன்படக் கூடிய ஒரு விஷயத்தை நீங்கள் தரவேண்டும். அப்போது, 'நேரத்துக்குப் பணம்' என்கிற கணக்கில்லாமல், உங்கள் வருவாய் பலமடங்கு அதிகரிக்கும்.

இதை ஓர் எடுத்துக்காட்டுடன் புரிந்துகொள்வோம்: ஒருவர் ஒரு நிறுவனத்தில் வேலைபார்க்கிறார். ஒரு நாளைக்கு ஐம்பது ரூபாய் சம்பளம் வாங்குகிறார். இப்படிச் சில வருடங்கள் அவர் தொடர்ந்து வேலைசெய்தபின், அவருடைய சம்பளம் நூறு, நூற்றைம்பது என்று

உயரும். ஒரு கட்டத்தில் அவர் ஒரு நாளைக்கு ஆயிரம், இரண்டாயிரம் ரூபாய்கூடச் சம்பளம் வாங்கக்கூடும்.

இவை அனைத்தும் வளர்ச்சிதான், முன்னேற்றம்தான். ஆனால், அது வெறும் 'ஓடுபாதை' முன்னேற்றம். அதில் ஓடிப் பணக்காரராக வேண்டுமென்றால் பல வருடங்கள் தேவைப்படும்.

மாறாக, அவர் ஒரு குறிப்பிட்ட திறனை வளர்த்துக்கொண்டு அதன் மூலம் ஒரு பொருளைத் தயாரித்து விற்கிறார் என்று வைத்துக் கொள்வோம். அந்தப் பொருள் ஒரு பேனாவாகவோ பென்சிலாகவோ முறுக்காகவோ புத்தகமாகவோ திரைப்படமாகவோ மேடைப் பேச்சாகவோ சாஃப்ட்வேராகவோ இருக்கலாம், அது மக்களுக்குப் பயனுள்ளதாக இருக்கவேண்டும், அதுதான் முக்கியம்.

இதனால், அவர் தயாரிக்கும் பயனுள்ள பொருளைப் பலர் தேடிவந்து வாங்குவார்கள். அவர் அதனைப் பெரிய எண்ணிக்கையில் தயாரித்து விற்கலாம். அந்த வருமானத்தைக்கொண்டு விரைவாகப் பணக்காரர் ஆகலாம். இப்போது அவர் ஒரு நாளைக்கு இவ்வளவு சம்பளம் என்று நேரக்கணக்கைப் பார்ப்பதில்லை, அவர் உற்பத்தி செய்த விஷயத்தின் பயன்பாடு காரணமாக அவருக்குத் தொடர்ச்சியான வருவாய் வருகிறது. அவர் அதிவேகப்பாதையில் ஓடுகிறார்.

'நேரத்தைக் கொடுத்துக் காசைச் சம்பாதிப்பது' என்ற சுழலிலிருந்து நாம் வெளியே வரவேண்டும். அப்போதுதான் நம்மால் விரைவாகப் பணக்காரர்களாகமுடியும் என்று வலியுறுத்துகிறார் எம்.ஜே. டிமார்கோ. அதற்கு, நாம் உற்பத்தியாளர்களாகவேண்டும். உலகுக்குப் பயனுள்ளவற்றைத் தரத்தொடங்கவேண்டும்.

இந்த மாற்றம் ஒரு நாளில் நிகழ்ந்துவிடாது: நம்முடைய திறமைகள் என்ன, நம்மால் எதை மக்களுக்குத் தரமுடியும், அது மக்களுக்குத் தேவைப்படுகிற ஒன்றா, அதை அவர்கள் வாங்குவார்களா என்றெல்லாம் பலவிதமாக யோசித்துச் செயல்படவேண்டும். அந்தத் திட்டங்கள் எதார்த்தத்தில் ஒத்துவராவிட்டால், மாற்றுத்திட்டங்களை யோசித்து அமல்படுத்தவேண்டும். இதனை ஒழுங்காகச் செய்துவந்தால், ஒருநாள் நம்முடைய தயாரிப்பு ஏற்கப்படும், நாம் அதிவேகப்பாதை யினுள் நுழையலாம், இளமையிலேயே பணக்காரராகலாம்!

50

தனிநபர் பிராண்ட்

உங்களுக்குப் பிடித்த பிராண்ட் எது?

காலை எழுந்தவுடன் பல் துலக்குகிற பற்பசையில் தொடங்கி உணவுப் பொருள்கள், வாகனங்கள், தொலைக்காட்சி, செய்தித்தாள், செல்ஃபோன் எனச் சகலத்திலும் நூற்றுக்கணக்கான பிராண்ட்கள் இருக்கின்றன. அவற்றில் நமக்குப் பிடித்தவை, தரமானவை, மலிவானவை என்றெல்லாம் சிலவற்றைத் தேர்ந்தெடுக்கிறோம். அவற்றையே தொடர்ந்து வாங்கிப் பயன்படுத்துகிறோம்.

இதனால், நிறுவனங்களும் தங்களுடைய பிராண்டைப் பிரபலப் படுத்துவதில் அதிகக் கவனம் செலுத்துகின்றன. எப்படியாவது மக்கள் மனத்தில் இடம்பிடித்துவிட்டால் விற்பனை தானாக அதிகரிக்கும் என்று மெனக்கெடுகிறார்கள். செய்தித்தாள், பத்திரிகை, தொலைக் காட்சி விளம்பரங்களில் திரும்பத்திரும்ப அந்தப் பிராண்ட் பெயரைக் காட்டி நம் மனத்தில் பதியவைக்கிறார்கள். இத்தனூண்டு பென்சில் இலவசமாகக் கொடுத்தால்கூட, அதிலே தங்களுடைய பிராண்ட் சின்னத்தைப் பெரிதாக அச்சிட்டு நினைவுபடுத்துகிறார்கள்.

இப்படிப் பல காரணங்களால் நாம் ஒரு பிராண்டை விரும்பத் தொடங்கிவிட்டோம் என்றால், அத்தனை சீக்கிரத்தில் அதைவிட்டுச் செல்லமாட்டோம். அதைவிடச் சிறந்த பிராண்ட்கள் சந்தையில் வந்தால்கூட, 'இது நல்லாதானே இருக்கு?' என்கிற எண்ணத்தில் தொடர்ந்து இந்த பிராண்ட் பொருள்களையே வாங்கிக் கொண்டிருப் போம். அதுவே பிராண்ட் உரிமையாளர்களின் இலக்கு.

நிறுவனங்களுக்குமட்டுமல்ல, தனிநபர்களுக்கும் பிராண்ட் உண்டு. அவர்களும் தங்களுடைய பிராண்டைப் பிரபலப்படுத்துவதன்மூலம் தொழிலில், தனிப்பட்டமுறையில் வெற்றிபெறலாம்.

எடுத்துக்காட்டாக, ஓர் அலுவலகத்தில் 'எந்தப் பிரச்னைன்னாலும் சுகுமாரைக் கூப்பிடுய்யா, சரி செஞ்சுடுவாரு' என்று ஒரு பேச்சு. அப்படியானால், 'சுகுமார்' என்ற பிராண்ட் அங்கே உருவாகியிருக்கிறது. அந்த அலுவலகத்தில் பல திறமைசாலிகள் இருக்கலாம், ஆனால், சுகுமார் அவர்களிடமிருந்து மாறுபட்டவர். எப்பேர்ப்பட்ட பிரச்னைகளையும் கவனமாகச் சிந்தித்துத் தீர்த்து வைக்கக்கூடிய மனிதர் என்ற எண்ணம் அவர்கள் மனத்தில் பதிந்திருக்கிறது.

வீட்டில், பையன் ஏதேனும் ஒரு சந்தேகம் கேட்கும்போது, 'என்னை ஏன் கேட்கறே? உங்க அம்மாதான் கணக்குல புலி' என்கிறார் தந்தை. இதுவும் ஒரு பிராண்ட்தான்!

இப்படி நம்மோடு பழகுகிறவர்களை நாம் விதவிதமான பிராண்ட்களாகவே புரிந்துவைத்திருக்கிறோம். அதன் அடிப்படையில்தான் சிலரை மதிக்கிறோம், சிலரிடமிருந்து விலகிச் செல்கிறோம்.

அதேபோல், பிறரும் நம்மை ஒரு பிராண்டாகப் பார்ப்பார்கள் அல்லவா? அது என்ன பிராண்ட்? அவர்கள் பார்வையில் நாம் யார்? அவர்கள் நம்மை இப்படித்தான் பார்க்கவேண்டும் என்று நாம் விரும்புகிறோம். ஆனால் உண்மையில், அவர்களுடைய பார்வை அதிலிருந்து மாறுபட்டிருக்கிறதா? இதையெல்லாம் தெரிந்துகொண்டு, வேண்டிய மாற்றங்களைச் செய்தால், நமது தனிப்பட்ட பிராண்டை மேம்படுத்தலாம். தொழிலில் வெற்றியடையலாம். சமூகத்தில் அதிக மரியாதை பெறலாம்.

ஆங்கிலத்தில் இதனை Personal Branding என்கிறார்கள். பெரிய நிறுவனங்களெல்லாம் தங்களுடைய பிராண்ட்களைக் கஷ்டப்பட்டு வளர்ப்பதுபோல, தனிநபர்களும் தங்களுடைய பிராண்டைப் பிறர் மனத்தில் பதியவைக்கலாம், அதன்மூலம் பயன்பெறலாம்.

'The 10Ks of Personal Branding' என்ற புத்தகம் தனிநபர் பிராண்டிங்கின் ரகசியங்களைப் புரியவைக்கிறது. இதனை எழுதியவர் கப்லன் மோப்ரே.

இங்கே 'K' என்ற எழுத்து, 'Know', அதாவது, 'அறிந்துகொள்' என்கிறது. இந்தப் பத்து விஷயங்களை அறிந்துகொண்டால், பர்ஸனல் பிராண்டிங்கில் அசத்திவிடலாமாம்:

1. Know Thyself: **தன்னை அறிதல்.**

பல ஞானிகள் சொன்ன அதே விஷயம்தான், ஆனால் இங்கே கொஞ்சம் யதார்த்தமானமுறையில் வெளிப்படுகிறது: எல்லாரும் தான் இந்த உலகத்தில் இருக்கிறார்கள், அவர்களுக்கு மத்தியில் நீங்கள் தனித்துத்தெரியவேண்டுமென்றால், என்ன காரணம்? உங்களிடம் என்ன விசேஷம்? எந்தக் குணம் உங்களை வித்தியாசப்படுத்திக்காட்டுகிறது? அதுதான் உங்கள் பிராண்ட்!

எடுத்துக்காட்டாக, 'இவர் மிகவும் அன்பானவர்', 'எல்லாருக்கும் உதவுவார்', 'வேகமாகவும் துல்லியமாகவும் பணிகளைச் செய்வார்', 'விரைவாகக் கற்றுக்கொள்வார்'... இப்படி!

2. Know What you want to be known for: **பிறர் உங்களைப்பற்றி என்ன தெரிந்துகொள்ளவேண்டும்?**

ஒரு நிறுவனம் புதிய பிராண்டை அறிமுகப்படுத்துகிறது என்றால், அதை மக்கள் எப்படிப் பார்க்கவேண்டும் என்பதை அவர்கள்தான் தீர்மானிக்கிறார்கள். அதுபோல, உங்களுடைய தனிப்பட்ட பிராண்டை மக்கள் எப்படிப் பார்க்கவேண்டும்? அவர்கள் உங்களைப்பற்றித் தெரிந்துகொள்ளவேண்டிய பண்புகள் என்ன?

3. Know how to be consistent: **மாறாதிருத்தல்.**

ஒரு விஷயத்தைத் தொடர்ந்து திரும்பத்திரும்பச் செய்யும்போது தான் அது பிராண்டாக மாறுகிறது. அப்படி நீங்கள் தொடர்ந்து செய்யப்போவது எதை? மக்களுக்கு உங்கள் பெயரைக் கேட்டதும் எது நினைவில் வரவேண்டும்?

4. Know how to accept failure: **தோல்விகளை ஏற்றுக்கொள்ளுதல்.**

இன்றைக்கு நீங்கள் உருவாக்க விரும்புகிற தனிப்பட்ட பிராண்டுக்கு எதிராக, முன்பு நீங்கள் பல தோல்விகளைச் சந்தித்திருக்கலாம். அவற்றை மறைக்கவேண்டியதில்லை, வெளிப்படையாகச் சொல்லலாம். 'அன்று அப்படி இருந்தேன், இன்று இப்படி இருக்கிறேன்' என்று சொல்லும்போது, பிறருக்கு உங்கள்மீது நம்பிக்கை அதிகரிக்கும், குறையாது.

5. Know how to communicate your personal brand attributes: **உங்களைப்பற்றிச் சொல்லுதல்.**

திடீரென்று புதிதாக ஒருவரைச் சந்திக்கிறீர்கள். அவரிடம் இரண்டே நிமிடத்தில் உங்களுடைய தனிநபர் பிராண்டை

எப்படிப் புரியவைப்பீர்கள்? அதைப் பேசிப் பழகிக் கொள்ளுங்கள். வாய்ப்பு எப்போது வேண்டுமானாலும் வரலாம், பயன்படுத்திக்கொள்ளுங்கள்.

6. Know how to create your own opportunities: **வாய்ப்புகளை உருவாக்குதல்.**

பிறரிடமிருந்து வருகிற வாய்ப்புகள் ஒருபுறமிருக்க, நீங்களே புதிய வாய்ப்புகளையும் உருவாக்கவேண்டும். அதுதான் மற்றவர் களுக்கும் பிடிக்கும், உங்கள்மீது மரியாதையை அதிகரிக்கும்.

7. Know and master the art of connection: **இணைப்புகளை உருவாக்குதல்.**

புதியவர்களோடு பழகும்போது, உங்கள் அணுகுமுறை என்ன? அவர்களிடம் எப்படிப் பேசுவீர்கள்? எப்படிப்பட்ட உணர்வு களை உருவாக்குவீர்கள்? அவர்கள் மனத்தில் உங்களுடைய தனிப்பட்ட பிராண்டை எப்படிப் பதியவைப்பீர்கள்? இதனை நன்கு கற்றுக்கொள்ளும்போது, உங்களுடன் பழகுவோரின் எண்ணிக்கை அதிகரிக்கும். அந்தப் பழக்கத்தின் தரமும் மேம்படும்.

8. Know that silence is not an option: **மௌனம் வேண்டாம்.**

வாய்ப்புக் கிடைக்கும்போதெல்லாம் உங்களுடைய தனிப்பட்ட பிராண்டைப்பற்றிப் பேசிக்கொண்டே இருக்கவேண்டும். வளவளா என்றல்ல, சரியானநேரத்தில், சரியானவிதத்தில், சரியான சொற்களால் உங்கள் திறமையை விளக்கி உரிய மதிப்பைப் பெறவேண்டும்.

9. Know your expectations, not your limitations: **சரியான எதிர்பார்ப்புகள் அவசியம்.**

உங்களிடம் என்ன எதிர்பார்க்கலாம் என்று பிறர் அறிந்திருக் கிறார்களா? 'என் பெயரைக் கேட்டதும் உங்களுக்கு நினைவுக்கு வரும் விஷயங்கள் என்னென்ன?' என்று அவர்களையே கேளுங்கள். அப்படிக் கேட்கும்போது அவர்கள் சொல்லும் விஷயங்களும், அவர்கள் உங்களைப்பற்றி நினைவில் வைத்திருக்கவேண்டும் என்று நீங்கள் எதிர்பார்க்கிற விஷயங்களும் ஒத்துப்போகின்றனவா? இல்லையெனில், அந்த எதிர்பார்ப்பு களை நீங்கள் சரிசெய்யவேண்டும். அதுவே உங்கள் தனிப்பட்ட பிராண்டுக்கு நல்லது.

10. Know why you are doing what you are doing today and how it will shape where you are headed tomorrow: **செய்கிற ஒவ்வொன்றையும் ஏன் செய்கிறோம் என்று அறிந்திருத்தல்.**

> எதையும் காரணமின்றிச் செய்யக்கூடாது. தாற்காலிக நன்மைகளுக்காகமட்டும் செய்யக்கூடாது. தொலைநோக்கில் சிந்திக்க வேண்டும்: நாளை நீங்கள் சென்றுசேர விரும்பும் இடம் எது? அங்கே செல்வதற்கு இன்றைய உங்களுடைய பணிகள் எப்படி உதவுகின்றன? 'ஏன்' என்ற இந்தக் கேள்விக்கான பதில் மனத்தில் இருந்தால், உங்களுடைய ஒவ்வொரு பணியும் சிறப்பாக அமையும், நேரத்தை, உழைப்பை வீணடிக்கமாட்டீர்கள்.

*11*வதாக, இன்னொரு சிறப்பு K: Know how to ask for what you want: தயக்கம் வேண்டாம், தன்னம்பிக்கை வேண்டும். உங்களுக்கு என்ன தேவை என்பதைக் கோரிப்பெறத் தெரிந்துகொள்ளுங்கள். இதனால் உங்களுடைய தன்னம்பிக்கை பெருகுவதுடன், உங்கள் தனிப்பட்ட பிராண்டும் பலமடங்கு உயரும்.

51

புரிந்துகொள்வோம், புரியவைப்போம்!

ஜெர்மனியில் ஒரு கால்பந்துப்போட்டி. பல அணிகள் ஒன்றோடொன்று மோதின. போட்டி பலமாக இருந்தது.

அப்போது, அந்த அணிகளின் பயிற்சியாளர்களுக்கெல்லாம் ஓர் அறிவிப்பு வந்தது, 'உங்கள் வீரர்கள் Penalty Kick-க்குத் தயாராவார்களல்லவா? அந்தப் பயிற்சியில் ஒரு சிறிய மாற்றம் செய்யவேண்டும்.'

என்ன மாற்றம்?

அதைத் தெரிந்துகொள்வதற்குமுன்னால், Penalty Kick பற்றிக் கொஞ்சம் தெரிந்துகொள்ளவேண்டும். அப்போதுதான் இந்த மாற்றமும் புரியும், அதன்பின்னே இருக்கிற பாடமும் புரியும்.

கால்பந்து விளையாடியவர்களுக்கு Penalty Kick பற்றித் தெரிந்திருக்கும். மற்றவர்களுக்காக ஒரு சிறு அறிமுகம்: இரண்டு அணிகள் ஒன்றோடொன்று மோதும்போது, அதில் ஏதேனும் ஓர் அணியின் வீரர்கள் சில குறிப்பிட்ட குற்றங்களைச் செய்தால், அதற்குத் தண்டனையாக, எதிரணிக்கு ஒரு பெனால்ட்டி கிக் வாய்ப்பு வழங்கப்படும்.

பெனால்ட்டி கிக் என்றால், கோல் கம்பத்திலிருந்து ஒரு குறிப்பிட்ட தொலைவில் பந்தை வைத்து உதைப்பார்கள். அது கோலாக மாறினால், அந்த அணிக்கு நல்லது. இல்லாவிட்டால், கைக்கெட்டியது வாய்க்கெட்டவில்லை என்று நினைத்துக்கொள்ளவேண்டியதுதான்.

மற்ற நேரங்களில் அப்படி நினைக்கலாம், முக்கியமான போட்டிகளின்போது? ஒரே ஒரு பெனால்ட்டி கிக் போட்டியின் வெற்றி,

தோல்வியையே தீர்மானிக்கக்கூடும். ஆகவே, கால்பந்து விளையாடுகிற எல்லாருமே பெனால்ட்டி கிக்கை நன்கு பயன்படுத்திக்கொள்ளவேண்டும், அதைத் தவறவிடக்கூடாது என்றுதான் நினைப்பார்கள். அதற்காகச் சிறப்புப் பயிற்சிபெறுவார்கள்.

இப்படித்தான் அந்த ஜெர்மானியக் கால்பந்துப் பயிற்சியாளர்களும் தங்களுடைய வீரர்களுக்கு பெனால்ட்டி கிக்கை எப்படிச் சிறப்பாகப் பயன்படுத்திக்கொள்வது எனப் பயிற்சியளித்துக்கொண்டிருந்தார்கள். அதில் இப்போது ஒரு மாற்றம் செய்யப்பட்டது:

மொத்தம் ஐந்து வாய்ப்புகள், அதாவது ஐந்துமுறை கோல் கம்பத்தை நோக்கிப் பந்தை உதைக்கலாம். அதில் மூன்றுமுறை கோல் போட்டால், வெற்றி. அதாவது 3/5 மதிப்பெண் எடுக்கவேண்டும்.

ஆனால், இந்த விஷயத்தை வீரர்களிடம் தெரிவிக்கும்போது, பயிற்சியாளர்கள் ஒரேமாதிரியாகப் பேசவில்லை. இரண்டு மாறுபட்ட வசனங்களைப் பயன்படுத்தினார்கள்:

> வசனம் 1: தம்பி, உனக்கு இருப்பது ஐந்து வாய்ப்பு, அதுல மூணு கோல் போடணும்.

> வசனம் 2: தம்பி, உனக்கு இருப்பது ஐந்து வாய்ப்பு, அதுல ரெண்டு வாய்ப்பைத் தவறவிடக்கூடாது.

இந்த இரண்டுமே கிட்டத்தட்ட ஒரே விஷயத்தைத்தான் சொல்கின்றன: ஐந்தில் மூன்றுமுறை வெற்றிபெறவேண்டும்!

ஆகவே, ஒரு சிறந்த கால்பந்து வீரரிடம் இந்த இரண்டு வசனங்களில் எதைச் சொன்னாலும் அவர் ஒரேமாதிரியாகத்தான் செயல்படுவார். வசனத்தைப் பொறுத்து அவருடைய செயல்திறனில் மாற்றம் வராது.

அப்படித்தான் அந்தப் பயிற்சியாளர்களும் நினைத்தார்கள். ஆனால், வீரர்களிடம் இந்த இரு வசனங்களையும் மாற்றி மாற்றிச் சொல்லி விட்டு, அவர்களுடைய செயல்திறனை அளந்துபார்த்தபோது, ஒரு மிகப்பெரிய ஆச்சர்யம் காத்திருந்தது.

அந்த வீரர்களில் சிலருக்கு, முதல் வசனம் நன்றாக வேலைசெய்தது. ஆனால் வேறு சிலர் அதே முதல் வசனத்தைக் கேட்டுக்கொண்டு பயங்கரமாகச் சொதப்பினார்கள்.

இன்னும் சில வீரர்களுக்கு, இரண்டாவது வசனம் நன்றாக வேலை செய்தது. ஆனால், வேறு சிலரிடம் இரண்டாவது வசனம் பயன்படவே இல்லை.

இங்கே என்ன நடக்கிறது? திறமைசாலிக் கால்பந்து வீரர்கள் ஒரே ஒரு வசனத்தால் மாறிப்போகிறார்களா? இந்த இரண்டு வசனங்களும் ஒரேமாதிரிதானே இருக்கின்றன?

'ஒரேமாதிரி'தான், ஆனால் 'ஒன்றே' அல்ல. அந்த வித்தியாசம்தான் அவர்களை வெவ்வேறுவிதமாகச் செயல்படவைத்துவிடுகிறது.

மனிதர்களில் சிலர், 'விருதுகளைத் தேடுகிறவர்கள்'. இவர்களுக்கு எதைச் செய்தாலும் ஒரு பரிசு வேண்டும். அதுதான் இவர்களுக்கு ஊக்கம் தருகிறது. அதை நோக்கித்தான் இவர்கள் ஒவ்வொரு வேலையையும் செய்கிறார்கள்.

ஆனால் வேறு சிலர், 'ஆபத்துகளிலிருந்து தப்பிக்க விரும்புகிறவர் கள்'. இவர்கள் எதைச்செய்தாலும் அதில் ஆபத்தைக் கவனித்து அதிலிருந்து விலகிச்செல்கிறவர்கள். அதன்மூலம் சிறப்பாகச் செயல்படுகிறவர்கள்.

இந்த இரண்டில் எது உயர்வு, எது மட்டம் என்றெல்லாம் நாம் யோசிக்கவேண்டியதில்லை. இரண்டுமே நல்ல வழிமுறைகள்தான். பல காரணங்களால் ஒவ்வொருவரும் ஏதேனும் ஒரு வழிமுறையைப் பின்பற்றுகிறார்கள். அவ்வளவே.

இப்போது, அந்தக் கால்பந்து வீரர்களில் சிலர் 'விருதுகளைத் தேடுகிறவர்க'ளாக இருந்திருப்பார்கள். அவர்களிடம் சென்று முதல் வசனத்தைச் சொன்னால் (ஐந்து வாய்ப்பில் மூன்று கோல் போட வேண்டும்), அவர்கள் ஆர்வத்துடன் அதில் ஈடுபடுவார்கள், மூன்று கோல்களைப் போட்டு மகிழ்வார்கள்.

மாறாக, அவர்களிடம் இரண்டாவது வசனத்தைச் சொன்னால் (ஐந்து வாய்ப்பில் இரண்டைத் தவறவிடக்கூடாது), அதில் அவர்களுக்கு 'விருது' எதுவும் இல்லை. ஆகவே, அவர்களால் சிறப்பாகச் செயல் பட இயலுவதில்லை.

இரண்டாவது பிரிவினரும் இதேமாதிரிதான். ஐந்து வாய்ப்புகளில் இரண்டைத் தவறவிடக்கூடாது என்ற இரண்டாவது வசனம் அவர்களுக்கு ஊக்கம் தருகிறது. கவனமாகச் செயல்பட்டு அதில் வென்றுவிடுகிறார்கள்.

இந்த விஷயம் கால்பந்து வீரர்களுக்குமட்டுமல்ல, எல்லாருக்குமே பொருந்தும். மக்களில் சிலர், விருதுகளைத் தேடுகிறவர்களாக இருப்பார்கள். வேறு சிலர், ஆபத்துகளைத் தவிர்க்கிறவர்களாக இருப்பார்கள். இந்த வித்தியாசத்தைப் புரிந்துகொண்டு அவர்களிடம் சரியானவிதத்தில் பேசினால், அவர்களுடைய இயல்புக்கேற்ற வழியில் அவர்களை அரவணைத்துச்சென்று வெற்றிபெறலாம் என்கிறார் ஹெய்டி கிரான்ட் ஹால்வர்சன். இவர் எழுதிய 'No One Understands You, and What to do about it' என்ற புத்தகத்தில்தான் இந்தச் சுவையான நிகழ்வும் பாடமும் இடம்பெற்றுள்ளன.

எடுத்துக்காட்டாக, விருதுகளைத் தேடுகிற பையனிடம், 'இந்தப் பரீட்சையிலே நீ ஜெயிச்சா சைக்கிள் வாங்கித்தர்றேன்' என்று சொல்லலாம்; ஆபத்துகளைத் தவிர்க்கிற பையனிடம், 'இந்தப் பரீட்சையில பல பேர் தோத்துப்போயிருக்காங்க, கவனமாப் படி' என்று சொல்லலாம்; மாற்றிச்சொன்னால் பேஜார்தான்.

'என்னை யாரும் புரிஞ்சுக்கமாட்டேங்கறாங்க' என்று புலம்புகிறவர்களை அழைத்து, 'அதற்குக் காரணம் அவர்கள் அல்ல, நீங்கள்தான்' என்கிறார் ஹெய்டி. 'நீங்கள் உங்களைப் பார்ப்பதுபோலவே அவர்களும் உங்களைப் பார்க்கவேண்டும் என்று எதிர்பார்க்கிறீர்கள். அது எதார்த்தத்தில் சாத்தியமில்லை. இதைப் புரிந்துகொண்டால், உங்களிடம் சரியான மாற்றங்களைக் கொண்டுவரலாம். நீங்கள் விரும்பும்விதத்தில் பிறர் உங்களைப் புரிந்துகொள்ளும்படி செய்யலாம்.'

நாம் ஒவ்வொருவரும், பிறரிடம் பழகும்போது சில முக்கியமான கேள்விகளை நமக்குள் கேட்டுக்கொள்கிறோம்: இவரை நம்பலாமா, அல்லது, ஏமாற்றிவிடுவாரா? இவர் என்னைவிடச் சக்திவாய்ந்தவரா? இவர் என்னுடைய சுயமதிப்புக்கு ஆபத்தைக் கொண்டுவரக் கூடியவரா?

நம்மைப் பார்க்கிறவர்களெல்லாம் நம்மைப்பற்றி இந்தக் கேள்விகளைக் கேட்டுக்கொண்டிருக்கிறார்கள் என்பதை உணர்ந்தால், இவற்றுக்குச் சரியான பதில்களை அவர்கள் புரிந்துகொள்ளும்வண்ணம் பேசலாம், நடந்துகொள்ளலாம், அவர்களுடைய நம்பிக்கையைச் சம்பாதித்துக் கொள்ளலாம், அப்போது, அவர்கள் நம்மைப் புரிந்துகொள்வார்கள்.

மேற்கண்ட எடுத்துக்காட்டில், நாம் அந்தக் கால்பந்துப் பயிற்சியாளராக இருந்தால் என்ன செய்யலாம்?

இந்த வீரர் நிறைய பெனால்ட்டி கிக்-குகளைக் கோலாக மாற்ற வேண்டும். அது நமக்கு முக்கியம். ஆனால், அதை அவரிடம் சென்று வெறுமனே சொல்வதால் பயனில்லை. அதற்குப்பதிலாக, அவர் எந்த

வகை: விருதைத் தேடும் வகையா, அல்லது, ஆபத்தைத் தவிர்க்கும் வகையா என்று புரிந்துகொள்ளவேண்டும். அதற்கேற்ப முதல் வசனத்தையோ இரண்டாவது வசனத்தையோ பயன்படுத்தி அவரைச் சிறப்பாக விளையாடச்செய்யலாம்!

ஆக, பிறர் நம்மைப் புரிந்துகொள்ளவேண்டுமென்றால், முதலில் நாம் அவர்களைப் புரிந்துகொள்ளவேண்டும். அதற்கேற்ப நமது அணுகு முறையை மாற்றவேண்டும். இதன்மூலம் நம்மை அவர்களுக்குத் தெளிவாகப் புரியவைக்கலாம்!

52

லாகோம்

கடையில் ஒரு பொருளை வாங்குகிறோம். அதில் Ingredients என்றொரு பட்டியல் தந்திருக்கிறார்கள். அதாவது, இந்தப் பொருளில் என்னவெல்லாம் உள்ளன, எதையெல்லாம் சேர்த்து இதைத் தயாரித்திருக்கிறோம் என்று விளக்குகிறார்கள்.

இப்படி நாம் பயன்படுத்தும் ஒவ்வொரு பொருளுக்கும் மூலப்பொருள் களைச் சிந்திக்கலாம். சாப்பிடுகிற உணவில் தொடங்கி, வசிக்கும் வீடு, சாலைகள் என அனைத்தும் எதிலிருந்தோ வருபவைதான்.

ஆனால், இந்த மூலப்பொருள்கள்மட்டும் கிடைத்துவிட்டால் அந்தப் பொருள் வந்துவிடுமா?

எடுத்துக்காட்டாக, ஒரு மிட்டாயில் சர்க்கரையும் பாலும் முந்திரியும் இருக்கின்றன என்று தெரிகிறது. அதற்காக ஒரு பாத்திரத்தில் இவற்றைப் போட்டுக் குலுக்கினால் மிட்டாய் வந்துவிடாது.

இன்னொரு வியப்பான விஷயம், இதே மூன்று பொருள்களை வெவ்வேறுவிதத்தில் சேர்த்து வெவ்வேறுவிதமான மிட்டாய்களையும் உருவாக்கலாம். மூலப்பொருள் ஒன்றாகவே இருந்தாலும், வடிவம், சுவை எனப் பலவிதங்களில் அவை மாறுபடும்.

ஆக, மூலப்பொருள்களும் முக்கியம், செய்முறையும் முக்கியம். இந்த இரண்டும் தெரிந்தவர்கள்தான் அப்பொருளைச் சரியாக உருவாக்க முடியும்.

நிம்மதிக்கு எது மூலப்பொருள்? என்ன செய்முறை?

பல கலாசாரங்களைச் சேர்ந்தவர்கள் இந்தக் கேள்விக்கு விடைகாண முயன்றிருக்கிறார்கள். ஒருபக்கம் ஞானிகளும் நிபுணர்களும் ஆன்மிக ரீதியிலும் அறிவியல்ரீதியிலும் அறிவுரைகளைச் சொல்கிறார்கள். இன்னொருபக்கம், எளிய மனிதர்கள் அதை வாழ்ந்துகாட்டி விடுகிறார்கள்.

நிம்மதிக்குப் பணமோ சொத்துகளோ மூலப்பொருள்கள் எனத் தோன்றலாம். ஆனால், ஏழைகளும் நிம்மதியாக மகிழ்வோடு வாழ்வதைப் பார்க்கிறோம். அப்படியானால், நமக்கு ஏதோ ஒரு மூலப்பொருள் தெரியவில்லை. அல்லது, செய்முறை புரியவில்லை என்று பொருள்.

ஸ்வீடனிலிருக்கும் மக்கள் 'Lagom' என்ற வாழ்க்கைமுறையைப் பயன்படுத்துகிறார்கள், இது அவர்களுக்கு நிம்மதியான வாழ்க்கையைத் தருகிறது என்கிறார் க்ளாரா ஆல்ஸன். இதே தலைப்பில் அவர் எழுதியுள்ள புதிய புத்தகம் 'லாகோம்' வாழ்க்கைக்கான நுட்பங்களை விவரிக்கிறது.

'லாகோம்' என்ற ஸ்வீடிஷ்மொழிச் சொல்லின் பொருள், 'சரியான, போதுமான அளவு'. அதாவது, அதிகமுமில்லை, குறைவுமில்லை.

இந்தத் தத்துவத்தை நாம் எங்கும் பொருத்திப்பார்க்கலாம். சாப்பிடச் செல்கிறோம் என்றால், அறுசுவைகளும் நிரம்பிய அருமையான உணவு ஒருபக்கம், வாயிலேயே வைக்கமுடியாத உணவு இன்னொருபக்கம். இந்த இரண்டுக்கும் நடுவே, சாப்பிடக்கூடிய தரத்தில், அதேசமயம் மிகையான ருசியோ அலங்காரங்களோ இல்லாத எளிய உணவு இருக்குமல்லவா? அதுதான் லாகோம்.

அதாவது, உணவு லாகோம் அல்ல, அந்த உணவில் திருப்தியடையும் மனோநிலைதான் லாகோம். எதிலும் அதீதமான வசதிகளை, சௌகர்யங்களை எதிர்பார்க்காமல், அதற்காக நம்மைப்போட்டு வருத்திக்கொள்ளாமல், இருப்பதைக்கொண்டு திருப்தியடைவது. நம் ஊர்ப் பழமொழியைச்சொல்லி விளக்குவதென்றால், 'போதுமென்ற மனமே பொன்செய்யும் மருந்து.'

'லாகோம்' என்ற சொல் எப்படி வந்தது என்பதற்கு ஒரு சுவையான கதையைச் சொல்கிறார்கள். அந்தக்காலத்தில் வைகிங் வீரர்கள் மது அருந்தும்போது, ஒவ்வொருவருக்கும் தனித்தனிக் கோப்பையெல்லாம் கிடையாது. ஒரே குவளைதான். அதில் ஒருவர் குடித்துவிட்டு அடுத்தவருக்குத் தரவேண்டும்.

இப்படி எல்லாருக்கும் அந்த மது சொந்தமென்பதால், தன் கையில் குவளை வந்தவுடன் கடகடவென்று குடிக்கக்கூடாது. சுற்றிப்பார்க்க

வேண்டும். இன்னும் எத்தனைபேர் காத்திருக்கிறார்கள் என்பதைப் புரிந்துகொள்ளவேண்டும். அதற்கேற்பக் கொஞ்சம்போல் குடித்து விட்டு அடுத்தவரிடம் தந்துவிடவேண்டும். அப்போதுதான் எல்லாருக்கும் மது கிடைக்கும். எல்லாரும் மகிழ்ச்சியாக இருப்பார்கள். இதைக் குறிப்பிடுவதற்காக, 'Laget Om' என்று சொல்வார்களாம். இதன் பொருள், 'சரியான, நியாயமான அளவு'. இந்தச் சொற்கள்தான் பின்னர் Lagom என மாறியதாகச் சொல்கிறார்கள்.

இன்னும் சிலர், Laghum ('சட்டப்படி') என்ற சொல்லிலிருந்துதான் Lagom வந்தது என்கிறார்கள். ஆரம்பத்தில் எல்லாம் சட்டப்படி நடக்கவேண்டும் என்கிற பொருளில் பயன்படுத்தப்பட்ட இந்தச் சொல், பின்னர் ஒரு வாழ்க்கைமுறையாகவே மாறிவிட்டதாக இவர்கள் கருதுகிறார்கள்.

வேர்ச்சொல் எதுவானாலும் சரி, இன்றைக்கு Lagom என்பது நவீன காலப் பரபரப்புகளைக் குறைத்து நிம்மதியாக வாழச்செய்கிற ஒரு நல்ல உத்தியாகத் தெரிகிறது. இந்த மனோநிலை நமக்குள் வந்து விட்டால், அநாவசியமான மன அழுத்தத்தைக் குறைத்துக் கொள்ளலாம். இருப்பதைக்கொண்டு நிம்மதியாக வாழலாம்.

அதற்காக, Lagomல் உள்ளவர்கள் வெற்றிபெறமுடியாது என்று பொருளில்லை. அவர்களும் மற்றவர்களைப்போல் படிக்கலாம், பணிபுரியலாம், அதற்கேற்ற பலன்களை, வசதிகளை அனுபவிக் கலாம். ஆனால் அதேசமயம், இதற்காக அவர்கள் தங்களை மிகையாக வருத்திக்கொள்ளமாட்டார்கள். நிம்மதியைக் கெடுத்துக் கொண்டு ஒரு வசதி வருகிறதென்றால், இப்போது இருப்பதே போதும் என்ற மனோ நிலையோடு ஒவ்வொரு சவாலையும் அணுகும்போது, பரபரப் பின்றிச் செயல்படலாம், வெற்றிபெறலாம்.

தனிப்பட்ட வாழ்க்கையில்மட்டுமின்றி, ஒரு சமூகமாகவும் நமக்கு Lagom தேவைப்படுகிறது. 'தண்ணீரை வீணாக்காதீர்கள்' என்று அரசாங்கம் விளம்பரம் செய்தால், 'நம்மிடம்தான் பணம் இருக்கிறதே, இன்னொரு வண்டி தண்ணீர் வாங்கிக்கொள்ளலாம்' என்றுதான் நினைக்கிறோம். நாம் வீணாக்கும் தண்ணீர் இன்னொருவருக்குப் பயன்படுமே என்று நினைப்பதில்லை. 'இன்னும் ஐம்பது வருடங்களில் இந்த ஊரில் தண்ணீரே இருக்காது' என்று யாராவது பயமுறுத்தினால்தான் கொஞ்சம் யோசிக்கிறோம். அப்போதும் சுயநலம்தான் நம்மைச் செலுத்துகிறது.

இந்த மனோநிலையை Lagom பின்னணியில் யோசித்துப்பாருங்கள். தண்ணீரைச் சரியான அளவுமட்டும் பயன்படுத்திக்கொள்வது என்பது

நமக்கும் நன்மை, சமூகத்துக்கும் நன்மை, சுற்றுச்சூழலுக்கும் நன்மை. இப்படி ஒவ்வொருவரும் நினைக்கும்போது, வளங்கள் சரியானபடி பகிர்ந்துகொள்ளப்படும்.

இதற்கு க்ளாரா காட்டும் இன்னோர் எடுத்துக்காட்டு, பயன்பாட்டில் இல்லாத விளக்குகளை அணைப்பது. சுற்றுச்சூழலுக்குப் பாதிப்பு உண்டாக்காத விளக்குகளை வீட்டில் பயன்படுத்துவது. இதன்மூலம் நம்முடைய மின்சாரக்கட்டணமும் குறையும். அந்த மின்சாரம் பிறருக்கும் பயன்படும்.

இப்படி நம்முடைய வீட்டில் தொடங்கி நிதிப்பழக்கங்கள்வரை சகலத்திலும் லாகோம் மனோநிலையைப் பின்பற்றமுடியும். இந்தக் கோணத்தில் யோசிக்கும்போது, ஒவ்வொரு நாளும் நாம் எத்துணை விஷயங்களை வீணடித்துக்கொண்டிருக்கிறோம், தேவையில்லாமல் எத்துணைப் பொருள்களை வாங்குகிறோம் என்பதெல்லாம் புரியும். அவை இல்லாமல்கூட நம்மால் வாழமுடியும் என்பதைப் புரிந்து கொண்டுவிட்டால், அதன்பிறகு நாம் செய்கிற ஒவ்வொன்றிலும் இந்தக் கேள்வி எழும், அதீதத்தைக் குறைத்து ஆனந்தத்தைப் பெருக்கிக்கொள்வோம்.

53

தன்னை அறிதல்

'திறமையான ஆளுதான். ஆனா என்னவோ, திடீர்னு அவருக்குச் சம்பந்தமே இல்லாத ஒரு விஷயத்துல இறங்கிச் சொதப்பிட்டார்.'

இப்படி எப்போதாவது, யாரைப்பற்றியாவது சொல்லியதுண்டா? அந்த மனிதர் அப்படித் திடீரென்று மாறியதற்கு என்ன காரணம் என்று சிந்தித்ததுண்டா?

அவசரம், பதற்றம், பேராசை, தெளிவின்மை, பிறருடைய அறிவுரை, சூழ்நிலை என்று இதற்குப் பல காரணங்கள் சொல்லலாம். ஆனால், இவை அனைத்திற்கும் அடிநாதமாக ஒரு விஷயம் இருக்கும்: தன்னை அறியாமை.

ஒருவர் நிறையப் படித்திருக்கலாம், ஏகப்பட்ட செல்வாக்குடன் இருக்கலாம், நல்ல அனுபவத்தைச் சேர்த்துக்கொண்டிருக்கலாம், அவருக்குக்கீழே ஒரு பெரிய குழுவே இருக்கலாம்... ஆனால் இவை எல்லாம் இருந்தும்கூட, அவர் தன்னை முழுமையாக அறிந்திருக்கவில்லையென்றால், சரியான தீர்மானங்களை எடுக்க இயலாது. இன்றைக்கு இல்லாவிட்டாலும் என்றைக்காவது சொதப்பிவிடுவார்.

அதனால்தான், பள்ளி, கல்லூரியிலிருந்தே இந்தத் 'தன்னை அறிதல்' பழக்கத்தைக் கற்றுக்கொள்ளச்சொல்கிறார்கள். அதாவது, தன்னுடைய பலங்கள், பலவீனங்கள், தன்னால் எதை நன்றாகச் செய்ய இயலும், தனக்கு எதைச் செய்யப் பிடித்திருக்கிறது என்பதுபோன்ற விஷயங்களை ஆழமாக அறிந்திருத்தல். ஒருவர் மற்ற எல்லாரையும் விடச் சிறப்பாகத் தன்னைத்தானே புரிந்துகொண்டுவிட்டால், ஒவ்வொரு சூழ்நிலையிலும் சரியாகச் செயல்படலாம், மகிழ்ச்சியாக வாழலாம்.

ஒருவர் தன்னைப்பற்றித் தெரிந்துகொள்கிற அறிவை 'Insight' என்றழைக்கிறார் டாஷா யுரிச். இந்தத் தலைப்பில் அவர் எழுதியிருக்கும் புத்தகம், 'ஊரை, உலகத்தைக் கற்றுக்கொள்வது அப்புறம், முதலில் உங்களைக் கற்றுக்கொள்ளுங்கள்' என்கிறது.

இதைக்கேட்டால் சிலருக்கு வேடிக்கையாகக்கூட இருக்கலாம். 'தன்னை அறிந்துகொள்ளாதவன் எவனாவது இருப்பானா? எல்லாருக்கும் அவரவரைப்பற்றித் தெரியுமே?'

அப்படித்தான் எல்லாரும் நினைத்துக்கொண்டிருக்கிறார்கள். ஆனால் உண்மையில் மக்கள் தங்களைப்பற்றித் தாங்களே அறிந்து வைத்திருப்பது ஒரு குத்துமதிப்பான தோற்றம்தான். சில நேரங்களில் அது முற்றிலும் தவறாகக்கூட அமைந்துவிடுகிறது. அதை நம்பி அவர்கள் ஒரு பிழையான பாதையில் சென்றுவிட்டால்?

எடுத்துக்காட்டாக, திரைப்பட நடிகராக இருந்த ஒருவர் திடீரென்று இயக்குநராக நினைக்கிறார். அவர் தன்னைப்பற்றி முழுமையாக அறிந்து, தனக்குள் ஓர் இயக்குநர் இருப்பதை உணர்ந்து, இந்தப் பணியைச் செய்யத் தேவையான திறமைகள் என்னென்ன, அவற்றில் தான் எங்கே இருக்கிறோம் என்பதை மதிப்பிட்டு, தான் எதற்காக இதைச் செய்ய விரும்புகிறோம், மக்கள் தன்னிடம் என்ன எதிர்பார்க் கிறார்கள் என்பவற்றைப் புரிந்துகொண்டு அதில் இறங்கினால் பரவாயில்லை. மாறாக, இயக்குநராவதற்கான எந்தவிதமான தகுதிகளோ திறமைகளோ இல்லாமல், தன்னால் அது இயலாது என்பதும் தெரியாமல், வெறும் ஆசைக்காக உள்ளே வந்தால் இருப்பதையும் இழந்து நிற்கவேண்டியதுதான்.

இந்தக் குழப்பம் எல்லாவிதமான மக்களுக்கும் வருவதுதான். ஒரு பள்ளி, கல்லூரியைத் தேர்ந்தெடுக்கும்போது, அங்கே முதன்மைப் பாடத்தை, துறையைத் தேர்ந்தெடுக்கும்போது, எந்த வேலைக்கு முயற்சிசெய்வது என்றோ, எந்தத் தொழிலைத் தொடங்குவது என்றோ சிந்திக்கும்போது, திருமணத்துக்குப் பெண் தேடும்போது, சொந்தமாக வீடு கட்டலாம் என்று ஆசை வரும்போது, அலுவலகத்தில் பதவி உயர்வுக்கு முயற்சி செய்யலாமே என நினைக்கும்போது... இதுபோன்ற சூழ்நிலைகளிலெல்லாம் ஒருவர் சரியான தீர்மானங்களை எடுக்கவேண்டுமென்றால், அவருக்குத் தன்னைப்பற்றி நன்றாகத் தெரிந்திருக்கவேண்டும். அப்போதுதான் சரியான திசையில் காய் நகர்த்தி வெல்லலாம்.

திரும்பத்திரும்பத் தன்னைப்பற்றித் தெரிந்துகொள்ளவேண்டும் என்று சொன்னால் போதுமா? தன்னைப்பற்றி ஒருவர் என்ன தெரிந்து கொள்ளவேண்டும்?

மொத்தம் ஏழு விஷயங்களைத் தெரிந்துகொள்ளச்சொல்கிறார் டாஷா. இவற்றைத் 'தன்னைப்பற்றிய அறிவின் ஏழு தூண்கள்' என்று அழைக்கிறார்:

1. **மதிப்பீடுகள்**
2. **பேரார்வங்கள்**
3. **இலக்குகள்**
4. **சூழல்**
5. **பாணிகள்**
6. **எதிர்வினைகள்**
7. **தாக்கம்**

முதலில், உங்களை வழிநடத்துகிற மதிப்பீடுகள் எவை என்று தெரிந்து கொள்ளவேண்டும். நீங்கள் எந்தெந்தக் குணங்களை உயர்வாகக் கருதுகிறீர்கள்; எவற்றையெல்லாம் எதற்காகவும் விட்டுக்கொடுக்க மாட்டீர்கள் என்பதை உணரவேண்டும். எடுத்துக்காட்டாக, ஒருவர் எப்போதும் நேர்மையாக நடந்துகொள்ளவேண்டும், சட்டத்தை மீறக்கூடாது என்கிற மதிப்பீடுகளைக்கொண்டிருந்தால், அவருக்குச் சில தொழில்கள், வேலைகள் ஒத்துவரும், சில ஒத்துவராது. இந்த மதிப்பீடுகளைப் புரிந்துகொள்ளாமல் அவர் கிடைத்த தொழிலை, வேலையைச் செய்ய ஆரம்பித்தால் பிரச்னைதான்.

அடுத்து, நீங்கள் எதைச்செய்ய மிகவும் விரும்புகிறீர்கள் என்பதைக் கவனிக்கவேண்டும். அலுவலகப்பணியில் இருக்கிற ஒருவருக்குப் பாடுவதில் பேரார்வம் இருக்கலாம். இன்னொருபக்கம், பாடுவதையே தொழிலாகக்கொண்டிருக்கிற ஒருவருக்கு இசையமைப்பதில் பேரார்வம் இருக்கலாம். இப்படி உங்கள் மனம் எதை விரும்புகிறது என்பதைத் தெரிந்துகொள்வது அவசியம்.

மூன்றாவதாக, நீங்கள் எதை அடைய விரும்புகிறீர்கள் என்று புரிந்து கொள்ளவேண்டும். எடுத்துக்காட்டாக, பாடுவதில் பேரார்வம் கொண்ட ஒருவர் நாடறிந்த பாடகராகவேண்டும் என்ற இலக்கோடு இருக்கலாம். அல்லது, ஒரு வாரத்துக்குச் சில மணி நேரங்களாவது இசையில் தோய்ந்து மகிழவேண்டும், அதைப்பார்த்து எல்லாரும் கைதட்டவேண்டும் என்ற இலக்கை அவர் அமைத்துக்கொள்ளலாம். இப்படி ஒவ்வொருவரும் தன்னுடைய இலக்குகளைத் தெளிவாகப் புரிந்துகொண்டுவிட்டால், அவற்றை நோக்கி நகர்வதற்கான வழிகளைச் சிந்திப்பது சாத்தியமாகிறது.

அடுத்து, என்னமாதிரியான சூழல் உங்களுக்கு மகிழ்ச்சியளிக்கிறது என்பதை உணரவேண்டும். சிலர் உட்கார்ந்த இடத்தில் வேலை செய்வதை விரும்புவார்கள். சிலருக்கு எப்போதும் பல இடங்களுக்குச் சென்று புதியவர்களைச் சந்திப்பதில் விருப்பம். சிலர் தினமும் ஒரு புத்தகம் படிக்க விரும்புவார்கள். சிலர் நேரம் கிடைக்கும் போதெல்லாம் உடற்பயிற்சி செய்ய விரும்புவார்கள். சிலர் பெரிய வீட்டில் வசிக்க விரும்புவார்கள். தாங்கள் பணியாற்றுவதற்கென்று ஒரு தனி அறை, அதிலே மெலிதான இசை, ஆங்காங்கே அழகிய ஓவியங்கள் என்று கனவுகாண்பார்கள்... இப்படிச் சிறியதும் பெரியது மாக அவர்களுடைய மனத்துக்கு இனிமை தரும் சூழ்நிலைகள்தான் அவர்களை மகிழ்ச்சியாக வைத்திருக்கின்றன, இதை அவர்கள் உணர்ந்துகொள்வது முக்கியம்.

அடுத்து, உங்களுடைய சிந்திக்கும் பாணிகள், உணர்வுகள், பழக்க வழக்கங்களைக் கவனிக்கவேண்டும். எந்தச் சூழ்நிலையில் நீங்கள் எப்படி நடந்துகொள்கிறீர்கள் என்பதை உணரவேண்டும்.

ஆறாவதாக, உங்களைச் சுற்றியிருப்பவர்களின் செயல்களுக்கு நீங்கள் எப்படி எதிர்வினையாற்றுகிறீர்கள் என்பதைப் புரிந்துகொள்ள வேண்டும். இதன்மூலம் அவர்கள் மனத்தில் உங்களைப்பற்றி என்ன விதமான தோற்றம் பதிவாகியிருக்கிறது என்பதை ஊகித்தறிய வேண்டும். அவற்றில் எதிர்மறையாக இருக்கக்கூடியவற்றை எப்படி மாற்றலாம் என்று சிந்திக்கவேண்டும்.

நிறைவாக, உங்களுடைய செயல்பாடுகள் பிறர்மீது ஏற்படுத்தும் தாக்கத்தை அறியவேண்டும். அப்போதுதான் நீங்கள் எடுக்கப்போகும் தீர்மானங்கள் ஒவ்வொன்றும் என்னமாதிரியான விளைவுகளை உண்டாக்கும் என்கிற தெளிவு கிடைக்கும்.

இந்தத் தூண்களை அடிப்படையாகக்கொண்டு, உங்களுக்கு உங்களையே நெருக்கமாக்கிக்கொண்டால், தவறான வழியில் செல்லவேண்டி யிருக்காது. எப்போதும் சரியான தீர்மானங்களை எடுக்கலாம். உங்களுடைய பலங்களைப் பயன்படுத்திக்கொண்டு இன்னும் பெரிய அளவில் வெல்லலாம், ஆனந்தமாகவும் வாழலாம்.

ஆகவே, அப்படியே மனத்துக்குள் எட்டிப்பாருங்கள். உங்களுக்கு நீங்களே ஒரு 'ஹலோ' சொல்லுங்கள்!

54

ப்ளூ ஜீன்ஸ் புத்தர்

*பு*த்தர் ப்ளூ ஜீன்ஸ் போட்டுக்கொண்டு வந்தால் எப்படியிருக்கும்?

ஓவியங்களில் துறவிக்கோலத்திலேயே பார்த்த புத்தரைக் 'கேஷுவல்' ஆடையில் யோசிப்பதென்றால் திகைப்பாகத்தான் இருக்கும். ஆனால், புத்தர் என்பது வேறு யாருமில்லை, நாமேதான் என்பதை வேறு எப்படி விளக்குவதாம்?

தாய் ஷெரிடன் என்ற ஜென் துறவி, பழங்கால புத்த இலக்கியங்கள், ஜென் நூல்களையெல்லாம் இன்றைய இளைஞர்களும் வாசிக்கும் வண்ணம் எளிமையாக்கி எழுதிப் புகழ்பெற்றுள்ளார். அவருடைய 'Buddha In Blue Jeans' என்ற புத்தகத்தில்தான் இந்த ஜீன்ஸ் போட்ட புத்தரைச் சந்திக்கிறோம்.

இந்தக் கணத்தில் இருப்பது, திறந்த மனத்தோடு இருப்பது, எல்லார் மீதும் அன்பைப் பொழிவது, அனைவருக்கும் நன்மையைக் கொண்டு வருவது... இவைதான் புத்தராக வாழ்வதற்கான அடையாளங்கள் என்கிறார் தாய் ஷெரிடன். 'இதற்கு ஒரு நல்ல வழி, சும்மா இருக்கப் பழகுங்கள்.'

'சும்மா இருப்பது' என்றால், நிஜமாகவே சும்மா இருப்பதுதான். வேறு ஏதும் செய்யாமல் ஓரிடத்தில் அமைதியாக உட்கார்ந்திருப்பது!

ஒருவேளை, தியானத்தைச் சொல்கிறாரோ? அதற்கு ஒரு தனி இடம் வேண்டும், அமைதியான சூழல் வேண்டும், அதிகாலையில் எழவேண்டும், ஒரு குறிப்பிட்டமுறையில் அமரவேண்டும், கையை ஒருவிதமாக வைத்துக்கொள்ளவேண்டும், மந்திரம் சொல்ல வேண்டும் என்றெல்லாம் பல விதிமுறைகள் உண்டே.

அப்படியெல்லாம் எந்தக் கட்டாயமும் வேண்டாம் என்கிறார் தாய் ஷெரிடன். காலையோ மதியமோ மாலையோ, உங்களுக்கு வசதியான ஓர் ஆடையை அணிந்துகொண்டு, உங்களுக்குப் பிடித்த இடத்தில் பிடித்தமாதிரி உட்கார்ந்துகொள்ளுங்கள். இயல்பாக இருங்கள். அமைதியாக இருங்கள். வேறெந்தச் சிந்தனையும் வேண்டாம். ஐந்து நிமிடமோ, அரை மணிநேரமோ, உங்களால் இயன்ற அளவுக்கு அமர்ந்திருங்கள், அது போதும்.

தாய் ஷெரிடன் ஒரு ஜென் துறவியாக இருந்தாலும், இந்தப் புத்தகத்தில் எங்கும் அவர் ஆன்மிகமோ பக்தியோ பேசவில்லை. தத்துவங்களைச் சொல்லிக் கட்டிப்போடவில்லை. இளைஞர்கள், முதியவர்கள், ஆண்கள், பெண்கள் என எல்லாரையும் பார்த்துச் 'சும்மா உட்கார்ந்து பழகுங்கள்' என்கிறார், அவ்வளவுதான்.

இப்படியிருந்தால் என்ன நடக்கும்?

பரபரப்பான வாழ்க்கையில் நாம் 'சும்மா' இருக்கும் கணங்களே அபூர்வமாகிக்கொண்டிருக்கின்றன. ஆகவே, நம்மை நாமே கவனித்துக்கொள்ள இதுவொரு வாய்ப்பு. ஆரம்பத்தில் கடினமாக இருக்கும், பழகிவிட்டால் ஆசையாகப் பின்பற்ற ஆரம்பித்து விடுவோம். இதனால் பல புதிய கதவுகள் திறக்கும், இவையெல்லாம் சும்மா உட்கார்ந்தால்மட்டும்தான் திறக்கும்:

- உடலைக் கவனியுங்கள், அதோடு ஒரு தனிப்பிணைப்பை உருவாக்கிக்கொள்ளுங்கள். சரியான தூக்கம், ஆரோக்கியமான உணவு என அதனைப் பேணிக் காப்பதில் உள்ள மகிழ்ச்சியை உணருங்கள்.

- தினந்தோறும் ஏதேதோ நிகழ்வுகளுக்கு ஏதேதோ உணர்வு களைக் காட்டுகிறோம். கோபம், மகிழ்ச்சி, ஆவல், ஏமாற்றம் என்று எல்லா உணர்ச்சிகளையும் கவனியுங்கள். அவை ஏன் அப்படி வெளிப்படுகின்றன என்று சிந்தியுங்கள். பிறருடைய உணர்ச்சிகளை மதிக்கத்தொடங்குங்கள்.

- எண்ணங்களை உயர்வாக்குங்கள். அதேசமயம் எல்லாவகை எண்ணங்களும் உங்களுக்குள் வந்துபோவதைக் கவனியுங் கள். ரசியுங்கள்.

- கடந்தகாலத்தில், எதிர்காலத்தில் வாழாதீர்கள். ஒவ்வொரு கணத்தையும் நன்கு வாழப்பழகுங்கள். இப்போது என்ன செய்கிறீர்களோ, உங்கள்முன் என்ன இருக்கிறதோ அதனுடன் முழுமையான பிணைப்பை உண்டாக்கிக்கொள்ளுங்கள்.

- வாழ்க்கை என்பது வியப்புகளால் ஆனது. அவற்றைத் தனியே தேடிச்செல்லவேண்டியதில்லை. ஒவ்வொரு கணமும் வியப்புதான். ஒவ்வொரு மனிதரும் வியப்புதான். எந்த எதிர்பார்ப்பும் இல்லாமல் உலகைப் பாருங்கள், வியப்பை அனுபவியுங்கள்.

- வலியென்பதும் வாழ்க்கையின் ஒரு பகுதி. அதைப்பற்றிப் புகார் சொல்வதைவிட, இயன்றவரை அதனை ஏற்றுக்கொள்ளப் பழகுங்கள்.

- அனைத்தையும் நேசியுங்கள், அனைவரையும் நேசியுங்கள். அன்பென்னும் பெருங்கடலுக்கு அழகு, அசிங்கம், தெரிந்தது, தெரியாதது, பிடித்தது, பிடிக்காதது என்று எந்த வித்தியாசமும் இல்லை. உங்களை நேசிப்பதுபோல் எல்லாவற்றையும் நேசியுங்கள்.

- பிறர் பேசும்போது, எந்த எதிர்பார்ப்பும் இல்லாமல் கேளுங்கள். அந்தக் கருணை அவர்களை ஆசிர்வதிக்கும். உங்களைச் சுயநலத்திலிருந்து வெளியே அழைத்துவரும்.

- வாழ்க்கையே பெரிய அன்பளிப்பு. உங்களுக்குக் கிடைத்துள்ள ஒவ்வொன்றையும் எண்ணி நன்றியோடிருங்கள்.

- மன்னிக்கப் பழகுங்கள். நீங்கள் தவறுசெய்தால் உங்களையே மன்னித்துக்கொள்ளுங்கள். பிறர் தவறுசெய்தால் அவர்களையும் மன்னியுங்கள். யாரையும் துன்புறுத்தாமலிருங்கள்.

- வாழ்க்கை, குடும்பம், சமூகம், பிறர், படைப்புணர்வு, உலகம், மனிதகுலம், ஆன்மிக உணர்வு... உங்களுக்கு எது முக்கியம் என்று சிந்தியுங்கள். அதற்கு உங்களைக் கொடுத்துவிடுங்கள். அனைவருக்கும் நன்மையை, மகிழ்ச்சியைக் கொண்டுவருகிறவராக வாழுங்கள்.

இப்படிச் 'சும்மா இருத்தலின்'போது நாம் கற்றுக்கொள்ளக்கூடியவை என்று விவரிக்கப்பட்டிருக்கும் விஷயங்கள் ஒவ்வொன்றும் மிக எளிமையானவைதான். 'இதெல்லாம் நமக்கு ஏற்கெனவே தெரியுமே' என்று யோசிக்கவைக்கிறவைதான். ஆனால், அந்த எளிமைதான் இந்தப் புத்தகத்தின் பலமே.

சொல்லப்போனால், நமது பழைய நீதிநூல்கள், பெரியோர்கள் சொல்லாத எவையும் இங்கே இல்லை. அதேசமயம், அவற்றைக் கட்டாயமாக்கிப் பயமுறுத்தாமல், 'சும்மா உட்கார்ந்திருக்கும்போது

இதையெல்லாம் கொஞ்சம் யோசிங்க' என்று சொல்லியிருக்கும் அணுகுமுறையால் ஜெயித்துவிடுகிறார் தாய் ஷெரிடன்.

'ஏதேனும் பிரச்னை, பதற்றம் என்றால், கொஞ்சம் நிதானமா உட்கார்ந்து யோசிங்க' என்று சொல்வதுபோல்தான் இந்த நுட்பத்தை அறிமுகப்படுத்துகிறார் அவர். 'இப்படி இருந்தால்தான் ஆச்சு' என்று பிடிவாதம் பிடிக்காமல், 'இதையெல்லாம் செய்யலைன்னா தண்டனை உண்டு' என்று மிரட்டாமல், 'இதைக் கொஞ்சம் முயற்சிசெஞ்சு பாருங்களேன்' என்று அன்போடு வழிகாட்டுகிறார்.

அனைவரும் மகிழ்ச்சியாக, ஒருமித்த உணர்வோடு அமைதியாக வாழவேண்டும் என்கிற விருப்பத்தோடு நிறைவடையும் இந்தப் புத்தகம், நம்மை நாமே கவனித்துக்கொள்ளவேண்டும் என்கிற ஆர்வத்தைத் தூண்டும். கொஞ்சம் மௌனத்தையும் நிறைய சிந்தனையையும் கற்றுத்தரும்.

'இன்னொருவரைப்போல் காப்பியடித்து வாழும் முயற்சியில் வாழ்க்கையை வீணாக்காதீர்கள். அடுத்தவர்களின் எதிர்பார்ப்புகளுக்கு உங்கள் வாழ்க்கையைக் களமாக்காதீர்கள். பிறர்மீது பொறாமைப் பட்டு, வாழும் இனிமையை இழக்காதீர்கள். யாரும் உங்களைவிட உயர்வில்லை. நீங்கள் நீங்களாக இருப்பதுதான் மிகப்பெரிய பரிசு' என்பதே இப்புத்தகத்தின் அச்சாணி வாசகம்.

பின்னே? நீங்கள் சாதாரண ஆளா? ஜீன்ஸ் போட்ட புத்தரல்லவா!

55

சைக்கிள் புரட்சி

உங்கள் வீட்டில் சைக்கிள் உண்டா?

சென்ற தலைமுறையில், சைக்கிள் இல்லாத வீடுகள் அபூர்வம். கலகலவென்று மணியடித்தபடி பள்ளிக்குச் செல்லும் பிள்ளைகளில் ஆரம்பித்துத் தினமும் சைக்கிளை மிதித்தபடி அலுவலகம் செல்லும் பெற்றோர்வரை சர்வசாதாரணமாகப் பார்க்கலாம்.

ஆனால் இன்றைக்கு, எல்லாம் இயந்திரமயமாகிவிட்டது; சைக்கிள் களுக்குப்பதில் பைக், கார் என்று முன்னேறிவிட்டோம். யாராவது சைக்கிள் மிதித்துச் சென்றால், 'ரொம்ப ஏழைபோலிருக்கு' என்று உச்சுக்கொட்டுகிறோம்.

இன்னொருபக்கம், பல்லாயிரம் ரூபாய் செலவழித்துச் சைக்கிள் வாங்குகிறவர்களும் இருக்கிறார்கள்; அதற்கேற்றபடி பாதுகாப்பு ஆடைகளை உடுத்திக்கொண்டு, தலையில் ஹெல்மெட் போட்டுக் கொண்டு வியர்க்க விறுவிறுக்கச் சைக்கிள் மிதிக்கிறார்கள். பிறகு, 'இன்றைக்கு இருபது கிலோமீட்டர் சைக்கிளோட்டினேன்' என்று ஃபேஸ்புக்கில் செல்ஃபி போடுகிறார்கள்.

இதனால், இந்தத் தலைமுறையைப் பொறுத்தவரை, சைக்கிள் என்பது ஏழைகளுடைய வாகனம், அல்லது, பணக்காரர்களுடைய பந்தா சாதனம். இந்த இரண்டுக்கும் நடுவே இருக்கிற பெரும்பான்மை மக்கள், அதாவது, நடுத்தரவர்க்கத்தைச் சேர்ந்தோர் சைக்கிளை மதிப்பதில்லை.

‘இது ஒரு சாதாரண மாற்றம் என்று நினைத்துவிடாதீர்கள்; ஒட்டு மொத்த உலகத்தையும் பாழாக்கிக்கொண்டிருக்கிற மாற்றம் இது’ என்கிறார் பீட்டர் வாக்கர். அவர் எழுதியுள்ள ‘How Cycling Can Save The World’ என்ற புத்தகம்தான் இப்படியொரு கருத்தை முன்வைக்கிறது.

பெயரில் ‘வாக்கர்’ இருந்தாலும், பீட்டர் உண்மையில் ஒரு சைக்ளர். அதாவது, தினந்தோறும் வாய்ப்புக்கிடைக்கும்போதெல்லாம் சைக்கிள் மிதிக்கிற பேர்வழி. எங்கே செல்வதென்றாலும் பைக், கார் சாவியைத் தேடுகிற மக்கள் மத்தியில், ‘றெக்கை கட்டிப் பறக்குதுங்க பீட்டரோட சைக்கிள்’ என்று ஆர்வத்தோடு சுற்றிவருகிற ஆள்.

ஆரம்பத்தில் பணம் சம்பாதிப்பதற்காகத்தான் சைக்கிளைத் தொட்டார் பீட்டர். லண்டன் நகர்முழுக்கச் சைக்கிளில் சுற்றிவருகிற ஒரு வேலை அவருக்கு அமைந்திருந்தது; அதில் நல்ல சம்பளமும் வந்தது. ஆகவே, மகிழ்ச்சியோடு நாள்முழுக்க சைக்கிளோட்டத் தொடங்கினார்.

சில வருடங்கள் கழித்துப்பார்த்தால், பீட்டரின் பூஞ்சையான உடல் நன்கு பலமாகியிருந்தது. முன்பெல்லாம் அடிக்கடி தலைகாட்டிய நோய்கள் இப்போது இல்லை. அவரைப் பார்க்கிறவர்களெல்லாம், ‘நல்லா ஸ்மார்ட்டா இருக்கீங்களே, ஜிம்முக்குப் போறீங்களா?’ என்று கேட்கத்தொடங்கினார்கள்.

எந்த உடற்பயிற்சியும் செய்யாமல் உடலில் இப்படி வலுவேறியது எப்படி? யோசித்தபோது, பீட்டருக்கு விஷயம் புரிந்தது: சைக்கிள் தான் காரணம்!

இப்போது பீட்டர் நாள்முழுக்கச் சைக்கிளோட்டுவதில்லை. அவ்வப் போது தேவைப்பட்டால்தான் சைக்கிளைத் தொடுகிறார். ஆனால் இந்த எளிய பழக்கம், பயிற்சியாலேயே தன்னுடைய ஆரோக்கியம் பிரமாதமாக மேம்படுவதை உணர்கிறார் அவர்.

‘சைக்கிளோட்டினால் உங்களுடைய வாழ்நாளில் சில வருடங்கள் கூடும். இது ஒரு மந்திர மருந்தைப்போன்றது’ என்கிறார் பீட்டர். ‘உண்மையிலேயே இப்படியொரு மருந்தை யாராவது கண்டுபிடித்தால், உலகத்தில் எல்லாரும் போட்டிபோட்டுக்கொண்டு அதை வாங்குவார் கள். ஆனால், சைக்கிளை யாரும் சீண்டுவதில்லை. காரணம், இதில் இருக்கிற ஆரோக்கிய நன்மைகள் பலருக்குத் தெரியவில்லை.’

சைக்கிளோட்டத் தயங்கும் பலர் சொல்கிற ஒரு பொதுவான காரணம்: பரபரப்பான நகரங்களில், பெரிய வாகனங்கள் அங்குமிங்கும் விரைகிற சாலைகளில் சைக்கிளோட்டுவது ஆபத்தில்லையோ?

‘உண்மையில், சைக்கிளோட்டாமலிருப்பதுதான் பெரிய ஆபத்து’ என்று விளக்குகிறார் பீட்டர். ‘உலக அளவில் மனிதர்களுக்கு வரும் பெரும்பாலான நோய்களுக்கு என்ன காரணம் என்று பட்டியலிட்டுப் பார்த்தால், சுறுசுறுப்பில்லாத வாழ்க்கைமுறை அதில் முக்கிய இடம் பிடிக்கிறது. வாரத்துக்கு இரண்டரை மணிநேரம்கூட யாரும் உடற்பயிற்சியில் ஈடுபடுவதில்லை என்று பெரும்பாலான உலக நாடுகளின் ஆரோக்கிய அமைப்புகள் புலம்புகின்றன.’

வாரத்துக்கு இரண்டரை மணிநேரம் என்றால், தினமும் இருபது நிமிடங்கள்தான். ஆனால் அந்த அளவு உடற்பயிற்சிகூடப் பலருக்கு இல்லை. இதனால், அவர்களுடைய ஆரோக்கியம் கெட்டுப் போகிறது; நோய்கள் தேடிவருகின்றன.

‘உடற்பயிற்சி செய்யறதுக்கெல்லாம் யாருக்கு நேரம் இருக்கு?’ என்கிறார்கள் பலர்.

இதற்கென்று தனியே ஒரு ஜிம்முக்குச் சென்று உடற்பயிற்சி செய்தால் தானே கூடுதல் நேரம் தேவை? அதைத் தினசரி வாழ்க்கையோடு இணைத்துவிட்டால்?

அந்த வேலையைத்தான் சைக்கிள் அழகாகச் செய்கிறது. அலுவலகத் துக்கோ கடைகளுக்கோ சைக்கிளில் செல்லப் பழகிவிட்டால், உடற்பயிற்சிக்கென்று தனியே நேரம் ஒதுக்கவேண்டியதில்லை. அது அழகாகத் தினசரி வாழ்க்கையில் பொருந்திவிடுகிறது. தங்களையும் அறியாமல் அவர்கள் உடற்பயிற்சி செய்யத் தொடங்குகிறார்கள்; உடலை வலுவாக்கத் தொடங்குகிறார்கள்.

ஒருவர் சைக்கிளோட்டத்தொடங்கினால், அதனால் அவருக்குமட்டும் நன்மையில்லை; ஒட்டுமொத்தச் சமூகத்துக்கும் நன்மை என்கிறார் பீட்டர்:

- பைக், கார் போன்ற வாகனங்களுக்குப்பதில் சைக்கிளைப் பயன்படுத்துவதால் எரிபொருள் மிச்சம்; சுற்றுச்சூழல் மாசு குறையும்.
- சாலையில் சைக்கிள்களுக்கென்று தனி வசதி செய்துதரப் பட்டால், ஒரே சாலையில் ஏராளமானோர் விரைவாகச் சென்றுவரலாம்; இதனால் போக்குவரத்து நெரிசல் குறையும்.
- சைக்கிளில் செல்பவர்களை நாம் இயந்திரங்களாகப் பார்ப்ப தில்லை; மனிதர்களாகப் பார்க்கிறோம். இதன்மூலம் நம்முடைய நட்பு வட்டம் வளர்கிறது. அடிக்கடி புன்னகைக்கிறோம்; மகிழ்ச்சியாக வாழ்கிறோம்.

இப்படிச் சைக்கிளின்மூலம் ஏற்படும் பல நன்மைகளை இந்தப் புத்தகத்தில் பட்டியலிடுகிறார் பீட்டர். 'சைக்கிளோட்டுவது என்றால், வியர்க்க விறுவிறுக்கப் பல மைல் தூரம் செல்வதுதான் என்று நினைக்காதீர்கள். இந்த வயசுல நம்மால சைக்கிளோட்டமுடியுமா என்று யோசிக்காதீர்கள். எந்த வயதிலும் யாரும் சைக்கிளோட்டலாம். அதற்குத் தேவை, மனம்தான்.'

அதேபோல், சைக்கிளோட்டுகிறேன் பேர்வழி என்று ஆயிரக்கணக்கில் செலவழித்துக் கியர் வைத்த சைக்கிள், பாதுகாப்பு ஆடைகள், ஹெல்மெட், எச்சரிக்கை விளக்கெல்லாம் வாங்கவேண்டாமாம். சாதாரண சைக்கிளும் எளிய ஆடைகளும் போதும். சுறுசுறுப்பாக மிதிக்க ஆரம்பித்தால், அதுவே பிடித்துப்போய்விடும்.

இன்றைய நம்முடைய நகரங்கள் சைக்கிளோட்டுபவர்களுக்குச் சாதகமாக இல்லை. அரசாங்கங்கள் நினைத்தால், இதனை மாற்றலாம், இதற்காக நாம் குரல் கொடுக்கவேண்டும் என்கிறார் பீட்டர்.

யோசித்துப்பாருங்கள், ஒரு நகரத்தில் முக்கியமான சாலைகளிலெல்லாம் சைக்கிளோட்டிகள் பாதுகாப்பாகச் செல்ல வழியமைத்துத் தந்தால், எத்தனைப் பேர் ஆர்வத்துடன் சைக்கிளை மிதிக்கத்தொடங்குவார்கள்! அதன்மூலம் அந்த நகரத்தின் ஒட்டுமொத்த ஆரோக்கியமும் மகிழ்ச்சியும் வளருமல்லவா?

சாலை என்பது பெரிய வாகனங்களுக்குத்தான் சொந்தம் என்கிற மனோநிலை மாறவேண்டும். எளிய சைக்கிளைக்கொண்டு உடலை, மனத்தை, உலகையே மாற்றலாம் என்பதைப் புரிந்துகொள்ள வேண்டும். முக்கியமாக, சும்மா உட்கார்ந்திருக்காமல் பெடலை மிதிக்கத் தொடங்கவேண்டும்!

56

புதையல் வேட்டை!

'இப்பல்லாம் யார் நாவல் படிக்கறாங்க?'

தமிழில்தான் இப்படிச் சொல்லிக்கொண்டிருக்கிறோம். ஆங்கிலத்தில் இது நாவல்களின் பொற்காலம். பிரபலங்களில் ஆரம்பித்து நேற்று எழுதவந்தவர்கள்வரை க்ரைம், நகைச்சுவை, சரித்திரம், கற்பனையுலகம், காதல், செக்ஸ், தீவிர இலக்கியம், சிறுவர் இலக்கியம், டீனேஜ் இலக்கியம், பெண்ணியம், அரசியல் என்று விதவிதமான நாவல்களை எழுதித்தள்ளுகிறார்கள். எந்த நாவலும் ஐம்பதாயிரம் சொற்களுக்குக் குறைவதில்லை. மின்னூல்களாகவும் அச்சுநூல்களாகவும் வெளியாகிக் கொண்டேயிருக்கின்றன.

கடந்த கால்நூற்றாண்டுகாலத்தில் உலகில் அதிகம் விற்பனையான நாவல்களில் ஒன்று, 'The Alchemist'. இதனை எழுதிய பாவ்லோ கொய்லோவின் நூல்கள் அனைத்தும் கோடிக்கணக்கில் விற்றிருந்தாலும், இந்தப் புத்தகம்தான் டாப். பல மொழிகளில் கிட்டத்தட்ட ஏழு கோடிப்பிரதிகள் விற்றிருக்கிறது!

Alchemist என்றால் ரசவாதி என்று பொருள், அதாவது, இரும்பைத் தங்கமாக்குகிற வித்தைக்காரர்.

தலைப்பு இப்படியிருந்தாலும், இந்தப் புத்தகம் மாயாஜாலவகையைச் சார்ந்ததல்ல. கற்பனையா நிஜமா என்று தெரியாத ஒரு கதையைச் சொல்லி, அதன்மூலம் நமக்குள் பல கேள்விகளை எழுப்புவதுதான் இதன் வெற்றிக்குக் காரணம்.

சான்டியாகோ என்றொரு சிறுவன். ஸ்பெயினில் ஆடுமேய்த்துக் கொண்டிருக்கிறான்.

அவனுக்கு அடிக்கடி ஒரு கனவு வருகிறது. அந்தக் கனவில் ஒரு குரல் கேட்கிறது, 'எகிப்தில் புதையல் இருக்கிறது!'

ஸ்பெயினுக்கும் எகிப்துக்கும் ஏகப்பட்ட தூரம். ஆனால், புதையல் ஆசை யாரைவிட்டது? சான்டியாகோ அதையே நினைத்துக் கொண்டிருக்கிறான். சிலரிடம் இதைப்பற்றி விசாரிக்கிறான்.

அவர்கள் எல்லாரும் சொல்லிவைத்தாற்போல் ஒரே அறிவுரையைத் தான் சொல்கிறார்கள். 'அது உன்னுடைய புதையல், போய் எடுத்துக் கொள்!'

கேட்பதற்கு நன்றாகத்தான் இருக்கிறது. ஆனால், பறக்கிறதுக்கு ஆசைப்பட்டு இருக்கிறதை விடமுடியுமா?

இங்கே கிராமத்தில் ஆடுகள் இருக்கின்றன, அவற்றை மேய்ப்பதால் ஏதோ கொஞ்சம் வருமானம் கிடைக்கிறது. அதைவைத்துக்கொண்டு நிம்மதியாகச் சாப்பிடமுடிகிறது. இதையெல்லாம் விட்டுவிட்டு எங்கேயோ இருக்கிற எகிப்துக்குச் செல்வது சாத்தியமா?

சான்டியாகோ தொடர்ந்து யோசிக்கிறான். அவனுக்குள் புதையல் ஆசை அதிகரிக்கிறது.

ஒருகட்டத்தில், அவன் எகிப்து செல்லத் தீர்மானித்துவிடுகிறான். தன்னுடைய ஆடுகளையெல்லாம் விற்றுக் கிடைத்த பணத்தை எடுத்துக்கொண்டு புறப்படுகிறான்.

வழியில் ஏமாற்றுப்பேர்வழி ஒருவன் சான்டியாகோவைச் சந்திக்கிறான். அவனிடமிருக்கும் பணத்தையெல்லாம் சுருட்டிக்கொண்டு ஓடி விடுகிறான்.

சான்டியாகோ நொந்துபோகிறான். புதையலை நம்பி ஆடும்போச்சு, பணமும்போச்சு, என்னசெய்வது? பேசாமல் ஊருக்குத் திரும்பி விடலாமா, அல்லது, கனவை நம்பித் தொடர்ந்துசெல்லலாமா?

தான் இருக்கும் இடத்திலேயே ஒருவரிடம் வேலைக்குச்சேர்கிறான் சான்டியாகோ. அவரிடம் நிறைய விஷயங்களைக் கற்றுக்கொள்கிறான்.

அதேசமயம், அவரும் சான்டியாகோவிடமிருந்து நிறைய தெரிந்து கொள்கிறார். அதனால் அவருடைய தொழில் மேம்படுகிறது. நல்ல லாபம் சம்பாதிக்கிறார். அதில் ஒரு பங்கை சான்டியாகோவுக்குத் தருகிறார்.

இப்போது, அவனிடம் முன்பைவிட நிறையப் பணம் இருக்கிறது. அவன் நினைத்தால் ஊருக்குத் திரும்பிவிடலாம், நிறைய ஆடுகளை வாங்கி மேய்க்கலாம், வழக்கமான வாழ்க்கையைத் தொடரலாம்.

ஆனால், அவனுக்கு அதில் விருப்பம் இல்லை. ஒருமுறை சூடுபட்ட போதும், புதையலைத்தேடி மீண்டும் புறப்படுகிறான்.

இப்போது, அவன் ஒரு பெரிய பாலைவனத்தைத் தாண்டிச்செல்ல வேண்டியிருக்கிறது. அங்கே பல ஆபத்துகள் உண்டு என்பது அவனுக்குத் தெரியும். ஆனாலும், துணிந்து புறப்படுகிறான்.

வழியில் சான்டியாகோ இன்னொரு சுவாரஸ்யமான மனிதரைச் சந்திக்கிறான். அவர்தான் ரசவாதத்தைப்பற்றி அவனுக்கு விளக்குகிறார்.

'ஒரு விசேஷக்கல் இருக்கிறது. அதைத் தேய்த்தால் சாதாரண உலோகம் தங்கமாகிவிடும்' என்கிறார் அவர். 'இன்னொரு மருந்து இருக்கிறது, அதைக் குடித்தால் எல்லா நோய்களும் குணமாகிவிடும்!'.

இப்படி அவர் சொல்லும் விஷயங்களையெல்லாம் சான்டியாகோ வாய்பிளந்து கேட்கிறான், அதையெல்லாம் நம்புவதா, வேண்டாமா என்று திகைக்கிறான்.

அந்த மனிதர் ஒரு மூத்த ரசவாதியைத் தேடிச் சென்றுகொண்டிருக் கிறார். அவரைச் சந்தித்து அவரிடம் ரசவாதநுட்பங்களைக் கற்றுக் கொள்ளவேண்டும் என்று விரும்புகிறார்.

பாலைவனப்பயணத்தின் நடுவே, அவர்கள் ஓரிடத்தில் தங்குகிறார்கள். அந்த இடம் அமைதியாகத்தான் இருக்கிறது. ஆனால், யாரோ அதைத் தாக்கப்போகிறார்கள் என்று சான்டியாகோவுக்குத் தோன்றுகிறது.

உடனடியாக, அவன் அந்தப் பகுதியின் தலைவர்களிடம் செல்கிறான். நடக்கப்போவதைச் சொல்கிறான்.

அவர்களுக்கு இவன்மீது நம்பிக்கை வரவில்லை. ஆனாலும், எதற்கும் இருக்கட்டுமே என்று எச்சரிக்கையாகிறார்கள்.

விரைவில், சான்டியாகோ சொன்னதுபோலவே எதிரிகள் அந்த இடத்தின்மீது படையெடுக்கிறார்கள். தயாராக இருந்த உள்ளூர்ப் படையினர் அவர்களை விரட்டியடித்து வெற்றிபெறுகிறார்கள்.

அதன்பிறகு, அவர்கள்மத்தியில் சான்டியாகோவுக்கு மதிப்பு அதிகரித்து விடுகிறது. அவன் நினைத்தால் இங்கேயே தங்கிவிடலாம் என்கிற சூழ்நிலை.

ஆனால், இந்தமுறையும் சான்டியாகோ தங்கவிரும்பவில்லை. புதையலைப் பார்த்தாகவேண்டும் என்று அவனுடைய உள்ளம் சொல்கிறது, மறுபடியும் புறப்படுகிறான்.

இப்போது, அவன் ஒரு பெரியவரைச் சந்திக்கிறான். அவர்தான் அந்த மூத்த ரசவாதி. அவரும் சான்டியாகோவோடு புதையலைத்தேடி வருகிறார்.

வழியில் பல அதிசயச்செயல்கள் நிகழ்கின்றன. தனக்குள் இருக்கும் ஆற்றலை சான்டியாகோ உணரத்தொடங்குகிறான்.

ஒருவழியாக, அவன் எகிப்துக்குச் சென்றுசேர்கிறான். அங்கே புதையலைத் தேடுகிறான்.

ஆனால், இவ்வளவு சிரமப்பட்டு அங்கே வந்தவனுக்குப் பெரிய ஏமாற்றம்தான் காத்திருக்கிறது. அங்கே புதையல் ஏதும் இருப்பதாகத் தெரியவில்லை.

போதாக்குறைக்கு, அங்கே இருந்த சிலர் அவனைப் பிடித்து அடித்து விடுகிறார்கள். அவர்களிடமும் தன்னுடைய கனவைப்பற்றிச் சொல்கிறான் சான்டியாகோ.

அப்போது, அவர்களில் ஒருவர், 'தம்பி, இந்தக் கனவையெல்லாம் நம்பிக் கிறுக்குப்பிடித்துத் திரியாதே' என்கிறார், 'நானும் உன்னை மாதிரிதான், எங்கேயோ ஸ்பெயினில் புதையல் இருக்கிறது என்று எனக்குக் கனவு வந்தது. அதற்காக நான் இப்போது புறப்பட்டு ஸ்பெயினுக்குப் போகமுடியுமா?'

அவர் தன்னுடைய கனவை விவரித்ததும், சான்டியாகோ ஆச்சர்யத்தில் திகைக்கிறான். காரணம், அவர் சொல்லும் அந்த இடம் அவனுக்கு நன்கு பரிச்சயமானது. அவன் முன்பு ஆடு மேய்த்துக்கொண்டு திரிந்த இடம்தான் அது.

சான்டியாகோ தன்னுடைய ஊருக்கே திரும்பச்செல்கிறான். தான் கனவுகண்ட அந்த இடத்தில் தோண்டிப்பார்க்கிறான். அவனுடைய புதையலைக் கண்டுகொள்கிறான்.

இத்தனைநாளாகப் புதையலுக்குப் பக்கத்திலேயே வாழ்ந்திருக்கிறான் அவன். ஆனால், அந்தவிஷயம் அவனுக்கே தெரியவில்லை. அதைத் தேடி உயிரைப் பணயம்வைத்துப் பல நாடுகளைச்சு) சுற்றி வந்திருக்கிறான்.

அதுவும் ஒருவிதத்தில் நல்லதுதான். பல மனிதர்களைச் சந்திப்பதற்கு, புதிய சூழ்நிலைகளைக் கற்றுக்கொள்வதற்கான வாய்ப்பு. உலகின் பொதுமொழி அன்புதான் என்பதைப் புரிந்துகொள்வதற்கான அனுபவங்கள். ஒவ்வொருவருக்கும் ஒரு லட்சியம் வேண்டும், அதைத் தேடிச் செல்லவேண்டும், வழியில் எத்துணைத் தடைகள் வந்தாலும் தேடலை நிறுத்திவிடக்கூடாது, அதேசமயம், வேர்களை மறந்துவிடக்கூடாது. ஒருவன் தன்னுடைய லட்சியத்தில் உறுதியாக இருந்தால், எல்லாரும் அவனுக்கு உதவுவார்கள்... இந்தப் பயணத்தால் சான்டியாகோவுக்குக் கிடைத்த இத்தனைப் பாடங்களும் பெரிய புதையல்தானே!

(The Alchemist: Paulo Coelho: Harper: Rs 350)

57

எழுத்தறிவித்தவர்

ஒருவருக்கு உயிர்போகும் அபாயம். அப்போது, அவருக்குச் சம்பந்தமே இல்லாத இன்னொருவர் அவருடைய உயிரைக் காப்பாற்றுகிறார்.

உடனே, அவர் நெகிழ்ந்துபோகிறார். தன் உயிரைக் காப்பாற்றிய வருக்கு ஏதாவது செய்யவேண்டும் என்று துடிக்கிறார்.

என்ன செய்யலாம்?

உயிருக்கு இணை ஏது? எதைவேண்டுமானாலும் செய்யலாம்!.

ஆனால், அந்த இன்னொருவர் எந்தவிதமான பதில் உதவியையும் பெற்றுக்கொள்ள விரும்பவில்லை. 'என்னால முடிஞ்சதைச் செஞ்சேன், இதுல என்ன இருக்கு?' என்று நகர்ந்துவிடுகிறார்.

அவருக்கு அது சாதாரணமாக இருக்கலாம், ஆனால், உயிர்காப்பாற்றப் பட்டவருக்கு? தனக்கு இத்தனை பெரிய நன்மையைச்செய்த ஒருவருக்கு ஏதாவது செய்யவேண்டுமே என்று மனம் துடிக்காதா? குற்றவுணர்ச்சி ஏற்படாதா?

இந்தத் தவிப்புதான்க்ரெக் மார்டென்சன், டேவிட் ஆலிவர்ரெலின்எழுதிய 'Three Cups of Tea'யின் அடிப்படை. தனிமனிதர் ஒருவருடைய உயிர்ப்பிரச்னை, ஒரு சமூகத்துக்கே நன்மைதருகிற இயக்கமாக மாறிய நெகிழ்வூட்டும் உண்மைக்கதை இது.

க்ரெக் மலையேற்றத்தில் ஆர்வம்கொண்டவர். உலகின் இரண்டாவது பெரிய மலையாகிய K2வில் ஏறும் முயற்சியில் இருந்தார்.

அப்போது, க்ரெக் எப்படியோ வழிமாறிவிட்டார், எந்தப்பக்கம் செல்வது, எப்படிச்செல்வது என்று புரியாமல் திகைத்தார். நடந்து நடந்து உடம்பெல்லாம் களைப்பு, பலவீனம், அவருக்கு உதவ யாருமே இல்லை.

இதையடுத்து, மலையில் எங்கெங்கோ அலைந்து திரிந்தார் க்ரெக். பின்னர், ஒரு சிறிய கிராமத்தைப்பார்த்தார்.

அந்த ஊரின் பெயர் கோர்ஃபெ. பெரும்பாலும் ஏழைக்குடும்பங் களைக்கொண்ட ஓர் எளிய கிராமம் அது.

ஆனால், கோர்ஃபெ மக்கள் க்ரெக்கை அன்போடு பார்த்துக் கொண்டார்கள். அவர்களுடைய கவனிப்பில் க்ரெக்கின் உடல் தேறியது.

எங்கோ அமெரிக்காவிலிருந்து வந்த ஒருவரைப் பாகிஸ்தான் மலைக்கிராமம் ஒன்று காப்பாற்றியது. அவர் ஊர்திரும்பும் நாள்வந்தது.

க்ரெக்குக்குச் சும்மா கிளம்பிச்செல்ல மனமில்லை. கோர்ஃபெ மக்களுக்கு ஏதேனும் செய்யவேண்டும் என்று நினைத்தார். ஆனால், என்னசெய்வது என்று புரியவில்லை.

அப்போதுதான், அவர் ஒரு விஷயத்தைக் கவனித்தார், கோர்ஃபெயில் பள்ளிக்கூடம் இல்லை. ஆகவே, அங்குள்ள சிறுவர்கள், சிறுமியர் முறையான கல்வியின்றி சிரமப்படுகிறார்கள். அவர்களுக்கு ஒரு பள்ளிக்கூடம் கட்டித்தந்தால் என்ன?

பள்ளிக்கூடம் கட்டுவது சாதாரணவேலையா? ஏகப்பட்ட பணம் தேவைப்படுமே.

ஒருவேளை பணத்தைத் திரட்டிவிட்டால்கூட, அதை இன்னொரு வரிடம் தந்து பள்ளியைக் கட்டச்சொல்லமுடியுமா? க்ரெக் மீண்டும் பாகிஸ்தானுக்கு வரவேண்டும், அவரே முன்னின்று பள்ளியைக் கட்டவேண்டும், ஆசிரியர்களை நியமிக்கவேண்டும், அது தொடர்ந்து இயங்குவதற்குத் தேவையானவற்றைச் செய்யவேண்டும்.

இவை அனைத்துக்கும் க்ரெக் தயாராக இருந்தார். தன் உயிரைக் காப்பாற்றியவர்களுக்குச் செய்கிற பதில்மரியாதை என்கிற எண்ணம் ஒருபக்கம், அதன்மூலம் அவ்வூரின் இளம்தலைமுறையினருக்கு நல்ல கல்வி, வேலைவாய்ப்புகள் அமையும் என்கிற திருப்தி இன்னொரு பக்கம்.

ஆகவே, அமெரிக்கா திரும்பிச்சென்ற கையோடு, க்ரெக் இதற்காக நிதி திரட்டும் முயற்சிகளில் இறங்கினார். தன்னுடைய அனுபவத்தை எழுதி, 'கோர்ஃபெயில் பள்ளிகட்டுவதற்கு நன்கொடை தாருங்கள்' என்று கேட்கத்தொடங்கினார்.

இதுபோன்ற வேலைகளில் அவருக்கு எந்த முன் அனுபவமும் இல்லை. ஆகவே, ஆரம்பத்தில் சரியானபடி நிதி சேரவில்லை.

எனினும், க்ரெக் நம்பிக்கையிழக்கவில்லை. தொடர்ந்து வெவ்வேறு வழிகளில் முயன்றார். கொஞ்சம்கொஞ்சமாகப் பணம் சேரத் தொடங்கியது.

மகிழ்ச்சியடைந்த க்ரெக் மீண்டும் பாகிஸ்தானுக்கு வருகிறார், அங்கே பள்ளியொன்றைக்கட்டும் முயற்சிகளைத் தொடங்குகிறார்.

ஆனால், அவர் நினைத்ததுபோல் அது அத்துணை எளிதாக இல்லை. பலவிதமான தடைகள் வருகின்றன. ஒவ்வொன்றையும் கடந்து முன்னேறுவதற்கு மிகுந்த மனவுறுதி தேவைப்படுகிறது.

க்ரெக் தன்னுடைய தீர்மானத்தில் உறுதியாக இருக்கிறார். உள்ளூர் மக்களுடன் நெருங்கிப்பழகுகிறார். அவர்களிடம் வேண்டிய ஒத்துழைப்பைப்பெறுகிறார். இன்னொருபக்கம் நிதி திரட்டும் முயற்சிகளும் தொடர்கின்றன. கொஞ்சம்கொஞ்சமாக அந்தப் பள்ளி உருவாகிறது.

ஆனால், க்ரெக் அத்துடன் நிறுத்தவில்லை. CAI (Central Asia Institute) என்ற பெயரில் ஓர் அமைப்பைத் தோற்றுவிக்கிறார். அதன் நோக்கம், மத்திய ஆசியாமுழுவதும், குறிப்பாகப் பாகிஸ்தானிலும் ஆஃப்கானிஸ் தானிலும் பள்ளிகளைக்கட்டுவது. ஆசிரியர்களுக்குப் பயிற்சியளிப்பது. அதன்மூலம் அங்குள்ள இளைஞர்கள் கல்விகற்க உதவுவது.

இந்தப்பள்ளிகள் வெறுமனே கல்வியறிவைமட்டும் பரப்பப் போவ தில்லை, அமைதியெண்ணத்தையும் பரப்பும் என்பதுதான் க்ரெக்கின் நம்பிக்கை.

அதாவது, இளைஞர்களுக்குச் சரியான கல்வி இல்லாதபோது, அவர்களுக்கு நல்ல வேலைவாய்ப்புகளும் கிடைப்பதில்லை. உலக அறிவும் விசாலமாவதில்லை. சரியான சிந்தனையில்லாமல் யாருடைய வலையிலேனும் விழுந்துவிடுகிறார்கள்.

ஆகவே, அவர்கள் தங்களுடைய சொந்த ஊரிலேயே முறையான கல்வி கற்கும் வாய்ப்பு ஏற்படும்போது இந்நிலை மாறக்கூடும். அவர்களுடைய வாழ்க்கைநிலையும் மேம்படும்.

குறிப்பாக, பெண்கள் கல்விகற்கவேண்டியது அவசியம் என்றார் க்ரெக். காரணம், அவர்களால்தான் கல்வியின்முக்கியத்துவத்தை அடுத்த தலைமுறைகளுக்குப் புகட்டமுடியும்.

இந்த நோக்கத்துடன் க்ரெக் வெவ்வேறு பகுதிகளில் பள்ளிகளை அமைக்கத்தொடங்கினார். அவரது முயற்சியால் ஐம்பதுக்கும் மேற்பட்ட பள்ளிகள் உருவாகின.

க்ரெக்கின் முயற்சிகளுக்கு உள்ளூர்மக்களின் ஆதரவு இருந்தது. ஆனால், 'இளைஞர்கள் படித்துவிடக்கூடாது' என்பதையே நோக்க மாகக் கொண்டு செயல்படுகிற சில சமூகவிரோதிகள் அவரை மிரட்டினார்கள், கடத்தினார்கள். அதைப்பற்றியெல்லாம் கவலைப் படாமல் க்ரெக் தனது பணிகளைத் தொடர்ந்தார்.

ஆக, மலையில் வழிமாறித்திரிந்த ஓர் இளைஞர், கல்வியின்மூலம் ஒரு சமுதாயத்துக்கே வழிகாட்டுகிறவராக மாறினார். அவரது கதையைப் படிக்கும்போது, 'யாவினும் புண்ணியம், ஆங்கோர் ஏழைக்கு எழுத்தறிவித்தல்' என்ற வரிகள்தான் நமக்குத் தோன்றுகின்றன.

அது சரி, இந்தப் புத்தகத்துக்கு ஏன் சம்பந்தமில்லாமல் 'மூன்று கோப்பை தேநீர்' என்று பெயர்வைத்திருக்கிறார்?

பாகிஸ்தானிலுள்ள பால்டிஸ்தான் பகுதி மக்கள், தேநீரை நட்பின் அடையாளமாகக் கருதுகிறார்கள். ஒருவருடன் அடுத்தடுத்துத் தேநீர் அருந்த அருந்த, அவர் நமக்கு அதிகம் நெருங்குவதாக நம்புகிறார்கள்.

கோர்ஃபெயின் கிராமத்தலைவரான ஹாஜி அலி இதனை க்ரெக்கிடம் விளக்குகிறார், 'நீங்கள் என்னோடு முதல் கோப்பை தேநீர் அருந்தும் போது, நீங்கள் யாரோ, நான் யாரோ! இரண்டாவது கோப்பை தேநீர் அருந்தும்போது, நீங்கள் மரியாதைக்குரிய ஒரு விருந்தினர்! மூன்றாவது கோப்பை தேநீரை அருந்தும்போது, நீங்கள் எங்களுடைய குடும்பத்தில் ஒருவர்!'

ஆக, ஒருவரோடு மூன்று கோப்பைத் தேநீர் அருந்திவிட்டால் போதும், அவருக்காக எதையும் செய்வோம் என்பதுதான் அந்த எளிய மக்களின் அன்பு!

க்ரெக் மார்டென்சனின் இந்தப் புத்தகத்தில் பல 'பொய்கள்', தவறான விவரங்கள் இருப்பதாகச் சர்ச்சைகள் எழுந்துள்ளன. இதில் பல விஷயங்களை க்ரெக் மிகைப்படுத்தியிருப்பதாகக் குற்றம்சாட்டி, இது உண்மைக்கதைதானா என்று சந்தேகப்படுகிறவர்களெல்லாம் உண்டு.

ஆனால், வெறும் மூன்று கோப்பைத் தேநீரில் உலகே ஒரு குடும்பமாக லாம் என்கிற அந்த எண்ணம், தேனாக இனிக்கிறது!

(Three Cups of Tea: Greg Mortenson, David Oliver Relin: Penguin UK: Rs 450)

58

நிலத்துக்கடியில் அறுபத்தொன்பது நாள்

பத்து நிமிடம் மின்சாரம் இல்லையென்றால் உடம்பெல்லாம் வியர்க்க ஆரம்பித்துவிடுகிறது. உள்ளூர் மின்வாரியப் பணியாளர் தொடங்கி அரசாங்கத்தார்வரை அனைவரையும் திட்டுகிறோம். எதிரிலிருக்கிறவர் மேலெல்லாம் எரிந்துவிழுகிறோம்.

மின்சாரம்மட்டுமா? செல்ஃபோன் இல்லையென்றால் உலகப்போரே வந்துவிடும். அதில் இணையம் இல்லையென்றால் வாழ்க்கைக்கு அர்த்தமே இல்லாததுபோன்ற உணர்வு ஏற்பட்டுவிடும்.

இப்படிச் சின்னச்சின்ன வசதிகளுக்குப் பழகிப்போய், அவை இல்லாத ஒரு வாழ்க்கையைக் கற்பனை செய்யக்கூட இயலாத நிலைக்குச் சென்றுவிட்ட நாம், 33 பேரைத் தெரிந்துகொள்ளவேண்டும், இவ்வுலகைப் பற்றிய நம் பார்வையையே மாற்றக்கூடியவர்கள் அவர்கள்.

யார் அந்த 33 பேர்?

2010 ஆகஸ்ட் 5ம் தேதி. சிலியில் ஒரு சுரங்கம். அதற்குள் பல ஊழியர்கள் பணிபுரிந்துகொண்டிருந்தார்கள்.

ஆபத்தான வேலை. ஆனால், அங்கிருந்த எல்லாரும் விரும்பியே அதனைத் தேர்ந்தெடுத்திருந்தார்கள், அதிலிருக்கும் அபாயங்களை ஓரளவு அறிந்திருந்தார்கள். தங்களுக்கு ஏதும் நடந்துவிடாது என்ற நம்பிக்கையோடு உழைத்தார்கள்.

அன்றைக்கு மதிய உணவு நேரம், அவர்கள் பணிபுரிந்துகொண்டிருந்த பகுதியில் பூமி சற்றே அசைந்தது. அத்தனைபேரும் உள்ளே அகப்பட்டுக் கொண்டார்கள்.

ஆரம்பத்தில் அவர்கள் பிரச்னையின் தீவிரத்தை அவ்வளவாக அறிந்திருக்கவில்லை. தாங்கள் வெளியேறவேண்டிய பாதையை ஏதோ பாறை அடைத்திருக்கிறது. அதனைத் தகர்த்துக்கொண்டு வெளியே சென்றுவிடலாம் என்று முயன்றார்கள், நடக்கவில்லை.

அப்போதுதான், அவர்கள் முதன்முறையாகத் திகைத்துநின்றார்கள். 'வசமாக மாட்டிக்கொண்டுவிட்டோம். இனிமேல் வெளியிலிருந்து யாராவது நம்மைக் காப்பாற்றினால்தான் உண்டு.'

அவர்கள் முப்பத்து மூன்று பேர். நல்லவேளையாக, அத்தனை பேருக்கும் தேவையான உணவும் தண்ணீரும் அங்கே இருந்தது.

ஆனால், அந்த உணவு இரண்டுநாளைக்குத்தான் தாங்கும். அதற்குமேல்?

வெளியிலிருப்பவர்கள் இரண்டுநாளைக்குள் அவர்களைக் காப்பாற்றி விடமாட்டார்களா என்ன?

பூமியின் அடியாழத்தில் சுரங்கத்துக்குள் சிக்கியிருப்பவர்களை மீட்பதென்பது நாம் நினைப்பதைப்போல் எளிதல்ல. யார், எங்கே இருக்கிறார்கள் என்பதுகூடத் தெரியாத சூழ்நிலை. வழக்கமான வழி அடைபட்டுவிட்டது. புதிய வழியைத்தான் அமைக்கவேண்டும். அதையும் ஜாக்கிரதையாகச் செய்யவேண்டும். அதற்குத்தேவையான கருவிகள் வேண்டும், நிபுணர்கள் வரவேண்டும்...

இத்தனைக்கும்மேலாக, அங்கே யாராவது உயிரோடு இருக்கிறார்களா, இல்லையா? யாருக்குத் தெரியும்?

சிலியும் ஒட்டுமொத்த உலகமும் இந்த முப்பத்து மூன்று பேரின் கதி என்னவானதோ என்று திகைத்துப்போயிருந்தார்கள். அவர்களை மீட்பதற்கான வழிகளை யோசித்துக்கொண்டிருந்தார்கள்.

இன்னொருபக்கம், அந்த முப்பத்து மூன்று பேரும், வெளியிலிருந்து உதவி வரும்வரை தங்களுடைய உயிரை எப்படிக் காத்துக்கொள்வது என்று சிந்திக்கத்தொடங்கியிருந்தார்கள்.

கையில் இருக்கும் உணவு சில நாள்களுக்குத்தான் போதும். அதற்குள் உதவி கிடைக்குமா என்பது தெரியாது. ஆகவே, இனிமேல் அள்ளி அள்ளித் தின்னக்கூடாது, கிள்ளிக் கிள்ளித்தான் தின்னவேண்டும்.

பசித்தால்?

வேறு வழியில்லை, வயிற்றைக் காயப்போடுங்கள், எல்லாரும் உயிர்வாழ்வது முக்கியமல்லவா?

உணவுமட்டுமல்ல, தண்ணீர், கழிவுகளைக் கையாள்வது என ஒவ்வொன்றையும் அவர்கள் யோசித்துத் தீர்மானித்தார்கள். வெளியிலிருந்து உதவி வரும்வரை தங்களை ஊக்கத்துடன் வைத்துக் கொள்வது எப்படி என்று சிந்தித்தார்கள். எல்லாரும் சேர்ந்து இந்தச் சூழ்நிலையை எதிர்த்துப் போராடுவோம் எனக் கைகோத்தார்கள்.

இப்போது நினைத்தாலும் சிலிர்ப்பூட்டுகிற விஷயம் அது. தரைக்குக் கீழே பலநூறு அடி ஆழத்தில், வெளியிலிருந்து உதவி வருமா, வராதா என்று தெரியாத சூழ்நிலையில், உயிரைக் கையில் பிடித்துக்கொண்டு வாழ்ந்த அந்த முப்பத்து மூன்று பேரையும் காப்பாற்றியது, அவர்கள் வைத்திருந்த நம்பிக்கைதான். அதுவே அவர்களுக்குள் ஒழுங்கைக் கொண்டுவந்தது. சச்சரவுகளைத் தீர்த்துவைத்தது. ‘உதவி கிடைக்கும், நாம் உயிர் பிழைப்போம்’ என்று வாழ்வை எதிர்நோக்கச்செய்தது.

சுரங்கத்தில் நாள்கணக்காக வாழ்வது சாதாரண விஷயமல்ல. வெப்பமும் ஈரப்பதமும் வாட்டும். இரவு, பகல் தெரியாது. அதைவிட முக்கியமாக, இங்கிருந்து எப்போது வெளியேபோவோம் என்பதே தெரியாது.

நம்மால் கற்பனைகூடச் செய்ய இயலாத இவ்வளவு சிரமங்களையும் அவர்கள் எப்படியோ சமாளித்தார்கள். தங்களுக்குள் சச்சரவுகள் ஏற்பட்டபோதெல்லாம், என்ன செய்யலாம் என அனைவரும் ஓட்டுப்போட்டுத் தீர்மானித்தார்கள்: சுரங்கத்துக்குள் ஜனநாயகம்!

அதேநேரம், வெளியே அவர்களை மீட்கும் முயற்சிகள் சுறுசுறுப்பாக நடந்துகொண்டிருந்தன. பல நிபுணர்கள் வரவழைக்கப்பட்டிருந் தார்கள், அதிநவீனத் தொழில்நுட்பங்களைப் பயன்படுத்தி அவர்கள் மீட்பு நடவடிக்கைகளில் ஈடுபட்டிருந்தார்கள்.

சுரங்கத்துக்குள் சிக்கியிருந்த ஊழியர்களின் குடும்பத்தினர் அங்கேயே கண்ணீரோடு காத்திருந்தார்கள். தங்களுடைய அன்புக்குரியவர்கள் உயிரோடு இருக்கவேண்டுமே என்று பிரார்த்தித்துக் கொண்டிருந்தார்கள்.

அந்த முப்பத்து மூன்று பேரும் கீழே நலமாகத்தான் இருந்தார்கள். ஆனால், ஒருநாளைக்கு ஒரு ஸ்பூன் உணவுகூட இல்லையென்றால் இன்னும் எத்தனைநாள் இப்படிச் சமாளிக்கமுடியும்?

உடல்பிரச்னைகள் ஒருபுறம், மனப்பிரச்னைகள் இன்னொருபுறம், உயிர்மீது பயமும் இதுவரை சந்தித்திராத சூழ்நிலையும் அவர்களைப் பலவிதமான குழப்பங்களுக்கு ஆளாக்கின. அப்போது அவர்களுக் கிடையே வன்முறை வெடித்திருந்தால் என்ன ஆகியிருக்குமோ!

நல்லவேளையாக, அப்படி ஏதும் நடந்துவிடவில்லை. அவர்களே தங்களை முறையாக வழிநடத்திக்கொண்டார்கள். உதவி வரும் என்று காத்திருந்தார்கள்.

இப்படி இருப்பதைக்கொண்டு ஒருநாள், இரண்டுநாள் அல்ல, முழுமையாகப் பதினேழுநாள்கள் அவர்கள் உயிர்வாழ்ந்தார்கள். அதன்பிறகு, ஒரு சிறு வெளிச்சம் அவர்களுக்குத் தென்பட்டது.

ஒருவழியாக, மீட்புக்குழுவினர் அவர்கள் இருக்குமிடத்தைக் கண்டுபிடித்துவிட்டார்கள். முப்பத்து மூன்று பேரும் உயிரோடுதான் இருக்கிறார்கள் என்பதைத் தெரிந்துகொண்டுவிட்டார்கள்.

இதனால், அவர்களுடைய குடும்பத்தினர் ஆனந்தத்தில் துள்ளினார்கள். மீட்புக்குழுவினரோ இன்னும் சுறுசுறுப்புடன் அவர்களை மீட்பதற்கான வழிமுறைகளைத் தேடினார்கள்.

ஆனால், அந்த வழிமுறைகள் எவையும் உடனடியாகப் பலன் தருகிறவை அல்ல, பலநாள், பலவாரங்கள் ஆகலாம்.

அதுவரை, உள்ளே சிக்கியிருக்கிறவர்களுக்குத் தேவையான உணவுகளும் பிற பொருள்களும் அவ்வப்போது அனுப்பப்பட்டன. அவர்களுக்கு நம்பிக்கையூட்டும்வண்ணம் மருத்துவர்கள் அவர்களோடு தொடர்ந்து பேசி வந்தார்கள்.

அறுபத்தொன்பது நாள் தொடர்ச்சியான போராட்டத்துக்குப்பிறகு, அக்டோபர் 13ம் தேதி அவர்கள் ஒவ்வொருவராக மீட்கப்பட்டார்கள். அவர்களை வரவேற்பதற்காக உலக மீடியாவே அங்கே கூடியிருந்தது. அனைவரும் பத்திரமாக வெளியே வந்துவிட்டார்கள் என்று அறிந்து பலகோடி மக்கள் நிம்மதிப் பெருமூச்சுவிட்டார்கள்.

நெருக்கடியான நேரங்களில் மனித மனம் எப்படியெல்லாம் யோசிக்கும், செயல்படும் என்பதை விளக்கும் அபூர்வமான உதாரணம், இந்த முப்பத்து மூன்று பேரின் கதை. இதனைக் கேட்ட பிறகு, சின்னச்சின்ன அசௌகர்யங்களுக்கெல்லாம் சலித்துக்கொள்ளத்தோன்றாது.

இந்த மீட்புநடவடிக்கைகளை நேரில் பார்த்த பத்திரிகையாளர் ஜொனாத்தன் ஃப்ராங்க்ளின், ‘33 Men’ என்ற பெயரில் அதனை நூலாக எழுதியிருக்கிறார். அதை வாசிக்கும்போது, உயிர்வாழ்வதற்கு உணவு, உடை, உறைவிடம்மட்டுமல்ல, நம்பிக்கை என்ற பெரும் சக்தியும் தேவை என்பது புரிகிறது!

(33 Men: Jonathan Franklin: Berkley Publishers: Rs 623)

59

மன்னிச்சுடுங்க!

தவறுசெய்யாதவர்கள் யாருமில்லை. குறிப்பாக, மற்றவர்களுடன் பழகும்போது.

நண்பர்களோ, உறவினர்களோ, சகஊழியர்களோ, ஏதாவது ஒரு கட்டத்தில் அவர்கள் மனம்நோகும்படி ஒரு சொல்லைச் சொல்லி விடுகிறோம். அல்லது, அவர்கள் விரும்பாத ஒன்றைச் செய்து விடுகிறோம். அல்லது, நாம் இயல்பாகச் செய்த ஒரு விஷயத்தால் அவர்களை நோகடித்துவிடுகிறோம். இதனைத் தவிர்ப்பது எளிதல்ல.

ஆனால், தாங்கள் அப்படி இன்னொருவரைச் சிரமப்படுத்திவிட்டோம் என்பதை எத்தனைபேர் உணர்கிறார்கள்? அப்படியே உணர்ந்தாலும், அதையெண்ணி எத்தனைபேர் வருந்துகிறார்கள்? அப்படியே வருந்தினாலும், எத்தனைபேர் மன்னிப்புக்கேட்கிறார்கள்? அப்படியே மன்னிப்புக்கேட்டாலும், அதில் எத்தனை மன்னிப்புகள் உண்மையாகக் கேட்கப்படுகின்றன?

மன்னிப்புக் கேட்கவேண்டியது அவ்வளவு அவசியமா?

பலர் அதை எதிர்பார்ப்பதில்லை, குறிப்பாக நம்மைப் புரிந்துகொள்ளக் கூடிய நண்பர்கள், உறவினர்கள் நாம் கேளாமலே நம்மை மன்னித்து விடுகிறார்கள். ஆனால், அதில் நம் முயற்சி ஏதும் இல்லை. நாம் பிழையை உணரவுமில்லை, மன்னிப்புக்கோரவுமில்லை. ஆகவே, அவர்களைப்பொறுத்தவரை அந்தக்கணக்கு இன்னும் நேர் செய்யப் படவில்லை. ஆகவே, மனத்தின் ஓர் ஆழத்தில் அந்த வருத்தம் இருக்கும். என்றைக்காவது எதிர்பாராத நேரத்தில் கோபமாக வெளிப்படும்.

ஆகவே, நம்மீது தவறு இருக்கும்போது, அல்லது, அவ்வாறு நம் அன்புக்குரிய, மதிப்பிற்குரிய ஒருவர் நினைக்கும்போது மனதார மன்னிப்புக் கேட்பது அவசியம். இது காயப்பட்ட உறவைச் சரிசெய்கிறது, மேலும் ஆழமாக்குகிறது.

பரவாயில்லை, இனிமேல் ஏதாவது பிரச்னை என்றால் 'ஸாரி' என்று ஒருவார்த்தை சொல்லிவிடலாம் என்று நினைக்கிறீர்களா? அது அத்துணை எளிதல்ல.

முதலில், 'ஸாரி' என்று சொல்லவிடாதபடி நம்முடைய ஈகோ நம்மைத் தடுக்கிறது. அதைச் சொன்னால் நாம் தாழ்ந்துவிடுகிறோம் என்று எண்ணச்செய்கிறது.

இதனால், 'மன்னிச்சுடுங்க' எனச் சொல்லவேண்டிய விஷயத்தை, 'என்மேல தப்பு இருந்தா மன்னிச்சுடுங்க' அல்லது, 'ஒருவேளை உங்க மனம் நொந்திருந்தா மன்னிச்சுடுங்க' என்று நீட்டிமுழக்குகிறோம். இதன்மூலம் 'என்னைப்பொறுத்தவரை நான் செஞ்சது சரி, ஆனா, உங்களுக்காக மன்னிப்புக்கேட்கிறேன்' என்கிற கருத்தை முன்வைக்கிறோம். இது காயத்தை மேலும் ஆழமாக்குமேயன்றி, குணப்படுத்தாது.

ஆக, மன்னிப்புக்கேட்பது முக்கியமென்றால், அதை முழுமனத்துடன், சரியானமுறையில் கேட்பது இன்னும் முக்கியம். அப்போதுதான் அது பிரச்னையை முழுமையாகச் சரிசெய்யும்.

கேரி சாப்மன், ஜெனிஃபர்தாமஸ் என்ற இருவர், மன்னிப்பை ஆழமாக ஆராய்ந்திருக்கிறார்கள். மன்னிப்புக்கோருதலை ஐந்துவிதமாகப் பிரித்து விளக்கியிருக்கிறார்கள்.

'The Five Language of Apology' என்ற இவர்களுடைய நூல், மனித வாழ்வில் மன்னிப்புகள் கோரப்படுகின்ற வெவ்வேறு சூழ்நிலைகளை எதார்த்தமாகப் பேசுகிறது. நாம் மன்னிப்புக் கோருகிறவராக இருந்தாலும் சரி, இன்னொருவர் நம்மிடம் மன்னிப்புக் கோர வேண்டும் என்று எதிர் பார்க்கிறவராக இருந்தாலும் சரி, இந்த ஐந்து வழிகளைப் புரிந்து வைத்துக்கொள்வது நமது தகவல்தொடர்பை மேம்படுத்தும், உறவுகளை வலுவாக்கும்.

முதலாவதாக, வருத்தத்தை வெளிப்படுத்துதல். அதாவது, செய்ததை எண்ணி உண்மையாக வருந்துதல். அதை எந்த முன்னொட்டு, பின்னொட்டும் இல்லாமல் வெளிப்படையாகச் சொல்லுதல்.

இங்கே 'முன்னொட்டு, பின்னொட்டு' என்பது, 'ஆனா', 'ஏன்னா' என்பதுபோன்ற வார்த்தைகளைத்தான். உதாரணமாக, 'உன்கிட்ட

அப்படிப் பேசிட்டேன்னு வருத்தமா இருக்கு' என்பதும், 'உன்கிட்ட அப்படிப் பேசிட்டேன்னு வருத்தமா இருக்கு. ஆனா, நான் ஏன் அப்படிப் பேசினேன் தெரியுமா?' என்பதும் ஒன்றல்ல.

உண்மையிலேயே அப்படிப்பேச உங்களுக்கொரு காரணம் இருந்திருக்கலாம். அதை வெளிப்படுத்தவும் செய்யலாம். ஆனால், அதையும், இந்த வருத்தத்தையும் சேர்த்துக் குழப்பிக்கொள்ளாதீர்கள். வருத்தம் என்பது முழுமையான வருத்தமாக இருக்கட்டும். அதன்பிறகும் அந்தச் செயலை நியாயப்படுத்தினால், அதற்காக நீங்கள் உண்மையில் வருந்துகிறீர்களா என்கிற சந்தேகம் எழும்.

இரண்டாவதாக, பொறுப்பேற்றுக்கொள்ளுதல். செய்தது தவறு என்று வருந்தியாயிற்று, அந்தத் தவறு உங்களுடையது என்று ஏற்றுக் கொள்கிறீர்களா? குறிப்பாக, அதை முழுமனத்துடன் ஒப்புக் கொள்கிறீர்களா?

பலரும் தங்களுடைய பிழைகளுக்கு இன்னொருவரை அல்லது இன்னொரு விஷயத்தைச் சாக்காகச் சொல்வதையே விரும்புகிறார் கள். 'அவர் அப்படிச் செய்தார், அல்லது, அது அப்படி நிகழ்ந்தது, அதனால் நான் இப்படிச் செய்ய நேர்ந்துவிட்டது' என்று சொல்லும் போதே, இன்னொரு சந்தர்ப்பத்தில் இன்னொருவர் இன்னொன்றைச் செய்யும்போது இதே தவறை இவர் மீண்டும் செய்யக்கூடும் என்கிற கருத்து வந்துவிடுகிறதல்லவா?

உதாரணமாக, 'நான் அப்படிப் பேசியிருக்கக்கூடாது, என் தவறுதான்' என்பது சரி. 'நீங்கள் அப்படிப் பேசியதால்தான் நான் அப்படிப் பேசினேன்' என்பதோ, 'அன்னிக்குக் கொஞ்சம் ஆஃபீஸ்ல டென்ஷன். அதனால அப்படிப் பேசிட்டேன்' என்பதோ பொறுப்பான மன்னிப்புக் கோரல் அல்ல.

இந்த 'நியாய'ங்கள் உண்மையானவையாகவும் இருக்கலாம். ஆனால், மன்னிப்புக்கோருகிறவர் அவற்றுக்குப் பின்னே ஒளிந்துகொள்ளக் கூடாது. செய்ததற்குத் தானே பொறுப்பேற்கவேண்டும்.

தவறுக்காக வருந்தியாகிவிட்டது, அதற்குப் பொறுப்பேற்றுக் கொண்டாகிவிட்டது. மூன்றாவதாக, அதுபற்றி என்ன செய்யப் போகிறோம் என்பதைச் சொல்வது. அதாவது, அந்தப்பிழை இன்னொரு முறை நிகழாமலிருக்க என்ன நடவடிக்கை எடுக்கவிருக்கிறோம் என்று விவரிப்பது.

'அன்னிக்கு அப்படிப் பேசினது தப்புதான். இனிமே அந்த வார்த்தையைப் பயன்படுத்தமாட்டேன். உங்களோட தனிப்பட்ட

விஷயத்துல தலையிடமாட்டேன்' என்று ஒருவர் சொன்னால், அவர் தன் செயலுக்கு வருந்தி, பொறுப்பேற்றுக்கொண்டு, மாற்று நடவடிக்கையையும் சிந்திக்கத்தொடங்கியிருக்கிறார் என்பது தெளிவாகிறது.

ஒருவேளை, அந்த மாற்று நடவடிக்கை என்ன என்பதே புரியாவிட்டால்?

பாதிக்கப்பட்டவரிடமே அதைக் கேட்கலாம், 'நான் தப்புச் செஞ்சுட்டேன்னு புரியுது, இப்ப நான் என்ன செய்யணும்?' என்று நேரடியாகக் கேட்டுவிட்டால், அவர்கள் மனத்தில் உள்ளது என்ன, அவர்கள் எதிர்பார்ப்பது என்ன என்பதைப் புரிந்துகொள்ளலாம், அதன்படி நடக்கலாம்.

நான்காவது, அந்த மாற்றத்துக்குத் தயாராக இருப்பது, அது எவ்வளவுதான் கடினமானதாக இருந்தாலும் சரி!

தவறுகளைத் திருத்திக்கொள்வதென்பது நாம் எதிர்பார்ப்பதுபோல் எளிதல்ல. பல நேரங்களில் பழைய பழக்கங்கள் மீண்டும் வந்து நம்மைத் தடுமாறச்செய்யும். அப்போதெல்லாம், அவற்றை மாற்றிக் கொள்வதில் நாம் உறுதியோடு இருந்தால்தான், முன்பு செய்த பிழையை எண்ணி நிஜமாகவே வருந்துகிறோம் என்று பொருள்.

ஐந்தாவதாக, மன்னிப்புக்கோருதல். என்னதான் செய்த பிழையை எண்ணி வருந்தினாலும், பொறுப்பேற்றாலும், மாற்றத்தைச் சிந்தித்தாலும், மாற்றத்துக்குத் தயாரானாலும், ஆரம்பத்தில் செய்த பிழையால் வருத்தப்பட்டவர் அதனை ஏற்றுக்கொள்ள வேண்டுமல்லவா, அதுதான் மன்னிப்பு என்பதன் பொருள். அதைப் பணிவோடுதான் கோரிப்பெறவேண்டும். 'அதான் இவ்ளோ கேக்கறேனே, மன்னிச்சா என்னவாம்?' என்று சண்டைபோட்டால்... மறுபடி பழைய பிரச்னைக்கே திரும்பச்சென்றுவிட்டோம் என்று பொருள்!

ஆக வருந்துதல், பொறுப்பேற்றல், மாற விரும்புதல், மாறத் தயாராயிருத்தல், மன்னிப்பைக் கோரிப்பெறுதல் ஆகிய ஐந்தையும் முழுமையாகச் செய்கிறபோதுதான், உண்மையான மன்னிப்பு கிடைக்கும். முன்பு செய்த பிழையால் விரிசல்விழுந்த உறவைப் பலப்படுத்திக்கொள்வதும் சாத்தியமாகும்!

(The Five Languages of Apology: Gary Chapman, Jennifer Thomas: Jaico Publishing House: Rs 295)

60

போதைப்பழக்கம்: மூளைப்பிரச்னையா?

ஒரு பள்ளி மாணவி, போதைக்கு அடிமையாகிவிடுகிறார்.

இந்த வரியைப் படித்தவுடன் உடனடியாக உங்கள் மனத்தில் தோன்றும் உணர்ச்சி என்ன? அந்தப் பெண்ணைப்பற்றி என்ன நினைக்கிறீர்கள்?

சிலர் பரிதாபப்பட்டு உச்சுக்கொட்டுவார்கள், இன்னும் சிலர் 'இந்த வயசுல இதெல்லாம் தேவையா? படிக்கிற பொண்ணுதானே? போதைமருந்துகளால என்னென்ன பிரச்னை வரும்ன்னு தெரியாதா? தானே விரும்பி அதுல போய் விழுந்தா நாம என்ன செய்யமுடியும்? எல்லாம் கொழுப்பு' என்று திட்டுவார்கள்.

இத்தனைக்கும் அந்தப் பெண்ணைப்பற்றி இவர்களுக்கு எதுவுமே தெரியாது. உண்மையில் அவர் எதனால் போதைக்கு அடிமையானார் என்பதுகூடத் தெரியாமல் இவர்களே ஒரு தீர்ப்பை வாசித்து விடுகிறார்கள்.

அதுமட்டுமில்லை, அந்தப் பெண்ணால் திருந்தமுடியும், பழையபடி வாழமுடியும் என்பதைக்கூட இவர்கள் நம்புவதில்லை. நெருங்கிய உறவினர்கள், நண்பர்கள்கூட அவரைவிட்டுச் சற்றே ஒதுங்கி நிற்கிறார்கள்.

இந்த நிலையிலிருக்கும் சிலர், சிகிச்சைக்குச் செல்கிறார்கள். அங்கேயும் அவர்களுக்கு ஆறுதல் கிடைப்பதில்லை. உலக அளவில் இதுபோன்ற பழக்கங்களுக்கு அடிமையானவர்களுக்கு வழங்கப்படும் சிகிச்சைகள் பெரும்பாலும் அரக்கத்தனமானவையாக, பாதிக்கப் பட்டவரை மிகவும் துன்புறுத்துகிறவையாகத்தான் இருக்கின்றன.

இத்தனைக்கும் காரணம், இந்தப் பழக்கங்களுக்கு அடிமையாவது ஒரு நோய் என்றோ, பாதிக்கப்பட்டவர் வேண்டுமென்றே இதைச் செய்கிறார் என்றோதான் சமூகம் நினைக்கிறது. ஆகவே, அவரைப் பலவிதங்களில் தனிமைப்படுத்திவிடுகிறது.

இப்போது, அந்தப் பள்ளி மாணவியின் கதைக்கு வருவோம். மய்யா ஸ்ஜலாவிட்ஸ் என்ற அந்தப் பெண் எப்படிப் போதைக்கு அடிமையானார் தெரியுமா?

அப்போது அவருடைய பெற்றோர் விவாகரத்துப் பெறும் தீர்மானத்தில் இருந்தார்கள், மய்யாவுடன் அன்பாகப் பேச யாருமே இல்லை.

பள்ளியிலும் மற்ற இடங்களிலும்கூட, அவருக்குச் சிநேகிதிகள் இல்லை. ஆகவே, அத்தனை அழுத்தத்தையும் தனக்குள் வைத்துக் கொண்டு தடுமாறினார்.

அந்த நேரத்தில்தான், மய்யாவுக்கு ஒரு புதிய தோழி கிடைத்தார். ஆனால், அந்தத் தோழிக்குப் போதைமருந்துப் பழக்கம் இருந்தது.

அவர் தான் புகைப்பதுடன் நிறுத்தவில்லை, 'நீயும் இழுத்துப்பாரு' என்று அதை மய்யாவுக்கு அறிமுகப்படுத்தினார்.

அபூர்வமாகக் கிடைத்த சிநேகிதியை இழந்துவிடுவோமோ என்கிற பதற்றத்தில், மய்யா அந்தப் போதைமருந்தைப் பயன்படுத்தத் தொடங்கினார். கொஞ்சம்கொஞ்சமாக, அதற்கு அடிமையாகி விட்டார்.

வெறுமனே போதைப்பொருளைப் பயன்படுத்துவதுடன் நிற்கவில்லை. மய்யா போதைமருந்துகளை விற்கத் தொடங்கினார். இதனால் அவருடைய படிப்பு கெட்டது. ஆரோக்கியம் கெட்டது. சமூகத்தில் மரியாதை கெட்டது. காவல்துறையால் கைது செய்யப்பட்டுச் சில நாள் சிறையில்கூட இருந்தார்.

ஆனால், அதையெல்லாம் உணரும்நிலையில் மய்யா இல்லை. கொஞ்சம்கொஞ்சமாக அவர் காணாமல்போய்க்கொண்டிருந்தார்.

நல்லவேளையாக, ஒரு சந்தர்ப்பத்தில் அவரது கண்கள் திறந்தன. தன்னையே திகைப்போடு பார்த்தார். தான் இப்படியா வாழ்ந்து கொண்டிருக்கிறோம் என்று திடுக்கிட்டார்.

இத்தனைக்கும் மய்யா ஒரு நல்ல மாணவி, புத்திசாலி, அநாவசியமான ஆபத்துகளில் சென்று விழுகிறவர் இல்லை. அவரையே போதைப்

பழக்கம் இப்படி மாற்றிவிட்டது என்றால், கொஞ்சம் தடுமாறும் மனோநிலையில் இருக்கிற இளைஞர்கள் என்ன ஆவார்கள்!

மய்யா சட்டென்று விழித்தெழுந்தார். தானே சிகிச்சைக்குச் சென்றார். தன்னுடைய போதைப்பழக்கத்திலிருந்து வெளியே வந்தார்.

அத்துடன் நிறுத்தியிருந்தால், உலகெங்கும் போதைப்பழக்கத்துக்கு அடிமையாகி அதிலிருந்து மீண்ட பல்லாயிரம் பேரில் ஒருவராக மட்டுமே மய்யா இருந்திருப்பார். அதற்குப்பிறகு அவர் செய்த ஒரு விஷயம்தான் அவரைத் தனித்துக்காட்டுகிறது.

போதைப்பழக்கம், அதனைச் சமூகம் எப்படிப் பார்க்கிறது, அதற்கான சிகிச்சைமுறைகள் என்ன, அவை எப்படிப் பலன் தருகின்றன, அவற்றில் என்ன மாற்றங்கள் தேவை என்றெல்லாம் மய்யா ஆராயத் தொடங்கினார். அடுத்த முப்பது ஆண்டுகள் அவருடைய முக்கியப் பணியே இதுதான்!

இந்த ஆராய்ச்சியில் தான் தெரிந்துகொண்ட விஷயங்களையெல்லாம் 'Unbroken Brain' என்ற பெயரில் ஒரு புத்தகமாக எழுதியிருக்கிறார் மய்யா. தீய பழக்கங்களுக்கு அடிமையாதல் என்கிற விஷயத்தை ஒரு புதிய பார்வையில் பார்க்கும் நூல் இது.

உடையாத மூளை... அந்தத் தலைப்பே பல விஷயங்களைச் சொல்லி விடுகிறது!

'தீய பழக்கங்களுக்கு ஆளாகிறவர்களுடைய மூளையே கெட்டுப் போய்விட்டது என்பதில் உண்மையில்லை' என்கிறார் மய்யா. 'அவர்கள் விரும்பி அப்படிச் செய்வதில்லை, அதேசமயம், அது ஒரு நோயும் இல்லை!'

அப்படியானால், மக்கள் தீய பழக்கங்களுக்கு அடிமையாவது எப்படி?

'அது ஒரு கற்றல் குறைபாடு' என்பதுதான் மய்யாவின் உறுதியான தீர்மானம். பல்வேறு அறிவியல் ஆய்வுகளின் அடிப்படையில் இதனை அவர் நிறுவுகிறார், 'ஒருவர் இதுபோன்ற பழக்கமொன்றில் ஈடுபடுகிறார் என்றால், அதனால் தனக்கு ஏதோ ஒன்று கிடைக்கிறது என்று அவர் தவறாகப் புரிந்துகொண்டிருக்கிறார். அவருக்கு வழங்கப் படவேண்டிய சிகிச்சை, அந்தத் தவறான புரிந்துகொள்ளலைத் திருத்துவதுதான்!'

ஆனால், இன்றைய சிகிச்சைகள் இந்தப் பழக்கங்களை மூளைப் பிரச்னையாகவே பார்க்கின்றன. அவர்களுடைய மூளை சரிசெய்யப்

படவேண்டியது என்ற எண்ணத்துடன்தான் மருந்துகள் வழங்கப்படுகின்றன. இந்தச் சிந்தனையை மாற்றவேண்டும் என்கிறார் மய்யா.

இந்த நேரத்தில்தான் அவர்களுக்குக் குடும்பத்தினர், நண்பர்களுடைய அரவணைப்பு தேவைப்படும். அவர்கள் எதையோ தவறாகப் புரிந்து கொண்டிருக்கிறார்கள் என்பதை உணர்ந்து, 'உன்னால் அதிலிருந்து வெளியே வர இயலும்' என்று நம்பிக்கை கொடுத்து ஆதரிக்கும்போது, அவர்கள் அந்தப் பழக்கத்திலிருந்து விடுபடும் வாய்ப்புகள் அதிகரிக்கின்றன.

தீய பழக்கங்களுக்கு அடிமையாவோருக்கு வழங்கப்படும் சிகிச்சை முறையையே மாற்றவேண்டும் என மய்யா முன்வைக்கும் அதிரடிக் கருத்துகள் சரியா, தவறா என்கிற பரிசோதனைகள், விவாதமெல்லாம் இனிமேல்தான் நிகழவேண்டும். அதன் அடிப்படையில் மருத்துவ முறையில் மாற்றங்களைக் கொண்டுவரவேண்டியிருக்குமா என்பதையும் வருங்காலமும், நிபுணர்களும்தான் தீர்மானிக்கவேண்டும்.

அதேசமயம், இந்தப் புத்தகத்தில் நம்மைப்போன்ற பொதுமக்களுக்கும் சில முக்கியமான கோரிக்கைகள் உள்ளன. தீய பழக்கங்களுக்கு அடிமையானவர்களை 'மூளைகெட்டவர்கள்' என்றோ, 'திமிர் பிடித்தவர்கள்' என்றோ சமூகத்தினர் பார்ப்பதை உடனடியாக மறுபரிசீலனை செய்யவேண்டியிருக்கிறது. அப்படி எளிதில் யார்மீதும் முத்திரைகுத்தி விடாமல், அவர்களுடைய நிலைக்கான உண்மைக்காரணம் என்ன என்று சற்றே ஆழமாகச் சிந்திக்கவேண்டும். சிகிச்சைபெற்று அதிலிருந்து விடுபட முனைகிறவர்கள்மீது அன்பு செலுத்தி ஆதரவளிக்க வேண்டும். அது தனிநபர்களுக்கும் ஒட்டுமொத்தச் சமூகத்துக்கும் நன்மைதரும்!

(Unbroken Brain: Maia Szalavitz: St. Martin's Press: Rs 667)

61

பேரம் பேசுங்க!

பேரம் பேசத்தெரியுமா உங்களுக்கு?

இந்த வார்த்தையைக்கேட்டாலே இளையதலைமுறையினர் முகம் சுளிக்கிறார்கள். 'அஞ்சுக்கும் பத்துக்கும் கெஞ்சிக்கிட்டிருக்க யாருக்கு நேரமிருக்கு? கேட்கிற காசைக்கொடுத்துட்டுப் போகவேண்டியதுதான்!'

சூப்பர்மார்க்கெட்களில் நுழைந்துபார்த்தால் திக்கென்கிறது. வண்டிகளில் நூற்றுக்கணக்கான பொருள்களுடன் வரிசையில் நிற்கிறார்கள். பில்போட்டதும் கடன்அட்டையை நீட்டிப் பணம்செலுத்திவிட்டுப் போய்க்கொண்டே இருக்கிறார்கள். பலர் அந்த பில்லைக் கையில் வாங்கிக்கூடப் பார்ப்பதில்லை, அப்படியே வாங்கினாலும் படிப்பதில்லை. 'கம்ப்யூட்டர் பில், தப்புப்பண்ணுமா?' என்கிற அலட்சியம் ஒருபக்கம், 'ஒருவேளை தப்புச்செஞ்சாலும், அதைத் தேடிக் கண்டுபிடிக்கிற நேரத்துல வேற எதாவது வேலையைச் செய்யலாம்' என்கிற எண்ணம் இன்னொருபக்கம்.

நான் எந்த சூப்பர்மார்க்கெட்டிலும் பில்லை வரிவரியாகப் படிக்காமல் வருவதில்லை. சில பில்கள் நான்குபக்கத்துக்கு நீளும். ஆனாலும் பொறுமையாகப் படிப்பேன். எந்தப் பொருளுக்கு என்ன விலை போட்டிருக்கிறார்கள். நான் அந்தப்பொருளை எடுத்தபோது இருந்த விலையும் இதுவும் ஒன்றுதானா? தள்ளுபடி சரியாக இருக்கிறதா? இலவசப்பொருள்களுக்குப் பணம் வசூலித்திருக்கிறார்களா? மீதி சில்லறை சரியாகக் கொடுத்திருக்கிறார்களா... இவற்றையெல்லாம் கவனிக்காமல் அந்த இடத்தைவிட்டு நகரமாட்டேன்.

என்னுடைய அனுபவம், நூற்றுக்கு ஐந்து பில்களில் ஏதாவது ஒரு தவறு இருக்கிறது. ஐம்பது பைசாவில் ஆரம்பித்து சில நூறு ரூபாய்கள்

வரை கூடுதலாக வசூலித்திருக்கிறார்கள். உடனே அவர்களைச் சென்றுபார்த்துப் பேசினால், அந்தப் பணத்தைத் திரும்பத்தந்து விடுவார்கள். சில நேரங்களில் மன்னிப்புக்கேட்டுக்கொண்டு கூடுதல் பரிசுகளைக்கூடத் தருவார்கள்.

மாறாக, 'ரெண்டு ரூபாய்க்காகச் சண்டைபோடறானே, யார்டா இவன்' என்பதுபோல் அருவருப்பாகப் பார்த்தபடி காசைத் தூக்கி எறிகிறவர்களும் உண்டு. அரை ரூபாய் என்றாலும், அது நம்முடைய காசல்லவா? அதை ஏன் விட்டுக்கொடுக்கவேண்டும்? அதைக்கேட்க ஏன் கூச்சப்படவேண்டும்?

இதே எண்ணம்தான் பலரைப் பேரம்பேசவிடாமல் தடுக்கிறது. ஏழைகள்தான் பேரம்பேசுவார்கள் என்கிற நம்பிக்கை நமக்குள் வேரூன்றியிருக்கிறது. ஆகவே, பேரம்பேசினால் அவர்கள் நம்மை ஏழைகளாக நினைத்துவிடுவார்கள், கேட்கிற விலையைக் கொடுத்தால் தான் கௌரவம் என்று கருதுகிறோம்.

உண்மையில், பணக்காரர்கள்தான் அதிகம் பேரம்பேசுகிறார்கள். சொல்லப்போனால், பேரம்பேசுவதால்தான் அவர்கள் பணக்காரர் களாகவே இருக்கிறார்கள்!

சந்தேகமிருந்தால் 'இந்த நிறுவனம் அந்த நிறுவனத்தை வாங்கியது' என்பதுபோன்ற செய்திகளைக் கவனித்துப்பாருங்கள். அந்தப் பேச்சுவார்த்தைகள் நாள்கணக்கில் நீண்டிருக்கும். ஒவ்வொரு சின்னச் சின்ன விஷயத்தையும் விரிவாகப்பேசித் தீர்மானித்திருப்பார்கள். ஒரு ரூபாயைக்கூட விட்டுத்தந்திருக்கமாட்டார்கள்.

கார்ப்பரேட் உலகில் இதற்கென்று தனி நிபுணர்களெல்லாம் உண்டு. நிறுவனங்கள் இவர்களுக்கு லட்சக்கணக்கில் சம்பளம்தந்து வேலைக்கு வைத்திருக்கிறார்கள். அல்லது, 'இந்த பேரத்தை முடிச்சுக் கொடுங்க' என்று வேண்டியபோது அழைத்துச்சென்று சன்மானம் தருகிறார்கள்.

இதனால், ஒவ்வொரு கார்ப்பரேட் ஒப்பந்தத்திலும் இருதரப்பினரும் ஒருவரையொருவர் விட்டுக்கொடுக்காமல் பேரம் பேசுவார்கள். முடிந்தவரை குறைந்த தொகையைச் செலவழித்து அதிக லாபம் பெறுவார்கள். இது தெரியாமல் நாம் பேரம்பேசக் கூச்சப்படுகிறோம்!

ஆனால், எனக்குப் பேரம்பேசத் தெரியாதே!

தெரிந்துகொள்ளவேண்டியதுதான். இதற்கென்றே ஆங்கிலத்தில் பல நூல்கள் இருக்கின்றன. எதார்த்தமான உதாரணங்களுடன் பேரம் பேசும் கலையைக் கற்றுத்தருகிறார்கள்.

முக்கியமாக, எட் ப்ரோடெள என்பவர் இந்தக்கலையில் பெரிய நிபுணர். இவருடைய 'Negotiation Boot Camp' என்ற புத்தகம் மிகவும் புகழ்பெற்றது. அதிலிருந்து, இன்றைய சூழ்நிலைக்குப் பொருந்தும் குறிப்புகளைமட்டும் தேர்ந்தெடுத்து, '2016ல் பேரம்பேசி வெல்வதற்கான டாப் 10 டிப்ஸ்' என வெளியிட்டிருக்கிறார் அவர்:

1. உங்களுக்கு என்ன தேவை என்பதைக் கேட்கத்தயங்காதீர்கள்: கடைக்குச்சென்று கருவேப்பிலை வாங்குவதென்றாலும் சரி, பெரிய வீடொன்றை வாங்குவதென்றாலும் சரி, வேலைக்கான நேர்முகத்தேர்வில் கலந்துகொள்வதென்றாலும் சரி, சம்பந்தப் பட்ட இருவருக்கும் வெவ்வேறு விஷயங்கள் தேவை. அந்தப் பேச்சின் நிறைவில் அவரவர்க்கு அதது கிடைத்தால்தான் இருவரும் மகிழ்ச்சியடைவார்கள். ஆகவே, 'இதைக் கேட்டால் அவர்கள் என்ன நினைப்பார்களோ' என்றெல்லாம் தயங்க வேண்டாம். கேளுங்கள், கோபம் வேண்டாம், உணர்ச்சி வயப்படவேண்டாம், இயல்பாகக் கேட்டால் போதும், அவர்கள் மறுத்தால் மறுக்கட்டும், அதன்பிறகு தானே பேரம் தொடங்கும்!

2. அடுத்தவர்களைப் பேசவிடுங்கள்: பல நேரங்களில் நாமே பேசிக்கொண்டிருக்கிறோம், எதிரிலிருப்பவரைப் பேசவிடுவதே இல்லை. இதனால், அவர்கள் மனத்தில் என்ன இருக்கிறது, அவர்களுக்கு என்ன தேவை என்பதை நம்மால் புரிந்துகொள்ள இயலுவதில்லை. ஆகவே, அவர்களைப் பேசவிட்டுக் கவனியுங்கள். பேரத்தைச் சரியாக முடிப்பதற்கான பல குறிப்புகள் உங்களுக்குக் கிடைக்கும்.

3. விவரங்களை விரல்நுனியில் வைத்திருங்கள்: எதைப்பற்றிப் பேசுகிறீர்கள், யாரிடம் பேசுகிறீர்கள் என்பதை முன்கூட்டியே உணர்ந்து, அவைபற்றி விசாரித்து, படித்துத்தெரிந்துகொண்டு செல்லுங்கள். எதிராளியைப் புரிந்துகொண்டால்தான் உங்களால் சரியானபடி பேசமுடியும்.

4. எந்தப் பேரத்திலிருந்தும் விலகி நடக்கத் தயாராக இருங்கள்: ஒரு பேரம் தொடங்கும்போதே, ஒருவேளை இது சரிப்பட்டு வராவிட்டால் என்ன செய்வது என்பதையும் யோசித்து வையுங்கள். இல்லாவிட்டால், இந்தப்பேரத்தில் வென்றே தீரவேண்டும் என்ற பதற்றத்தில் தவறான தீர்மானங்களை எடுத்துவிடுவீர்கள். குறைந்த மதிப்புக்கு ஒப்புக்கொண்டு விடுவீர்கள்.

5. பொறுமை அவசியம்: எதிலும் அவசரப்படாதீர்கள். ஒவ்வொரு சொல்லையும் யோசித்துப்பேசுங்கள். எதிராளியின் கருத்து

களை நிதானமாக எடைபோட்டு அதன்பிறகு ஒப்புக் கொள்ளுங்கள், அல்லது மறுத்துவிடுங்கள். பதற்றத்தில் எடுக்கும் தீர்மானம் உங்களுக்குப் பாதகமாகவே முடியும், ஆகவே பொறுமையாகப் பேசுங்கள்.

6. எப்போதும் நீங்கள் நினைப்பதைவிட உயர்வான நிலையில் பேரத்தைத் தொடங்குங்கள்: ஒரு பொருளை நூறுரூபாய்க்கு வாங்க நினைக்கிறீர்கள் என்றால், கடைக்காரர் அதை ஐநூறு ரூபாய் விலைசொன்னாலும் பரவாயில்லை, ஐம்பது ரூபாய்க்குக் கேளுங்கள். அப்போதுதான் நூறுரூபாயில் பேரம்முடியும். 'ஐம்பது ரூபாய்க்குத் தரமாட்டார்கள்' என்று நினைக்காதீர்கள். அந்த எதிர்மறை எண்ணம் உங்கள் பேச்சில் பிரதிபலிக்கும். நேர்விதமாகச் சிந்தித்துப் பேசுங்கள், வெல்வீர்கள்.

7. எதிராளியின் அழுத்தங்களைக் கவனியுங்கள்: நீங்கள் கேட்பதை எதிராளி ஏன் ஏற்றுக்கொள்ளவேண்டும் என்பதை மட்டும் யோசியுங்கள். உங்கள்தரப்புக் காரணங்களைச் சிந்திக்காதீர்கள். உதாரணமாக, ஒரு வீட்டை நீங்கள் வாங்க நினைத்தால் 'எனக்கு இந்த வீடு கண்டிப்பாகத் தேவை, காரணம்...' என்று உங்கள் அழுத்தங்களைச் சிந்திக்க வேண்டாம். மாறாக, அந்த வீட்டுக்காரருக்கு என்ன அழுத்தம் இருந்தால் நீங்கள் கேட்கிற விலைக்கு ஒப்புக்கொள்வார் என்று யோசியுங்கள், அது உங்களுக்கு நம்பிக்கை தரும்.

8. அவர்களுடைய தரப்பிலிருந்து யோசியுங்கள்: நீங்கள் சொல்வதை ஒப்புக்கொண்டால் எதிராளிக்கு என்ன நன்மை உண்டு என்பதை வலியுறுத்திப்பேசுங்கள். அவர்களைத் திருப்தியடையவையுங்கள்.

9. அவர்கள் ஏதாவது கூடுதலாக எதிர்பார்த்தால், பதிலுக்கு நீங்களும் ஏதாவது கூடுதலாகக் கேளுங்கள்: எப்போதும் ஒன்றைப்பெறாமல் ஒன்றைக்கொடுக்கக்கூடாது. காய்கறிக்கு நாம் சொல்லும் விலையைவிட ஐந்து ரூபாய் அதிகம் கொடுக்க நேர்ந்தால் ஒரு கொத்தமல்லிக்கட்டைக் கொசுறாக வாங்கிக் கொள்கிறோமல்லவா? அப்படி நாம் இறங்கிவந்தாலும் அதில் நமக்கு ஒரு லாபம் இருக்கவேண்டும்.

10. எதையும் தனிப்பட்டமுறையில் எடுத்துக்கொள்ளாதீர்கள்: பேரம்பேசும்போது இருதரப்பினரும் ஆவேசமாகச் செயல் படுவது இயல்பு. அதற்காக, அவர்களை எதிரிகளாக எண்ண வேண்டாம். இருவரும் மகிழ்ச்சியோடு கைகுலுக்கினால்தான் அந்தப் பேரம் வெற்றியடைந்ததாகப் பொருள்

62

சர்க்கரைக்குத் தடா!

உங்களுக்குப் பொழுது போகாதபோது இணையத்துக்குச் சென்று, 'is sugar good for health' என்று சும்மா தட்டித் தேடிப் பாருங்கள். சற்றேறக்குறைய நாற்பது கோடி இணைப்புகள் கிடைக்கும்.

ஆனால், அதில் பத்து கோடி இணைப்புகள் சர்க்கரையைக் கொடும் விஷமாக வர்ணிக்கும். இன்னொரு பத்து கோடி அளவோடு சர்க்கரை சாப்பிட்டால் எந்தத் தப்பும் இல்லை என்று சொல்லும். மீதமிருக்கிற இருபது கோடி இணையத் தளங்கள் என்ன சொல்ல வருகிறார்கள் என்று அவர்களுக்கே தெரியாதபடி பூசி மெழுகுவார்கள்.

சுருக்கமாகச் சொன்னால், இந்த விஷயத்தில் காஃபி : டாஃபிமாதிரி ஒரு விவாதம் உலகெங்கும் நடந்துகொண்டிருக்கிறது. சர்க்கரை அப்படியொன்றும் உடம்புக்கு நல்லதில்லை என்று எல்லாருக்கும் தெரியும். ஆனால் எந்தச் சர்க்கரை நல்லது, எது கெட்டது, எதை எவ்வளவு சாப்பிட்டால் பரவாயில்லை என்பதில்தான் ஆளுக்கு ஆள் மாறுபடுகிறார்கள்.

சிலர் ஒரு படி மேலே சென்று, நாம் சந்திக்கும் எல்லாப் பிரச்னைகளுக்கும் காரணம் சர்க்கரைதான் என்பதில் கொண்டுவந்து நிறுத்துகிறார்கள். சர்க்கரையைத் தவிர்த்தால் டயாபடீஸ் வராது, பிளட் ப்ரஷர் வராது, இதயம் கெடாது, உடல் பருமனாகாது, அதை விட்டால், ஆரோக்கியமாக வாழலாம் என்பது இவர்களுடைய கட்சி!

சர்க்கரையை விடுவதாவது, சாத்தியமா? கொஞ்சம் நிதானமாக யோசிப்போம்.

முதலில், சர்க்கரையை விடுவது என்றால், காபிக்குச் சர்க்கரை போட்டுக் கொள்ளாமல் குடிப்பது, ஸ்வீட் சாப்பிடாமல் இருப்பது மட்டுமல்ல. நம் கண்ணுக்குத் தெரிகிற, தெரியாத எல்லா வடிவங்களிலும் சர்க்கரையை விடவேண்டும். இன்னும் சரியாகச் சொல்வதென்றால், பழங்கள் போன்றவற்றில் இருந்து பெறப்படும் இயற்கையான இனிப்புகளைத்தவிர, மீதி எல்லா இனிப்புகளையும் விடவேண்டும்.

உதாரணமாக, ரொம்ப ஆசையாக இருந்தால் ஒரு சாக்லெட் சாப்பிட முடியாது. பசித்தால் பிஸ்கட், கூல் ட்ரிங்க்ஸ்கூடச் சாப்பிடமுடியாது. டின்னிலோ டெட்ரா பாக்கிலோ அடைக்கப்பட்ட பழரசங்களை வாங்கிக் குடிக்கமுடியாது. அநேகமாக எல்லா பிஸ்கட்கள், குளிர்பானங்கள், பழரசங்களிலும் சர்க்கரை இருக்கிறது.

அதுமட்டுமில்லை, உங்கள் சமையலறைக்கோ ஸ்டோர் ரூமுக்கோ சென்று அங்குள்ள எல்லா உணவுப் பொருள்களின் உறைகளையும் பாருங்கள். அவற்றில் சர்க்கரையின் சதவிகிதம் எவ்வளவு என்று கவனியுங்கள். நீங்கள் சற்றும் எதிர்பாராத பொருள்களிலெல்லாம்கூட சர்க்கரை சேர்க்கப்பட்டிருப்பதைக் காண்பீர்கள்.

இவைதவிர, உலகக் கலாசாரங்கள் அனைத்திலும் கொண்டாட்டம் என்பது இனிப்போடு சேர்க்கப்பட்டிருக்கிறது. ஒரு விருந்து என்றால் ஒன்றிரண்டு பாயாசங்கள், நான்கைந்து லட்டு, ஜிலேபி என்று நிரப்புவது நம் மரபு. அதுதான் நம் வீட்டுக்கு வருகிற விருந்தாளிக்குச் செய்யும் மரியாதை என்று நினைக்கிறோம். இந்தச் சூழ்நிலையில், ஒருவர் இனிப்பை மறுத்தால், அது மற்றவர்களால் எப்படிப் பார்க்கப்படும் என்று யோசியுங்கள்.

ஆக, நம் கண்ணுக்குத் தெரியாமல் நம்மைச் சுற்றி ஒரு சர்க்கரை வலை பின்னப்பட்டிருக்கிறது. அதை அனுபவிப்பதற்கும், சிக்கி மூழ்குவதற்கும் உள்ள வித்தியாசம் நமக்குத் தெரிவதில்லை.

இந்தக் குழப்பமே வேண்டாம் என்று தீர்மானித்தார் ஈவ் ஸ்க்வாப் என்ற எழுத்தாளர். 'கொஞ்சம் கஷ்டமாக இருந்தாலும் பரவாயில்லை, அடுத்த ஒரு வருடத்துக்கு நானும் என் குடும்பத்தினரும் சர்க்கரை இல்லாமல் வாழப்போகிறோம்' என்று பகிரங்கமாக அறிவித்து விட்டார்.

அதென்ன ஒரு வருடக் கணக்கு?

'எங்கெல்லாம் சர்க்கரை இருக்கிறது என்பது தெரியாததால், நாம் எவ்வளவு சர்க்கரை சாப்பிடுகிறோம் என்பதும் நமக்குத் தெரிவதில்லை. ஆகவே, ஒரு வருடத்துக்குக் கவனமாக நாங்கள் சாப்பிடுகிற,

சமைக்கிற எல்லாவற்றிலும் கூடுதலாகச் சேர்க்கப்பட்ட சர்க்கரையை (Added Sugar) விலக்கப்போகிறோம்' என்றார் ஈவ் ஸ்க்வாப். 'இதில் நான் சந்திக்கிற சிரமங்கள், தெரிந்துகொண்ட விஷயங்கள் என அனைத்தையும் இணையத்தில் வெளியிடப் போகிறேன். இதனால் இப்படிப்பட்ட முயற்சியில் ஈடுபட விரும்பும் மற்றவர்களும் பலன் பெறுவார்கள்!'

சரி. ஒரு வருடம் கழித்து என்ன செய்வீர்கள்? சட்டென்று ஒரே நாளில் ஏழெட்டு ஜிலேபி, ஐந்தாறு பாதுஷாக்களை உள்ளே தள்ளிக் கொண்டாடுவீர்களா?

'இல்லை. ஒரு வருடம் பார்த்துப் பார்த்துச் சர்க்கரையை விலக்கு வதால், எதில் சர்க்கரை உள்ளது, எதில் இல்லை என்பது எங்களுக்குத் தெரிந்துவிடும். அதை விடுவதால் உள்ள நன்மை புரிந்துவிடும். அதன்பிறகு, மிகவும் கவனமாக இருப்போம். கொஞ்சம்போல் சர்க்கரையைச் சேர்த்துக்கொள்வோம், அது உடலுக்குத் தீமை செய்யாத அளவில்!'

இதெல்லாம் கேட்க நன்றாகத்தான் இருக்கிறது. நிஜத்தில் நடக்குமா?

சொன்னபடி ஈவ் ஸ்க்வாபும் அவரது குடும்பத்தினரும் சர்க்கரை இல்லாத ஓராண்டைப் பூர்த்தி செய்துவிட்டார்கள். அந்த அனுபவத்தை 'Year Of No Sugar' என்ற பெயரில் ஒரு புத்தகமாகவும் எழுதிவிட்டார் அவர்.

ஆரம்பத்தில் சர்க்கரை இல்லாமல் வாழ்வது மிகவும் சிரமமாகத்தான் இருந்ததாம். சூப்பர் மார்க்கெட் ஷெல்ஃப்களில் எதை எடுத்தாலும் அதில் சர்க்கரை இருப்பதைப் பார்த்து வெறுத்துப்போயிருக்கிறார் ஈவ் ஸ்க்வாப். எதை வைத்துச் சமைப்பது என்றே புரியாமல் திணறியிருக்கிறார்.

அதன்பிறகு, கொஞ்சம் கொஞ்சமாக அவரே சில நுட்பங்களைக் கண்டறிந்துள்ளார். உதாரணமாக, வாழைப்பழத்தைப் பிசைந்து போடுவது, பேரிச்சம்பழங்களைச் சிறு துண்டுகளாக நறுக்கிச் சேர்ப்பது... இப்படி இயற்கை இனிப்புகளைப் பயன்படுத்திச் சமைக்கக் கற்றுக் கொண்டார். அவருடைய கணவரும் இரு மகள்களும் ஒத்துழைத்தார்கள். இந்த ரெசிப்பிகளைப் புத்தகத்திலும் இணைத்துள்ளார்.

சரி, இதனால் அவர்களுக்கு என்ன பலன்கள் கிடைத்தன?

ஈவ் ஸ்க்வாப் குடும்பத்தில் யாரும் உடல் பருமனானவர்களோ, ஆரோக்கியக்குறைவானவர்களோ இல்லை. அவர்கள் வெறும் டயட் முயற்சியாக இதைப் பார்க்கவில்லை. சர்க்கரைக்கு எதிரான ஓர் அடையாள எதிர்ப்பு. அவ்வளவுதான்.

தன்னுடைய புத்தகத்திலும் இதைத் தெளிவாகப் பதிவு செய்திருக்கிறார் ஈவ் ஸ்க்வாப். 'இதன்மூலம், நாம் உண்கிற, சமையலுக்குப் பயன் படுத்துகிற விஷயங்களில் எதிலெல்லாம் சர்க்கரை உள்ளது என்பதைத் தெரிந்துகொண்டு மக்கள் தீர்மானிக்க வேண்டும் என்பதுதான் என்னுடைய நோக்கம்!'

'ஆனால் ஒன்று, இந்த ஓராண்டில் என் மகள்கள் நல்ல உடல் ஆரோக்கியத்துடன் இருந்தார்கள். வழக்கமான சிறு நோய்கள்கூட அவர்களைத் தீண்டவில்லை. நானும் என் கணவரும் உற்சாகத்துடன் எங்கள் வேலைகளைச் செய்தோம். எல்லாவிதத்திலும் எங்களுடைய வாழ்க்கை மகிழ்ச்சியாகவே இருந்தது!'

இதற்கெல்லாம் காரணம், சர்க்கரையை விட்டதுதானா? இதை யார் உறுதியாகச் சொல்லமுடியும்?

இதனால், ஈவ் ஸ்க்வாபின் இந்த முயற்சிக்குக் கடும் எதிர்ப்பும் கிளம்பி யிருக்கிறது. சர்க்கரையை விஷம், போதை மருந்தோடெல்லாம் ஒப்பிட்டு அவர் எழுதியிருப்பதும், சர்க்கரை இல்லாமல் வாழ்வதற்காக அவர் செய்ததாகச் சொல்லும் சில அதீத முயற்சிகளும் தவறான பிரசாரம், வெறுமனே கவனம் ஈர்க்கும் முயற்சி என்பது இவர் களுடைய வாதம்.

அதாவது, இயற்கையான இனிப்புகளுடன் வாழ்வதில் தவறில்லை. செயற்கையான இனிப்பைப் பார்த்தாலே காத தூரம் ஓடவேண்டும் என்று பயம் உண்டாக்குவது தவறு என்கிறார்கள் இவர்கள்.

அந்தவிதத்தில், சர்க்கரையும் மதுவைப்போலத்தான். அளவோடு சேர்த்துக்கொண்டால் தப்பில்லை என்கிறார்கள். ஆனால் பலருக்கு அந்த அளவு என்ன என்பது தெரியாதபோதுதான் பிரச்னை தொடங்குகிறது.

ஈவ் ஸ்க்வாப் குடும்பம்போல் ஓராண்டு சர்க்கரை இன்றி நம்மால் வாழ இயலுமா என்று தெரியாது. ஆனால் அவர்களுடைய அனுபவத்தைப் பார்த்து, அதன் அளவைக் குறைத்துக்கொண்டால், எங்கெல்லாம் சர்க்கரை இருக்கிறது என்கிற புரிந்துகொள்ளலுடன் சமைத்து, சாப்பிட்டுவந்தால் நல்லதுதானே!

63

மனசே மருந்து

ஒரே மனிதர் இரண்டு பேராக, ஏன் மூன்று பேராகக்கூட உருவெடுப்பதைச் சினிமாக்களில் பார்த்திருக்கிறோம். சமர்த்து 'அம்பி'யாக இருப்பவர் திடீரென்று 'ரெமோ' அவதாரம் எடுத்து 'ட்யூட், ஹௌ ஆர் யூ?' என்பார், அல்லது அன்னியனாகிக் கத்தியை நீட்டுவார். மறுகணம் மீண்டும் 'அம்பி'யாகி முகத்தில் பால் வடியும்.

இதுபோன்ற Split Personality காட்சிகளைப் பார்த்துப் பார்த்து, 'இதெல்லாம் மனசு சம்பந்தப்பட்ட விஷயம்ங்க' என்று சின்னக் குழந்தைகூட சொல்லிவிடும். 'அவர் தன்னை இன்னொரு நபரா மனசுல நினைச்சுக்கறார். அவ்ளோதான்!'

ஆக, மனத்துக்கு நாம் நினைப்பதைவிட அதிக ஆற்றல் உண்டு. அது ஒருவரை இன்னொருவராக நினைத்துக்கொள்ளக்கூடச் செய்யும். அதற்குமேலும் செய்யும்!

இப்படித்தான், ஒரு பெண், தன்னை இன்னொருவராக நினைத்துக் கொண்டிருந்தார். அவ்வப்போது அந்த இன்னொரு கேரக்டர் தலை காட்டும். பிறகு சமர்த்தாக உள்ளே போய்விடும்.

இது ஒரு பெரிய விஷயமா என்று நினைக்காதீர்கள். இந்தப் பெண்ணுக்குச் சர்க்கரை வியாதி கிடையாது. ஆனால், அவருக்குள்ளிருந்து அவ்வப் போது தலை தூக்கும் அந்த இன்னொரு கேரக்டருக்குச் சர்க்கரை வியாதி உண்டு!

அதாவது, சாதாரணமாக அவருடைய ரத்தத்தில் இருக்கும் க்ளுக்கோஸ் அளவுகள் வேறு, அந்த இன்னொரு கேரக்டர் தலை தூக்கும்போது

அவருடைய க்ளுக்கோஸ் அளவுகள் வேறு. அந்தக் கேரக்டர் வரும்போதெல்லாம் இவருக்கு டயாபடீஸ் வியாதி வருகிறது. அந்தக் கேரக்டர் சென்றவுடன் டயாபடீஸ் வியாதி போய்விடுகிறது.

அப்படியானால், Split Personality என்பது நிஜமாகவே மனம் சம்பந்தப்பட்டதுதானா? மனம் உருவாக்கிய கேரக்டரோடு, உடலும் மாறுகிற காரணம் என்ன?

மனித மனத்தின் ஆற்றலை நாம் ஒரு துளிகூடப் புரிந்துகொள்ள வில்லை. அது நினைத்தால், உடலுக்கு எதையும் செய்யும். ஆரோக்கியமாக வைக்கும். நோயை உருவாக்கும் அல்லது நோயைத் தீர்க்கும்!

அதாவது, 'நான் ஆரோக்கியமாக இருக்கிறேன்' என்று ஒருவர் மனத்தில் நினைத்தாலே போதும், அவர் ஆரோக்கியமாக வாழ்வார். 'எனக்கு நோய்' என்று ஒருவர் நினைத்தால், அதுவே நோயை உருவாக்கிவிடும். 'அந்த நோய் தீர்ந்துவிட்டது' என்று நினைத்தால், நோய் நிஜமாகவே குணமாகும்!

இது ஏதோ மந்திர வித்தை என்று நினைக்கவேண்டாம். மனித மனம் தான் நினைப்பதுபோல் உடலைக் கட்டுப்படுத்தும் என்பதைப் பல மருத்துவ ஆய்வுகள் உறுதிப்படுத்தியுள்ளன. இதுபற்றி 'Mind Over Medicine' என்ற தலைப்பில் ஒரு மிகச் சுவாரஸ்யமான புத்தகத்தை எழுதியுள்ளார் டாக்டர் லிஸ்ஸா ரான்கின்.

லிஸ்ஸா ரான்கின் மருத்துவம் படித்தவர். கலிஃபோர்னியாவில் செம பிஸியாக தினமும் நாற்பது, ஐம்பது பேருக்கு மருத்துவ ஆலோசனை தந்துகொண்டிருந்த கைனகாலஜிஸ்ட்.

ஆனால் இன்றைக்கு, அவர் ப்ராக்டீஸை விட்டுவிட்டார். 'மருந்துகளைவிட, உங்கள் மனம்தான் உங்களைக் குணப்படுத்தும்' என்கிற செய்தியை ஊர் ஊராகச் சென்று சொல்லிக்கொண்டிருக்கிறார். அதற்காகவே இந்த நூலையும் எழுதியிருக்கிறார் அவர்.

லிஸ்ஸாமட்டுமல்ல, அவருடைய தந்தையும் மருத்துவர்தான். அதிலும் குறிப்பாக, முறையான மருத்துவமுறைகள்மட்டுமே சிறந்தவை, மற்ற எல்லாம் ஏமாற்று வேலை என்று நினைக்கிறவர். 'எதையும் கேள்வி கேட்கணும், ஆதாரப்பூர்வமான நிரூபணம் இல்லாம நம்பக்கூடாது' என்று சொல்கிறவர்.

அப்படிப்பட்ட ஒருவரால் வளர்க்கப்பட்ட மகள், இன்றைக்கு 'மனசே மருந்து' என்று சொல்வது எப்படி சாத்தியமானது?

‘நானும் என் அப்பாவைப்போல்தான் இருந்தேன்’ என்கிறார் லிஸ்ஸா ரான்கின். ‘நான் கல்லூரியில் படித்த, என்னைச் சுற்றி இருக்கிற மருத்துவர்களிடம் தெரிந்துகொண்ட சிகிச்சை முறைகள்தான் மனிதர்களுக்கு ஏற்றவை என்று கண்மூடித்தனமாக நம்பினேன். அதன் அடிப்படையிலேயே என்னுடைய சிகிச்சைகளும் அமைந்தன.’

ஆனால், லிஸ்ஸா ரான்கின் தினந்தோறும் பார்த்த பல நோயாளிகள், அவருடைய சிந்தனையைக் கொஞ்சம் கொஞ்சமாக மாற்றினார்கள். சாதாரண வியாதி என்று அவரிடம் வந்த பலருக்கு, எத்தனை மருந்துகளைக் கொடுத்தாலும், எந்தச் சிகிச்சை செய்தாலும் குணமாகவில்லை. ஆனால் அதேசமயம், குணப்படுத்தமுடியாத வியாதி என்று நினைத்த பலர், உயிர் பிழைத்து எழுந்து நின்றார்கள்.

அப்போதுதான் அவர் யோசித்தார், ‘ஒருவேளை, நமக்குத் தெரியாத ஒரு சக்தி இதில் இருக்கிறதோ?’

உடனடியாக, இதுபற்றி நிறையப் படிக்க ஆரம்பித்தார் லிஸ்ஸா ரான்கின். பல மருத்துவ ஆய்வுகள், நேரடி அனுபவங்களின் அடிப்படையில், அந்தச் சக்தி எது என்பதைத் தெரிந்துகொண்டார்: மனித மனம்.

அதாவது, நம் உடலில் வரும் நோய்களுக்கான மருத்துவம் செய்யக் கூடிய டாக்டர், நமக்குள்ளேயே இருக்கிறார். ஆகவே, மருந்துகளே அவசியமில்லை. அவர் மனம் வைத்தால் போதும், நோய் குணமாகிவிடும்.

‘இதைக் கேட்பதற்கு ஆரம்பத்தில் வேடிக்கையாக இருக்கலாம். ஆனால், உலகெங்கும் நூற்றுக்கணக்கான, ஆயிரக்கணக்கான பரிசோதனைகளில் இது உறுதிப்படுத்தப்பட்டிருக்கிறது’ என்கிறார் லிஸ்ஸா ரான்கின். ‘மனத்தைச் சரியாகப் பயன்படுத்துகிறவர்கள் குணமாவதாக உணர்வதுமட்டுமில்லை, நிஜமாகவே குணமாகிறார்கள்!’

இதற்கு அவர் தனது நூலில் ஏராளமான உதாரணங்களை அடுக்குகிறார். வேண்டுமென்றே பொய்யான மருந்தைக் கொடுத்து நோயாளிகளைக் குணப்படுத்திய மருத்துவர்கள், சிகிச்சை வேண்டாம் என்று மறுத்துவிட்டு வெறும் மனக் கட்டுப்பாட்டினால் எழுந்து நடமாடிய நோயாளிகள் என்று பல சுவாரஸ்யமான கதைகள்.

இவர்களைப்பற்றிப் படித்துக்கொண்டிருந்த நேரத்தில் லிஸ்ஸா ரான்கின் இவற்றை அனுபவப்பூர்வமாக உணர்வும் வாய்ப்பும் கிடைத்தது. காரணம், மருத்துவரான அவரே பல நோய்களில் சிக்கிக்கொண்டு அவதிப்பட நேர்ந்தது.

போதாக்குறைக்கு, அவரது தனிப்பட்ட வாழ்க்கையிலும் பல பிரச்னைகள், இழப்புகள், அனைத்தையும் மீறி வெளியே வர இயலாமல் தவித்தார்.

இந்த நேரத்தில்தான் 'மனசே மருந்து' என்கிற தத்துவத்தின்மீது அவருடைய நம்பிக்கை அதிகரித்தது. தனது பிரச்னைகள் அனைத்தையும் மீறி வெளியே வர இயலும் என்று உறுதியாக நம்பத் தொடங்கினார். அதை மனத்துக்குத் திரும்பத் திரும்பச் சொல்லிப் பழக்கப்படுத்தினார்.

'அது ஒன்றுதான் என்னைக் குணப்படுத்தியது' என இப்போது புன்னகையுடன் சொல்கிறார் லிஸ்ஸா ரான்கின். 'வேறு எந்த மருந்தையும்விட, நாம் நம்முடைய மனத்துடன் பேசி அதனை ஆறுதல்படுத்துவதுதான் உடல் சார்ந்த நோய்களுக்கும் சரியான தீர்வு என்று நான் புரிந்துகொண்டேன்.'

இது வெறும் நம்பிக்கை அல்ல. நிஜமாகவே இது உலகின் பல பகுதிகளில் நடந்திருக்கிறது. சில நேரங்களில் எதேச்சையாக, சில நேரங்களில் வேண்டுமென்றே சாதாரண மருந்துகளைக் கொடுத்து, அதன்மூலம் மனத்துக்கு நம்பிக்கையை உருவாக்கி நோயாளியைக் காப்பாற்றிய மருத்துவர்கள், ஆய்வாளர்களால்.

இதைப் புரிந்துகொண்டபிறகு, அவர் தனது வழக்கமான மருத்துவப் பணியில் தொடர விரும்பவில்லை. அதனைத் துறந்துவிட்டு, மனத்தை மருந்தாகக் கொள்ளும் நுட்பங்களை மக்களுக்குச் சொல்லிவருகிறார்.

வித்தியாசமான இந்த மருத்துவத்தை, யார் வேண்டுமானாலும் பின்பற்றலாம். அதற்கு அவர்கள் செய்யவேண்டியதெல்லாம், 'நான் இதிலிருந்து குணமாகிவிடுவேன்' என்று சொல்லிக்கொள்வதும், தங்களுக்குத் தாங்களே ப்ரிஸ்க்ரிப்ஷன் எழுதிக்கொள்வதும்தான்.

முதலில், ஒருவர் தன்னைத் தானே நன்கு கவனிக்கவேண்டும் என்கிறார் லிஸ்ஸா ரான்கின். அப்போது அவர்களால் தங்கள் உடலின் ஒவ்வொரு பாகமும் இருக்கும் நிலையை நன்றாகப் புரிந்துகொள்ள முடியும். அதில் உள்ள நோய்களும் உடனுக்குடன் தெரிந்துவிடும்.

அடுத்து, அவர் தனக்குள்ள மனக் குழப்பங்கள், பிரச்னைகளைப் பற்றித் தெளிவாகத் தெரிந்துகொள்ளவேண்டும். அதை வெளிப்படையாகப் பேசவேண்டும்.

உதாரணமாக, அது பரீட்சையில் பாஸ் செய்வதுபற்றிய குழப்பமாக இருக்கலாம். பக்கத்து வீட்டுப் பெண் காதலை ஏற்றுக்கொள்வாளா

என்கிற துடிப்பாக இருக்கலாம். நிறைய சம்பாதிக்கவேண்டும் என்ற எண்ணமாக இருக்கலாம். பிள்ளைகளின் எதிர்காலம்பற்றிய கவலையாக இருக்கலாம். மதம் சம்பந்தப்பட்ட குழப்பங்களாக இருக்கலாம்... இப்படிப் பிரச்னை எதுவானாலும், அதைத் தனக்குள் உரக்கச் சொல்லிக்கொள்வதன்மூலம், அது தீர்க்கப்படவேண்டிய ஒரு விஷயம் என்பதை மனத்தில் பதிக்கிறோம்.

அதன்பிறகுதான், 'சுய ப்ரிஸ்க்ரிப்ஷன்' எழுதுவது. நோய் என்ன என்று அறிந்த மருத்துவர் மருந்துகளை ப்ரிஸ்க்ரிப்ஷன் காகிதத்தில் எழுதுவதுபோல, 'இந்தப் பிரச்னைகளெல்லாம் தீர்ந்துவிடும். அதற்கு நான் இன்னின்ன செய்யப்போகிறேன்' என்று நாமே தீர்மானிப்பது.

ஒருவேளை, என்ன செய்வது என்று நமக்குத் தெரியாவிட்டாலும் பரவாயில்லை. 'பிரச்னை தீர்ந்துவிடும், இதோ தீரப்போகிறது, தீர்ந்துவிட்டது' என்று நமக்கு நாமே முழு நம்பிக்கையோடு சொல்லிக் கொண்டாலே போதும். தீர்வு விரைவில் வரும் என்கிறார் லிஸ்ஸா ரான்கின். 'அதற்கு நேர் எதிராக, நமக்கு ஏதோ நடந்துவிடுமோ என்று பயப்படுகிறவர்கள், நோயை வரவழைத்துக்கொள்கிறார்கள்!'

இவருடைய இந்த மாற்று மருத்துவம் முழுக்க முழுக்க ஆய்வுக் கட்டுரைகள், நேரடிச் சாட்சிகள் போன்றவற்றின் அடிப்படையில் அமைக்கப்பட்டுள்ளது. இதனை விமர்சிப்பவர்கள் உள்ளார்கள். ஆனால், மற்ற மருந்துகளைத் தவிர்க்கவேண்டும் என்ற விஷயத்தில் தான் அவர்களிடையே கருத்து வேறுபாடு. மற்றபடி, மனத்தின் ஒத்துழைப்பு இல்லாமல் எந்த உடல் வியாதியும் குணமாகாது என்பதை எல்லாருமே ஏற்றுக்கொள்கிறார்கள்.

ஆகவே, நாம் முறையான மருத்துவத்தைத் தவிர்க்கவேண்டும் என்பது கட்டாயம் இல்லை. அதோடு, 'இந்த நோய் இந்த மருந்தால் குணமாகிவிடும்' என்று மனத்தில் உறுதியாக நினைத்தால், பலன் நிச்சயமாகக் கிடைக்கும்!

64

டயாபடீஸை 'வெல்ல'லாம்!

இன்றைய தேதிக்கு, இந்தியாவில் சுமார் 7 கோடி பேர் டயாபடீஸ் எனப்படும் நீரிழிவு / சர்க்கரை நோயினால் பாதிக்கப்பட்டிருப்பதாக ஒரு புள்ளிவிவரம் சொல்கிறது.

இதன் அர்த்தம், ஒவ்வொரு வீட்டிலும் அநேகமாக ஒருவராவது டயாபடீஸுடன் பல ஆண்டுகளாக வாழ்ந்துகொண்டிருக்கிறார். ஒவ்வொரு தெருவிலும், ஒவ்வொரு ஏரியாவிலும், ஒவ்வொரு ஊரிலும் நூற்றுக்கணக்கானவர்கள் இந்நோயால் பாதிக்கப்பட்டுள்ளார்கள்.

இதனால், யாருக்காவது சர்க்கரை நோய் இருப்பதாகப் புதிதாகக் கண்டறியப்பட்டால் போச்சு, உடனடியாக அவர்களைச் சுற்றியிருக்கிற எல்லாரும் அட்வைஸ் செய்ய ஆரம்பித்துவிடுவார்கள். 'டெய்லி வாக்கிங் போகணும், எக்ஸர்சைஸ் செய்யணும், இதைச் சாப்பிடலாம், அதைச் சாப்பிடக்கூடாது, கண்ணை செக் பண்ணு, காலுக்குச் சரியான செருப்புப் போடு, மூலிகை மருத்துவம் ட்ரை பண்ணு, யோகாசனம் செய்'... என்று விதவிதமாக அறிவுரை மழைதான்.

உண்மையில், இவர்கள் எல்லாரும் நிஜமான அக்கறையுடன்தான் அறிவுரை சொல்கிறார்கள். ஆனால் பல நேரங்களில் இவை மருத்துவ பூர்வமாக உறுதி செய்யப்பட்ட ஆலோசனைகள் அல்ல. இதனால், ஒருவர் சொல்வதும் இன்னொருவர் சொல்வதும் முற்றிலும் வேறுவிதமாக இருப்பதால், அதைக் கேட்கிறவர்கள் எது சரி, யாரைப் பின்பற்றுவது என்று உறுதியாகத் தெரியாமல் குழம்பிப்போகிறார்கள்.

பத்திரிகைகள், புத்தகங்களில் டயாபடீஸ் பிரச்னை உள்ளவர்களுக்கான ஆலோசனைக் குறிப்புகள் ஏராளமாக வெளியாகின்றன. ஆனால்

அவையும் ஒரே இடத்தில் முறைப்படி தொகுக்கப்படவில்லை. உறுதிசெய்யப்படவில்லை.

இதனால், இரண்டு வருடங்களுக்குமுன்னால், டயாபடீஸ் பிரச்னை உள்ள சிலர், தங்களிடையே உரையாடுவதற்காகவும், விவரங்கள், ஆலோசனைகளைப் பகிர்ந்துகொள்வதற்காகவும் இணையத்தில் ஒரு குழுமத்தை உண்டாக்கினார்கள், அதன் பெயர் 'Living With Diabetes In India', சுருக்கமாக LWDI.

இந்தக் குழுமத்தில் டயாபடீஸ் தொடர்பான உறுதி செய்யப்பட்ட செய்திகள், துணுக்குகள், ஆலோசனைகள், டிப்ஸ், உணவுக் குறிப்புகள் போன்றவை வெளியாகத் தொடங்கின. லட்சக்கணக்கான மக்கள் இதில் உறுப்பினர்களாகச் சேர்ந்து பயன் பெற்றார்கள், தங்களுக்குத் தெரிந்தவற்றையும் பகிர்ந்துகொண்டார்கள்.

இப்படி எல்லார் சொல்லும் விஷயங்களும் அங்கே சும்மா கொட்டி வைக்கப்படுவதில்லை. அனைத்தும் முறைப்படி விவாதிக்கப்பட்டு, தேர்ந்த மருத்துவ நிபுணர்கள், ஆலோசகர்களால் உறுதி செய்யப்படுகிறது.

இதனால், 'இந்தியாவுல டயாபடீஸ்பற்றித் தெரிஞ்சுக்கணுமா, உடனடியா LWDIக்குப் போ' என்று விளம்பர வாசகம்போல் எல்லாரும் பேச ஆரம்பித்தார்கள். கொஞ்சம் கொஞ்சமாக, டயாபடீஸ்பற்றிய மினி என்சைக்ளோபீடியாவாகவே இந்தத் தளம் மாறிவிட்டது.

இன்றைக்கு, உலகின் மிகப் பெரிய டயாபடீஸ் குழு என்று பார்த்தால், LWDIதான். ஆனால் அதேசமயம், அதன் உறுப்பினர்கள் எண்ணிக்கை வெறும் ஐந்து லட்சத்துச் சொச்சம்!

ஏழு கோடி டயாபடீஸ் நோயாளிகள் உள்ள இந்தியாவில், ஐந்து லட்சம் என்பது எம்மாத்திரம்? இணைய வசதி இல்லாத மற்றவர்களுக்கும் இந்தக் குழுவில் பதிவு செய்யப்பட்டுள்ள விஷயங்கள் சென்று சேரவேண்டாமா?

இப்படி யோசித்த LWDI நிர்வாகத்தினர், தங்களது குழுவில் பேசப்பட்டுள்ள அனைத்தையும் திரட்டி, ஒழுங்குபடுத்தி, அருமையான கலர்ஃபுல் விளக்கப் படங்களுடன் புத்தக வடிவத்துக்குக் கொண்டு வந்துள்ளனர். அதைத் தேர்ந்த நிபுணர் குழுவினரால் அலசி, ஆராய்ந்து, ஒவ்வொரு வரியையும் உறுதிப்படுத்தியுள்ளனர். கிட்டத் தட்ட காமிக்ஸ் போலத் தோன்றும் இந்தப் புத்தகம் வாசிக்க எளிமையாகவும், சுவையாகவும், பயனுள்ளதாகவும் இருப்பதுதான் விசேஷம்.

'The Illustrated Guide To Living With Diabetes In India' என்று பெயரிடப்பட்டுள்ள இந்தப் புத்தகம், டயாபடீஸ்பற்றி அறிய

விரும்பும் எவருக்கும் ஓர் ஆரம்ப அறிமுகமாக இருக்கும். அந்நோயால் பாதிக்கப்பட்டுள்ளவர்கள் தங்களுடைய அன்றாட வாழ்க்கையை எப்படி அமைத்துக்கொள்வது என்பதற்கான ஆலோசனைகள், டயாபடீஸ்பற்றிய பொதுவான நம்பிக்கைகள், அவை உண்மையா என்கிற விளக்கங்கள், உணவுப் பழக்க வழக்கம் பற்றிய குறிப்புகள், உடற்பயிற்சி டிப்ஸ், டயாபடீஸுக்கான மருந்துகள், அவை செயல்படும் விதம், இந்நோய் வந்தவர்கள் தங்கள் உடலின் ஒவ்வொரு பாகத்தையும் ஆரோக்கியமாக வைத்துக் கொள்வது எப்படி என்று எல்லாம் சுலபமாகப் படிக்கும்விதமாகத் தரப்பட்டுள்ளது.

பயனுள்ள இந்த நூல், தமிழ் போன்ற உள்ளூர் மொழிகளிலும் வரவேண்டும். அப்போதுதான் அது பெரும்பான்மை மக்களைச் சென்று சேரும்.

அதுவரை, 'The Illustrated Guide To Living With Diabetes In India' புத்தகத்திலிருந்தும், LWDI இணையக் குழுவின் களஞ்சியத்திலிருந்தும் சில பயனுள்ள டயாபடீஸ் டிப்ஸ், உங்களுக்காக:

- **டயாபடீஸ் பிரச்னை உள்ளவர்கள் சாப்பிட ஏற்ற காலை உணவு எது?**

  தானியங்கள், பால் பொருள்கள், பழம் ஆகிய மூன்றிலும் ஒவ்வொன்றை எடுத்துக்கொள்வது நல்லது. உதாரணமாக, கோதுமை, ஓட்ஸ் அல்லது ராகியில் செய்யப்பட்ட ஓர் பிரதான உணவுடன், துணை உணவாக, கொழுப்பு குறைவான பால், முட்டையின் வெள்ளைக் கரு, முளை கட்டிய தானியம், ஆப்பிள், ஆரஞ்சு, சாத்துக்குடி போன்ற பழங்கள் ஆகியவற்றில் இருந்து இரண்டைத் தேர்ந்தெடுக்கலாம்!

- **கொழுப்பு குறைவான பாலா? அது எதற்கு? டயாபடீஸுக்கும் கொழுப்புக்கும் என்ன சம்பந்தம்?**

  பொதுவாக, டயாபடீஸ் பிரச்னை உள்ளவர்கள் தங்கள் உணவில் கொழுப்பைக் குறைத்துக்கொள்வது நல்லது. இதற்கு இரண்டு காரணங்கள்:

  1. உடலில் கொழுப்பு அதிகமாகச் சேர்ந்துவிட்டால், செல்கள் க்ளுக்கோஸை எடுத்துக்கொள்வதில் சிரமங்கள் ஏற்படலாம். இதன் அர்த்தம், கொழுப்பு குறைவாக இருந்தால், க்ளுக்கோஸ் அளவு நன்கு கட்டுப்பாட்டில் இருக்கும்

  2. சில கொழுப்பு வகைகள் ரத்தக் குழாய்களில் படிந்து கொள்கின்றன. இதன்மூலம், அவர்களுக்கு இதயம் தொடர்பான பிரச்னைகள் வரக்கூடும்.

• கொழுப்பு சரி, கார்போஹைட்ரேட்? அதையாவது இஷ்டம்போல் சாப்பிடலாமா?

கூடாது. கொழுப்பைக் குறைக்கிறேன் என்று மற்றவற்றைக் கண்டபடி சேர்த்துக்கொள்ளாதீர்கள். எல்லாம் அதற்குரிய கட்டுப்பாட்டில் இருக்கவேண்டும்.

கார்போஹைட்ரேட்டைப் பொறுத்தவரை, அவை ரத்தத்தில் சர்க்கரையின் அளவை அதிகரிப்பது உண்மை. அதனால் டயாபடீஸ் பிரச்னை உள்ளவர்கள் அவற்றைச் சாப்பிடவே கூடாது என்றுகூட சிலர் சொல்வார்கள்.

அதேசமயம், நம் உடலுக்கு ஆற்றலைத் தரும் முக்கியமான விஷயமே கார்போஹைட்ரேட்ஸ்தான். அவற்றை முழுக்கத் தவிர்ப்பதும் நல்லதல்ல.

நீரிழிவு நோயாளிகள் கார்போஹைட்ரேட்டுக்காக, தானியங்களை நிறைய எடுத்துக்கொள்ளலாம். அதேசமயம் முடிந்தவரை முழு தானியங்களாகச் சாப்பிடுவது நல்லது.

• ஏன் அப்படி?

முழு தானியங்களில் உள்ள கார்போஹைட்ரேட், மிக மெதுவாகத்தான் க்ளுக்கோஸாக மாறும். இப்படிப்பட்ட கார்போஹைட்ரேட்தான் டயாபடீஸ் பிரச்னை உள்ளவர்களுக்கு உகந்தது.

உதாரணமாக, கடையில் கிடைக்கும் பாலிஷ் செய்த வெள்ளை அரிசிக்குப் பதிலாக, கைக்குத்தல் அரிசி அல்லது சிவப்பு நிற அரிசிக்கு மாறலாம். சப்பாத்தி செய்யும்போது முழு கோதுமையில் அரைத்த மாவைப் பயன்படுத்தலாம்.

உலர்ந்த பீன்ஸ், ஸ்டார்ச் அதிகமுள்ள காய்கறிகள், பழங்கள், பால் பொருள்கள் போன்றவற்றிலும் கார்போஹைட்ரேட் உண்டு. இவற்றையும் உரிய அளவில் சாப்பாட்டில் சேர்த்துக் கொள்ளலாம்.

• சர்க்கரைக்குப் பதில் தேன் சாப்பிடலாம் என்கிறார்களே. நிஜமா?

ம்ஹூம்! டயாபடீஸ் பிரச்னை உள்ளவர்களைப் பொறுத்தவரை, அவர்கள் சர்க்கரை சாப்பிடுவதும், தேன் சாப்பிடுவதும் ஒன்றுதான். அவர்களுடைய நிலைமைக்கு, இரண்டிலும் சர்க்கரையின் அளவு அதிகம்தான்.

● **ஒரு சாப்பாட்டுக்கும் இன்னொரு சாப்பாட்டுக்கும் இடையே பசித்தால், ஸ்னாக்ஸ்போல ஏதாவது சாப்பிடலாமா?**

சாப்பிடலாம். உண்மையில், டயாபடீஸ் பிரச்னை உள்ளவர்கள் ஒரு நாளைக்கு மூன்று வேளை என்று கணக்கு எதுவும் வைத்துக்கொள்ளாமல், சிறிய இடைவெளியில் பலமுறை கொஞ்சம் கொஞ்சமாகச் சாப்பிடுவது நல்லது. இதன்மூலம் ரத்தத்தில் க்ளுக்கோஸ் அளவு திடீரென்று சரிந்துவிடாமல் பாதுகாக்கலாம்.

அதேசமயம், நாம் சாப்பிடுவது ஆரோக்கியமான ஸ்னாக்ஸ் தானா என்றும் பார்த்துக்கொள்ளவேண்டும்.

● **என்னென்ன காய்கறிகளைச் சாப்பிடலாம்?**

ஒவ்வொருமுறை சாப்பிட உட்காரும்போது, உங்கள் தட்டில் பாதி அளவு காய்கறிகள் இருக்கவேண்டும். மீதிதான் மற்ற உணவு வகைகள்!

அடர்பச்சை, ஆரஞ்சு, மஞ்சள் நிறங்களைக் கொண்ட காய்கறி களைச் சம விகிதத்தில் தேர்ந்தெடுத்து, சமைத்தோ சமைக்காமலோ கலந்து உண்ணலாம்.

● **சமையலுக்கு என்ன எண்ணெய் பயன்படுத்துவது?**

ஒரே எண்ணையாக அன்றி, மோனோ அன்சாசுரேட்டட், பாலி அன்சாசுரேட்டட் வகையைச் சேர்ந்த பல எண்ணெய்களை மாற்றி மாற்றிப் பயன்படுத்துவது டயாபடீஸ் பிரச்னை கொண்டவர்களுக்கு நல்லது. உதாரணமாக, கடலெண்ணெய், ஆலிவ் எண்ணெய், நல்லெண்ணெய் ஆகியவை.

● **நீரிழிவு நோய் உள்ளவர்கள் சிலர் தண்ணியடிக்கிறார்களே, இது நல்லதுதானா?**

பொதுவாகவே ஆல்கஹால் என்பது மனித உடலுக்கு எந்தவிதத்திலும் பயன்படாத ஒரு வெற்று விஷயம். பெருமளவு தீங்கு விளைவிக்கக்கூடியதும்கூட.

நீரிழிவு நோயாளிகளைப் பொறுத்தவரை, அவர்கள் அருந்தும் மது பானங்கள் நேரடியாகக் கலோரி கணக்கில் சேர்ந்துவிடும். அதனால், மற்ற (பயனுள்ள, உடலுக்குச் சத்து தரக்கூடிய) உணவு வகைகளை அவர்களால் போதுமான அளவில் எடுத்துக் கொள்ள இயலாத சூழ்நிலை.

இதனால், உடல் எடையைக் கட்டுப்படுத்த விரும்பும் நீரிழிவு நோயாளிகள், மது அருந்துவதை முடிந்தவரை தவிர்த்து விடுவதே நல்லது!

● டயாபடீஸ் பிரச்னை உள்ளவர்கள் ஏன் உடற்பயிற்சி செய்யவேண்டும்?

ஒன்று, இரண்டு அல்ல, முழுசாக ஆறு காரணங்கள் உண்டு:

1. அது உங்களது ரத்தத்தில் க்ளுக்கோஸ் அளவைக் கட்டுப் படுத்தும்.
2. உடல் எடை கண்டபடி எகிறிவிடாமல் பார்த்துக்கொள்ளும்.
3. டயாபடீஸ் தொடர்பான மற்ற உடல் பிரச்னைகளைத் தவிர்க்கும்.
4. மன அழுத்தத்தைக் குறைத்து உங்களை ரிலாக்ஸாக வைக்கும்.
5. களைப்பு குறையும், உற்சாகம் பெருகும்.
6. உங்கள் எலும்புகளும் சதைகளும் உறுதியடையும்.

● தினமும் எவ்வளவு நேரம் எக்ஸர்ஸைஸ் செய்யவேண்டும்?

வாரத்துக்கு 150 நிமிடங்கள் என்று கணக்கு வைத்துக் கொள்ளுங்கள். உங்களது பிஸி வாழ்க்கையைப் பொறுத்து, அதை ஒவ்வொரு நாளும் இருபது முதல் முப்பது நிமிடங்கள் என்று பிரித்துக்கொள்ளுங்கள்!

● முப்பது நிமிடங்களா? அவ்வளவு நேரம் என்ன செய்வது? ஓடலாமா? நடக்கலாமா? சைக்கிள் ஓட்டலாமா? டிவியில், இன்டர்நெட்டில் காட்டும் உடற்பயிற்சிகளையெல்லாம் செய்யலாமா?

இந்த விஷயத்தில்மட்டுமல்ல, எப்போதுமே 'எல்லாருக்கும் பொதுவான உடற்பயிற்சி' என்று எதுவுமே இல்லை. நீங்களாக எதையாவது ஆரம்பித்துவிட்டுச் சிரமப்படாதீர்கள். உங்களது உடல்நிலை, எடை, உணவுப் பழக்கவழக்கங்கள் போன்ற பல அம்சங்களைக் கவனித்து, அதன் அடிப்படையில் உங்களது டாக்டர் அல்லது ஃபிசியோதெரபிஸ்ட்தான் சரியான உடற் பயிற்சியைச் சிபாரிசு செய்யவேண்டும்.

அவர் பரிந்துரை செய்யும் உடற்பயிற்சிகளைச் சரியான விகிதத்தில் கலந்து செய்யுங்கள். சோர்ந்து உட்காராமல் எப்போதும் உற்சாகமாக இயங்கிக்கொண்டே இருக்கும் வாழ்க்கைமுறையை உருவாக்கிக்கொள்ளுங்கள். அதுவே உங்களுடைய நோயை விரட்டி ஆரோக்கியத்தை மீட்டுத் தரும்!

65

நூறு வயசு வாழலாம்!

வருடம் 1970. டோக்கியோவிலிருந்து ஒரு விமானம் புறப்பட்டது. மற்ற பயணிகளோடு டாக்டர் ஷிகேகி ஹினோஹராவும் விமானத்தில் ஏறி அமர்ந்தார்.

அன்றைய தேதிக்கு, ஜப்பானின் மிகப் பிரபலமான டாக்டர்களில் ஒருவர் ஷிகேகி ஹினோஹரா. அதோடு நிறுத்தாமல், கல்வி, ஆராய்ச்சித்துறைகளிலும் குறிப்பிடத்தக்க பல சாதனைகளைப் புரிந்துவந்தார்.

அறுபதைத் தொடப்போகும் வயது. ஆனாலும் சுறுசுறுப்பு குறைய வில்லை. இன்னும் இன்னும் முன்னேறவேண்டும் என்கிற துடிப்பு.

ஆனால் அன்றைக்கு, அவருடைய நேரம் சரியில்லை. உடம்பெல்லாம் டைனமைட்களுடன் சிலர் வந்து குதிக்க, அவர் பயணம் செய்த விமானம் கடத்தப்பட்டது. 'எங்களுடைய கோரிக்கைகள் நிறைவேறா விட்டால் உங்களையெல்லாம் கொன்றுவிடுவோம்' என்று கடத்தல் காரர்கள் மிரட்டினார்கள்.

வெறுமனே மிரட்டுவதோடு நிற்கவில்லை. பயணிகள் எல்லாருக்கும் கை விலங்கு பூட்டி, தூங்கவிடாமல், சாப்பாடுபோடாமல் கொடுமைப் படுத்தினார்கள். எந்த நிமிடம் டைனமைட்கள் வெடிக்குமோ என்கிற திகில்.

நான்கு நாள் கழித்து, அவர்களுடைய பிரார்த்தனைக்குப் பலன் கிடைத்தது. ஹைஜாக் செய்யப்பட்ட அவர்களுடைய விமானம் திருப்பி அனுப்பப்பட்டது. எல்லாரும் பத்திரமாக ஊர் திரும்பினார்கள்.

இந்த நிகழ்ச்சி டாக்டர் ஷிகேகி ஹினோஹராவுக்கு ஒரு மிகப் பெரிய அதிர்ச்சியாக இருந்தது. 'கிட்டத்தட்ட உயிர் போய்விட்ட நிலைமை தான். ஆனால், எப்படி உயிர் பிழைத்தோம்? எதனால் உயிர் பிழைத்தோம்? முக்கியமாக, எதற்காக உயிர் பிழைத்தோம்?'

தொடர்ந்த சிந்தனைக்குப்பிறகு, அவர் ஒரு தீர்மானத்துக்கு வந்தார், 'எதற்காகவோ, எனக்கு இரண்டாவது வாழ்க்கை தரப்பட்டுள்ளது. அதைப் பயனுள்ளவகையில் உபயோகப்படுத்திக்கொள்ளப் போகிறேன்.'

அதன்பிறகு, அவருடைய நடவடிக்கைகளில் மிகப் பெரிய மாற்றங்கள். அதுவரை தன்னுடைய தொழில், கல்வித்துறை சார்ந்த விஷயங்களில்மட்டும் தீவிர கவனம் செலுத்திவந்தவர் இப்போது பரவலாகப் பொதுமக்களிடம் பேச ஆரம்பித்தார். ஆரோக்கியமான வாழ்க்கை, அதற்கான பழக்கவழக்கங்கள் என்று நிறையப் பேசினார். நூற்றுக்கணக்கான கட்டுரைகள், ஏராளமான புத்தகங்களை எழுதிக் குவித்தார். 'வயதானால் வாழ்க்கை முடிவதில்லை. இன்னோர் இன்னிங்ஸ் தொடங்குகிறது' என்று முதியோருக்கான உற்சாக சங்கங்களை ஆரம்பித்தார்.

கடந்த 2011ம் ஆண்டு, டாக்டர் ஷிகேகி ஹினோஹராவுக்கு நூறு வயது பூர்த்தியானது. இந்த வயதிலும் தெம்பாக நடப்பது, உற்சாகமாக வேலை பார்ப்பது, வருடத்துக்கு 150 மேடைகளில் பேசுவது என்று இளசுகளையெல்லாம் கலங்கடிக்கும் 'சூப்பர் யூத்' இவர்.

'உங்களுக்கு வயதாகிவிட்டது என்ற உணர்வே இல்லையா?' என்று யாராவது கேட்டால், கை கொட்டிச் சிரிக்கிறார் டாக்டர். 'என்ன பேசுகிறீர்கள்? நம் வேலையை ஒழுங்காகப் பார்த்தால், எப்போதும் எதையாவது புதிதாகக் கற்றுக்கொண்டே இருந்தால் போதும், வயதெல்லாம் ஒரு மேட்டரே இல்லை!'

வயதில் செஞ்சுரி போட்ட டாக்டர் ஷிகேகி, எழுபது வருடங்களுக்கும் மேலாக மருத்துவ சேவை புரிகிறார். கதை, கவிதை எழுதுகிறார். இசையமைக்கிறார். உலகம் சுற்றிப் பல மேடைகளில் ஆயிரக்கணக்கான இளைஞர்களுடன் பேசுகிறார். 'How To Live Well' என்று ஒரு சூப்பர் ஹிட் புத்தகம் எழுதியுள்ளார். லட்சக்கணக்கான பிரதிகள் விற்பனையாகிச் சாதனை படைத்துள்ள அந்தப் புத்தகத்தில் ஆரோக்கியமாக வாழ்வதற்கான பல டிப்ஸ்களை அடுக்கியுள்ளார் இவர்.

இந்த 'சூப்பர் செல்லரி'லிருந்தும், டாக்டரின் மற்ற புத்தகங்கள், பேச்சுகள், கட்டுரைகளிலிருந்தும் நமக்குப் பயனுள்ள ப்ராக்டிகல் குறிப்புகள், இங்கே சுருக்கமாக:

- **மகிழ்ச்சியாக உணருங்கள்:**

நல்ல சாப்பாடு, நல்ல தூக்கம்போலவே, நல்ல உணர்வுகளும் நமக்கு அவசியம். சொல்லப்போனால், மற்ற இரண்டையும்விட இதுதான் மிக மிக முக்கியம். நல்ல சிந்தனைகளோடு எப்போதும் மகிழ்ச்சியாக உணர்கிறவர்களுக்குள் உற்சாகமும் ஆற்றலும் தானாகப் பொங்கும்.

- **எடையைக் கவனியுங்கள்:**

அதிக எடையால் வேறு எந்தப் பிரச்னைகள் வருகிறதோ இல்லையோ, அது உங்களை மெதுவாகச் செயல்படச் செய்து விடும். சோம்பேறித்தனம் பெருகும். குறைவாகச் சாப்பிடுங்கள். ஆரோக்கியமாகச் சாப்பிடுங்கள். இருக்கிறது என்பதற்காக வயிறு நிறைய சாப்பாட்டைத் திணிக்காதீர்கள்.

நான் என்ன சாப்பிடுகிறேன் என்று கேட்கிறீர்களா? காலையில் கொஞ்சம் காபி, அப்புறம் ஒரு க்ளாஸ் பால், கொஞ்சம் ஆரஞ்ச் ஜூஸ், அதில் ஒரு டேபிள் ஸ்பூன் ஆலிவ் ஆயில், என்னுடைய தோலை ஆரோக்கியமாக வைத்திருப்பதற்காக!

லஞ்ச் நேரத்தில் ஒரு க்ளாஸ் பால், சில பிஸ்கட்கள். ஒருவேளை அன்றைக்கு ரொம்ப வேலை அதிகம் என்றால், மதிய உணவைத் தவிர்த்துவிடுவதும் உண்டு.

இரவு உணவுக்கு நிறைய காய்கறிகள், சிறிதளவு மீன், அதோடு கொஞ்சம் சாதம். வாரத்தில் இரண்டு நாள் 100 கிராம் இறைச்சி. அவ்வளவுதான்.

'இத்தனை கம்மியாகச் சாப்பிட்டால் மறுபடி பசி எடுக்காதா?' என்று கேட்கிறீர்களா? வேலையை ஒழுங்காகச் செய்தால் பசியெல்லாம் பறந்துபோய்விடும். இந்த அளவு சாப்பாடு நம் உடம்புக்குப் போதும்!

- **எதையாவது எதிர்பார்த்திருங்கள்:**

அடுத்து என்ன, அடுத்து என்ன என்கிற எதிர்பார்ப்புடன் உள்ள வாழ்க்கைதான் சுவாரஸ்யமானது, உற்சாகமானது. சோர்ந்து உட்காராதீர்கள். ஒரு வேலை முடிந்தால் இன்னொன்று, ஒரு லட்சியத்தைப் பூர்த்தி செய்தால் இன்னொன்று என்று புதுப்புது விஷயங்களை நோக்கி முன்னேறிக்கொண்டே இருங்கள்.

உங்களுக்குத் தெரியுமா? இந்த வயதிலும் நான் 2014வரை என்னுடைய அடுத்தடுத்த கடமைகளைத் திட்டமிட்டுவிட்டேன், அதன்படி சுறுசுறுப்பாக வேலை பார்த்துக்கொண்டிருக்கிறேன்!

- **எதைச் செய்தாலும் அனுபவித்துச் செய்யுங்கள்:**

ஒரு வேலையிலிருந்து நீங்கள் ஓய்வை எதிர்பார்க்கிறீர்கள் என்றாலே, அந்த வேலையை நீங்கள் விரும்பவில்லை, ரசிக்கவில்லை என்று தான் அர்த்தம். எதையும் கடனே என்று செய்யாமல் அனுபவித்துச் செய்து பழகினால், ஒருபோதும் ஓய்வுக்கு மனம் ஏங்காது.

அப்படி உங்களுக்கு ஓய்வு கண்டிப்பாகத் தேவை என்றால், பின்னால் எண்பது வயதுக்குமேல் பார்த்துக்கொள்ளலாம். அதுவரை எதற்காகவும் நிற்காதீர்கள்.

- **அறுபது வயதுக்குப்பிறகும், புது வாழ்க்கையை அமைத்துக் கொள்ளுங்கள்:**

சிலர் 'ரிடையராகற வயசு வந்தாச்சு, இனிமே என்ன சார்?' என்பார் கள். அந்தக் கணத்திலேயே அவர்கள் வாழ்வதை நிறுத்திவிடுகிறார் கள் என்று அர்த்தம். அப்போதுதான் புது வாழ்க்கை ஒன்றைத் தேடவேண்டும். இதுவரை குடும்பத்துக்காக உழைத்தோம், இனிமேல் சமூகத்துக்காக உழைப்போம். நம்மைச் சுற்றி பிரச்னை களுக்கா குறைச்சல்? தேவை உள்ளவர்களுக்குக் கை கொடுப்போம். அதன்மூலம் அவர்களுக்கும் நன்மை, நாமும் சுறுசுறுப்பாக வாழ்வோம்.

- **அடுத்தவர்களுக்குச் சொல்லிக்கொடுங்கள்:**

நீங்கள் கற்றுக்கொண்டவை உங்களுக்குள் இருக்கும்வரை கொஞ்சம்தான் பயன்படும். அதை எல்லாருக்கும் கற்றுத்தாருங்கள். உங்களுக்கும் இன்னும் சிறப்பாகப் புரியும். அவர்களுக்கும் உபயோகமாக இருக்கும். அதைவிட முக்கியமாக, உருப்படியாக எதையோ செய்தோம், ஒருவருக்கு உதவினோம் என்கிற மன நிறைவு கிடைக்கும்!

- **இயற்கையோடு ஒன்றி வாழுங்கள்:**

எல்லா நோய்களுக்கும் மருந்துகள் உண்டு. ஆனால் அவை மாத்திரை, கேப்ஸ்யூல், சிரப் வடிவத்தில்மட்டுமல்ல. அதை யெல்லாம் கொஞ்சம் ஒதுக்கிவைத்துவிட்டு இயற்கையோடு ஒருங்கிணைந்து வாழப் பழகுங்கள். காற்று வாங்கிக்கொண்டு சற்று

நடந்து திரும்புங்கள். ஆற்றங்கரையில் படுத்துக் கிடங்கள். செடிகளோடு பேசுங்கள். ஒரு செல்லப் பிராணி வளர்க்கத் தொடங்குங்கள். நல்ல பாட்டு, இசை கேளுங்கள். எத்தனை பிரச்னைகளுக்கு நடுவிலும் ஆனந்தமயமான வாழ்க்கை சாத்தியப்படும்.

- **உங்கள் டாக்டரைக் கேள்வி கேளுங்கள்:**

நானும் டாக்டர்தான். ஆனால் நோய் என்று வந்தவர்களுக் கெல்லாம் மருந்துகளை எழுதித் தந்து ஆப்ரேஷன் செய்துவிட மாட்டேன். அப்படி உங்களிடம் யாராவது சொன்னால், 'உங்களது நெருங்கிய உறவினர் ஒருவருக்கு இந்தப் பிரச்னை வந்தால் இதே மருத்துவத்தைத்தான் சிபாரிசு செய்வீர்களா?' என்று கேளுங்கள். உடம்பை ரொம்பப் படுத்தாமல் இருந்தாலே போதும், தானாகக் குணமாகிவிடுவீர்கள்.

- **படி ஏறுங்கள், எடை தூக்குங்கள்:**

லிஃப்ட்டுக்காகக் காத்திருக்காதீர்கள். படிகளில் ஏறி, இறங்கிப் பழகுங்கள். அதன்மூலம் உங்கள் தசைகள் வலுவடையும், நாள் முழுவதும் உற்சாககமாக உணர்வீர்கள்.

அதேபோல, உங்களுடைய சூட்கேஸ், பை போன்றவற்றை இன்னொருவரிடம் ஒப்படைக்காதீர்கள். தோளிலோ முதுகிலோ கையிலோ நீங்களே தூக்கிப் பழகுங்கள். அத்தனையும் உங்கள் உடம்புக்குத்தான் நல்லது!

- **எதையும் வாரி இறைக்காதீர்கள்:**

பணம் முக்கியம்தான். வசதி வாய்ப்புகள் முக்கியம்தான். ஆனால் அவை நமக்கு நிஜமான சந்தோஷத்தைத் தருவதில்லை என்பதை உணருங்கள். அலட்சியமாகவும் ஆடம்பரமாகவும் செலவு செய்வதை நிறுத்துங்கள். அடிப்படைத் தேவைகளுக்காகக் கொஞ்சம் மட்டும் வைத்துக்கொண்டு அதற்குள் வாழ்கிற வாழ்க்கை உங்களுக்கு மிகப் பெரிய திருப்தியை, நிம்மதியைத் தரும்.

அப்போ மீதியிருக்கிற பணத்தை என்ன செய்ய?

இல்லாதவர்களுக்குக் கொடுங்கள். அவர்களுடைய மகிழ்ச்சியில் சந்தோஷம் காணப் பழகுங்கள். உலகின் மிகப் பெரிய பணக்காரர் களெல்லாம்கூட இதைத்தான் செய்கிறார்கள். யாரும் எதையும் கையோடு கொண்டுசெல்லமுடியாது!

- **எதிர்பாராதவற்றை எதிர்பார்த்திருங்கள்:**

எல்லாமே நாம் நினைத்ததுபோல், கோடு போட்டமாதிரி நடந்து விடாது. அவ்வப்போது சில பிரச்னைகளும் வரும். நாம் யோசிக்காத விஷயங்கள் நடந்துவிடும். அவற்றை எண்ணி அளவுக்கதிகமாக அதிர்ச்சியடையாதீர்கள். எல்லாவற்றுக்கும் தயாராக இருங்கள். எந்தக் கெட்டதிலும் நிச்சயமாக ஒரு நல்லது இருக்கும். அதைத் தேடிக் கண்டுபிடியுங்கள். அதை நமக்கு ஏற்றபடி பயன்படுத்திக் கொள்ளுங்கள்.

- **கவலையை வலியக் கொண்டுவராதீர்கள்:**

அப்படியானால், எந்நேரமும் எதிர்பாராதவற்றை எதிர்பார்த்துக் கவலைப்பட்டுக்கொண்டே இருக்கவேண்டுமா?

ம்ஹூம், இல்லை. மகிழ்ச்சிக்கு எதிரிதான் கவலை. தானாக வரும் கவலை ஒருபுறம், நாமாகக் கொண்டுவரும் கவலைகள் இன்னும் அதிகம்.

உதாரணமாக, சிலருக்குச் சரியாகத் தூக்கம் வராது. அது ஒரு சிறிய பிரச்னைதான். ஆனால் அதேசமயம் 'அச்சச்சோ, எனக்குத் தூக்கம் வரவில்லையே' என்று நினைத்து எந்நேரமும் கவலைப்பட்டால் அதன்மூலம் இன்னும் பெரிய பிரச்னைகள் வந்துவிடும்.

ஆக, கவலைகளை நீங்களாகத் தேடிச் செல்லாதீர்கள். இது நடந்து விடுமோ, அது நடந்துவிடுமோ என்று எண்ணிப் பதறாதீர்கள். ஒருவேளை இப்படி நடந்தால் அப்படிச் செய்யலாம் என்று முன்கூட்டியே யோசித்துத் திட்டமிடுவதில் தவறில்லை. ஆனால் அநாவசியப் பதற்றம் வேண்டாம்.

- **வலிக்கு மருந்தாகப் புன்னகையைப் பூசுங்கள்:**

உடல் வலி, மன வலி எதுவானாலும், உதட்டில் புன்னகை, உள்ளத்தில் உற்சாகம்தான் மிகப் பெரிய மருந்து. நகைச்சுவையான விஷயங்களைப் பேசுவது, படிப்பது, பார்ப்பது என்று மனத்தைத் திருப்புங்கள். வாய் விட்டுச் சிரித்தால் எதுவுமே பெரிய பிரச்னை யாகத் தெரியாது.

- **உங்களுடைய லட்சிய பிம்பத்தைத் தேர்ந்தெடுத்துப் பின்பற்றுங்கள்:**

நாம் இப்போது இருக்கும் நிலைமையிலேயே எப்போதும் இருப்பது மிக எளிது. அந்தச் சௌகர்யத்திலிருந்து வெளியே வந்து ஒரு படி மேலே முன்னேறுவதுதான் சிரமம். அப்படிப்பட்ட ஒருவரை

உங்களுடைய 'தலைவ'ராக, வழிகாட்டியாகத் தேர்ந்தெடுத்துக் கொள்ளுங்கள். அவர்களைப் பின்பற்றத் தொடங்குங்கள். அதன்பிறகு, அதுவரை நீங்களே அறியாத புதுப்புது பலங்கள் ஒவ்வொன்றாக வெளிப்படக் காண்பீர்கள்.

- **உடலினை உறுதி செய்யுங்கள்:**

  எல்லாருக்கும் உடற்பயிற்சி முக்கியம், வயதானவர்களுக்கு அது இன்னும் முக்கியம். கை, கால்களை அசைக்காமல் வைத்திருந்தால் அவை தேவையான நேரத்தில் ஒத்துழைக்காது. அதனால் எங்கேயும் போகாமல் ஒரே இடத்தில் உட்கார்ந்து எடை போடுவீர்கள். யாரிடமும் பழகாமல் சோகத்தில் மூழ்குவீர்கள். எல்லாப் பிரச்னைகளும் ஒன்றன்பின் ஒன்றாக வந்து சேரும்.

  ஆகவே, குறைந்தபட்ச உடற்பயிற்சியைத் தவிர்க்காதீர்கள். தினமும் சில நிமிடங்கள் ஒதுக்கி உடல் முழுமைக்கும் தேவையான வேலையைக் கொடுத்துவந்தால், அதுவே உங்களுக்கு மிகப் பெரிய ப்ளஸ்.

- **அவ்வப்போது வழக்கத்தை மீறி ஏதேனும் புதிதாகச் செய்யுங்கள்:**

  நீங்கள் எப்போதும் பகல் நேரத்தில் வேலை செய்கிறவரா, ஒரு நாள் நைட் டியூட்டி பாருங்கள். ராத்திரிப் பறவை என்றால், அதிகாலையில் எழுந்து பாருங்கள். வேண்டுமென்றே உங்கள் உடலின் 'ரிதம்' தலைகீழாகும்படி அவ்வப்போது மாற்றி விளையாடுங்கள். ஆனால் அதேசமயம், இதையெல்லாம் வேண்டா வெறுப்பாகச் செய்யாமல், ரசித்துச் செய்யுங்கள். மனம் தளராத வரை உடல் தளராது, இன்னும் உரமேறும்!

- **பெரிய திட்டங்களைத் தீட்டுங்கள்:**

  கவிஞர் ராபர்ட் பிரௌன் ஒருமுறை சொன்னார், 'பெரிய ஓவியங்களை வரையுங்கள், சும்மா கிறுக்காதீர்கள்!'

  அதுபோல, நாமும் நமது வாழ்க்கையை ஒரு மிகப் பெரிய வண்ண ஓவியமாகத்தான் திட்டமிடவேண்டும். அந்தக் கனவு நம்முடைய வாழ்நாளில் நிறைவேறாமலே போய்விட்டாலும் பரவாயில்லை. அதை நோக்கிச் செல்லும் பயணம் எப்போதும் ஆனந்தமாக இருக்கும், முழுத் திருப்தி கொடுக்கும்.

66

காதல் மொழிகள் ஐந்து!

வெளியே கிளம்புகிறீர்கள். போதுமான அளவு பெட்ரோல் இருக்கிறதா என்று கவனித்தபிறகுதான் வண்டியை ஸ்டார்ட் செய்வீர்கள். இல்லையா?

அதேபோல், ஷாப்பிங் போகிறீர்கள். ஆனால் அதற்குத் தேவையான பணம் இருக்கிறதா என்று பர்ஸைப் பரிசோதித்துக்கொள்ளாமல் புறப்படமுடியாது. சரிதானே?

ஒருவேளை காசு குறைவாக இருந்தால்? பிரச்னையில்லை. ஏ.டி.எம்.மில் போய் பணம் எடுத்து பர்ஸை நிரப்பிக்கொண்டு ஷாப்பிங் போகலாம்.

ஆனால் ஏ.டி.எம்.மும் தானாகக் காசு தந்துவிடாது. அதற்கு நம் வங்கிக்கணக்கில் அவ்வப்போது போதுமான அளவு பணம் போட்டு வரவேண்டும். இல்லாவிட்டால் தீர்ந்துபோய்ப் பல்லிளிக்கும். இதேபோல், அன்புக் கணக்கு (லவ் அக்கவுன்ட்!) என்று ஒரு விஷயம் இருக்கிறது. கேள்விப்பட்டிருக்கிறீர்களா?

நீங்கள் கணவன், மனைவியாக இருக்கலாம், அல்லது காதலர்களாக இருக்கலாம், அல்லது சகோதர சகோதரிகளாக, நெருங்கிய உறவினர் களாக, நல்ல நண்பர்களாகக்கூட இருக்கலாம். உங்களுக்கிடையே இருக்கும் உறவு அல்லது நட்பை அவ்வப்போது தொடர்ந்து கவனித்துக் கொண்டே இருக்கவேண்டும். எப்போதாவது அக்கவுன்டில் அன்பு குறைவதுபோல் தோன்றினால் அதைக் கொட்டி நிரப்பி நிறைகுடமாக வைத்திருக்கவேண்டும்.

அக்கவுன்டில் அன்பைக் கொட்டுவதா? இதென்ன கூத்து?

விளையாட்டு இல்லை. நிஜமாகவே, நம் வாழ்வில் காதலைப் பொங்கிப் பெருகவைக்கும் அற்புதமான சங்கதி இது. உலகெங்கும் அறுபது லட்சம் பிரதிகளுக்குமேல் விற்பனையாகிச் சாதனை படைத்திருக்கும் 'ஃபைவ் லவ் லாங்வேஜஸ்' என்ற புகழ் பெற்ற புத்தகத்தில் இதனை விவரித்திருப்பவர் டாக்டர் காரி சாப்மன்.

உதாரணமாக, ஒரு கணவர் மனைவியை எடுத்துக்கொள்வோம். அவர்கள் மிகவும் அன்பாகப் பழகுகிற ஜோடிதான். ஆனால் அன்றைக்கு அந்தப் பெண்ணுக்குத் தன் கணவர்மீது ஏதோ மன வருத்தம். லவ் அக்கவுன்டில் பேலன்ஸ் கொஞ்சம் இறங்கியிருக்கிறது!

அவர்கள் ஒருவரை ஒருவர் நன்றாகப் புரிந்துகொண்டிருந்தால், அந்தக் கணவர் அதை உடனே கவனித்துவிடமுடியும். 'என்னம்மா பிரச்னை? எதுவானாலும் என்கிட்ட சொல்லு' என்று கேட்டுவிடுவார்.

ஒருவேளை அப்படித் தானாகத் தெரிந்துகொள்ளாவிட்டாலும் பிரச்னை இல்லை, வண்டியில் போதுமான அளவு பெட்ரோல் இருக்கிறதா என்று அவ்வப்போது பரிசோதிப்பதுபோல் கேட்டுத் தெரிந்துகொள்ளலாம். தப்பே இல்லை. இதற்கு 'லவ் டேங்க் செக்' என்று பெயர் வைக்கிறார் காரி சாப்மன்.

சரி. கேட்டாச்சு. டாங்கில் லவ் கொஞ்சம் குறைந்திருப்பது தெரிய வருகிறது. என்ன செய்வது?

அதையும் சம்பந்தப்பட்ட நபரிடம்தான் கேட்கவேண்டும். 'அன்பே, நான் உன்னை ரொம்ப நேசிக்கிறேன். ஆனா ஏதோ காரணத்தால நம்மோட காதல் டாங்க் கொஞ்சம் குறைஞ்சிருக்கிறது புரியுது. அது பழையபடி நிரம்பி வழியணும். அதுக்கு நான் என்ன செய்யணும்னு சொல்லு, செய்யறேன்!'

'ஒருவரை நேசிப்பது என்பது மிகவும் உன்னதமான ஒரு விஷயம்' என்கிறார் டாக்டர் சாப்மன். 'நீங்கள் மற்ற வேலைகளையெல்லாம் செய்துகொண்டே பத்தோடு பதினொன்றாக இதையும் கவனித்தால் சரிப்படாது. அதற்கென்று நேரம் ஒதுக்கவேண்டும். பலவிதமான காதல் மொழிகளைப் பேசப் பழகவேண்டும்.'

காதல் மொழிகளா? அதென்ன?

இந்தப் புத்தகத்தில் டாக்டர் சாப்மன் ஐந்து காதல் மொழிகளை விவரிக்கிறார். இந்த ஐந்தையும் சரியான நேரத்தில் சரியான

விகிதத்தில் கலந்து பேசத் தெரிந்துகொண்டால்தான் உங்கள் இருவருடைய காதல் டாங்கில் எப்போதும் அன்பு நிரம்பி வழிந்து கொண்டே இருக்கும்:

1. **காதலைச் சொல்வது.**

2. **தனிமையில் நேரம் செலவிடுவது.**

3. **பரிசுகள்.**

4. **சேவைகள்**

5. **தொடுதல்**

1. காதலைச் சொல்வது:

- நம் சினிமாக்களும் கதைகளும் சேர்ந்து 'ஐ லவ் யூ' என்பதை ஒரு மகா மோசமான கெட்டவார்த்தைபோல் மாற்றிவிட்டன. ஆனால் உண்மையில் நம்முடைய நேசத்தை வார்த்தைகளால் வெளிப்படுத்துவது ஓர் அற்புதமான விஷயம். அதை முடிந்தபோதெல்லாம் செய்யலாம், செய்யவேண்டும்!

- உங்களுக்கு 'ஐ லவ் யூ' சொல்லக் கூச்சமா? பிரச்னை யில்லை. வேறுவிதங்களில் நீங்கள் உங்களுடைய துணையை நேசிக்கிறீர்கள் என்பதைச் சொல்லிக்கொண்டே இருக்கலாம். 'இந்த ட்ரெஸ் உனக்கு அழகா இருக்கு!', 'சமையல் பிரமாதம்', 'அந்த வேலையைக் கரெக்டா ஞாபகம் வெச்சிருந்து செஞ்சு முடிச்சுட்டீங்களே, சமத்து!'... இப்படி.

- இதையெல்லாம் சொல்லக் கூச்சமா? எழுதுங்கள் - லவ் லெட்டர்போல ஒரு பரவசம் உண்டா? அதை டீனேஜ் காதலர்கள் மட்டும்தான் எழுதவேண்டும் என்று யார் சொன்னது?

- இந்த வார்த்தைகளைத் தனிமையில்தான் சொல்லவேண்டும் என்று கட்டாயம் இல்லை. நாலு பேர் எதிரிலும் சொல்லலாம். அந்தப் பகிரங்கப் பாராட்டு உங்களுக்கு எக்ஸ்ட்ரா ஸ்கோர் வாங்கித்தரும்.

- உங்களுக்குக் குழந்தைகள் இருந்தால், அவர்கள் முன்னே உங்கள் கணவரை அல்லது மனைவியைக் குறிப்பிட்டுப் பாராட்டுங்கள். 'அம்மாபோல ஒரு விஷயத்தை சிரத்தையாச் செய்யக் கத்துக்கோ', 'அப்பாமாதிரி சுறுசுறுப்பா இருக்கப் பழகிக்கோ'... இப்படி.

2. தனிமையில் நேரம் செலவிடுவது:

- காதலுக்குப் பேச்சு முக்கியம். பல வருடங்கள் ஒன்றாகச் சேர்ந்து வாழ்ந்தபிறகும்கூட, ஒருவரை ஒருவர் சுத்தமாகப் புரிந்துகொள்ளாத தம்பதிகள் உண்டு. அந்த விபத்து உங்களுடைய காதல் வாழ்வில் நிகழ்ந்துவிடாமல் இருக்க வேண்டுமென்றால், இருவரும் அடிக்கடி தனிமையாக உட்கார்ந்து பேசுங்கள். வீட்டில் குழந்தைகள் தூங்கியபிறகு, அல்லது அதிகாலையில், அல்லது வெளியே ஹோட்டலில் ஒரு காபி சாப்பிட்டுக்கொண்டே... இதற்கான நேரத்தை நீங்கள்தான் தேடிப் பிடித்து உருவாக்கவேண்டும்!

- இந்த நேரம், நீங்கள் இருவரும் பேசுவதற்காகமட்டுமே. ஓரமாக டிவியை ஓடவிடாதீர்கள். புத்தகம் புரட்டாதீர்கள். ஃபோனில் எஸ்.எம்.எஸ். பார்க்காதீர்கள். காதுக்குள் சினிமாப் பாட்டை ஓடவிடாதீர்கள். சமையலறையில் பால் பொங்கியதா என்றூ பார்க்க ஓடாதீர்கள். ஒரு நாளைக்குச் சில நிமிடங்கள்தானே? உங்களுடைய நேரத்தை, கவனத்தை முழுமையாக இங்கே செலுத்துங்கள். ஒருவரை ஒருவர் கண்ணுக்குக் கண் பார்த்துப் பேசுங்கள். மனத்தை வேறு கவலைகளில் அலைய விடாதீர்கள்.

- இப்படித் தனிமையில் பேசும்போது வார்த்தைகளைவிட உணர்வுகள்தான் முக்கியம். உங்கள் கணவர் அல்லது மனைவி வாயைத் திறந்து சொல்லாத விஷயங்களைக்கூட கூர்ந்து கவனித்துப் புரிந்துகொள்ள முயற்சி செய்யுங்கள். அவர்களுடைய உடல் மொழி (பாடி லாங்க்வேஜ்) யைக் கவனியுங்கள். 'நீ இப்படி நினைப்பதாக நான் உணர்கிறேன். உண்மையா?' என்று நேரடியாகக் கேளுங்கள். இருவரில் யாரும் பொய் பேசாதீர்கள்.

- அதைவிட முக்கியம், ஒருவர் பேசும்போது அடுத்தவர் குறுக்கிடக்கூடாது. இது விவாதம் அல்ல, ஒருவர் முழுக்கப் பேசியபிறகுதான் அடுத்தவர் பதில் சொல்லலாம். அப்போதும் அந்தப் பேச்சு சும்மா பூசி மெழுகுவதாகவோ, குற்றச்சாட்டை மறுப்பதாகவோ, எதிர்த்து இன்னொரு குற்றச்சாட்டை வீசுவதாகவோ இருந்துவிடக்கூடாது. நீங்கள் இருவரும் ஆளுங்கட்சி, எதிர்க்கட்சிபோல முட்டிக்கொள்ளாமல், பிரச்னையை உணர்ந்து அதற்கான தீர்வைத் தேடப் பாருங்கள்.

3. பரிசுகள்:

- பரிசு என்றால் வைர நெக்லஸ், கார், புது வீடுமட்டுமல்ல. ஒரு சின்ன சாக்லெட், புத்தகம், ஒற்றை ரோஜா, எதிர்பாராத முத்தம்... இவை எல்லாமே பரிசுகள்தான். காசு மேட்டர் இல்லை, தரவேண்டும் என்கிற அந்த எண்ணம். அதுதான் பரவசத்தை உண்டாக்கும்!

- அதற்காக எதை வேண்டுமானாலும் பரிசாகக் கொடுத்துவிட முடியுமா? உங்கள் துணைக்கு என்ன பிடிக்கும் என்று யோசித்துக்கொண்டே இருங்கள். கவனித்துக்கொண்டே இருங்கள். முடிந்தால் அவருடைய உறவினர்கள், நண்பர் களைக் கேட்டுக் கண்டுபிடித்து அவர் எதிர்பார்க்காத, ஆனால் விரும்பக்கூடிய ஒரு பரிசைக் கொடுத்து இன்ப அதிர்ச்சியில் திக்குமுக்காடவையுங்கள்!

- காசு கொடுத்துக் கடையில் வாங்குகிற காஸ்ட்லி பரிசுகளை விட, நீங்களே உங்களுடைய கையால் செய்து தருகிற சின்னச் சின்னக் கைவினைப் பொருள்கள்தான் உங்களது அன்பையும் அக்கறையையும் காட்டும். அடுத்தமுறை உங்கள் காதல் துணையின் பிறந்த நாள் வாழ்த்து அட்டையை நீங்களே டிசைன் செய்யுங்கள். அந்தக் கிறுக்கல் எழுத்துகளில் நிரம்பி வழிகிற அன்பு வேறு எங்கும் கிடைக்காது.

- பொருள்கள்தவிர, உயிருள்ள பரிசுகளும் தரலாம். ஒரு செடி, ஒரு செல்லப் பிராணி... இதையெல்லாம்விட பெட்டர், ஒரு நாள் லீவ் போட்டுவிட்டு இருவரும் ஜாலியாக ஊர் சுற்றிவாருங்கள். அது உங்கள் இருவருக்குமே மறக்கமுடியாத ஒரு பரிசாக இருக்கும்.

4. சேவைகள்

- காதல் என்பது வெறும் பேச்சுகள், பரிசுகளோடு முடிந்துபோய் விடுவதில்லை. நீங்கள் உண்மையாகவே உங்கள் துணையை நேசிக்கிறீர்கள் என்றால், அதைச் செயலில் காட்டவேண்டும்.

- இங்கே நாம் ‘சேவை’ என்று குறிப்பிடுவது ஒரு வேளை காபி போடுவதாக இருக்கலாம். சமையலாக இருக்கலாம். பாத்திரம் கழுவுவதாக இருக்கலாம். வேலை செய்து களைத்து உட்கார்ந்திருக்கும்போது காலைப் பிடித்துத் தட்டிக் கொடுத்துத் தூங்கவைப்பதாக இருக்கலாம். பூஜைக்கு வீட்டைச் சுத்தப்படுத்துவதாக இருக்கலாம். உங்கள்

கணவரோ மனைவியோ வழக்கமாகச் செய்யும் ஒரு வேலையை நீங்கள் ஏற்றுக்கொண்டு அதன்மூலம் அவருக்கு நேரத்தை மிச்சப்படுத்தித்தருவதாக இருக்கலாம்.

- பரிசுகளைப்போலவே, சேவை விஷயத்திலும் நீங்கள் உங்கள் துணையைத் தொடர்ந்து கவனித்துவருவது முக்கியம். அவருக்கு என்ன சேவை தேவைப்படும், எது அவரைச் சந்தோஷப்படுத்தும் என்று கவனித்து அவர் கேட்குமுன்பே அதைச் செய்து கொடுங்கள்.

5. தொடுதல்:

- நம் கலாசாரத்தில் அடுத்தவர்கள்முன்னால் நம் காதலை வெளிப்படுத்துவது ஒரு தவறான செயலாகக் கருதப்படுகிறது. அதனால்தான் திருமணமான ஜோடிகள்கூடச் சேர்ந்து புகைப் படம் எடுத்துக்கொள்ளும்போது சற்று விலகியே நிற்கிறார்கள்.

  தெருவில் யாராவது ஆண், பெண் கை கோர்த்துக்கொண்டு நடந்தால் பார்க்கிறவர்கள் முகம் சுளிக்கிறார்கள். ஆனால், நாம் அடுத்தவர்களுக்காகவா வாழ்கிறோம்? அன்பு பெருக வேண்டு மென்றால் இந்த ஐந்தாவது மொழி, 'தொடுதல்' மிக அவசியம்!

- மற்ற உணர்வுகளையெல்லாம்விட, தொடுதல் ஏற்படுத்தும் நெருக்கம் மிகவும் தீவிரமானது. சாதாரணமாகத் தெருவில் நடந்து செல்லும்போது கை கோர்த்துக்கொள்வது, ஒருவருக்கு ஒருவர் சாப்பாடு ஊட்டிவிடுவது, அவ்வப்போது செல்ல அணைப்புகள், முத்தங்கள், தலை கோதுவது, ஓடிப் பிடித்து விளையாடுவது ... இதெல்லாம் சின்னப் பிள்ளை விளையாட்டு என்று நினைத்தால் நீங்கள் வாழ்வின் மிக அரிய தருணங்களை மிஸ் செய்கிறீர்கள் என்று அர்த்தம்.

இந்த ஐந்து 'காதல் மொழி'களையும் எல்லோரும் பேசியே தீர வேண்டும் என்று அவசியம் இல்லை. ஒவ்வொருவருடைய 'ஸ்டைல்' மாறுபடும். உங்களுடைய துணையின் விருப்பம் என்ன என்பதைக் கவனித்து அதற்கு ஏற்ப உங்களுடைய பாணியை மாற்றுங்கள், அல்லது உங்கள் விருப்பப்படி அவருடைய சுபாவத்தை மாற்றுங்கள்.

உங்கள் லவ் அக்கவுன்ட் எப்போதும் நிரம்பி வழிந்து கொண்டிருக் கட்டும்!

67

ருஜுதா!

'சைஸ் ஜீரோ!'

இன்றைய தேதிக்கு இந்தியாமுழுவதும் இளசுகளின் மிகப் பெரிய கனவு இதுதான்.

டயட், உடற்பயிற்சி, மருந்து மாத்திரைகள், யோகா, ஏரோபிக்ஸ், டப்பாங்குத்து என்று ஏதாவது ஒரு வழியில் உடம்பு மெலிந்தே தீர்வது என்று எல்லோரும் கங்கணம் கட்டிக்கொண்டிருக்கிறார்கள்.

இதில் காமெடியான விஷயம், உடல் பருமனானவர்கள்மட்டுமின்றி சரியான உடல்வாகு கொண்டவர்களும்கூட இன்னும் மெலிய விரும்புகிறார்கள். எலும்பும் தோலுமான தோற்றம்தான் அழகு, அதுதான் ஸ்டைல் என்கிற நம்பிக்கை பரவலாகிவிட்டது.

நம் ஊரில் இதற்கெல்லாம் பிள்ளையார் சுழி போட்டவர் ஹிந்தி நடிகை கரீனாகபூர். சில வருடங்கள்முன்பாக அவர் ஒடிந்து விழப்போகும் குச்சியைப்போன்ற உடல்வாகுடன் திரையில் தோன்ற, ரசிகர்கள் (முக்கியமாக ரசிகைகள்) திக்குமுக்காடிப்போனார்கள். 'கரீனா திடீர்னு இவ்ளோ மெலிஞ்சது எப்படி?'

கரீனா கபூர் தனது 'சைஸ் ஜீரோ' ரகசியத்தை மறைக்கவில்லை. 'எல்லாப் புகழும் ருஜுதாவுக்கே!' என்று பகிரங்கமாகப் போட்டு உடைத்துவிட்டார்.

ருஜுதாவா? யார் அவர்?

இந்தியாவின் முன்னணி ஊட்டச்சத்து நிபுணர், மும்பையைச் சேர்ந்த ருஜுதா திவாகர். பாலிவுட் பிரபலங்கள்முதல் பெரிய

தொழிலதிபர்கள், விளையாட்டு வீரர்கள்வரை இவரிடம் உடல் எடைக் கட்டுப்பாட்டுக்கான உணவு ஆலோசனைகளைக் கேட்டு மெலிந்தவர்கள், மிளிர்ந்தவர்கள் ஏராளம்.

கரீனா கொடுத்த 'சர்ட்டிஃபிகேட்டு'க்குப்பிறகு ருஜுதா இன்னும் பிரபலமாகிவிட்டார். பத்திரிகைகளும் டிவி சானல்களும் அவரைப் பேட்டியெடுத்துத் தள்ளினார்கள். 'கரீனாவோட ஃபிட்னெஸ் ரகசியத்தை எங்களுக்கும் கொஞ்சம் சொல்லுங்களேன்' என்று நச்சரித்தார்கள்.

ஆரம்பத்தில் ருஜுதா எல்லோருக்கும் பொறுமையாகத்தான் பதில் சொல்லிக்கொண்டிருந்தார். 'இதுல ரகசியம் எதுவுமே இல்லை. சரியானபடி சாப்பிட்டா யார் வேணும்ன்னாலும் உடம்பைக் குறைக்கலாம், ஏத்தலாம். ரொம்ப ஈஸி!'

இப்படி அவர் தெளிவாகப் படம் வரைந்து பாகம் குறித்தபிறகும் மீடியா அவரை விடவில்லை. பொறுத்துப் பொறுத்துப் பார்த்த ருஜுதா கடைசியில் ஒரு முடிவெடுத்தார். உணவுக் கட்டுப்பாட்டின் மூலம் உடம்பைக் குறைப்பது பற்றி ஒரு புத்தகம் எழுதிவிடலாம். அப்புறம் யாராவது கேள்வி கேட்டால் 'எல்லாம் புத்தகத்தில விரிவாச் சொல்லியிருக்கேன், வாங்கிப் படிச்சுக்கோங்க'ன்னு சொல்லிட வேண்டியதுதான்!

'Don't lose your mind, Lose your weight' என்று நீஈஈஈளமாகத் தலைப்பிடப்பட்ட ருஜுதாவின் அந்தப் புத்தகம் 2009ல் வெளியானது. எளிய ஆங்கிலத்தில் குழப்பமில்லாத டயட் டிப்ஸ். இந்திய உணவுவகைகளில் யார் எதைச் சாப்பிடலாம், எதைத் தவிர்க்கலாம் என்று காரணத்தோடு தெளிவான விளக்கங்கள். ப்ராக்டிகல் உதாரணங்கள், முன்னுரை கரீனா கபூர்.

போதாதா? ருஜுதாவின் புத்தகம் சூப்பர் டூப்பர் ஹிட். உடல் இளைக்க விரும்புபவர்கள்மட்டுமின்றி ஆரோக்கியமான உணவுப் பழக்கத்தை ஏற்படுத்திக்கொள்ள விரும்புகிறவர்கள்வரை பலரும் இதை வாங்கிக் குவித்தார்கள். இந்தியாவில் வெளியான வேறு எந்த டயட் புத்தகத்தையும்விட ருஜுதாவுடைய இந்தக் கையேடு அதிகம் விற்றது. ஒரு லட்சம் பிரதிகளையும் தாண்டி இன்னும் சுடச்சுட விற்றுத் தீர்ந்துகொண்டிருக்கிறது.

ஆனால் இத்தனைக்குப்பிறகும் ருஜுதாவின் ஒரிஜினல் பிரச்னை மட்டும் தீரவே இல்லை. இந்தப் புத்தகம் வெளியானபின்னரும் மீடியா அவரை விடவில்லை. உடல் மெலிவது குறித்த இன்னும் பலப்பல

புதுச் சந்தேகங்கள் அவரிடம் எழுப்பப்பட்டன. இணையத்தில் ருஜுதாவின் வலைப்பதிவு

(http://www.rujutadiwekar.com/) விதவிதமான கேள்விகளால் நிரம்பி வழிந்தது.

'ஆண்களைவிட, உடல் மெலிவதில் பெண்கள்தான் அதிக ஆவலோடு இருக்கிறார்கள்' என்கிறார் ருஜுதா. 'இதற்குப் பல சமூகக் காரணங்கள் உண்டு. முக்கியமாக, பெண்கள் குண்டாக இருந்தால் அழகில்லை என்று பெண்களே சொல்கிறார்கள்.

இடுப்பளவு, எடை போன்றவற்றை வைத்துப் பெண்கள் தங்களுடைய சுயமரியாதையை முடிவு செய்வது எப்பேர்ப்பட்ட அவமானம்!' ஆனால் துரதிருஷ்டவசமாக, வெவ்வேறு காரணங்களால் தங்கள் இடுப்பளவைப் பெருக்கிக்கொள்வதிலும் பெண்கள், குறிப்பாக இல்லத்தரசிகள்தான் முதல் இடத்தில் நிற்கிறார்கள் என்பது ருஜுதாவின் வருத்தம்.

திருமணமான பூரிப்பு சாப்பாட்டு விஷயத்தில் அலட்சியமாக மாறிவிடுகிறது. தொடர்ந்து ஒரு குழந்தையும் வந்துவிட்டால் அவ்வளவுதான். கர்ப்பமாக இருக்கும்போது குழந்தைக்கும் சேர்த்து நன்றாகச் சாப்பிடவேண்டும் என்கிற எண்ணத்தில் உடல் பெருத்து பிரசவத்துக்குப்பிறகு அது அப்படியே தங்கிவிடுகிறது. கூடவே மற்ற உடல், ஹார்மோன் பிரச்னைகளும் சேர்ந்துகொள்ள ஒருகட்டத்தில் இனிமேல் நம்மால் மெலியமுடியாது என்கிற அவநம்பிக்கை தோன்றிவிடுகிறது.

'பெண்களின் உடல் ஒவ்வொரு காலகட்டத்திலும் வெவ்வேறு விதமான மாற்றங்களுக்கு உட்படுகிறது. அதைப் புரிந்துகொண்டு அவர்களுக்கு ஏற்ற டயட் ப்ளான் அமையவேண்டும். இல்லா விட்டால் அது வெறும் தமாஷாக முடிந்துவிடும்' என்று அர்த்தப் புன்னகை செய்கிறார் ருஜுதா. 'உடல் மெலிவதற்காகப் படாத பாடு பட்டு ஏதேதோ செய்யும் பெண்களைத் தினமும் பார்க்கிறேன். அவர்களைப் பார்த்துக் கேலி செய்து சிரிக்காமல் அவர்களுக்கு நிச்சயமாக உதவும்படி ஏதாவது செய்யவேண்டும் என்று நினைக்கிறேன்.'

உடல் மெலிவதுபற்றிப் பல வயதில் உள்ள பெண்களுக்கு இருக்கும் ஏராளமான கேள்விகள், தன்னிடம் ஆலோசனைக்காக வந்த பெண்களின் அனுபவங்கள் போன்றவற்றைத் தொகுத்துத் தன்னுடைய அடுத்த புத்தகத்தை எழுதியிருக்கிறார் ருஜுதா திவாகர். இந்த மாதம்

வெளியாகவிருக்கும் அதன் தலைப்பு 'Women and the weight loss tamasha'.

'செம ஹாட்' சப்ஜெக்டைத் தொட்டிருக்கிற ருஜுதாவின் இந்தப் புத்தகமும் சூப்பர் ஹிட்டாவது நிச்சயம். இதற்குச் சாட்சியாக, புத்தகம் வெளியாவதற்குள் முன்பதிவிலேயே நாற்பதாயிரம் பிரதிகளைத் தாண்டி விற்பனைச் சாதனை படைத்திருக்கிறது!

'உடம்பைக் குறைப்பது அப்படியொன்றும் பெரிய விஷயம் இல்லை. அதற்காக நீங்கள் பட்டினி கிடக்கவேண்டியதும் இல்லை. சரியானபடி திட்டமிட்டுச் சாப்பிட்டால் உங்களுக்கு விருப்பமான உணவு வகைகளை ருசித்தபடியே நீங்கள் உடல் மெலியலாம்' என்று அடித்துச் சொல்லும் ருஜுதாவின் ப்ராக்டிகல் டிப்ஸ் சிலது, இங்கே:

- டயட் என்பது தண்டனை அல்ல. கண்டபடி உணவைக் குறைப்பதோ, ஒரு குறிப்பிட்ட வகை உணவை முற்றிலுமாகத் தவிர்ப்பதோ உடம்பைக் குறைப்பதுபோல் பாவ்லா காட்டி வேறு ஆபத்துகளை உண்டாக்கும். நம் உடலுக்கு அவசியமான ஊட்டச்சத்துகள் எவையும் குறைந்துவிடாதபடி சமநிலையை உறுதிசெய்வதுதான் நல்ல டயட்!

- எல்லா டயட்டும் எல்லோருக்கும் பொருந்தாது. ஒருவருக்கு நன்றாகப் பலன் தரும் டயட் இன்னொருத்தருக்குச் செமத்தியாகச் சொதப்பலாம், உங்கள் உடல்வாகுக்கு ஏற்ற உணவு முறைகள் எவை என்று தெரிந்துகொள்ளாமல் சரியான டயட்டைத் தீர்மானிக்கமுடியாது. நண்பர்கள், உறவினர்களிடம் சேகரித்த டயட் குறிப்புகளையெல்லாம் ஒன்றாகக் கலந்தடித்துக் குழப்பாதீர்கள். கண்டதையும் முயன்று பார்த்து உங்களை நீங்களே பரிசோதனை எலியாக்கிக் கொள்ளாதீர்கள்.

- வெறும் டயட்மட்டும் போதாது. கூடவே பொருத்தமான உடற்பயிற்சிகளையும் சேர்த்துக்கொள்ளவேண்டும். உட்கார்ந்த இடத்திலேயே உடல் மெலியலாம் என்று யாராவது சொன்னால் நம்பாதீர்கள்.

- காலை எழுந்தவுடன் டீ, காப்பி குடிக்காதீர்கள். அதற்குப் பதிலாகத் தூங்கி விழித்துக் கால் மணி நேரத்துக்குள் காலை உணவு சாப்பிட்டுவிடுங்கள். இதன்மூலம் உங்கள் ரத்தத்தில் சர்க்கரை அளவும் ஆற்றலும் அதிகரிக்கும். கொழுப்பு எரியும். நாள்முழுவதும் அளவுக்கு அதிகமாகச் சாப்பிடாமல் இருப்பீர்கள்.

- ஒரு நாளைக்கு மூன்று வேளை சாப்பாடு என்று கட்டாயமா என்ன? 2 மணி நேரத்துக்கு ஒருமுறை கொஞ்சம் கொஞ்சமாகச் சாப்பிடுங்கள். அதன்மூலம் உங்கள் உடலில் அதிகக் கொழுப்பு எரியும். சுறுசுறுப்புக்குக் காபி, டீயை நம்பமாட்டீர்கள்.

- நீங்கள் நிறைய வேலை செய்து சுறுசுறுப்பாக இருக்கும் நேரங்களில் நிறைய சாப்பிடுங்கள். வேலை எதுவும் செய்யாமல் மந்தமாக இருக்கும்போது குறைவாகச் சாப்பிடுங்கள்.

- தூங்கச் செல்வதற்கு 2 மணி நேரம் முன்பாக இரவு உணவை முடித்துக்கொண்டுவிடுங்கள். அதன்பிறகு எதையும் அரைத்துக் கொண்டிருக்காதீர்கள். அப்போதுதான் நீங்கள் படுக்கையில் சாயுமுன் சாப்பிட்டது செரித்துவிடும், நன்றாகத் தூக்கம் வரும், உங்கள் உடல் இன்னும் அதிகக் கொழுப்பை எரிக்கும்.

- கடைசியாக, உடல் மெலிவதற்கு டென்ஷனில்லாத அமைதியான வாழ்க்கை அவசியம். இது கேட்பதற்கு விநோதமாகத் தோன்றலாம். ஆனால் மனம் பதற்றமாக இருக்கும்போது நம் உடலில் உள்ள ஜீரணச் சுரப்பிகள் சரியாக வேலை செய்வதில்லை. அதனால் நாம் சாப்பிடும் உணவில் இருக்கும் ஊட்டச்சத்துகள் உடலில் முழுமையாகச் சேராது. கொழுப்பும் எரியாமல் உடலில் தங்கும். அமைதியான மனோநிலை இதற்கு நேர் எதிராகச் செயல்பட்டு உடல் அதிக ஊட்டச் சத்துகளை ஏற்றுக்கொள்ள உதவுகிறது. அதிகக் கொழுப்பை எரிக்கிறது. அதனால் உடல் எளிதாக மெலிகிறது.

அப்புறமென்ன? 'உடம்பே! ஸ்லிம் ப்ளீஸ்!' என்று கெஞ்சுவதற்குப் பதில் 'மனசே, ரிலாக்ஸ் ப்ளீஸ்!' என்று சொல்லவேண்டியதுதான்!

68

லவ் லெட்டர் எழுதுங்க!

கடைசியாக நீங்கள் லவ் லெட்டர் எழுதியது எப்போது?

'லவ் லெட்டர்' என்றதும் ஏன் கூச்சம்? 'காதல் என்பது எதுவரையில்? கல்யாணக் காலம் வரும்வரையில்' என்று அந்தக் காலத்தில் சந்திரபாபு பாடி வைத்த காரணமோ என்னவோ, நம் ஊரில் திருமணத்துக்குப் பிறகும் கணவன், மனைவி ஒருவரை ஒருவர் காதலிப்பது ஒரு விநோதமான விஷயமாகப் பார்க்கப்படுகிறது.

ஆனால், காதல் கடிதம் என்பது தம்பதிகளுக்கு இடையிலான நெருக்கத்தை அதிகரிக்கிற, அவர்களுடைய பிரச்னைகளை எளிதில் சரி செய்யக்கூடிய ஓர் உத்தி என்கிறது ஒரு மனவியல் புத்தகம். 'Men Are From Mars, Women Are From Venus' என்கிற இந்த நூலின் ஆசிரியர் ஜான் க்ரே. தம்பதியர் தங்களுக்குள் எழுதிக்கொள்கிற இந்தக் காதல் கடிதங்களுக்குச் சில சுவாரஸ்யமான, நிரூபிக்கப்பட்ட வழிமுறைகளையும் சொல்லித்தருகிறது இந்தப் புத்தகம். அவை இங்கே சுருக்கமாக:

- உங்கள் துணைக்கு நீங்கள் எப்போது வேண்டுமானாலும் காதல் கடிதம் எழுதலாம். சந்தோஷமாக இருக்கும்போதும் சரி, துயரமாக உணரும்போது சரி, கோபம் பொங்கிவரும்போதும் சரி!
- இப்படி எழுதுகிற காதல் கடிதத்தை நீங்கள் அவரிடம் தரவேண்டும் என்பதுகூட அவசியம் இல்லை. மனத்தளவில் உள்ள உணர்வுகளைக் கடிதமாகக் கொட்டுவதே பல சமயங்களில் நமக்கு நிம்மதி உணர்வைத் தருகிறது. நமது பிரச்னைக்குத் தேவையான தீர்வுகளைக் கண்டுபிடித்துக் கொடுத்துவிடுகிறது என்கிறார் ஜான் க்ரே.

- காதல் கடிதம் எழுதும்போது தனிமை அவசியம். வீட்டில் உங்களுக்கு மிகவும் பிடித்த ஓர் இடத்தில் அமர்ந்து ஒரு தூய்மையான வெள்ளைத் தாளில் எழுதத் தொடங்குங்கள்.

- சூழ்நிலையைப் பொறுத்து உங்களுடைய கடிதத்தில் பல்வேறு உணர்வுகள் இருக்கலாம். உதாரணமாக: கோபம், சோகம், பயம், வருத்தம், அன்பு. இவற்றில் கடைசி விஷயம் (அன்பு) மட்டும் எல்லாக் கடிதங்களிலும் இருக்கவேண்டும் என்பதை மறந்து விடாதீர்கள்.

- ஒவ்வொரு உணர்வையும் தெளிவான வார்த்தைகளில் வெளிப் படுத்துங்கள். எதையும் மறைத்துவைக்கவேண்டாம். எதற்கும் அதிக முக்கியத்துவம் தரவேண்டாம். அவசியம் நேர்ந்தால் ஒழிய எதையும் தவறவிடவேண்டாம். உதாரணமாக கோபத்தில் தொடங்கும் காதல் கடிதம் மெதுவாக சோகம், பயம் என்று நகர்ந்து அன்புக்கு வரும்போது, கணவர் (அல்லது மனைவி) மேல் உங்களுக்கிருந்த கோபம் தானாக மறைந்துவிட வாய்ப்பு உண்டு.

- ஒரு குறிப்பிட்ட உணர்வை எழுதி முடித்தபிறகு, சிறிய இடைவெளி விடுங்கள். அடுத்த உணர்வை மனத்தின் மையத்தில் வைத்து யோசியுங்கள். அப்படித் தானாகப் பொங்கி வரும் எண்ணங்களை எழுதிவிடுங்கள். ‘அதான் அவருக்கு ஏற்கெனவே தெரியுமே’ என்று ஊகம் செய்து எதையும் எழுதாமல் விடாதீர்கள். கோபம் தொடங்கி அன்புவரை எதையும் வெளிப்படையாகச் சொல்லிக் கேட்பதின் மகிமையே தனி!

- இதைச் சொன்னால் அவர் என்ன நினைப்பாரோ என்று நினைத்துத் தயங்காதீர்கள். உங்கள் மனத்தில் உள்ளதைக் கொட்டுவதற்குத் தானே இந்தக் கடிதம்? அதிலும் முகமூடி போட்டுக்கொண்டு பயந்து ஒளிந்தால் எப்படி?

- உங்களுக்கு உதவுதற்காக சில மாதிரி வாசகங்களைத் தந்திருக் கிறோம். இந்த உணர்வுகள் எல்லாம் ஒவ்வொரு கடிதத்திலும் இருக்கவேண்டும் என்கிற அவசியம் இல்லை. உங்கள் தேவைக் கேற்பப் பயன்படுத்திக்கொள்ளுங்கள். காதல் கடிதத்தில் ஒவ்வோர் உணர்வும் மறைக்கப்படாமல் அப்படியே கொட்டப் படும்போது நம் மனோநிலை எப்படிப் படிப்படியாக மாறுகிறது என்பதைக் கவனியுங்கள்:

1. கோபம்:

- எனக்கு இது பிடிக்கவில்லை.
- நீ இப்படிச் செய்வதை நினைத்தாலே எரிச்சல் / கோபம் வருகிறது.
- நீ இதை இப்படிச் செய்திருக்கலாம் என்று நினைக்கிறேன்.
- திரும்பத் திரும்ப இதைப் பார்த்து / கேட்டு எனக்குப் பொறுமை தீர்ந்துவிட்டது.
- இன்னொருமுறை இப்படி நடந்தால் நான் பார்த்துக்கொண்டு சும்மா இருக்கமாட்டேன்.

2. சோகம்:

- இந்த விஷயத்தை நினைத்து எனக்கு ரொம்ப ஏமாற்றம்.
- நீ அப்படிச் சொன்னபோது / செய்தபோது நான் மிகவும் சோகமாக உணர்ந்தேன்.
- என் மனத்தைப் புண்படுத்திவிட்டாய்.
- நீ இப்படிச் செய்திருக்கவேண்டும் என்று நான் விரும்பினேன் / விரும்புகிறேன்.

3. பயம்:

- இதைப் பார்க்கும்போது நாளைக்கு இப்படி நடந்துவிடுமோ என்று நான் கவலைப்படுகிறேன் / பயப்படுகிறேன்.
- நான் இதை விரும்பவில்லை / எனக்கு இது சுத்தமாப் பிடிக்கலை.

4. வருத்தம்:

- நான் மிகவும் தர்மசங்கடமாக உணர்கிறேன்.
- இதை நினைத்தால் எனக்கே வெட்கமாக இருக்கிறது.
- தப்பு என் பெயரில்தான். நான் அப்படிச் செய்ததற்காக வருந்துகிறேன், மன்னிப்புக் கேட்கிறேன்.
- தப்பு உன் பெயரில். ஆகவே, நீ உன் செயலுக்காக மன்னிப்புக் கேட்பதுதான் நியாயம் என்று நினைக்கிறேன்.
- நான் அதை விரும்பவில்லை / நான் இதை விரும்புகிறேன்.

5. அன்பு:

- நான் உன்னை நேசிக்கிறேன்.

- உன்னுடைய நிலைமையை / உணர்வுகளை என்னால் புரிந்துகொள்ளமுடிகிறது.
- நான் உன் தவறை மன்னித்துவிட்டேன்.
- நீ இப்படிச் செய்தது எனக்குப் பிடித்திருந்தது.
- முன்பு ஒருமுறை நாம் அங்கே சுற்றுப்பயணம் போனோமே, அப்போது நீ சொன்னதை நான் இப்போது நினைத்துப் பார்க்கிறேன்.
- நீ என்மீது வைத்திருக்கிற அன்பு / காதல் / நேசத்தில் எனக்குச் சந்தேகம் எதுவும் இல்லை.
- நீ இப்படிச் செய்ததற்கு நன்றி.
- நீ ஏன் இப்படிச் செய்தாய் என்பதை நான் புரிந்துகொள்கிறேன்.
- நான் உன் உணர்வுகளை மதிக்கிறேன்.

- *இந்த வாசகங்களை ஒட்டுமொத்தமாகப் படித்துப் பார்த்தால் தலை சுற்றும். ஆனால் ஒரு குறிப்பிட்ட பிரச்னையை உதாரண மாக எடுத்துக்கொண்டு இந்த உணர்வுகளை வெளிப்படுத்தி ஒரு கடிதம் எழுதிப் பாருங்கள். மிகவும் நல்ல பலன்களைத் தரக்கூடிய அருமையான உத்தி இது.*

- *கடைசியாக, மிக முக்கியமான விஷயம், காதல் கடிதத்தில் பிரச்னைகளைக் கொட்டிப் புலம்பினால்மட்டும் போதாது. அதற்கு நீங்கள் என்ன தீர்வு எதிர்பார்க்கிறீர்கள் என்பதையும் பின்குறிப்பாக எழுதவேண்டும். அதையே ஒரு தனிக் கடிதமாக எழுதிக் காண்பித்தாலும் தப்பில்லை என்கிறார் ஜான் க்ரே.*

இந்தக் காதலர் தினத்தில் ஒரு நல்ல வேலை செய்யுங்கள். ஜான் க்ரே சொல்லித்தரும் உத்திகளைப் பயன்படுத்தி உங்கள் கணவர் அல்லது மனைவிக்குக் காதல் கடிதம் ஒன்று எழுதுங்கள். நீங்கள் ஆத்திரத் தோடு, வருத்தத்தோடு, வேதனையோடு என எங்கு தொடங்கினாலும் கடைசியில் அன்பில் வந்து சேர்கிற அந்தக் கடிதம் உங்களுடைய இரண்டாவது ஹனிமூனுக்குப் பிள்ளையார் சுழி போடுவது நிச்சயம்!

69

உங்களுடைய நட்பு வட்டத்தைப் பெரிதாக்க இருபத்தைந்து வழிகள்!

சிலருக்கு, ஏகப்பட்ட நண்பர்கள் இருப்பார்கள். கார்ப்பரேஷன் தொடங்கி, கார்ப்பரேட் நிறுவனங்கள்வரை சகலத்திலும் முக்கியமானவர்களைத் தெரிந்துவைத்திருப்பார்கள். அவர்களுக்கு எந்தப் பிரச்னை என்றாலும் உதவுவதற்கு ஏராளமான தோழர்கள் தேடி வருவார்கள்.

இதுபோல, நமக்கும் ஒரு பெரிய நட்பு வட்டத்தை உருவாக்கிக் கொள்வது எப்படி?

முக்கியமான இந்தக் கேள்விக்கு விடை சொல்லும் ஒரு பயனுள்ள புத்தகம், 'How To Win Friends And Influence People'. (Vermilion வெளியீடு - விலை ரூ 150/-)

டேல் கார்னிகி எழுதிய இந்த நூல், கிட்டத்தட்ட முக்கால் நூற்றாண்டு காலத்துக்கு முன்னால் வெளியானது. உலகின் முதல் 'சூப்பர் ஹிட் சுய முன்னேற்றப் புத்தகம்' என்று இதனைக் குறிப்பிடலாம்.

ஆனால், இதில் சொல்லப்பட்டிருக்கும் தத்துவங்கள் இன்றைக்கும், என்றைக்கும் பொருந்தக்கூடியவை என்பதுதான் விசேஷம். அதனால் தான், இந்தப் புத்தகம் இன்றுவரை சுமார் ஒன்றரைக் கோடிக்கும் மேற்பட்ட பிரதிகள் விற்றுத் தீர்ந்திருக்கின்றது. இப்போதும், உலகெங்கும் பல லட்சம் கல்லூரி மாணவர்கள், வேலை தேடுகிறவர்கள், ஜெயிக்கத் துடிக்கும் இளைஞர்களின் புனித நூல் இதுதான்.

‘How To Win Friends And Influence People’ புத்தகத்திலிருந்து, நம்முடைய நட்பு வட்டத்தைப் பெரிதாக்கிக்கொள்வதற்கான 25 வழிகள் இங்கே:

1. ஒவ்வொருவரும் தங்களுடைய நடவடிக்கைகளுக்கு ஏதேனும் ஒரு நியாயம் வைத்திருப்பார்கள். நாம் தவறு என்று நினைக்கிற ஒரு விஷயம், அவர்களுடைய கோணத்தில், அந்தச் சூழ்நிலையில் சரியாக இருக்கலாம். அதைப் புரிந்துகொள்ளாமல் அவசரப்பட்டு அடுத்தவர்கள்மீது குற்றம், குறை சொல்லாதீர்கள்.

2. எல்லா மனிதர்களிடமும் ஏதேனும் ஒரு நல்ல விஷயம் இருக்கும். நீங்கள் சந்திக்கிற ஒவ்வொருவரிடமும் அந்த நல்ல விஷயம் எது என்று கண்டுபிடித்து, அதைக் குறிப்பிட்டுப் பாராட்டுங்கள். உதாரணமாக, ‘உங்க புடவை ரொம்பப் பிரமாதம்’, ‘உங்களோட கையெழுத்து கண்ணில ஒத்திக்கறமாதிரி இருக்கு’, ‘விஷயங்களை என்ன அழகாத் தொகுத்துச் சொல்றீங்க, பிரமாதம்!’ இப்படி.

   ஆனால், அதற்காகச் சும்மா கடமைக்கு ஏதாவது முகஸ்துதியாகச் சொல்லவேண்டாம். நிஜமாகவே ஆழ்மனத்திலிருந்து உங்களுடைய பாராட்டு வரவேண்டும்.

3. ஆற்றில் மீனுக்குத் தூண்டில் போடுகிறவர், தனக்குப் பிடித்த பொருளை அதில் செருகக்கூடாது. மீனுக்குப் பிடித்தது எதுவோ அதைத்தான் செருகவேண்டும். அப்போதுதான் மீன் சிக்கும்.

   அதுபோல, நீங்கள் ஒரு வேலையை அடுத்தவர்களுடைய தலையில் கட்டாயமாகச் சுமத்தினால், அவர்கள் ஏனோதானோ என்றுதான் செயல்படுவார்கள். அதற்குப் பதிலாக, அந்த வேலையைச் செய்வதில் அவர்களுக்கு என்ன லாபம் என்று சொல்லுங்கள். அதைச் செய்யவேண்டும் என்கிற விருப்பத்தை அவர்கள் மனத்தில் உருவாக்குங்கள். அதன்பிறகு அந்த வேலை இரட்டை வேகத்தில் நடந்து முடிந்துவிடும்.

4. உலகம்முழுக்கப் பலர் நாய் வளர்க்கிறார்கள். மற்ற மிருகங்களை யெல்லாம்விட நாய்தான் மனிதனுக்குத் தோழனாக அறியப்படு கிறது. ஏன் என்று எப்போதாவது யோசித்திருக்கிறீர்களா? நாம் வளர்க்கிற நாய், நம்மீது அக்கறை காட்டுகிறது. நாம் ஒரு வேலையைச் செய்துவிட்டு வீட்டுக்குள் வரும்போது பாசத்துடன் வாலாட்டுகிறது. மேலே பாய்ந்து அன்பால் நனைக்கிறது. நம்மேல் ஒரு ஜீவன் இத்தனை அன்பாக இருக்கிறதே என்று

நினைக்கும்போது, பதிலுக்கு நாமும் அதன்மீது நேசம் காட்டத் தொடங்கிவிடுகிறோம்.

இந்த விஷயம், நாய்க்குமட்டுமில்லை, மனித உறவுகளுக்கும் பொருந்தும். அடுத்தவர்கள்மீது நிஜமான விருப்பம், அக்கறை காட்டுங்கள். அவர்களும் பதிலுக்கு உங்கள்மேல் அன்போடும் ஆதரவோடும் நடந்துகொள்வார்கள்.

5. ஒரு பைசா செலவில்லாத நகை, புன்னகைதான். தெரிந்தவர், தெரியாதவர், ஏழை, பணக்காரர் என்கிற வித்தியாசமெல்லாம் பார்க்காமல், எல்லோரையும் புன்னகையுடன் சந்தித்துப் பழகுங்கள். உங்களுடைய நண்பர்கள், அன்பர்கள், விசிறிகளின் எண்ணிக்கை தானாக அதிகரித்துவிடும்.

6. புதிதாக யாரைச் சந்தித்தாலும், அவர்களுடைய பெயரைத் தெளிவாகக் கேட்டு மனத்தில் பதித்துக்கொள்ளுங்கள். அடுத்த முறை சந்திக்கும்போது அவர்கள் பெயரைத் தெளிவாகத் திரும்பச் சொல்லி அசத்துங்கள். இது ஒரு பெரிய விஷயமா என்று நினைக்க வேண்டாம். உலகத்திலேயே ஒரு மனிதருக்கு மிகவும் பிடித்த வார்த்தை, அவருடைய பெயர்தான். அதைத் தவறாகச் சொல்கிற வர்கள்மீது அவர்கள் கோபப்படுவதும், சரியாகச் சொல்கிறவர் களுடன் அதிகம் நெருங்குவதும் மனித இயல்பு!

7. சிலர், அடுத்தவர்களைப் பேசவே விடமாட்டார்கள். தொடர்ந்து தங்களைப்பற்றியே அலட்டலாகப் பேசிப் போரடிப்பார்கள். அப்படிப்பட்டவர்களிடம் யாரும் நெருங்கிவர மாட்டார்கள். எப்போதும், அடுத்தவர்களைப் பேசவிடுங்கள். அவர்கள் பேசும் போது சுண்டுவிரல் நகத்தில் அழுக்கு எடுத்துக்கொண்டிருக் காமல், கவனித்துக் கேளுங்கள். அவருடைய உணர்வுகளுக்கு மரியாதை கொடுங்கள்.

8. புதியவர்கள், பழகியவர்கள் யாராக இருந்தாலும் சரி, அவர்களுக்கு எந்த விஷயத்தில் ஆர்வம் என்று தெரிந்துகொண்டு அதைப்பற்றிக் கலகலப்பாகப் பேசுங்கள். கர்நாடக சங்கீதப் பிரியரிடம் ட்வெண்டி ட்வெண்டி கிரிக்கெட்டைப்பற்றிப் பேசி போரடிக்காதீர்கள்.

9. எம்ஜிஆர் - சிவாஜி, ரஜினி - கமல், இளையராஜா - ஏ. ஆர். ரஹ்மான், டெண்டுல்கர் - தோனி, சோனியா - அத்வானி, மமதா பானர்ஜி - லாலு பிரசாத்...

எந்த ஒரு விஷயத்திலும் இரண்டு நபர்கள் வெவ்வேறு கருத்து களைக் கொண்டிருக்க வாய்ப்பு உண்டு. அவர்கள் இருவரும் ஒருவர் மற்றவருடைய கருத்துகளை மாற்ற நினைத்து விவாதம் செய்தால், அநாவசியமாக விரோதம்தான் வளரும்.

மிகவும் அவசியம் ஏற்பட்டாலொழிய, யாருடனும் எதற்காகவும் வாக்குவாதம் செய்யாதீர்கள். நீங்கள் விவாதத்தில் ஜெயித்து விடலாம். ஆனால் ஒரு நண்பரை இழந்துவிடுவீர்கள்.

10. ஒருவேளை, உங்களுடைய நண்பர் ஒரு தவறான விஷயத்தைச் சொல்லிவிடுகிறார் என்று வைத்துக்கொள்வோம். உடனே அவர்மீது பாயாதீர்கள், 'ஏய் முட்டாள், நீ சொன்னது தப்பு' என்று முகத்தில் அறைவதுபோல் பேசி அவமானப்படுத்தாதீர்கள்.

அதற்குப்பதிலாக, உங்கள்பக்கம் நியாயம் இருந்தும்கூட நீங்கள் அதை அமைதியாக, கண்ணியமானமுறையில் அதனை எடுத்துச் சொன்னால், அவர் மனம் வருந்தமாட்டார். உங்களுடைய நட்பில் விரிசல் ஏற்படாது!

11. இதற்கு நேர் எதிராக, ஒருவேளை, நீங்கள் ஒரு தப்புச் செய்து விட்டீர்கள் என்று வைத்துக்கொள்வோம். அப்போது என்ன செய்வது?

ஒரு விநாடிகூடத் தாமதிக்கவேண்டாம், தயங்கவேண்டாம், வெட்கப்படவேண்டாம், உடனடியாகச் செய்த தவறை நேர்மை யாக ஒப்புக்கொள்ளுங்கள். தேவைப்பட்டால் மன்னிப்புக் கேளுங்கள். இனிமேல் இப்படி நடக்காது என்று உறுதி சொல்லுங்கள். இப்போது நிகழ்ந்துவிட்ட தவறை எப்படிச் சரி செய்வது என்கிற உங்களுடைய திட்டத்தைச் சொல்லுங்கள். இதன்மூலம் உங்கள்மீது மற்றவர்களுக்கு இருக்கும் மதிப்பும் மரியாதையும் பலமடங்கு அதிகரிக்கும்.

12. ஒருவருடன் பேச்சைத் தொடங்கும்போது, அநாவசியமான விரோத எண்ணங்கள், முன்முடிவுகளுடன் முறைத்துக் கொண்டிருக்க வேண்டாம். திறந்த மனம், அன்பான புன்னகையுடன் நட்புக் கரம் நீட்டுங்கள்.

13. ஒருவர் உங்கள்மீது மிகக் கோபமாக இருக்கிறாரா? நீங்கள் எது சொன்னாலும் 'இல்லை, இல்லை' என்று மறுக்கிறாரா? அவரை வழிக்குக் கொண்டுவருவது மிகவும் சிரமமாக இருக்கிறதா?

கவலைப்படாதீர்கள். எந்தக் கேள்வியைக் கேட்டால் அவர்கள் 'இல்லை'யை நிறுத்திவிட்டு 'ஆமாம்' என்று சொல்லத் தொடங்கு வார்கள் என்று யோசியுங்கள்.

அங்கே தொடங்கி அவர்களை வரிசையாகப் பல 'ஆமாம்'களைச் சொல்ல வையுங்கள். இதன்மூலம் அவர்களுடைய எதிர்மறைச் சிந்தனைகள் மாறி, நீங்கள் சொல்கிற விஷயத்தைத் திறந்த மனத்துடன் அணுகுவார்கள்.

14. நீங்கள் ஒரு யோசனையைச் சொன்னால், அடுத்தவர்கள் அதை உடனடியாக ஏற்றுக்கொள்ளமாட்டார்கள். ஆயிரம் குறை சொல்வார்கள். அதற்குப் பதிலாக, அவர்களைப் பேச விடுங்கள். அவர்கள் சொல்லும் விஷயங்களைத்தொகுத்துச் சொல்லி, அதில் உங்களுடைய யோசனையையும் சேர்த்துக் கொடுங்கள். இப்போது, அந்த யோசனையில் அவரும் பங்கெடுத்துக் கொள்வார். அநாவசியமாக நொட்டை சொல்வதை நிறுத்திவிட்டு அந்த யோசனையை எப்படிச் செயல்படுத்துவது என்பதில் கவனம் செலுத்த ஆரம்பிப்பார்.

15. எந்த ஒரு விஷயத்திலும், கொஞ்சம் நாடகத்தனம் கலந்து சொன்னால் சட்டென்று கேட்கிறவர்கள் மனத்தில் பதியும். உடனடிப் பலனும் கிடைக்கும்.

உதாரணமாக, உங்களுடைய மகள் வீடுமுழுக்கப் பொம்மை களை இறைக்கிறாள். எவ்வளவோ அறிவுரை சொல்லியும், மிரட்டியும் கூட அவளைத் திருத்தமுடியவில்லை என்று வைத்துக் கொள்வோம்.

இப்போது, வீட்டின் மூலையில் ஒரு பெட்டியை வைக்கிறோம். தினமும் ராத்திரி படுக்கச் செல்லும்போது அந்தப் பெட்டியில் எல்லாப் பொம்மைகளையும் எடுத்துப் போட்டு ஒழுங்கு படுத்தினால், அவளுக்கு ஒரு மார்க் கிடைக்கும். ஒருவேளை அப்படிச் செய்யா விட்டால், அதுவரை எடுத்த மார்க்கிலிருந்து இரண்டு கழிக்கப்படும். மாதக் கடைசியில் அவளுடைய மொத்த மார்க் 20க்குமேல் இருந்தால், அவளுக்கு விருப்பமான ஒரு படத்துக்கு அழைத்துச் செல்வதாக வாக்குறுதி அளிக்கிறோம். சுத்த நாடகத்தனம்தான். ஆனால் சில சூழ்நிலைகளில் கெஞ்சல், கொஞ்சல், மிரட்டலை விட, இதுதான் பிரமாதமான பலன் கொடுக்கும்.

16. எல்லாம் கோடு போட்டதுபோல் ஒரேமாதிரியாக நடந்து கொண்டிருந்தால், மக்களுக்கு போர் அடிக்கும். அவர்களுக்குச்

சவாலான ஒரு சூழ்நிலையை உருவாக்குங்கள். அதன்பிறகு சுறுசுறுப்பாக உங்களைச் சுற்றிவருவார்கள்.

மேலே நாம் பார்த்த பொம்மைப் பெட்டி உதாரணத்தையே எடுத்துக்கொள்ளுங்கள். மாதக் கடைசியில் 20 மார்க் எடுக்க வேண்டும் என்கிற சவால் சூழ்நிலை ஏற்பட்டுவிட்டபிறகு, உங்கள் மகளுடைய மனோநிலையே மாறிவிடுகிறது, சுறுசுறுப்பு அதிகரித்து விடுகிறது, இல்லையா?

17. ஒருவர் செய்த தவறைச் சுட்டிக்காட்ட நேர்ந்துவிட்டால், அதை ஒரு பாராட்டுடன் தொடங்குங்கள். அவர் மனம் மகிழ்ச்சியாக இருக்கும்போது, வலிக்காமல் அந்தக் குறையைச் சுட்டிக்காட்டி விடுங்கள். 'உன் கடையில காய்கறியெல்லாம் ரொம்ப ஃப்ரெஷ்ஷா பிரமாதமா இருக்குப்பா, ஆனா, மளிகை சாமான்கள்லதான் கல், தூசி அதிகமாத் தட்டுப்படுது. அதைக் கவனிச்சுச் சரி செஞ்சுட்டேன்னா, நீ எங்கேயோ போயிடலாம்' - இப்படி!

18. அடுத்தவர்களுடைய குறைகளைச் சொல்ல நேரும்போது, அதற்குமுன்னால் நம்மிடம் அதேபோன்ற குறைகள் இருந்தால் அதைச் சொல்லிக் காட்டுங்கள்.

அதன்மூலம், தாங்கள் செய்தது ஒன்றும் அத்தனை பெரிய தவறு இல்லை, சீக்கிரம் திருத்திக்கொண்டுவிடலாம் என்கிற எண்ணம் அவர்களுக்கு வரும்.

உதாரணமாக, 'உன் ஹோம்வொர்க்ல நிறைய ஸ்பெல்லிங் மிஸ்டேக் இருக்கு. ஆனா, அதுக்காக நீ ரொம்பக் கவலைப்பட வேண்டாம். ஸ்கூல் நாள்ல நானும் உன்னைமாதிரிதான், ஏகப்பட்ட தப்பு செய்வேன். அப்புறமா பக்கத்தில டிக்ஷனரியை வெச்சுக்கிட்டு எழுதிப் பழகினேன், எல்லாம் சரியாயிடுச்சு'

19. யாருக்கும் முரட்டுத்தனமாகக் கட்டளை இடாதீர்கள். அதற்குப் பதிலாக, கேள்விகளைக் கேளுங்கள், ஆலோசனை கொடுங்கள், விவாதம் செய்யுங்கள், அதன் அடிப்படையில் என்ன செய்ய வேண்டும் என்பதைத் தீர்மானியுங்கள். இதன்மூலம் அவர்கள் மனத்தில் உங்கள்மேலான மதிப்பு மரியாதை குறையாது, கூடும்.

உதாரணமாக, 'இன்னிக்கு ராத்திரி ரவா உப்புமா செய்' என்று மருமகளுக்கு அதட்டலாகக் கட்டளையிடுகிற ஒரு மாமியார், அதற்குப் பதிலாக, 'டின்னர்க்கு என்ன செய்யலாம்னு இருக்கேம்மா?' என்று பேச்சைத் தொடங்கினால் அவர்களுக்கு

இடையிலான உறவில் எப்படிப்பட்ட மாறுதல் இருக்கும்? யோசித்துப் பாருங்கள்!

20. எல்லோருக்கும், உலகம் தங்களைச்சுற்றி இயங்குவதாகத்தான் நினைப்பு. அந்த உயரத்திலிருந்து அவர்கள் எப்போதும் இறங்கிவர மாட்டார்கள். ஆகவே, யாரிடம் பேசுகிறபோதும் அவர்களுடைய ஈகோவைச் சிதைத்துவிடாமல் கவனமாகப் பார்த்துக் கொள்ளுங்கள்.

21. ஒருவர் 'என்னால் இது முடியுமா?' என்று யோசித்துத் தயங்கிக் கொண்டிருக்கிறார் என்றால், அவர்களுடைய பழைய சாதனைகளைச் சுட்டிக்காட்டுங்கள். 'அதெல்லாம் செய்த உனக்கு, இது சர்வ சாதாரணம்' என்று தட்டிக்கொடுங்கள். அதன்பிறகு அவர்கள் அதைச் செய்து முடிக்கிறார்களோ, இல்லையோ, தங்களுடைய திறமைமீது எந்தச் சந்தேகமும் இல்லாமல் முழு முனைப்போடு செயல்படுவார்கள், அதுதானே நமக்கு வேண்டும்?

22. ஏதேனும் ஒரு விஷயம் நாம் எதிர்பார்த்ததுபோல் நடக்கா விட்டால், பதறாதீர்கள். 'அச்சச்சோ, நாம காலி' என்று எதிர்மறை உணர்வுகளைப் பரப்பாதீர்கள். நடந்த தப்பை எப்படிச் சீக்கிரம் சரி செய்வது என்பதில்மட்டும் கவனம் செலுத்துங்கள். உங்களைச் சுற்றியிருக்கிறவர்களுக்கும் அதையே சொல்லி உற்சாகப்படுத்துங்கள்.

23. ஒவ்வொரு பிரச்னையிலும், வெவ்வேறு கோணங்கள் இருக்கலாம். நாம் நினைப்பதுதான் சரி என்று வறட்டுப் பிடிவாதம் காட்டாமல், அதே விஷயத்தை அவர்களுடைய கோணத்திலிருந்தும் பார்த்துப் பேசப் பழகுங்கள்.

உதாரணமாக, நம்முடைய மாதாந்திர மின்சார பில்லில் ஒரு சின்னத் தவறு நேர்ந்துவிடுகிறது. உடனே சம்பந்தப்பட்ட ஊழியர்மேல் எரிந்து விழுந்தால், பதிலுக்கு அவர்களும் நம்மீது பாய்வார்கள். அதற்குப் பதிலாக, 'சார், தினமும் நீங்க பல இடத்துல மீட்டர் ரீடிங் பார்த்து எழுதறீங்க. நடுவில எப்பவாச்சும் இதுமாதிரி சின்னச் சின்னத் தப்பு வர்றது சகஜம்தான்' என்று அவருடைய கோணத்திலிருந்து பேச்சைத் தொடங்கினால், விஷயம் சுமுகமாக முடியும்.

24. ஒரு பெரிய வேலையில் ஈடுபட்டிருக்கும்போது, நடுவில் வருகிற சின்னச் சின்ன வெற்றிகள், முன்னேற்றங்களைக்கூட

உற்சாகமாகக் கொண்டாடுங்கள். உங்கள் மகன் காலாண்டுப் பரீட்சையில் நூற்றுக்குத் தொண்ணூற்றொன்பது மார்க் வாங்கினால், 'இதெல்லாம் சும்மா, நீ ஃபைனல் எக்ஸாம்ல என்ன கிழிக்கறேன்னு பார்க்கலாம்' என்று அலட்சியப்படுத்தாதீர்கள். இப்போதே அவனுடைய 'சாதனை'யைப் பால் பாயசம் வைத்துக் கொண்டாடினால், அவன் அரையாண்டிலும் முழு ஆண்டிலும் நூற்றுக்கு நூறு வாங்குவான்!

25. எப்போதும் காசு, பணத்தைப் பற்றிக்கொண்டு தொங்காதீர்கள். அதையும் மீறிய சில உன்னதமான மனித உணர்வுகள் இருக்கின்றன. அவற்றுக்கு மரியாதை கொடுங்கள்.

மணி ஆர்டர் கொண்டு வந்து கொடுக்கிற தபால்காரருக்குப் பத்து ரூபாய் அன்பளிப்பு தந்தால் சந்தோஷப்படுவார். ஆனால் அடுத்த நாள் அதை மறந்துபோய்விடுவார். அதற்குப் பதிலாக, 'வேகாத வெய்யில்ல வந்திருக்கீங்க. ஒரு தம்ளர் மோர் குடிங்க' என்று கொடுத்துப் பாருங்கள். அதன்பிறகு உங்கள் வீட்டுக் கடிதங்களுக்கு ஸ்பெஷல் மரியாதை நிச்சயம்.

வேறு எதையும்விட மனிதர்கள் அன்பு, அரவணைப்பு, புரிதல், அங்கீகாரத்துக்குத்தான் ஏங்குகிறார்கள். அதைச் சரியான நேரத்தில் சரியான விதத்தில் தந்தால், நம்முடைய தோழமை வட்டம் நாளுக்கு நாள் பெருகிக்கொண்டேதான் போகும்!

www.ingramcontent.com/pod-product-compliance
Lightning Source LLC
LaVergne TN
LVHW100641051026
849519LV00001B/299
* 9 7 8 9 3 8 6 7 3 7 8 1 6 *